சித்தன் சரிதம்

சித்தன் சரிதம்
சாந்தன் (பி. 1947)

சாந்தன் என்றறியப்படும் ஐயாத்துரை சாந்தன், தமிழ், ஆங்கிலம் ஆகிய இருமொழிகளிலும் எழுதுபவர். இந்திய சாகித்ய அகாதமியின் 'பிரேம்சந்த்ஃபெல்லோஷிப்', இலங்கை கலாசாரத் திணைக்களத்தின் 'சாகித்ய ரத்னா' விருது முதலியவற்றைப் பெற்றவர். யாழ்ப்பாணத்தில் வசிக்கிறார்.

சாந்தன்

சித்தன் சரிதம்

காலச்சுவடு பதிப்பகம்

● அன்பார்ந்த வாசகருக்கு,

வணக்கம்.

காலச்சுவடு நூலை வாங்கியமைக்கு நன்றி.

நூலின் உள்ளடக்கம், உருவாக்கம், அட்டைப்படம் இன்ன பிற அம்சங்கள் பற்றிய உங்கள் கருத்துகளையும் ஆலோசனைகளையும் காலச்சுவடு வரவேற்கிறது. தகவல், எழுத்து, வாக்கியப் பிழைகள் தென்பட்டால் கட்டாயம் தெரிவித்து உதவுங்கள். நூல் தயாரிப்பில் கடும் குறைபாடு இருப்பின் மாற்றுப் பிரதி உங்களுக்குக் கிடைக்கக் காலச்சுவடு ஏற்பாடு செய்யும்.

மின்னஞ்சல்: **publisher@kalachuvadu.com**

காலச்சுவடு நாகர்கோவில் தலைமையகத்துக்கும் கடிதம் அனுப்பலாம்.

தங்கள்
எஸ்.ஆர். சுந்தரம் *(கண்ணன்)*
பதிப்பாளர் — நிர்வாக இயக்குநர்

சித்தன் சரிதம் ♦ நாவல் ♦ ஆசிரியர்: சாந்தன் ♦ © ஐயாத்துரை சாந்தன் ♦ முதல் பதிப்பு: அக்டோபர் 2021, இரண்டாம் (குறும்) பதிப்பு: மார்ச் 2022 ♦ வெளியீடு: காலச்சுவடு பப்ளிகேஷன்ஸ் (பி) லிட்., 669, கே.பி. சாலை, நாகர்கோவில் 629001

cittan caritam ♦ Novel ♦ Author: Santhan ♦ © Ayathurai Santhan ♦ Language: Tamil ♦ First Edition: October 2021, Second (Short) Edition: March 2022 ♦ Size: Demy 1 x 8 ♦ Paper: 18.6 kg maplitho ♦ Pages: 368

Published by Kalachuvadu Publications Pvt.Ltd., 669, K.P. Road, Nagercoil 629001, India ♦ Phone: 91-4652-278525 ♦ e-mail: publications@kalachuvadu.com ♦ Printed at Clicto Print, Jaleel Towers, 42 KB Dasan Road, Teynampet Chennai 600018

ISBN: 978-93-91093-41-9

03/2022/S.No. 1015, kcp 3536, 18.6 (2) uss

பொருளடக்கம்

முன்னீடு	11
பாலன் – விடலை	19
காளை	167
முது மகன்	253

இரண்டு வரி

இந்த இடர்மிகுந்த வேளையிலும் 'சித்தன் சரிதʼத்தைப் பதிப்பிக்க முன்வந்த காலச்சுவடு பதிப்பகத்தினர்க்கு என் மனமார்ந்த நன்றி.

நேரமின்மை, என் கிறுக்கலை வேறெவரும் படிக்க முடியாமலிருந்தமை ஆகிய காரணங்களால், 1997-98இல் எழுதப்பட்ட இந்நாவலைத் தட்டச்சில் பதிப்பதற்கான வேளை 2020 முழு முடக்கத்தின்போதுதான் வாய்த்தது; 'முன்னீʼடாக வரும் பகுதியும் அப்போது எழுதியது.

அன்புடன்
சாந்தன்

முன்னீடு

சோழகம் எப்போதும் சுழன்று வீசியது. வைகாசியிலிருந்து புரட்டாசி முற்பாதி வரை அதன் ஆட்சி. ஆடியில் பெரும் அலையாய் அது வந்தது. தென்மேற்கிலிருந்து அது வருகையில் இரவு பகல் பாராமல் பனந்தோப்புகளெல்லாம் பாடின. யாழ்ப்பாணத்துச் சுண்ணாம்புப் பூமியின் காங்கையையெல்லாம் சோழகம் விரட்டியது. உழைப்பே உயிரான மக்களுக்கு அது வியர்வை துடைத்தது. உற்சாகமும் புத்துணர்வும் கொடுத்தது. சோழகத்தில் மாம்பூ வாசமும் வேப்பம்பூ வாசமும் மிதந்து வந்தன. இன்னும் இடத்தைப் பொறுத்து முன்பின்னாக, மகிழ், மருது, இலுப்பை, எல்லாம் சேர்ந்துகொண்டன. குயிலின் கீதம் ஏறி வந்தது. தூரத்துக் கோவில்களின் திருவிழாப் பாடல்களும் மேளதாளமும் அதில் மிதந்து வந்தன. பட்டங்களின் விண்களும் ஆங்காரத்துடன் ரீங்கரித்தன.

சோழகம் யாழ் மண்ணின் உயிர்மூச்சு. அதன் ஆசுவாசப் பெருமூச்சும் அதுவே. அது புகுந்து வராத இடமே இருக்கமுடியாது. எந்த மூலை முடுக்கு, நீக்கல், எதுவும் விலக்கல்ல. சோழகம் யாழ்ப்பாணத்திற்காகவே வீசியது. இந்து சமுத்திரத்தின் தென்மேற்கில் எங்கோ ஒரு மூலையில் கிளம்பி, சப்த தீவுகளையும் ஊடறுத்து வந்து, காரைநகர், கல்லுண்டாய், யாழ்நகரம், கொழும்புத்துறை, கோவிலாக்கண்டி, கேரதீவு என்றெல்லாம் ஊடாக அது குடா நாட்டில் புகுந்தது. புழுதி வாரிச் சுத்தம் செய்தது. சருகு குப்பைகளை ஒதுக்கிவிட்டது.

நிலவு வரும் இரவுகளென்றால் சோழகத்தின் உற்சாகத் திற்குக் கேட்கவே தேவையில்லை. அது ஏதோ காதலியின் ஏவலுக்குக் கைகட்டிப் பணி செய்யும் காதலன் போல் இந்திர லோகத்தையே அவ்வேளை இறக்கிவந்து யாழ்ப்பாணத்தவர் காலடியில் வைத்தது. வைத்துவிட்டுச் சுற்றிச் சுற்றிப் பார்த்துத் திருப்திப்பட்டுக் கொண்டது. பிறகு வந்து கிட்ட நின்றும், எட்ட நின்றும் அவர்களை வருடிக் கொடுத்தது. தென்னோலைகளை அசைத்தபடி தாலாட்டுப் பாடியது. உழைப்பின் களைப்பில் நிலவின் மயக்கத்தில் அவர்கள் தூங்குவதை ஆசையாய்ப் பார்த்தது.

'சோழகமும் நிலவும் சாஸ்வதமாய் இருந்தால் உலகில் எந்தத் துன்பமும் அண்ட முடியாது,' என்று தன் நாட்குறிப்பில் எப்போதோ ஒரு தடவை எழுதிவைத்தது சித்தனுக்கு இன்னமும் நினைவில் இருக்கிறது.

சோழகம் சக்கரத்தையும் சுழற்றியது. காலச் சக்கரம்! காற்றின் வேகத்தில் சக்கரம் வேகமாய்ச் சுழல்கிறதோ, காற்றாலை விசிறி போல? சோழகம், யாழ்ப்பாணத்தைத் தூக்கிக் காலத்திற்குக் காலம் வைத்து வைத்து எடுத்துச்சென்றது, இலைகளையும் பூக்களையும் கொண்டுசெல்வது போல், சோழகம் யாழ்ப்பாணத்தையும் கால நீட்சியினூடு தள்ளியும் புரட்டியும் சுமந்தும் சென்றது.

O

கூட்டம் நடந்துகொண்டிருக்கிறது. பழைய மாணவர் சங்க ஆண்டு விழா. எத்தனையோ பேர், எத்தனையோ காலம், எவ்வளவோ வயது வித்தியாசங்கள். பொன்னையா பள்ளிக் கூடத்தின் புதிய கட்டட மேல்மாடி மண்டபம் நிரம்பியிருந்தது. பிற்பகல் மாலையாகிற நேரம். அரைச் சுவருக்கு மேலே அடித்திருந்த கம்பி வலைக்கூடாக வந்த மஞ்சள் வெய்யில், வெக்கையில்லாமல் மண்டபத்தை நிரப்பியிருந்தது. நல்ல காலம், தலை மட்டத்திற்கும் மேலே போய் விட்டிருந்தது வெய்யில். கூட்டம் முக்கால்வாசி முடிந்துவிட்டது. இன்னும் ஒரு பேச்சாளர் மீதி. திட்டமிட்டது போல் ஆறு மணிக்கு முன் நன்றியுரையும் சொல்லிவிடலாம்.

சனங்களின் பின் வரிசையிலிருந்து உயரமான ஒரு மனிதர் எழுந்தார். முன்வளைந்த உடம்புடன் மெல்லமெல்லக் கூட்டத்தைக் குழப்பாமல், சுவரோரமாக நடந்துவருவது தெரிகிறது. நடை, ஆடி ஆடி, ஆளை வயதானவராகக் காட்டிற்று. மேடையை நோக்கித்தான் வருகிறார் போலும். சற்று செம்பட்டை பூத்த நிறம். ஒட்ட வெட்டியிருந்த

தலைமுடி வெளுத்திருந்தது. வந்த மனிதர் மேடையின் பக்கவாட்டுப் படிகளில் ஏறியபோதுதான் தெரிந்தது. அது பம்பர்! ஆளைக்கண்டு எவ்வளவு காலம்! தன்னிடந்தான் வருகிறார் என்று புரிந்துவிட்டது, சித்தனுக்கு. 'எங்கேயிருந்தான், இவ்வளவு நாளும்?' நாசூக்காக நடந்து திரைக்குள் மறைந்து பின்புறமாக வந்த பம்பர், தலைமை வகித்துக்கொண்டிருந்த சித்தனைப் பின்னால் கட்டி அணைப்பவர் போல் குனிந்து காதில் கிகிசுகிசுத்தார்.

"மச்சான், மன்னிச்சுக்கொள், இப்பிடி வந்து குழப்புறதுக்கு . . ." என்றார், சித்தனின் காதோடு வாய் வைத்து. தலையைத் திருப்பி, தோளைப் பற்றியிருந்த கையைப் பிடித்துக்கொண்டார் சித்தன்.

"அதெல்லாமில்லை. கொஞ்சம் இரன், கூட்டம் முடியப்போகுது," என்றார் மெல்ல.

"இல்லை மச்சான், நான் அவசரமாகப் போக வேணும். இப்ப ஏழரை பஸ்ஸிலை கொழும்புக்குப் போய், நாளைக்கு இந்தியாவுக்குப் போறன். ஒரு மாதத்திலை திரும்பிவந்துதான் பிறகு கனடாவுக்குப் போவன். அப்ப கட்டாயம் உன்னை வந்து காணுவன்." எழுந்து திரையின் பின்னால் போய்நின்று பேசுவோமா, என்று தயங்கினார் சித்தன்.

"இங்கை அல்லிப்புலத்திலை என்ர மச்சான் குடும்பம் இருக்கினம், தெரியுந்தானே? அவயளைப் பாக்க வந்த நான். நீ இங்கதான் இருக்கிறாயெண்டும் இண்டைக்கு இந்தக் கூட்டத்திலை பேசுகிறாய் எண்டும் சொல்லிச்சினம். பாக்காமல் போக மனம் வரேல்லை. உடனை வந்து கொஞ்ச நேரம் இருந்து பாத்தன். நேரம் போகுது, குறை விளங்காதை. திரும்பவந்து கட்டாயம் சந்திப்பன்." பம்பர், மேடையென்றும் பாராமல் சித்தனின் கன்னத்தில் கொஞ்சி விட்டு வந்தது போலவே இறங்கி நடந்து மறைந்தார்.

அந்த பம்பரா இது? அந்தக் குழப்படி, துடியாட்டம், பரபரப்பு, பய்ம்பல், பகடி எல்லாம் இன்று இந்த அளவு அடக்கம், அமைதி, என்றாகிவிட்டிருக்கின்றன! வயது என்று ஒன்று இருக்கிறதுதான்.

○

பம்பரின் உண்மையான பெயர் செந்தில்நாயகம். அவனை முதலில் சந்தித்தது ஏழாம் வகுப்பில் படித்துக்கொண்டிருந்த போது. அப்போது ஐந்தாம் வகுப்பிற்கு மேல் பொன்னையா பள்ளிக்கூடத்தில் வகுப்புகளில்லை. ஐந்து முடிந்ததும், சித்தன் பழையபுலம் இந்துப்பள்ளியில் ஆறாம் வகுப்பில் போய்ச்

சேர்ந்ததற்கு அடுத்த ஆண்டு. 1958. தமிழர்களுக்கெதிரான கலவரத்தில் பாதிக்கப்பட்டு, கொழும்பிலிருந்து அகதிகளாகக் சரக்குக் கப்பலில் ஏற்றப்பட்டு யாழ்ப்பாணம் வந்த குடும்பங்களில் ஒன்று செந்திலுடையது. வருஷத்தின் இடை நடுவில் வந்து இவர்கள் வகுப்பில் சேர்ந்த ஐந்தாறு பேரில் ஒருவன் அவன். அப்போதும் இதே ஓட்ட வெட்டிய தலைமயிர்தான், முள்ளு முள்ளு மாதிரி. வந்தபோது வெக்கறை போலத் தெரிந்தான். அவ்வளவு கூச்சம். சித்தனுடன் மட்டும் ஒட்டிக்கொண்டான். குறும்பும் குழப்படியும் துணிவும் நல்ல குணங்களும் அவனுள் ஒளித்துக்கொண்டிருந்ததை செந்தில்நாயகத்தின் அந்தக் குறுகுறுத்த கண்கள் அப்போதே சித்தனுக்குக் காட்டியிருந்தன.

வகுப்பில் ஒவ்வொரு புதன்கிழமையும் கடைசிப் பாடவேளை 'மாணவர் அரங்கம்' நடக்கும். ஆறிலிருந்து ஒன்பது வரையான வகுப்புக்களின் வாராந்த ஒன்று கூடல் அது. பள்ளி மண்டபம் நிரம்பியிருக்கும். அந்தந்த வகுப்பாசிரியர்களோடு மகேசன் மாஸ்ரர் பொறுப்பாசிரியராயிருந்தார். செந்தில்நாயகம் வந்துசேர்ந்து ஒரு மாதமாகியிராது. ஒரு மாணவர் அரங்க வேளை. நிரலிலிருந்த நிகழ்ச்சிகள் வேளைக்கே முடிந்துவிட்டால் வேறு நிகழ்ச்சிகளுக்கு இடம் கொடுப்பார்கள். விரும்பியவர்கள் வந்து பாடலாம், பேசலாம், கதை சொல்லலாம். அன்றைக்கும் நேரமிருந்தது. "விரும்பிய மாணவர்கள் முன்வரலாம்," என்கிற மகேசன் மாஸ்ரரின் அறிவிப்பைக் கேட்டதும், செந்தில் சித்தனைத் திரும்பிப் பார்த்து, "நான் போய்ப் பாடவா, மச்சான்?" என்றான். வியப்பு, மகிழ்ச்சி, சந்தேகம், எல்லாம் சேர, "ஓஓ, பாடு?" என்றான், சித்தன். "இதை வைச்சிரு." புத்தகக்கட்டைச் சித்தன் கையில் கொடுத்துவிட்டு விறுவிறென்று மேடைக்குப்போய், ஒலிவாங்கி முன்னால் நின்றான் செந்தில். கைகூப்பி ஒரு வணக்கம். அவ்வளவுதான். சபையைப் பாராமல் மண்டபத்தின் வெளியே வாழைத் தோட்டத்தைப் பார்த்தபடி பாடத் தொடங்கினான்.

பம்பரக் கண்ணாலே, காதல் சங்கதி சொன்னாளே...

ஒரு கணம் திடுக்கிட்டாற்போல அமைதிகொண்ட சபை, அடுத்த கணம் ஆரவாரம் கொண்டது. எல்லாக் கண்களும் ஆளை ஆள் பார்த்து விட்டு மகேசன் மாஸ்ரர் பக்கந் திரும்பின. 'சினிமாப் பாட்டே பாடக்கூடாது,' என்றிருக்க, இதைப் பாடுறானே?' மாஸ்ரர் என்ன நினைத்தாரோ, சொண்டுக்குள் சிரித்தபடி, "பாடட்டும், விடுங்கோ . . ." என்பதாகக் கையை மெல்ல அசைத்தார். சபை உற்சாகம் கொண்டது. பாட்டுக்கேற்ற ஒருமித்த தாளம் தொடங்கிற்று. செந்தில், இது ஒன்றையுமே கவனியாதவனாகப் பாடிக்கொண்டிருந்தான்,

திண்டாடித் தவிக்கிறேன், தினந் தினமுந் துடிக்கிறேன் . . .

பாடி முடித்து ஒரு பயங்கரமான கைதட்டலுக்கு நடுவில் இறங்கினான், செந்தில். அன்றிலிருந்து செந்தில்நாயகம் என்ற பெயரே மறைந்துவிட்டது.

அடுத்த நாள் இடைவேளையின் போது சித்தன் கேட்டான், "எப்பிடி முழுப்பாட்டும் பாடமாக்கின நீ?"

"றேடியோவிலை கேட்டுத்தான் மச்சான்," என்றான் பம்பர்.

"எங்கட வீட்டிலை அந்த றெக்கோட் இருக்கு!"

"உண்மையாவோடா? பகிடி விடாதை."

"உண்மையாத்தான்."

"சத்தியமா? கடவுளாணை?"

"சத்தியமா!"

"கிராமஃபோன் இருக்கா, உங்கட வீட்டிலை?"

சித்தன் தலையாட்டினான்.

"இந்தச் சனிக்கிழமை வந்தா, போட்டுக் காட்டுவியா?"

"கட்டாயம்."

"வீட்டிலை ஒண்டும் சொல்ல மாட்டினமோ?"

"சீ, நீ வா," என்ற சித்தன் கேட்டான், "எப்பிடி வருவாய்? தனிய வர விடுவினமோ, உன்ர வீட்டிலை?"

"ஓ, பெரியம்மான்ர அண்ணையோட சைக்கிள்ள வரலாம். நீ இடத்தைச் சொல்லு." உண்மையாகவே அடுத்த சனிக்கிழமை பம்பர் தமையனோடு வந்தான்.

'மணமகன் தேவை' படத்தில் சந்திரபாபு பாடிய அந்தப் பாட்டை ஆறேழு தரம் போட்டுக் கேட்டார்கள்.

"அடிக்கடி வர வேணுமடா, உன்னட்டை," என்று பம்பர் விடைபெற்றான்.

"வா, வா," என்றான், சித்தன்.

○

பம்பரைக் கடைசியாகக் கண்டதுகூடத் தற்செயலாகத்தான். அமைதிப் படையின் கட்டுப்பாட்டுக் காலம். அரிசி, சீனியில் தொடங்கி, அத்தியாவசியப் பொருட்கள் தட்டுப்பாடு அப்போதுந்தான். இந்த வேளையில்தான் அதிசயமாகப் பெற்றோல் வந்திருப்பதாகச் சொன்னார்கள். இம்முறை கார்களுக்கு மட்டும். ஒரு தடவை வருவது என்னத்துக்காகும்?

எப்படியோ கிடைக்கும்போது கட்டாயம் எடுத்து விட வேண்டும். அடித்துவைத்தால், அந்தரம் – ஆபத்துக்குதவும். காருக்கில்லாவிட்டாலும் மோட்டார் சைக்கிளுக்காவது பாவிக்கலாம். என்னதான் மண்ணெண்ணெய்யில் ஓடினாலும், 'ஸ்ராட்'டுக்கு 'சூப்பி'யில் விடுவதற்கு நாலு சொட்டுப் பெற்றோலாவது தேவை. வருவதை விடுவது முட்டாள்தனம்...

அதில் ஒரு பிரச்சினையும் இருந்தது. காரைக் கொண்டு போய், தற்செயலாகப் பெற்றோல் கிடைக்கவில்லை என்றால், போய் வருவதில் இருந்ததும் போய்விடும்! ஆனால் காரை விட்டுவிட்டுப் போய் வாங்க முடியாது. வாகனத்தின் 'ராங்க்' இல் மட்டுந்தான் நிரப்புவார்கள். எட்டுமணிக்கே 'ஷெட்'டுக்குப் போயும் அங்கு இருநூறு மீற்றருக்கு மேலும் வண்டிகளின் வரிசை நீண்டிருந்தது. சித்தன் கடைசியில் நிறுத்தினான். வரிசை நகர நகர, வண்டியை இயக்கி முன்னே கொண்டுபோய் விடுவது போன்ற முட்டாள்தனம் இருக்க முடியாது. எல்லோருமே 'கிய'ரை 'நியூட்ர'லில் விட்டுவிட்டுத் தள்ளினார்கள். ஆளுக்காள் தள்ளி உதவினார்கள்.

"மச்சான்," என்ற குரல் கேட்டது. பம்பர்!

"கண்டது நல்லதாப்போச்சு மச்சான், நான் இந்தக் கிழமை கனடாக்குப் போறன்..." தன் சைக்கிளை எதிர்ப்புற மதிற் சுவரோடு விட்டுப் பூட்டிவிட்டு வந்தான்.

"நல்லது, பத்திரம். சந்தோஷமாப் போய் வா," என்றான் சித்தன். சொல்லும்போதே, 'போய் வா' என்று சொல்வது சரியோ என்றுமிருந்தது.

"கொஞ்ச நேரம் உன்னோட நிக்கலாம், காரைத் தள்ளித் தள்ளிக் கதைக்கலாம்," என்று புன்னகைத்தான் பம்பர்.

அதன் பிறகு இன்றைக்குத்தான்!

○

காலை தாண்டுகிற வேளை. சந்தையில் காய்கறியும் கடையில் பேப்பரும் வாங்கிக்கொண்டு திரும்பிய கையோடு, கேற்றடியில் சைக்கிள் மணிச் சத்தம் கேட்டது. திரும்பிப் பார்த்த சித்தன், பூட்டப்போன படலையைப் பூட்டாமலே, "வா, மச்சான், எப்ப வந்த நீ?" என்றார், முகம் மலர. "ஓமடா, முந்த நாள் கொழும்பு. நேற்று யாழ்ப்பாணம். நாளைக்குப் பழையபடி கொழும்பு, பிறகு அப்பிடியே பயணம்!" சைக்கிளைத் தள்ளியபடி பம்பர் உள்ளே வந்தார்.

"எப்பிடியிருந்துது, இந்தியா?" என்றார் சித்தன், இருவரும் விறாந்தையில் போய் உட்கார்ந்ததும்.

“நல்லா இருந்துது மச்சான். ஏதோ இந்த வயதிலை அவ்வளவு தூரம் தனியப் போய் வந்திட்டன் . . .”

“எங்கையெங்கை போன நீ?”

“மும்பைக்குப்போய் ஒரு றவுண்ட் அடிச்சு, அப்பிடியே டெல்லிக்கும் போய் வாறன். காசி, அஜந்தா, எல்லோரா, எல்லாம் பாத்தாச்சு.”

“அப்ப, போனதுக்குப் பிரயோசனம் எண்டு சொல்லு?”

“எல்லாம் வலு அருமை, மச்சான்! ஆனா, ஹோட்டல்களிலைதான் கனடியன் பாஸ்போட்டுக்கு அறை தர மாட்டன் எண்டிட்டாங்கள்!”

“ஓ! உங்கட பிரதமருடைய சீக்கிய ஆதரவுப் பேச்சாலையோ?”

“ஓம், மச்சான்!”

“ஆனா, அவரே இப்ப வந்திட்டுப் போனாரே?”

“ஒருதரையும் குறைசொல்ல ஏலாது மச்சான், அவனவன் கொள்கை அவனவனுக்கு! நாங்கள்தான் சமாளிக்க வேணும்.”

“நீ என்ன செய்தாய்?”

“ஏதேதோ கிடைச்ச இடங்களிலை, மடங்களிலை எண்டு சமாளிச்சன் . . . சரி, அதை விடு. உன்பாடுகள் எப்பிடி?”

“பரவாயில்லை, சந்தோஷமாப் போகுது.”

“நாங்கள் கடைசியாக் கண்டது, எண்பத்தொன்பதிலை. இப்ப இருபத்தொன்பது வருசமாச்சு . . .” பம்பர் புன்னகைத்தார்,” ஆனா, உன்னிலை எந்த மாற்றமுந் தெரியேல்லையடா.”

“சொந்த ஊர்த் தண்ணி, மச்சான்!” இருவரும் சிரித்தார்கள்.

“பிறகு உன்ர கார் என்னடா நடந்தது, அண்டைக்குத் தள்ளினமே?”

“அமைதிப்படை போய்ப் புலிகளின்ர கட்டுப்பாட்டிலை வந்த பிறகு வாகனங்களுக்குப் புதுப் பதிவு இலக்கம் எடுக்க வேண்டி வந்துது . . .”

“அதென்ன?”

“வெள்ளைக்காறன் காலத்திலை ஏ, பி, ஸி, டி . . . சுதந்திரத்துக்குப் பிறகு ‘சிலோன்’ எண்டதைக் குறிக்க ‘ஸி ஈ’ தொடக்கம் ‘ஈ வை’ வரை. பிறகு, ‘ஸ்ரீ லங்கா’ எண்டதைக் குறிக்கச் சிங்கள ‘ஸ்ரீ’. அதுபோலை, ‘தமிழ் ஈழம்’ எண்டதைக் குறிக்கத் ‘த’ இலக்கம் . . .”

அரசின் பொருளாதாரத்தடை கழுத்தை நெரிக்கத் தொடங்கிற்று. இதில், காராவது, பெற்றோலாவது! வைத்திருந்த காரை விற்கவும் முடியாது. யார் வாங்குவார்கள்? ஒன்று, தின்னவேலி கனகு கராஜில் கொண்டுபோய் விட்டு, 'மெனிஃபோல்ட்' பொருத்தி, 'ப்ளக்'குகளுக்கு 'அடப்டர்' போட்டு, மண்ணெண்ணையில் ஓடக் கூடியதாக ஆக்க வேண்டும், அல்லது, காரைத் தூக்கிக் கட்டையில் வைக்க வேண்டும்.

"சரி, சரி, பிறகு?"

சித்தன் சிரித்தார். "பிறகென்ன? பெற்றோல் எண்ட பேச்சே இல்லை! ஒரு வருசம் கட்டையிலை தூக்கி வைச்சன் . . ."

"கொட்ட உட தமாய்?" பம்பர் சிங்கள நாட்டில் வேலை செய்தவர், நன்றாகச் சிங்களம் பேசுவார். இருவரும் சிரித்தார்கள்.

"பிறகு?"

"அவ்வளவுதான்! தெரிஞ்ச லாண்ட் மாஸ்ரர்கார ஆள் ஒருத்தர் நாலு ரயரையும் ரியூப்பையும் விலைக்குக் கேட்டார். கேட்ட விலைக்கு முழுக் காரையுமே குடுத்திட்டன்! அப்ப அதிகம் பயன்பட்டது லாண்ட் மாஸ்ரர்தான். சனம் போகவர, சாமான் காவ, எல்லாத்துக்கும். மாட்டு வண்டில் மாதிரி! மண்ணெண்ணையிலை ஓடிச்சுதுகள் . . ."

"டேய், அருமந்த கார்! 'பேஜோ' எல்லே?"

"உப்பிடி எத்தினையை எங்கட சனம் இழந்துது, மச்சான்? அதுகளோட பாக்கேக்கை இது தூசு!" சித்தன் பெருமூச்சு விட்டார்.

"அது சரி, நான் அண்டைக்கே கேட்க வேணுமெண்டு நினைச்சன், உன்ர கிராமஃபோன் எப்பிடி? இன்னமும் வேலை செய்யுமா? முந்தி நாங்கள் அடிக்கடி வந்திருந்து பாட்டுகள் கேக்கிற நாங்களெல்லோ?"

சித்தன் மீண்டும் சிரித்தார்.

"என்ன மச்சான், ஒரு ஞானச் சிரிப்புச் சிரிக்கிறாய்?"

"நடந்ததெல்லாம் நினைவு வருகுதடா, அவ்வளவுதான்!"

பாலன் – விடலை

1.1

சித்தன், பொன்னையா பள்ளியில் அரிவரி முடித்து முதலாம் வகுப்பு. பங்குனி விடுதலை விட்டிருந்தார்கள். இனிப் புதுவருசத்தின் பிறகுதான் பள்ளி. பங்குனி வெய்யில் நெருப்பெடுத்துக் கொண்டிருந்தது. காலை பத்து மணியானால் பிறகு நாலாகும் வரை வெளியில் இறங்க அநுமதியில்லை. அதுகூட மாவடி, பலாவடி, சம்புநாவல் மரத்தடி நிழல்களில் விளையாடத்தான். மற்றும்படி விளையாட்டென்றால், தாயம், கொக்கான், நாயும் புலியும், டாக் டிக் டொக், சுண்டுதல், என்று எல்லாமே வீட்டுக்குள்ளே. சனி, ஞாயிறு, விடுதலை, என்றால் வட்டண்ணை காலையில் வந்துவிடுவான். நந்தனுக்கும் ஆறண்ணைக்கும் பக்கத்தில்தான் வீடு. சாரதாவோ, புனிதாவோ, தங்கள்பாடு. வரும்போதே பல்லாங்குழிப் பலகையுடன்தான் இருவரும் வருவார்கள். அல்லது தலைவாசலில் சோக்கட்டியால் எட்டுக்கோடு கீறிவிட்டு, “ரைட்டோ, ரைட்டோ?” என்று விளையாடுவார்கள்.

அன்றைக்கு வட்டண்ணையும் சித்தனும் ‘டாக் டிக் டொக்’ விளையாடிக்கொண்டிருந்தார்கள். வட்டண்ணை நல்ல வெள்ளை. சித்தன், பொது நிறம். மற்றும்படி, இரண்டு பேரையும் பார்த்தால் சொந்த அண்ணன் – தம்பி மாதிரித்தான். சித்தன் கோட்டை நோக்கிக் குனியும் போதெல்லாம், நெற்றியில் விழுகிற நெளி மயிரைத் தள்ளித் தள்ளி விட வேண்டியிருந்தது . . .

“பொறு,” என்றான், வட்டண்ணை இருந்தாற் போல். “கார் வாற சத்தங் கேக்குது . . .”

சரிதான், ஆலடி முடக்கில் கார் ஹோண் கேட்கிறது. கையை உயர்த்தி முன்னாலிருக்கிற ரப்பர்ப் பந்தை அமுக்குகிற காற்று ஹோண்.

"அப்பு வாறார்!" இருவரும் ஓடிப்போய் இரட்டைப் படலையைத் திறக்கவும் கார் வரவும் சரியாயிருந்தது.

வழமையாக நேரே போய்த் தனது கொட்டிலுக்குள் நிற்கிற அந்த கன்வஸ் கூரையுடனான மயில் – கழுத்து நீலக் கார், இப்போது மெல்ல வந்து வீட்டுத் தோட்டத்து மூரி வரிச்சைத் தாண்டி, வலப்பக்கம் திரும்பி, சட்டி பானை கழுவிக் காயவைக்கிற பறணையும் விலக்கி, புதுக் கொட்டில் அருகோடு நின்றது. மதிய வெய்யில் அதன் முகப்புக் கண்ணாடியில் பட்டுத் தெறித்தது.

சடையெல்லாம் பறந்திருக்கட்றைவர் ஸீற்றிலிருந்து இறங்கிய அப்பு, பின்னாலிருந்த சின்னமணி அண்ணையைப் பார்த்து, "பத்திரமாத் தூக்க வேணும், மேனை . . ." என்றபடி, கார்க் கதவைச் சாத்தினார். போர்த்தியிருந்த வெள்ளைக் குறித்துண்டை முற்றத்துக் கொடியில் போட்டுவிட்டு வேட்டியை மாற்றியபடி கிணற்றடிக்குப் போனார். வேட்டியின் மேல் மெலிந்து வலித்த செப்புநிற வெற்றுடம்பு தெரிந்தது.

இவ்வளவு நேரமும் தான் பிடித்தபடி இருந்த பெட்டியை விட்டிறங்க மனமில்லாதவன்போல இறங்கினான் சின்னமணி அண்ணை. பொங்கலுக்கு எடுத்த புதுப் பச்சைப் பளயகாட் சாரமும் வெள்ளை அரைக்கை ஷேட்டுமாய், தலைக்கு நன்றாக எண்ணெய் வைத்து இழுத்திருந்தான், அவன். பட்டணம் போய் வருவதென்றால் சும்மாவா? காரின் பின்கதவை விரியத் திறந்துவிட்டு ஸீற்றிலிருந்த அந்தப் பெரிய சதுர ஸீல் – மெழுகு வண்ணப் பெட்டியை ஒரு குழந்தையைத் தூக்குவது போல் பத்திரமாய்த் தூக்கினான். இரண்டு கைகளாலும் வயிற்றோடு சேர்த்தணைத்துக் கொண்டுவந்து அதைப் புதுக்கொட்டில் திண்ணையில் வைத்தபோது, வீட்டிலிருந்தவர்கள் மட்டுமல்ல, மருந்துக் கொட்டிலில் வேலை செய்கிறவர்களும், மற்ற வேலையாட்களும்கூட வந்து கூடிவிட்டிருந்தார்கள்.

"இதென்னடா இது, கோணுமில்லை, ஒண்டுமில்லாமல்?" அரைக் காற்சட்டையை இழுத்தபடி வந்த வட்டண்ணை, சித்தனைப் பார்த்து முணுமுணுத்தான். "அதுதானே," சித்தனுக்கு இந்தத் தொல்லை கிடையாது, அவனுடைய காற்சட்டை நாடா வைத்துத் தோளில் மாட்டியிருக்கிறது.

முந்திய பாட்டுப்பெட்டியில் முதலில் கண்ணிற் படுவதே, பவுண் நிறத்தில் பாம்பு சுருண்டெழும்பிப் படம் விரிப்பது

போலிருக்கும் குழாய்தான். பென்னாம்பெரிய பூசணிப் பூப்போல. ஆனால் இது என்ன? சத்தம் எப்படி வரும்?

சண்முக அண்ணையின் கவனம் மட்டும் பாட்டுப்பெட்டியில் இருக்கவில்லைப் போலிருந்தது. கிணற்றடியில் கை கால் கழுவிக் கொண்டிருந்த அப்புவின் பின்னால் போய்நின்று மெல்லக் கேட்டான், “பெரியையா, காரைக் கொட்டிலுக்குள்ளை எடுத்துவிடட்டா?” சண்முக அண்ணைக்கும் சின்னமணி அண்ணையைப் போல இப்போதான் மீசை கறுக்கத் தொடங்கியிருக்கிறது.

“கவனமா எடுத்து விடு,” என்றார் அப்பு, திரும்பாமலே. “திறப்பைக் காரில விடாமக் கொண்டு வா.”

வயதுக்கு மூத்த எவரையும் வெறுமனே பெயர் சொல்லிக் கூப்பிடக் கூடாது என்பது அப்புவின் கட்டளை. சண்முகம், சின்னமணி, இரண்டு பேருமே வட்டன்களுக்கு அண்ணைதான். சண்முகண்ணை, காரைக் கவனமாக றிவேசில் எடுப்பது தெரிந்தது.

“இதைத் தலைவாசல் மேசையிலை கொண்டந்து வைச்சிருக்க வேணும். சின்னமணி அண்ணை இந்தத் திண்ணையிலை வைச்சிட்டுப்போகுது,” பாட்டுப்பெட்டியின் மேற்பக்கத்தில் தூசுபோல் தெரிந்ததை மெல்லத் தன் தாவணியால் துடைத்தபடி சொன்னா, குஞ்சக்கா.

“பெரியையாதான் இதிலை வைக்கச் சொன்னவர், தங்கச்சி . . .” சின்னமணி அண்ணைக்கு குஞ்சக்கா சொன்னது கேட்டிருக்க வேண்டும். “வீட்டுக்குள்ளை வைச்சுப் பாட்டுப் போட்டால், சத்தம் குழந்தையைக் குழப்பிப் போடுமாம்.” பிறந்து ஒரு மாதந்தான் ஆன தம்பி முருகனை சித்தனின் அம்மா அங்கே தூங்கவைத்துக் கொண்டிருக்கிறா.

அப்பு கிணற்றடியால் இறங்கியதைக் கண்டு, புதுப் பாட்டுப் பெட்டியைச் சுற்றிநின்ற எல்லோரும் கொஞ்சம் விலகினார்கள்.

“இந்தா, வட்டா,” ஆச்சி கூப்பிட்டா. ஆச்சி எப்போதும் ஆறுதலாகத்தான் பேசுவா. புன்னகையும் பொட்டுமான முகம். சின்னதாய் ஒரு மூக்கு மின்னி.

தலை மேவி இழுத்து முடிந்திருந்தது. “இதைக் கொண்டோடிப் போய் அப்பூட்டைக் குடு ராசா,” உள்ளே கொடியிலிருந்து எடுத்து வந்த துண்டைக் கொடுத்தா. வட்டண்ணை வாங்கிக் கொண்டு ஓடினான்.

அப்புவின் கரிய தாடியிலிருந்து தண்ணீர் மெல்லச் சொட்டுப் போட்டது. தலைமுடி தோள் வரை நீண்டு விரிந்திருந்தது.

கணுக்காலுக்கு மேலே உயர்த்திக் கட்டியிருந்த வேட்டி. அவர் திரும்பியபோது அரைஞாண் கயிற்றில் கட்டியிருந்த கோவணத்தின் முடிச்சு, நாரியில் துருத்தித் தெரிந்தது. கண்ணாடியைத் துடைத்துப் போட்டுக்கொண்டபோது, அந்த அகன்ற நெற்றிக்கும் கூரிய மூக்குக்கும் இடையில் கண்கள் இன்னும் பெரிதாய்த் தோன்றின. பாட்டுப் பெட்டியின் பக்கத்தில் திண்ணையில் உட்கார்ந்தார். மேற்பக்கத்தை மெல்ல உயர்த்தியதும் பெட்டி திறந்துகொண்டது. மூடியை மேலே தள்ளிவிட்டதும், விழாமல் அப்படியே சரிந்தபடி நின்றது.

உள்ளே பழைய பாட்டுப்பெட்டி போலவே எல்லாம். நடுவில் சுழலுந் தட்டு, வலப் பக்கப் பின்மூலையில் மடித்தபடி 'சவுண்டர்', எதிர் மூலையில் ஊசிகளைப்போட்டு வைக்கும் அழகான இரு சிறு வட்ட வெள்ளிக் குழிகள், வலது முன்பக்க மூலையில் தட்டின் சுழல் வேகத்தைக் கூட்டிக் குறைக்கும் நெம்பி. அதற்கும் சவுண்டருக்கும் சரி நடுவில், தட்டைச் சுழலவோ, நிறுத்தவோ செய்யும் விசை. தட்டின் மேல் பக்கம், மெல்லிய கம்பளிபோல ஒரு வட்டக் கரும்பச்சை விரிப்பு. தடிப்பாக. தொட்டுப் பார்க்க வேண்டும் போலிருந்தது, சித்தனுக்கு. தட்டின் வெளி விளிம்பும், சவுண்டர் குழாயும் பளபளவென்று வெள்ளியாய் மின்னின. இவற்றுக்கிடையில் பத்திரமாகப் பொருத்தப்பட்டிருந்தது, வைன்டர். அதுவும் வெள்ளி போல்தான். சின்னி விரல் கனம். 'ஊனா'வை வளைக்காமல் மடக்கிய மாதிரி. தலையில் ஒரு சின்னக் கைப்பிடி போட்டிருந்தது, அதன் மறுமுனையில் புரிபுரியாய்.

அப்பு அதை மெல்ல எடுத்து பெட்டியின் வலப்பக்கம் நடுவில் இருந்த ஓட்டையில் பொருத்தி, மெல்ல மெல்ல சுழற்றத் தொடங்கினார். 'கிய், கிய்...' என்று மெல்லிய சத்தத்துடன் 'வைன்ட்' ஏறியது.

"அங்க பார்," வட்டண்ணை, சித்தனுக்குக் காட்டினான். "பழைய பாட்டுப்பெட்டி மாதிரித்தான்." சித்தன் பார்த்தான். திறந்திருந்த மூடியின் உட்புறத்தின் நடுவில், அழகிய ஒரு சிறிய படம். அதில் முந்திய பாட்டுப் பெட்டியைப்போல ஒன்று. அந்தக் குழாயின் முன் அதைக் கவனமாகப் பார்த்தபடி கறுப்புக் காதுகளுடன் இருக்கும் அழகான வெள்ளை நாயொன்று.

"இதுவும் 'எச்.எம்.வி' தான்," என்றான், வட்டண்ணை.

பின் மூலையில் ஒரு சின்னச் சுண்ணாம்புக் கறண்டகம் போலிருந்த பெட்டியைத் திறந்து ஊசி ஒன்றை எடுத்து சவுண்டரின் சுரையை இளக்கி வைத்துப் பூட்டினார், அப்பு.

அது முடிந்ததும், "றெக்கோட் ஒண்டு கொண்டு வா, பிள்ளை," என்றார், குஞ்சக்காவிடம்.

"முதலிலை போடுறது ஒரு கடவுள் பாட்டாகப் போடவேணும்," ஆச்சி சொன்னா.

"வட்டா, வா . . ." பொட்டுச் சிரட்டையில் உரைத்த கறுத்தப் பொட்டும் ஒற்றைப் பின்னலுமாயிருந்த குஞ்சக்கா கூப்பிட்டா. சித்தனும் பின்னால் ஓடினான்.

உள்ளே, கூடத்தில் ஒரு சிறிய பெட்டகம் போலிருந்த மரப் பெட்டியைத் திறந்து ஒன்றன் மேலொன்றாய் அடுக்கியிருந்த றெக்கோட்களை எடுத்து வெளியே வாங்கில் வைத்தா, குஞ்சக்கா.

"வட்டா, இதிலை தண்டபாணி தேசிகர், தியாகராஜ பாகவதர் பாட்டுக்களாப் பாத்து எடு."

இவர்கள் கொண்டுபோய்க் கொடுத்ததில் அப்பு ஒன்றை எடுத்தார். அதன் கடதாசி உறையைக் கழற்றிவிட்டு, சுழல் தட்டில் பொருத்தினார். விசையைத் தட்டியதும் சுழலத் தொடங்கிய றெக்கோட்டின் வெளி விளிம்பில் சவுண்டரின் ஊசிமுனையைப் பத்திரமாக வைத்தார். எல்லோரும் அமைதியாகக் கவனித்தார்கள். டக்கென்று பாட்டுப்பெட்டி பாடத் தொடங்கியது.

அம்பா . . . மனங் கனிந்துனது கடைக்கண் பார் . . .

பாட்டுச் சத்தம் கேட்டிருக்க வேண்டும், நந்தன் அவசர அவசரமாக ஓடிவந்தான். வட்டண்ணையின் உயரம், ஆனால், மெல்லியவன். சித்தனைப் போல் நிறம். தலை மட்டும் 'மொட்டைப் பாப்பா.' அவனும் வட்டண்ணையும் ஒரே வகுப்புத்தான், மூன்று.

"உங்க வீட்ட வடிவாக் கேக்குதோ?" வட்டண்ணை கேட்டான்.

"ஓ, பின்னை?" என்றான், நந்தன். "நல்ல வடிவாக் கேக்குது."

சின்னத்துரை மாமாவின் தலை தெரிந்தது. கொட்டிலுக்குள் வந்ததும், வேட்டியின் சண்டிக்கட்டை அவிழ்த்து விட்டபடி மெல்ல அப்புவின் கண்களில் படுகிற மாதிரிப் பேசாமல் நின்றார். கன்ன உச்சி பிரித்து இழுத்தாலும் அடங்காமல் சிலும்பும் தலை முடி. காது மடலில் சொருகியிருந்த பென்ஸில். சட்டை போடாத உடம்பில் மெல்லக் குடங்கிய மாதிரித் தெரிந்த முதுகு. ஆனால் சின்னத்துரை மாமாவுக்கு அவ்வளவு வயதில்லை.

அவரைக் கண்டதும், "என்ன துரையர், மருந்துக்கு ஆக்களோ?" என்றபடி, அப்பு எழுந்தார். "ஓம், ஐயா... கனபேர் வந்திட்டினம்..." "பாருங்கோ... இப்பதான் போன நான், அதுக்குள்ளை துரையர் வந்திட்டார். ஒரு நாளைக்காவது எனக்கு ஒரு மணித்தியால லீவு தாறாரில்லை..."

எல்லோரும் சிரித்தார்கள்.

"ஐயாவுக்குப் பகிடிதான்..." சின்னத்துரை மாமாவும் சிரித்தபடி திரும்பி விறுவிறென்று நடந்தார். சற்றுத்தூரம் போனதும் போகிற போக்கில் வலக்காலால் பின்புறமாக வேட்டியைச் சட்டென்று உயர்த்தி சண்டிக்கட்டை மீண்டும் கட்டிக்கொண்டார். அவருடைய நடை எப்போதுமே அப்படித்தான், அவர் மெல்ல நடந்து யாரும் பார்த்ததில்லை.

"பாட்டுப்பெட்டிக்கு சித்தன்தான் பொறுப்பு," எல்லா வட்டன்களிலும் சின்னவனாயிருந்த பேரனை அணைத்தபடி அப்பு சொன்னார். "என்னையா, பாத்துக் கொள்றியா?"

மகிழ்ச்சியும் வெட்கமுமாகத் தலையாட்டினான். "சரி, குழப்படி பண்ணாம இருந்து எல்லாரும் கவனமாப் பாட்டுகளைப் போட்டுக் கேளுங்கோ..." அப்பு எழுந்து வேட்டியை உதறிக் கட்டியபடி திரும்பினார்.

... பைந்தமிழ் மலர்ப் பாமாலை சூடி உன் பாதமலர்
பணிந்து பாடவும் வேண்டும் ...

"தியாகன்ரை குரலெண்டாலும் குரல்தான்!" நாகரப்பு தனக்குத்தானே சொல்லிக்கொண்டு மருந்துக் கொட்டிலை நோக்கிப் போனார். "ஒரு பிள்ளை கிட்ட வரேலாது!"

000

1.2

சித்தனிடம் ஒரு குதிரை இருந்தது. கடிவாளம் போட்டு, கழுத்து மயிர் பறக்க, ஆடுகிற பெரிய குதிரை. கைப்பிடியைப் பிடித்தபடி ஏறி உட்கார்ந்து காலால் மிதிக்க, மிதிக்க, காற்றாய்ப் பறக்கும். ஐயா எப்போதோ வாங்கித் தந்தது. நாலாம் வகுப்புத் தாண்டியும் அவன் அவ்வப்போது ஆடிக்கொண்டிருந்த குதிரை, அது.

குதிரையில் சித்தன் வேகமெடுப்பதைக் கண்டால் அம்மாவோ, ஆச்சியோ சும்மா இருக்க மாட்டார்கள். "இறுக்கி ஆடாதை, ராசா... விழுத்திப் போடும்." உண்மைதான், சிமேந்து நிலத்தில் ஆடினால் சறுக்கும், விழுத்தும். மண்தரை யில் வேகமாகப் போக முடியாது ஆனால் பயம் குறைவு. புதுக்கொட்டிலின் தரை, மண் தரை. களிமண் கொட்டி, மொங்கான் போட்டிறுக்கி, மேலே சாணத்தால் மெழுகிய தரை. ஆட ஆட, ஆடிய இடத்தைக் குதிரை வெட்டிப் பள்ளமாக்கும். அவ்வளவுதான்.

என்றாலும் ஒரு நாள், ஆறண்ணை கொட்டிலுக் குள்ளே கூட வேகமாக ஆடி, குதிரையோடு சறுக்கி விழுந்தான். நல்ல காலம், பெரிய ஆட்கள் யாரும் பார்க்கவில்லை. அதோடு, குதிரைக்கும் சேதமில்லை.

"நோகுதா, ஆறண்ணை?" சித்தன் மெல்லக் கேட்டான். ஆறண்ணை, இடது முழங்கையைத் திருப்பிப் பார்த்தபடி, 'இல்லை'யென்று தலையாட்டினான். கண்கள் மட்டும் நோவாலோ வெப்பியாரத்தாலோ கலங்கியிருந்தன.

“வாடா, நல்லெண்ணை தொட்டுப் பூசலாம்.”

“வேண்டாம்,” என்பதுபோலத் தலையை ஆட்டிவிட்டு, ஆறண்ணை வலது பெருவிரலில் எச்சிலைத் தொட்டு, முழங்கையின் இலேசான சிராய்ப்பில் தடவிக்கொண்டு எழுந்தான்.

ஆறண்ணை ஆட்கள், சொந்தக்காரர்தான். அடுத்த வீடு. கோடி வேலியின் பொட்டைக் கடந்தால், அவர்கள் வீடு. காவோலை வேலி. அரைவாசியாகக் குனிந்து பொட்டுக்குள் புகுந்து கடப்பதென்பது பெரிய ஆட்களுக்குக் கொஞ்சம் கஷ்டந்தான். ஆனால், வட்டன்களுக்கு அந்தப் பிரச்சினை இல்லை.

“அதென்ன பேர் தம்பி, ‘ஆறண்ணை’யெண்டு?” புதிய ஆட்கள் யாராவது கேட்பார்கள். ஆறண்ணையின் உண்மைப் பெயர், ஆறுமுகநாதன். பள்ளிப்பெயர், டாப்புப் பெயர், எல்லாம் அதுதான். வீட்டுப் பெயர் மட்டும் ஆறு. சித்தனிலும் ஒரு வயதுதான் மூத்தவன். என்றாலும், ‘அண்ணை’ மரியாதை கொடுக்க வேண்டும். கெதியிலேயே ஆறு அண்ணை, ஆறண்ணை ஆகிவிட்டான். இவ்வளவையும் கேட்கிறவர்களுக்குச் சொல்ல வேண்டியிருக்கும். ஆறண்ணையும் சித்தனும் அரிவரியிலிருந்தே ஒன்றாகத்தான் படித்தார்கள். ஒன்றாகத் திரிந்தார்கள். “ஓரோட்டை வயதெண்டா, அப்பிடித்தான்,” என்று இரண்டு வீட்டிலும் சந்தோஷமாகச் சொல்லிக்கொள்வார்கள். ஆறண்ணை, சித்தனிலும் கொஞ்சம் உயரம், கொஞ்சம் வெள்ளை. அவனுடைய தலையை ‘வாழைக்காய்த் தலை’ என்று வகுப்பில் மற்றப் பெடியன்கள் ‘பழிக்கும்’ போது அல்லது ‘வாழைக்காய்,’ என்று ‘பட்டந் தெளிக்கும்’ போது, ஆறண்ணைக்கு மட்டுமல்ல, சித்தனுக்கும் கோபம் வரும்.

அன்றைக்கு சித்தன் ஆடும்போது ஆறண்ணை சொன்னான், “இது ஒரு பெரிய நாட்டியக் குதிரை!”

“நாட்டியக் குதிரை!” சித்தனுக்குச் சிரிப்பு வந்தது, “அந்தப் பாட்டைப் போட்டிட்டு ஆடுவமா?”

“ஓமடா!” என்றான், ஆறண்ணை.

‘சந்திரலேகா’ றெக்கோட் எல்லாம் தேடி, ‘நாட்டியக் குதிரை’யைக் கண்டுபிடிக்கக் கொஞ்ச நேரமாயிற்று. கொண்டு வந்து பாட்டைப் போட்டதுதான் தாமதம், ‘ஆடுங் குதிரை’ அதைக் கேட்டுக்கொண்டே பறக்கலாயிற்று.

நாட்டியக்குதிரை, நாட்டியக்குதிரை . . . நாலாயிரம் பொன்,
வாங்கலையோ . . .

இதன் பிறகு, நாட்டியக்குதிரையும் ஆடுங்குதிரையும் ஒன்றாகவே எப்போதும் புறப்பட்டன. நாட்டியக்குதிரை பாடப்பாட, ஆடுங்குதிரை பறக்கும். சறுக்காமல் பறப்பதற்குப் புதுக்கொட்டில்தான் சரியான இடமாயிருந்தது.

வீட்டைச் சுற்றி அவ்வப்போது போட்ட ஐந்தாறு கொட்டில்களிலொன்று புதுக்கொட்டில்.

○

இந்த வீடு, அடியடியான பரம்பரை வீடு. அப்புவின் பாட்டனும், அம்மாவின் பூட்டனுமாகிய இந்தக் குடும்பத்தின் மூலவர் மாணிக்கர் கட்டிய வீடு.

மாவும் பலாவும் வேம்பும் நிறைந்த பத்துப் பரப்பு வளவின் நடுவில் வீடு இருந்தது. உயரமான சுவர்களுடன், ஓடு போட்ட கல்வீடு. பெரியதுமில்லை, சிறியதுமில்லை. இரண்டு அறைகள், அடுத்தடுத்து. முன்னால், சேர்ந்தாற்போல இரண்டு பெரிய திண்ணைகள். நல்ல உயரம். திண்ணைக்கு முன்னால் நீள முற்றம். கிழக்கே, ஒரு பெரிய விறாந்தை. அதோடு அண்டி, முற்றத்தின் வலப்புறம், தனியே, மண் சுவர்களும் நிலமுமாய், கிடுகு வேய்ந்த பெரிய அடுப்படி. முற்றத்திற்கு வடக்கே தலைவாசல். அது தாண்டியிருக்கிற மருத்துவ நிலையம், பிறகு அப்பு கட்டியதாம்.

வீட்டைச் சுற்றி மூன்று கொட்டில்கள். மூன்றிலும் பெரியது மருந்துக் கொட்டில். வளவின் கிழக்கு வேலியோடு வடக்குப் படலையிலிருந்து தெற்குப் படலைவரை நீண்டு கிடந்தது. இருபதடி அகலம் வரும். உண்மையில் அது கொட்டிலே அல்ல. அப்புவின் மருந்துகளைத் தயாரிக்கவென்று ஏழெட்டுப்பேர் நாளாந்தம் வேலை செய்த ஒரு குட்டித் தொழிற்சாலை.

எண்ணெய்கள் காய்ச்ச, மருந்துகள் இடிக்க, அரைக்க, என்று தனித்தனி இடங்கள். பெரிய பெரிய அடுப்புகள், அண்டாக்கள் என்றும், மண்ணில் பாதி புதைக்கப்பட்ட கருங்கல் உரல்கள், அம்மி – குழவிகள், என்றும் எங்கும் நிரம்பியிருந்தன. மருந்துகளையும் காடிகளையும் புதைத்துப் பதப்படுத்தவென்று வெள்ளை மணல் நிறைத்த ஒரு பத்தியும், பச்சிலைகளைச் சாறு பிழிகிற செக்குக்கென ஒரு பத்தியும் கொட்டிலோடு தொடுத்தாற் போல். பின்னால், அடுப்புகளெரிக்கிற பகுதி மாத்திரம் தகரக்கூரை. மற்றதெல்லாம் கிடுகு. உயரமான பெரிய மரக் கப்புகள். நிலமெல்லாமே மண் போட்டு உயர்த்தியது. அப்புவின் படிப்படியான வைத்திய வளர்ச்சியுடன் சேர்ந்து

வளர்ந்த கொட்டில் அது என்பது, நீட்டி நீட்டிப் போடப் பட்ட கூரைகளைப் பார்த்தாலே தெரியும்.

நவராத்திரி வந்தால், பத்து நாளும் வேலைகளை நிறுத்தி, மருந்துக் கொட்டில் முழுவதும் துடைத்து, மெழுகி, தென்னோலைத் தோரணங்களும், கிரேப் பேப்பர் கீலங்களுமாய் அலங்காரங்கள் செய்து, வீட்டில் சாமி அறையிலுள்ள படங்களை விட மற்றெல்லா சாமிப்படங்களையும் கொண்டுவந்து நீள நீள வாங்குகளில் படிப்படியாய் அடுக்குவார்கள். தலைவாசல் கதவுக்கு மேல் எப்போதும் மாட்டப்பட்டிருக்கும் பெரிய சரஸ்வதிப் படந்தான் இங்கே மேல் வரிசையில் நட்ட நடுவில் இடம் பிடிக்கும். வழமையாய் வீட்டின் வெளித்திண்ணையில் எரிகிற பெட்ரோமக்ஸ், பொழுது பட முந்தியே இங்கே வந்து 'புஸ்ஸ்' என்று பால் ஒளி பரப்பத் தொடங்கும். ஒன்பது இரவும் பூசை நடக்கும். "வெண்டா மரைக்கன்றி . . ." என்று தொடங்கி, சகலகலாவல்லி மாலை முழுவதும் வட்டன்கள் பாடுவார்கள். பிரசாதமாய்ப் படைத்திருக்கிற, நிறையப் பனங்கட்டி போட்ட அவல், வெங்காயம் தாளித்த சுண்டல், கற்கண்டு, வாழைப்பழம், எல்லாம் பாடும்போதே நினைவில் ஓடும். எல்லாவற்றுக்கும் மேலாய், பாட்டுப்பெட்டி இங்கு வந்துவிடும். பெரிய கிட்ணர் பொறுப்பாய் இருப்பார். உள்ள சாமிப் பாட்டெல்லாம் எடுப்பித்து வந்து போடுவார். அயலட்டைச் சனங்கள் எல்லாம் வருவார்கள். வந்து வரிசையாய் நின்று கும்பிடும்போது மருந்துக்கொட்டில் ஒரு சின்னக் கோவில்போலத் தெரியும். அப்பு மட்டும் அப்போது வரமாட்டார். பொழுதுபட, கிணற்றில் அள்ளியள்ளி ஊற்றித் தனது வழமை யான தோயலை முடித்துக்கொண்டு இடுப்புத் துண்டோடு வந்து, இரண்டு நிமிடம் கண்மூடி நின்று விட்டுப் போய்விடுவார்.

மருந்துக் கொட்டிலுக்கு அடுத்த பெரியது, கார்க் கொட்டில். வீட்டின் பின்பக்கம் வளவின் தெற்கெல்லையோடு இரட்டைப் படலைக்கு நேரே இருந்தது. வலு உயரமான கொங்கிறீற் தூண்கள். வெட்டிப் பாடம் வைத்த பனையோலைக் கூரை. நிலம், மண்தான். முன் பாதியில் அப்புவின் கார் நிற்கும். பின் பாதி, மறவன் புலவு அல்லது பூநகரி வயல்களிருந்து வண்டில் வருகிறபோது அதற்கும், அதனை இழுத்துவருகிற வெள்ளைச் சோடி வடக்கன் மாடுகளுக்குமாக, ஒரு மாட்டுத் தொட்டிலுடன் காத்திருக்கும். மற்றும்படி வட்டன்கள் ஒளித்துப்பிடித்து விளையாடுகிற போதுகளில் ஒளிக்க நல்ல இடம் அது.

ஒரு நாள் ஒளித்து விளையாடும்போது தங்கவேலுவை மட்டும் ஒருவராலும் கடைசிவரை கண்டுபிடிக்கவே முடிய வில்லை. எல்லாரும் தேடி அலுத்து, "ஆத்தாது, வா," என்று

தங்கள் தோல்வியைத் திரும்பத்திரும்பக் கத்தியுங்கூட ஆளைக் காணவில்லை. வட்டன்கள் பயந்துபோய்ப் பெரிய ஆட்களுக்குச் சொல்ல, எல்லோருமாய்த் தேடத் தொடங்கினார்கள். தங்கவேலுவின் தகப்பன் கண்ணுச்சாமியப்பா, அடுப்படியில் கை வேலையையும் விட்டுவிட்டுப் பறந்தடித்து ஓடிவந்தார். பாவம், கண்ணுச்சாமியப்பாவுக்குப் பலத்த குரலும் இல்லை. அப்படியிருந்தும் தன் கீச்சுக் குரலால், “ஏண்டா, தங்கவேலு, எங்கேயிருக்கே?” என்று முடிந்தளவு கத்தியும், தங்கன் வரவில்லை. கண்ணுச்சாமியின் மூத்தவன் சண்முகமும், சின்னமணியுமாய் வளவெல்லாம் தேடி முடித்து, முன்னால் உலகர் வடலிப் பனங்காணியில் ஒவ்வொரு பனையின் பின்னாலும் பார்த்து விட்டும் வந்தார்கள். கண்ணுச்சாமியப்பா, கடைசியாக, தன் குடுமி அவிழ்ந்ததும் தெரியாமல் “வைரவா, வைரவா,” என்றபடி ஓடிப்போய்க் கிணற்றை எட்டிப்பார்த்தார். பிறகு பக்கத்திலிருந்த வைரவரடியில் ஒரு செம்பருத்திப் பூவைப் பிடுங்கிப் போட்டுக் கும்பிட்டபோது அவர் கண்களால் நீர் வழிந்துகொண்டிருந்தது.

“தாயில்லாப்பய, என்னாச்சோ . . .” என்று புலம்பியபடி வந்தபோது சின்னமணியின் சத்தம் கேட்டது.

“இஞ்ச இருக்கிறான், வந்து பாருங்கோ!” எல்லோரும் ஓடிப் போய்ப் பார்த்தபோது, தங்கன் மாட்டுத் தொட்டிலுக்குள் ளிருந்து இறங்கிக்கொண்டிருந்தான். அவனுடைய சுருளை முடியெல்லாம் வைக்கோல் தூசு ஒட்டியிருந்தது.

“வைக்கலாலை மூடிக்கொண்டு ஆள் நல்ல நித்திரை!” என்றான், சின்னமணி. சாமியப்பாவின் அந்தரம், ஆத்திரமாய் மாறிற்று. பக்கத்து வேலியில் பூவரசங் கம்பொன்று பிடுங்கி, தங்கன் கதறக் கதற, சவிள் அடி. இத்தனைக்கும் தங்கன் பெரிய பெடியன். சித்தனிலும் ஐந்து வயது பெரியவன் வட்டண்ணை யிலும் மூன்று வயது பெரியவன். தங்கனுக்கு அன்று அதன் பிறகு விளையாடவும் மனமில்லை, தங்கள் வீட்டுக்குப் போகவும் மனமில்லை. வீச்சல் எடுத்தெடுத்து அழுது கொண்டிருந்தவனை ஆறுதல்படுத்த நந்தன் யோசனை சொன்னான், “வாங்கோ, போயிருந்து பாட்டுப் போடுவம்.”

❍

வயல்களிலிருந்து வண்டில் வரும் நாட்களை வட்டன்கள் வலு ஆசையுடன் பார்த்திருப்பார்கள். அதிலும் வைக்கோல் வருகிற காலத்தை. அப்போது இன்னும் மூன்று நாலு வண்டில்கள் கூட வரும். எல்லா வைக்கோலும் பறித்த கையோடு மலைபோல் கிடக்கும். ஏறினால் உயரிப் பலாவின் குழைகளைக் தொடுகிற

உயரம். மேடும், கிடங்கும், குகைகளுமாய் இருக்கும். துள்ளலாம், குதிக்கலாம், ஒளிக்கலாம், உருளலாம். ஆனால் விளையாட்டு முடிந்ததும் குளிக்காமல் மட்டும் இருக்க முடியாது. வைக்கோல் சுணை உயிரை எடுத்துவிடும். எப்படியோ, வைக்கோல் விளையாட்டு எல்லாம் இரண்டு நாளைக்குத்தான். அதற்கிடையில், "மழை வந்தால் போச்சு," என்று பயந்து பயந்து, எல்லாம் பட்டடை பட்டடையாகக் குவித்து உச்சியில் மூரியும் கட்டிப் போட்டு விடுவார்கள். பட்டடைகள் ஆகிவிட்டால் பிறகு இரண்டு விஷயம் மட்டுந்தான் – 'கள்ளன் – பொலிஸ்' விளையாடும்போது ஒளிக்கலாம்; அல்லது முத்தல் மாங்காய்களைப் பிடுங்கிப் பழுக்க வைக்கலாம்.

வயல்கள் மறவன்புலவிலும் பூநகரியிலும் இருந்தன. மறவன்புலவு, பதினைந்து மைல் வரும். நாவற்குழி, செம்மணி, கள்ளியங்காடு, கொக்குவில், என்று மெல்லமெல்ல வந்துவிடலாம். ஆனால் பூநகரி, முப்பது மைலாவது இருக்கும். அதுவும் கடல் தாண்டி வருவதானால்தான். மறவன்புலவு கடந்து கேரதீவு போய், அங்கிருந்து 'பாதை'யில் வண்டிலை ஏற்றிக்கொண்டு கடலைத் தாண்டி சங்குப்பிட்டியில் இறங்கித் தொடர வேண்டிய நீண்ட பயணம் அது. பூநகரியில்தான் வண்டில் அநேகமாய்த் தங்கி நிற்கும். இங்கே வருகிற நாட்களில் மறவன்புலவில் இடைத்தங்கல் போட்டு வருவார்கள்.

"அப்பிடியில்லாட்டி மாடுகள் களைச்சுப்போம்," என்பார் கதிரவேலண்ணை.

வெள்ளை வெளேரென்று வலு உயரமான மாடுகள். உடம்பு முழுக்கத் தேடினாலும் ஒரு கறுப்புப்புள்ளி இராது. நீளத்தலையும் நீளக்கொம்புகளும். கொம்புகளின் நுனியில் கதிரவேலு அண்ணை பித்தளைக் கொப்பி போட்டிருந்தார். கழுத்தில் சலங்கை. மாடுகளில் அவர் வலு கவனம். "இதுகள் தம்பி, இந்தியாவிலையிருந்து தோணியிலை கொண்டுவாற நாம்பன்கள். எங்கட ஊர் மாடுகளிலும் பாக்க நல்லா வேலை செய்யும்."

தூர நின்று பார்க்கும் பெடியன்களை கதிரவேலண்ணை கூப்பிடுவார். "அதுகள் ஒண்டுஞ் செய்யாது தம்பியவை, கிட்டவந்து பாருங்கோ." வட்டண்ணை ஒரு நாள் அசை போட்டுக்கொண்டு கிடந்த மாட்டின் அருகில் போய், நெளிந்து துணி போல் தொங்குகிற அதன் கழுத்துத் தோலைத் தடவி விட்டு ஓடிவந்தான், "பட்டுப்போலை இருக்கடா!"

கதிரவேலண்ணையின் இடமும் பூநகரிதான். மினுமினுக்கும் கறுப்பு நிறம். வெள்ளை வேட்டியும் தலைப்பாகையும்.

சிரிக்கும்போது பற்கள் வேட்டி தலைப்பாகையுடன் போட்டியிடும். ஏற்கெனவே சின்னதாயுள்ள கண்கள் மூடிக்கொள்வன போலிருக்கும். அந்த வலித்த உடம்புக்கும் முறுக்கு மீசைக்கும் முரணாயமைந்தது அவர் குரல். கொஞ்சம் கேரல். வண்டிலின் பக்கத்துத் தட்டியில் சொருகியிருக்கிற துவரம் கம்பை மறந்தும் கையில் எடுக்காத கதிரவேலண்ணை, வேட்டி மடியில் காசு வைக்கிற மடிசஞ்சியோடு ஒரு வில்லுக்கத்தியும் வைத்திருந்தார்.

ஒரு நாள் சித்தனைத் தூக்கி, படுத்துக் கிடந்த மாடொன்றின் முதுகுமேல் இருத்திவிட்டார் கதிரவேலண்ணை. கத்திக் கொண்டு இறங்கியவன்தான், பிறகு கனகாலம் அவர் பக்கமே போகவில்லை. வயலால் வருகிற நாட்களில் கதிரவேலண்ணை கார்க் கொட்டிலிலேயே தங்கிக்கொள்வார். மடித்து வைக்கப்பட்டிருந்த சாக்குக் கட்டிலொன்றும், தூண்களில் கட்டப்பட்டிருந்த துணிக்கொடியொன்றும் அவருக்காகப் பார்த்திருக்கும். வந்துநிற்கிற நாலைந்து நாட்களில் அவருக்கு வேலையென்று எதுவுமிராது. ஆனால், ஆள் ஒரு நிமிஷம் சும்மா இருக்கமாட்டார். மாட்டின் உடம்பில் உண்ணி அல்லது மாட்டிலையான் பிடிப்பது, அவற்றுக்கு உடம்பெல் லாம் வைக்கோலால் தேய்த்துவிடுவது, காற் குளம்புக்கு வேப்பெண்ணெய் போடுவது, வண்டிற் சில்லு அச்சுக்குக் கொழுப்புப் போடுவது என்று ஏதேதோ இருக்கும். வண்டில் கொழுப்பு முடிந்துவிட்டதென்றால், அதைச் செய்ய வேண்டியிருக்கும். வைக்கோலை எரித்துவருகிற கரியை, பழைய எஞ்சின் ஓயிலை ஊற்றிக் கூழாகக் கரைத்துக் கொள்வார். காரில் கழற்றி எடுக்கிற பழைய எஞ்சின் ஓயிலை பேரம்பலம் மாமா ஒரு ‘கால்ரெக்ஸ்’ கலன் தகரத்தில் ஊற்றி, “இது கதிரவேலுவுக்கு வச்சிருக்கு. ஒருத்தரும் எடுத்துப் போடாதையுங்கோ,” என்ற எச்சரிக்கையுடன் இறுகப் பூட்டி வைத்திருப்பார்.

கரைத்த கொழுப்பை வண்டில் தட்டின் அடியில், துலாக்கம் போடு சேர்ந்தபடி தலைகீழாய்க் கட்டி, கறுப்பாய்த் தொங்குகிற குடைந்த மாட்டுக்கொம்பில் ஊற்றிவைப்பார் கதிரவேலண்ணை. கொம்போடு கூடவே, ஏதாவது வைத்துக் கொள்ளவென்று வண்டில் தட்டின் அடியில் ஏணைபோல் ஒரு சாக்கும் கட்டியிருந்தது. அதன் முன்னால், பதிவாகத் தொங்குகிற அரிக்கன் லாம்பு, வண்டில் அசையும் வேளை யெல்லாம் ஊசலியாய் ஆடும்.

கதிரவேலண்ணை நல்ல மனுசன். அதிகம் பேசுவதில்லை. வெற்றிலை பாக்கு, சுருட்டு, கள்ளு, என்றெதுவும் கிடையாது.

வேலை ஒழிவாக இருக்கிற நேரத்தில் மட்டும், "தம்பி, பாட்டுப் போடேல்லையோ?" என்று மெல்லக் கேட்பார்.

"உங்களுக்கு ஒரு பாட்டிருக்கு, கதிரவேலண்ணை," வட்டண்ணை ஒரு நாள் சொன்னான். "இந்தா வாறன், தம்பி," வெளியே போய்வந்த கதிரவேலு சொன்னார். கிணற்றடிக்குப் போய் அவசர அவசரமாய்க் கைகால் கழுவி முகத்தைத் துடைத்தபடி புதுக்கொட்டில் திண்ணையில் வந்து இருந்தார். "அதென்ன பாட்டு?" என்று கேட்டான் சித்தன். "இருந்து கேளன் . . ." என்றபடி வட்டண்ணை போட்டான்.

கடகட, கடகட, லொடலொட வண்டி . . . மாடு இரண்டும்
சண்டி . . .

கதிரவேலண்ணை சிரிக்கத் தொடங்கினார். இவர்களும் சிரித்தார்கள். ஆனால், அடுத்த வரியைக் கேட்டதும் கதிரவேலண்ணை விழுந்து விழுந்து சிரித்தார் . . .

. . . ஓஓஓ . . . வண்டிக்காரன் நொண்டி . . .

சித்தனுக்கு வட்டண்ணை மேல் கோபம் வந்தது.

❍

இரட்டைப் படலையை விட, வளவின் வடக்கு அந்தலையில் இன்னொரு வழி இருந்தது. படலைகளில்லாத அடையா நெடுங்கதவு. எந்த வருத்தக்காரரும் அப்புவிடம் எந்த நேரமும் வரும் வழி அது. இரண்டு வாசல்களுமே சிப்பித்திட்டி ஒழுங்கையைப் பார்த்தபடி இருந்தன. ஒழுங்கை வடக்குத் தெற்காக ஓடிற்று. வடக்குத் தொங்கல், ஆலடி வைரவரடிக்குப் போய், கிழக்கு மேற்காக ஓடுகிற தார் றோட்டில் ஏறும். தெற்குத் தொங்கல், சிப்பித்திட்டி மீன் சந்தை தாண்டி மட்டிக்குளிக் கடற்கரை வரை போனது.

வடக்கு வாசல் வேலி மூலையோடு வைரவர் கோவில். கிழக்குப் பார்த்த சின்ன ஆளுயரக் கோவில். நாலடிக்கு நாலடி. சீமேந்தால் கட்டி, கூரையும் சீமெந்து. கதவு கிடையாது. உள்ளே சிறிய கற்பீடத்தில் ஒரு சூலம் மட்டும். பீடத்தின் கீழே பெரிய சங்கும், ஒரு சோடி பாதக் குறடுகளும் வைக்கப்பட்டிருந்தன. கூரையிலிருந்த இரும்புக் கொழுக்கியிலிருந்து தொங்கும் ஒரு பெரிய தூண்டாமணி விளக்கு. ஆட்கள் வெளியே நின்றபடி விளக்குக் கொளுத்தலாம், கும்பிடலாம். கோவிலின் முன்னால் கற்பூரம் எரிக்கவும் தேங்காய் உடைக்கவுமான ஒரு பெரிய கல்லிருந்தது. அதைவிட, பொங்குவதற்கான மூன்று அடுப்புக் கற்கள். பின்னால் கோவிற் சுவரை ஒட்டி, பெரிய இலந்தை மரம். காலத்துக்குக் காலம் பழங்கள் விழும். பொன் வண்டுகள்

வந்து போகும். கோவிலைச் சுற்றிவந்து கும்பிட இடம் விட்டு, பந்தல் போல் படர்ந்து கிடந்த தூங்கு செம்பருத்திச் செடிகளும், பவள மல்லிகையும்.

அது மாணிக்கர் வளவின் கோவில். குடும்பத்தின் காவல் தெய்வம் வைரவர். என்றாலும் அயலிலுள்ளவர்கள் வந்து கும்பிடுவார்கள். நேர்த்திக்கடன் வைத்துப் பொங்குவார்கள். சின்னமணி அண்ணை ஒவ்வொரு நாளும் காலையில் முதல் வேலையாகக் கோவிலைச் சுற்றித் தண்ணீர் தெளித்துக் கூட்டுவான். மாலை வேளைகளில் கும்பிடும்போது சங்கு ஊதுவதில் வட்டன்களுக்குள் போட்டி. 'பூஊம்ம் . . . பூம்ம் . . .' என்று அயலெல்லாம் அதிரும் சங்கு.

வளவின் நாலு வளமும், பூவரசங் கதிகால்கள் போட்டு, தழைவு பனை ஓலை வெட்டி, சிக்காராய் அடைத்த வேலி. அதைவிட, படலையில்லா வாசலுக்கும் கோவிலுக்குமிடையே ஒரு கிடுகு வேலி. நேரே போய் ஒரு பெரிய முற்றத்தில் முடிகிற வேலி. முற்றத்தின் தெற்கிலும் மேற்கிலும் நீளமும் உயரமுமான இரண்டு சீமேந்து மண்டபங்கள். முகப்பில் 'இலவச சித்த மருத்துவ நிலையம்' பெயர்ப் பலகை. முன்புறம் திறந்து, மூன்று பக்கம் மட்டும் சுவர். ஆட்கள் மிதித்து மிதித்து வழுவழுத்துப் போயிருந்த சுண்ணாம்புப் பொளிகல் படிகள். மண்டபத்து மூலையில் தனியே ஒதுக்கமாகக் கட்டியிருக்கிற பெண்கள் அறை. மண்டபச் சுவர்களோடு வரிசையாய்க் கிடந்த நீளநீள வாங்குகள், விடிய ஐந்திலிருந்து பன்னிரண்டு மணி நேரம் நிறைந்திருக்கும்.

"தகப்பன், பேரன்ரை காணி பூமியளே மூண்டு சந்ததிக்குப் போதும். அதுகளிலை கொஞ்சத்தை வித்துத்தான் இலவச வைத்தியமெண்டு துவங்கினாலும், இப்ப அவரிட்ட வாற சனம் தாங்களாகச் சந்தோசமா வைச்சிட்டுப்போற காசு மாலோகம்," அருணாசலத்தைப் பற்றிச் சொல்வார்கள். "வைக்கினமோ, வைக்கேல்லையோ, அந்தாள் திரும்பியும் பாராது. சீமானுக்கு எல்லாரும் ஒண்டுதான். கதைக்கிற விதத்திலையே பாதிவருத்தம் போய்விடும்." காத்திருக்கிறவர்களில் புதிதாய் வருகிறவர்களுக்கு ஏற்கெனவே அறிந்தவர்கள் எப்போதும் சொல்கிற கதை இது.

மண்டபத்தின் தெற்கே, வீட்டின் முன்வாசல். தூணில் 'மாணிக்க மனை' என்று சீமேந்தால் வடிவாகப் பொறித்திருந்தது. இதன் பக்கத்தில் இறக்கிய ஒரு தகரக் கொட்டகை இடுப்பள விற்குச் சீராகப் பலகை அடித்து. தளம் மட்டும் சீமேந்து. நடுவில் ஒரு மேசையும் முன்னால் அப்புவின் கதிரையும். பக்கத்துக் கதிரை வருத்தக்காரருக்கானது. யாராயிருந்தாலும் உட்கார வேண்டிய சரியாசனம்.

இந்தக் கொட்டகைக்கு முன்னால், பெரிய கோறைப் பலா. இரண்டு பேர் இறங்கி ஒளித்துக் கொள்ளக்கூடிய கோறை. ஆனால், அது முடியாது. மருந்துக்கும், எண்ணெய்க்கு மென்று கொண்டு வருகிற போத்தல்கள் உடைந்துவிடுகிற நேரங்களில் அந்தப் பிசுங்கான் எல்லாவற்றையும் அள்ளி, இந்தக் கோறைக்குள்தான் எல்லோரும் போட்டார்கள். பலாவின் அருகோடு, பத்தி போல ஒரு கொட்டில். பத்தடிக்குப் பத்தடி வரும். நிலம் உயர்த்தி, சாணம் மெழுகிய தரை. சுற்றிவரக் களிமண்ணால் எழுப்பிய அரைக்குந்து, ஆட்களிருக்க வசதியாய். கிடுகுக் கூரையைத் தாங்கியிருந்த நான்கு உயரமான மரக்கப்புகள். ஆட்களில்லாத வேளைகளில் வட்டன் களின் 'கப்பு விளையாட்டு'க்கு வலு தோது.

ooo

1.3

'ஸ்ஸ்ஸ்' என்ற இரைச்சலுடன் எரிந்து கொண்டிருந்த பெற்றோமக்ஸ், தலைவாசல், முன்முற்றம், நடுமுற்றம், எங்கும் வெள்ளை ஒளிபரப்பிக் கொண்டிருந்தது. உள்த் திண்ணையில் படிக்கிற மேசைக்கும், மருந்தறை மேசைக்கும், ஒவ்வொரு மேசை விளக்கு. மற்ற அறைகளுக்கெல்லாம் அரிக்கன் லாம்பு மட்டும் – சாமியறை, அடுப்படி, கூடம், புதுக்கொட்டில் – எங்கும். இதைவிட, சின்னத்துரை மாமாவுக்கும் சின்னமணி அண்ணைக்கும் தனித்தனி அரிக்கன் லாம்புகள். அவரவர் தேவைக்கேற்றபடி கொண்டு திரிய. பதினொரு மணிக்கு சின்னத்துரை மாமா மருந்தறைகள், மருந்துக்கொட்டில் எல்லாவற்றையும் பார்த்துத் தாழ்ப்பாள் போட்டு விட்டு, மருந்தறைக்குள் படுத்துக் கொள்வார். இரவில் யாரும் வருத்தக்காரர் வந்து கூப்பிட்டால், எழும்பி அப்புவுக்குக் குரல் காட்டுவார். மருந்தறைக்கும் தலைவாசலுக்கும் நடுவேயுள்ள சுவரில் ஒரு சின்ன யன்னல் இருந்தது. அதைத் திறந்து அவர் கூப்பிட்டால், தலைவாசலில் படுத்திருக்கிற அப்புவுக்கு வடிவாகக் கேட்கும்.

சின்னத்துரை மாமா தன் வேலைகள் எல்லாம் பார்ப்பது பொழுது படத்தான். உமிக் கரியால் பல்லுத்தீட்டி, வேட்டி அலம்பி, தோய்ந்து என்று... இதெல்லாவற்றுக்கும் அவருக்கு ஒரு

சாந்தன்

மணித்தியாலம் எடுக்கும். அவ்வேளை முழுவதும், துலாக்கொடி வாளி தண்ணீரில் மோதும் சத்தமும், துணியைக் கல்லில் அடிக்கிற சத்தமும், உப்புச் சவர்க்கார வாசமுமாய்ச் சேர்ந்து வளவெங்கும் பரவும். அவ்வேளையில் கிணற்றடி அவருக் கென்றே இருக்கும். வேறெவரும் போவதில்லை. மிஞ்சி மிஞ்சிப் போனால் சின்னமணி அண்ணை 'பனைக்குப் போகிற' வாளியைக் கொண்டுபோய்க் கிணற்றடிப் பள்ளத்துப் படியில் வைத்து, "ஒரு வாளி தண்ணி ஊத்தண்ணை," என்பதுண்டு. சின்னமணி அண்ணை காலையில் கொல்லைக்குப் போவது கிடையாது. "ஏன்ரா, பைப்பிலை தண்ணி வரேல்லையோ?" என்றபடி ஊற்றும் சின்னத்துரை மாமாகூட, பைப் தண்ணீரில் தோய்வதில்லை. அப்புவும்கூட கிணற்றில் அள்ளித்தான் புழங்குவார். கிணற்றுக் கட்டோடு இருந்த சீமெந்து மேடையில் ஒரு பெரிய 'இறைக்கிற மெஷின்' இருந்தது, 'ஸிம்ப்சன்'. மண்ணெண்ணெய் விட்டு, கயிறு போட்டு இழுத்துச் சுழற்றி, ஸ்ராட் பண்ணிவிட்டால், அது போடுகிற சத்தம் நாலு வீட்டுக்குக் கேட்கும். ஆனால் ஐந்து நிமிஷம் கூட ஆகாது, அதற்குள் குளிக்கிற அறைக்கு மேலே கட்டியிருக்கிற தொட்டியை மெஷின் நிரப்பிவிடும். தொட்டியிலிருந்து குளிக்கிற அறைக்கு ஒன்று, மருந்துக் கொட்டிலுக்கொன்று, அடுப்படிப் பாத்திரங்கள் விளக்கிக் காயவைக்கும் பறணடிக்கு ஒன்று, என்று குழாய்கள் ஓடின.

சின்னமணி அண்ணை, இரவில்தான் உலகர் வடலிப் படலையைத் திறந்து, பனைக்குப் போவான். முந்நூறு, நாநூறு பனைகளும், நாயுருவி, காண்டை, பன்னை, அன்னமுன்னா என்று பற்றைகளும் நிறைந்த காணி. தெரிந்தும் தெரியாமலும் ஆங்காங்கே முளைத்துநின்ற காஞ்சோண்டிச் செடிகளை மட்டும் கவனித்துக்கொள்ள வேண்டியிருந்தது. இங்கே நின்று பார்த்தால், தொலைவில் வேலிக்கு மேலால், பனங்காணி மேட்டில் சின்னமணி அண்ணை கொண்டுபோகும் விளக்கு ஆடிஆடிப் போய் எங்கோ ஒரு பற்றையின் பின் மறைவது தெரியும். விளக்கு ஆட, பனைகளும் அவற்றின் நிழல்களும் பேயாடும். "இராவிருட்டிலை ஏதாவது பாம்பு பூச்சி கிடக்கும், ஏன்ரா இப்பிடிப் பேய் மாதிரித் திரியிறாய்?" என்று ஒருவர் விடாமல் எல்லோரும் சொல்லி அலுத்தாயிற்று. "சாமம் பன்ரண்டு மணிக்குக் குறிஞ்சிலிச் சுடலைக்குப் போய் வாறதெண்டாலும் போய் வருவன்!" சின்னமணி அண்ணை வட்டன்களிடம் வீரம் பேசுவான்.

"ம்ம்! பண்ணுவாய்!" என்று நெளிப்பான் வட்டண்ணை.

பனை அலுவலைவிட, கேற் பூட்டுவது, படுக்க முதல் மாடுகளுக்கு வைக்கோல் போடுவது – எல்லாவற்றுக்கும் அவனுக்கென்றொரு விளக்குத் தேவை.

பொழுதுபட விளக்குகள் கொளுத்துவதும் சின்னமணி அண்ணையின் வேலைதான். முதல் நாள் இரவிலும் அன்றன்று காலையிலும் அணைத்துப் புகை படிந்து கிடக்கிற விளக்குகள் எல்லாவற்றையும் எடுத்துவந்து, உள் முற்றத்துக்கருகில் தலைவாசல் தாழ்வாரத்தில் அடுக்கி, சிம்ணிகளைக் கழற்றித் துடைத்து, மண்ணெண்ணெய் விட்டுக் கொளுத்தி, திரிகளை மெல்லத் தணித்து வைத்தால், அவரவர் விளக்கை அவரவர் வேண்டும்போது எடுத்துத் தூண்டிக்கொண்டு போவார்கள்.

பெற்றொமக்ஸ் கொளுத்துவது மட்டும் ஒரு வித்தை.

சாமியறையில் அரிக்கன் லாம்பு இருந்தாலும், அது எப்போதாவதுதான் கொளுத்துவது. அங்கே கிழக்குப் பார்த்த ஒரு பெரிய சுவர்மாடத்துள் ஒரு பெரிய பிள்ளையார் சிலை இருந்தது. அழகான, வர்ணம் பூசிய களிமண் சிலை. சித்தனுக்கு விருத்தெரிந்த நாள் முதல் அங்கேதான் இருந்தது. நாளாகிவிட்டதில் வண்ணம் சற்று மங்கியிருந்தது. முன்னால் நின்று கும்பிடுகிறவர்களைப் அன்பாகப் பார்த்துப் புன்னகை செய்கிற மாதிரி முகம். பிள்ளையாரின் பின்னால் சுவரில் ஒரு பக்கம் சிவன் – பார்வதி படமும், மறு பக்கம் அதனிலும் சற்றுப்பெரிதான வள்ளி – முருகன் – தெய்வானை படமும் இருந்தன. மாடத்துள் அவ்வளவுதான். மற்றும்படி, ஸ்ரீதேவி – பூதேவி இருவருடனும் கருடனில் பறந்தபடி இருக்கிற கரிய பெருமாளின் பெரிய படமொன்று கூடத்து வாசலுக்கு மேலும், ஆற்றங்கரையொன்றில் காலுக்குமேல் கால் போட்டபடி தலையில் கிரீடத்துடன் வெள்ளைக் கலையுடுத்து, ஆறுதலாக வீணை வாசிக்கிற சரஸ்வதி படம் தலைவாசல் கதவு நிலைக்கு மேலும் இருந்தன.

சாமியறை மாடத்துக்குள் ஒரு திருநீற்றுக் குடுவை, ஒரு பெரிய குத்து விளக்கு, அப்புவின் தகப்பன் தன் தகப்பனின் இறுதிக் கிரியைகள் செய்யக் காசிக்குப்போய்வந்தபோது கொண்டுவந்த சிறிய கங்கைத் தீர்த்தச் சொம்புகளில் மீந்த இரண்டு, செப்பு மூடி போட்டு ஈயத்தால் இறுக ஒட்டியபடி. இவற்றுக்கு முன்னால், கூரை வளையிலிருந்து தொங்கிய கம்பியில் தொடுக்கப்பட்டிருந்த தூண்டாமணி விளக்கொன்று. இரவு பகலாக எரிந்தபடி.

சாமியறையைப் பெறாமகள் குடும்பத்தோடு விட்டுவிட்டு, அப்புவும் ஆச்சியும் கூடத்தில் புழங்கினார்கள். கூடமென்று பெயரேயொழிய, சாமியறையைப் போல ஒரு அறைதான் அது. அப்பு – ஆச்சியின் பெட்டகத்தைவிட, பெரியதொரு நெல்லுப் பத்தாயமும் அங்கிருந்தது. கட்டையும் மொத்தமுமான கூடத்தின் கதவைத் திறந்தாலே நெல்லு மணமும், அந்துப்பூச்சி பிடிக்காமல் போட்டிருக்கிற வேப்பிலைகள் காய்ந்த மணமுமாய் அடிக்கும். கதவைத் திறக்கிற வேளைகளில் ஏதோ ஒரு மிருகம் உறுமுவது போல் ஒரு சத்தம் போடும். சாமியறைக் கதவும் அப்படித்தான். ஆனால் இரண்டின் ஒலியும் வெவ்வேறு. சத்தத்தை வைத்தே எந்தக் கதவு திறக்கப்படுகிறது என்பது அடுப்படியில் இருந்தால் கூடத் தெரிந்துவிடும். சத்தம் கேட்காமல் அவற்றைத் திறக்கவே முடியாது.

'அலிபாபாவும் நாற்பது திருடர்களும்' படம் பார்த்த பிறகு சாமியறைக் கதவையோ கூடத்துக் கதவையோ தள்ளித் திறக்கிற வேளைகளிலெல்லாம் "அண்டாக்கா கசம், அபுக்கா ஹுக்கும், திறந்திடு சிசே," என்று மனம் தனக்குள் வேடிக்கையாகச் சொல்லிக்கொண்டிருந்தது. படம் பார்க்க முதலே, 'உன்னை விட மாட்டேன்,' 'சின்னஞ்சிறு சிட்டே,' இரண்டு பாட்டுக்களும் சித்தனிடம் வந்திருந்தன.

நெல்லுப் பத்தாயம் இருக்கிற இடம் என்று கூடத்திற்குள் மண்ணெண்ணெய் விளக்குகள் கிடையாது. ஒரேயொரு பெரிய பித்தளைக் குத்துவிளக்கு மட்டும் அங்கு இருந்தது. சித்தன் ஐந்தாம் வகுப்புப் படிக்கிறபோது அது அவன் உயரம். அந்த விளக்குக்கு இலுப்பெண்ணை விட்டுக் கொளுத்துவா, ஆச்சி. 'புளிசிட்டி' வளவின் நடுவிலிருந்த இரண்டு பெரிய இலுப்பைகளில் ஆடி ஆவணியில் சொரிகிற கொட்டைகளைச் சேர்த்துச் செக்கடிக்கு அனுப்பி, ஆட்டி எடுப்பிக்கிற எண்ணெய். செக்கடியிலிருந்து எண்ணெய்க் குடத்தோடு உமலில் வருகிற அரைப்பு – மொட்டந்தலைதான் என்றாலும் – அம்மம்மானுக்கு. அவர் வருசம் முழுக்கத் தலைக்கு வைத்து முழுகினாலும் முடியாது அது. கேட்கிறவர்களுக்கெல்லாம் கொடுத்துவிடுவார்.

இந்த விளக்குகளை விட, மூன்று நான்கு கைவிளக்குகள் வேறு இருந்தன. ஒற்றைக்காலில் நிற்கும் பித்தளை விளக்குகள். சமையலின்போது அடுப்புப் புகட்டில் வைக்க ஏற்ற விளக்குகள். காற்றில் சுடர் ஆட ஆட, ஆடுகிற திக்கெல்லாம் புகைக் கோடுகளை விட்டபடி. இந்த விளக்குகளில் சித்தனின் விளக்கொன்றும் இருந்தது, காக விளக்கு. காகத்தின் சொண்டில் திரி இருக்கும்.

கழுத்தோடு கழற்றி எண்ணெய் விடலாம். ஒற்றைத் தண்டின் மேல் உட்கார்ந்திருக்கும் காகம். அது, கண்ணுச்சாமியப்பா ஊருக்குப் போய்வரும்போது கொண்டுவந்தது. தன்னுடைய ஊர் சேலம் பக்கம் என்று ஒரு பெயரை அவர் முன்னர் சித்தனுக்குச் சொல்லியிருக்கிறார். ஆனால் கண்ணுச்சாமியப்பா குடும்பம் யாழ்ப்பாணத்தவர் ஆகிப் பலகாலம். சித்தன் பிறக்க முதலே அவர் இங்கு வந்து குடியேறிவிட்டார் என்று அம்மா சொல்லுவா.

“நீ பிறந்த மூட்டடந்தான் இந்தியா, இலங்கை, இரண்டுக்கும் முன்பின்னா சுதந்திரம் கிடைச்சுது. அதுக்கு முதல், இரண்டும் வெள்ளைக்காறருக்குக் கீழைதான். போக்குவரத்து எல்லாம் அப்ப பிரச்சினை இல்லை.” கண்ணுச்சாமியப்பா பிரசா உரிமை கூட எடுத்துக் கனகாலம். சங்கக் கடையில் அரிசி எடுக்கிற கூப்பன் கூட, எப்போதோ பச்சையிலிருந்து மஞ்சளாய் மாறிவிட்டிருந்தது. “பெரியய்யாவோடதான் இருக்கிறேன்னு சொன்னவுடனை விதானையார் மாத்திக் குடுத்திட்டாரு.” வீரசிங்கத்தார் வட்டுக்கோட்டைத் தொகுதியில் எலெக்ஷன் கேட்ட நேரம், கண்ணுச்சாமியப்பா சிங்கருக்கு வோட்டுக்கூடப் போட்டிருக்கிறார். வீரசிங்கத்தார், பழையபுலம் இந்துப்பள்ளியில் அப்பு படித்த காலத்தில் அவருக்கு ஆசிரியராய் இருந்தவர் என்று அப்புவும் அவரைச் சேர்ந்த எல்லோருமே அந்தமுறை சிங்கருக்குத்தான் வோட்டுப் போட்டார்கள். அவரும் வென்று ‘பாளிமென்ற்’ருக்குப் போனார்.

கண்ணுச்சாமியப்பாவும் பெண்சாதி பொன்னம்மா ஆச்சியும் தோணியில் போய்வர ஒரு மாதமாகிற்று. அதற்கு முதலிலும் ஒரு தரம் கண்ணுச்சாமியப்பா இந்தியாவுக்குப் போய்வந்தது பற்றி அம்மா சொல்லியிருக்கிறா. அப்போது கண்ணுச்சாமியப்பா இங்கே தனியாளாகத்தான் இருந்தாராம். பெண்சாதிக்குச் சுகமில்லை என்று தபால் வந்து, இவர் அங்கு போய்ச்சேர்ந்தபோது எல்லாம் முடிந்துவிட்டிருந்தது. கண்ணுச்சாமியப்பா யோசிக்கவில்லை, சின்னம்மாவின் தங்கை கழுத்தில் தாலியைக்கட்டி, சின்னம்மாவின் பெடியன்களிருவரையும் பொன்னம்மாவோடு கூட்டிக்கொண்டு திரும்பிவிட்டார். அப்பு, தெருவடியிலிருந்த ‘புளிசிட்டி’ பனங்காணியில் அவருக்கு நல்லதாக ஒரு மண்வீடு கட்டிக் கொடுத்தார்.

அதன்பிறகு, ஆறேழு வருஷங் கழித்து இப்போதுதான் கண்ணுச்சாமியப்பா இந்தியாவுக்குப் போனார். ஊரிலிருந்த துண்டு நிலத்தை விற்றுவிட்டு வரவென்று, பொன்னம்மா ஆச்சியையும் கூட்டிக்கொண்டு போய்வந்தார். சண்முகமும்

தங்கவேலுவும் இந்த ஒரு மாதமும் அப்பு வீட்டிலேயே தங்கிக்கொண்டார்கள். பயணத்தால் வந்து அடுத்த நாள் காலை கண்ணுச்சாமியப்பாவும் பொன்னம்மா ஆச்சியும் பெரியவர்களுடன் பேசிவிட்டு சித்தனைத் தேடிவந்தார்கள். அன்று பள்ளி விடுமுறை. சித்தனும் ஆறண்ணையும் அப்போது பின் விறாந்தையிலிருந்து பாட்டுப் போட்டுக்கொண்டிருந்தார்கள்.

செந்தமிழ் நாட்டுச் சோலையிலே, சிந்து பாடித் திரியும்
பூங்குயிலே . . .

பாடிக்கொண்டிருந்தது.

"சித்துக் குஞ்சு..." கைகளை நீட்டியபடி வந்த கண்ணுச்சாமியப்பாவின் முகம் அன்பும் புன்னகையுமாய் நிரம்பியிருந்தது. கண்ணுச்சாமியப்பா 'குஞ்சு' என்னும்போது, 'குஞ்சி' என்று கேட்கும்.

வழமையாய் மழித்திருக்கும் முன்பாதித் தலையும் முகமும் இப்போது முள்ளுமுள்ளாயிருந்தன. பின் குடுமியைச் சற்று உயர்த்திக் கட்டியிருந்தார். எப்போதும் வேட்டியும் மேல்துண்டுமாயிருக்கும் கண்ணுச்சாமியப்பாவை இன்று சட்டையோடு பார்க்க வித்தியாசமாயிருந்தது. வெள்ளையில் ரோஸ் நிறக்கோடுகள் போட்ட அரைக்கைச் சட்டை. சித்தனின் உள்ளங்கையைப் பிடித்துக் கொஞ்சினார், கண்ணுச்சாமியப்பா. "இது சித்துக் குஞ்சுக்கு!" ஒரு மஞ்சள் துணிப்பையிலிருந்து காக விளக்கை எடுத்துக் கொடுத்தார். முதலில் அது என்ன வென்றே புரியவில்லை அவனுக்கு. பொன்னம்மா ஆச்சி, கண்ணுச்சாமியப்பாவிலும் கொஞ்சம் உயரம், மொத்தம். மூக்குத்தியும் நெற்றியில் நிரந்தரமாகப் பச்சை குத்தியிருந்த பொட்டுமாய்ப் பக்கத்தில் நின்றுகொண்டிருந்தா. 'என்ன பகிடி, எப்போ விடலாம்,' என்கிற குழப்படிகாரப் பெடியன்களின் கண் அவவுக்கு. கண்ணுச்சாமியப்பாவைப் பின்னுக்கு இழுத்தபடி, "ஓங்க பேரனுக்கு நீங்க குடுத்தா, எம் பேரனுக்கு நாங் குடுக்கக் கூடாதா?" என்றபடி சித்தனின் தலையைக் குனிந்து தடவினா. இரண்டு காது ஓட்டைகளையும் இழுத்தபடி தொங்கிய பாம்படங்கள் மெல்ல ஊஞ்சலாடின. நிமிர்ந்து, தன் சேலைமடியில் கட்டியிருந்த ஒரு வட்டத்தட்டை எடுத்து சித்தன் கையில் வைத்தா. "இந்தா ராசா, இது எம் பேரன் சாப்பிடுறதுக்கு." பவுண்போலப் பளபளத்த வட்டில் அது. உள்ளே ஈயம் பூசியிருந்தது.

"சரி. பாட்டைக் கேளு குஞ்சு, நா போயிட்டு நாளக்கி வாறேன் . . ." அவன் உள்ளங் கைகளை ஆளுக்கொன்றாய்ப் பிடித்துக் கொஞ்சி விட்டுப் புறப்பட்டார்கள்.

. . . இல்லறம் ஏற்று பேதமில்லா எண்ணம் கொண்டு
வாழலாம் . . .

பாட்டு முடிந்துகொண்டிருந்தது.

இன்றைக்கும் கே.ஆர். ராமசாமியின் குரல் எந்தப் பாட்டில் கேட்டாலும், கண்ணுச்சாமியப்பாவின் குரலும் பொன்னம்மா ஆச்சியின் குரலும்கூடச் சேர்ந்தே சித்தனுக்குக் கேட்கின்றன. காக விளக்கும் வட்டிலுங்கூட தொண்ணூற்றைந்தில் இடம்பெயர்ந்து போகும்வரை பத்திரமாய்த்தானிருந்தன.

○○○

1.4

அல்லிப்புலத்தின் மத்தியில் குறிஞ்சிலி — பழையபுலம் தெருவின் அருகோடு இருந்தது, அம்மன் கோவில். அம்மனுடைய பெயர் லோகேஸ்வரி. பொதுவாகப் பேசும்போது அம்மன், வாரப்பாட்டோடு அல்லது வேண்டுதலோடு பேசும் போது அம்மாளாச்சி.

கோவிலைச் சுற்றிப் பெரிய வெளி. வெளியென்றால், வெறும் வெளியல்ல, வயல்வெளி. அகன்று கிடக்கும். கோவிலின் வெளிவீதிகளுக்கப்பால் வடக்கிலும் கிழக்கிலுமாக விரிந்து கிடக்கும் வயல்கள். காலபோகம் மட்டும் விதைத்து விட்டு விடுகிற வயல்கள். மற்றும்படி, கிடைச்சிக்கட்டை காய்ந்து கிடக்கும். நிலத்தில் பச்சை தெரிகிற வரையில் மாடுகள் காந்தும். சோழகம் பெயர, பெடியள் கொடிகளோடு கிளம்பிவிடுவார்கள். வயல்களுக்கு நடுவில் ஒரு பெரிய குளம். மாரியில் மட்டும் நிறைந்திருக்கும். கோடையில், குளத்தைச் சுற்றியுள்ள துண்டுகளில், பயற்றை, புடோல், பூசணி, பாகல் என்று யாராவது போட்டுக் குளத்தில் மீந்திருக்கும் நீரள்ளி ஊற்றுவார்கள். அம்மன் கோவிலின் அருகோடு, சிவனுக்கு, பிள்ளையாருக்கு, முருகமூர்த்திக்கு, வைரவருக்கு என்று சின்னக் கோவில்கள். தனித்தனியாக. தெற்கே, ஆழமான தீர்த்தக்கேணி ஒன்று.

பொன்னையா பள்ளிக்கூடத்திற்குக் கிட்டத்தான் கோவில். ஒவ்வொரு வெள்ளி காலையிலும்

பள்ளிப் பிள்ளைகளை வாத்தியார்மார் கோவிலுக்குக் கூட்டிக் கொண்டு வருகிறபோது பதினைந்து பதினாறு படிகளிலும் இறங்கி, பாசி வழுக்குகிற கடைசிப்படியில் ஆளை ஆள் பிடித்தபடி கால்களைக் கழுவி விட்டு வருவது சித்தனுக்கும் கூட்டாளி களுக்கும் பெரிய சாதனையாயிருக்கும். அதிலும், வழமையாய்த் தோளில் போட்டிருக்கிற சால்வையை இடுப்பில் கட்டிக்கொண்டு தேவாரத்தை முணுமுணுத்தபடி அம்மன் கோவிலைச் சுற்றிவரும் ஏகாம்பர வாத்தியார் கண்களுக்குத் தப்புவது இன்னும் பெரிய சாதனை. அடிப்படியில் நின்று அண்ணாந்து பார்த்தால் வானம் வலு பெரிதாய் வடிவாய் விரிந்திருக்கும். கேணியின் முன்னால், வேலி போல் நீள வளர்ந்திருந்த செவ்வரளியின் வாசம், கால நேரம் பாராது. செவ்வரளிக்குத் துணையாக திருவிழாக் காலங்களில் வீதியெங்கும் மணம் பரப்பும் மகிழ மரங்களிரண்டும் சேர்ந்து கொள்ளும். கோவிலின் நேரே முன்னால், வயல்கள் தொடங்க முதல், கிளையெல்லாம் நிலம் தழுவப் படர்ந்திருந்த பெரிய மருது இரண்டு. தெருவிலிருந்து கோவில் வீதியில் இறங்குகிற இடத்தில் நின்ற இரண்டு பெரிய ஆராச்சி மாமரங்கள். தன் தகப்பன் நல்லதம்பி நட்டது என்று அப்பு அதைக்காட்டிச் சித்தனுக்குச் சொல்லியிருக்கிறார். "நான் பிறக்க முந்தி, நேர்த்திக் கடனுக்காக நட்டவராம்."

நல்லதம்பி, அல்லிப்புலத்துக்குப் பக்கத்து ஊரான இரட்டைக்குளத்தில்தான் கதிர்காமரின் மகளைக் கல்யாணம் கட்டினார். அல்லிப்புலத்திலிருந்து இரட்டைக்குளத்துக்கு தோட்ட வரம்புகளால் பத்து நிமிஷத்தில் நடந்து போய்விடலாம். கதிர்காமரும் மாணிக்கருக்கேற்ற சம்பந்திதான், சொத்துப் பத்துக்காரர். யாழ்ப்பாணத்திலிருந்து காங்கேசன்துறைக்குப் போகிற பெரிய தெருவில், குறிஞ்சிலி முனியப்பர் கோவிலுக்கும் நாலாம் கட்டைக்குமிடையில் நடுவிலிருந்த பிள்ளையார் கோவில் மடத்தருகில் உப்பு மொத்த வியாபாரம். அதற்குப் பிறகு அந்த இடத்தின் பெயரே 'உப்பு மடத்தடி' என்றாயிற்று. நல்லதம்பிக்கும் கனகம்மாவுக்கும் கல்யாணம் ஆகி ஆறு வருஷங்களாகியும் பிள்ளைகளில்லை. கனகம் வைக்காத நேர்த்தியுமில்லை. நல்லதம்பி பிடிக்காத விரதமுமில்லை. இரட்டைக்குள முருகன் கோவில் கோபுரத்தைக்கூட திருப்பணியாய்ச் செய்வித்தார் நல்லதம்பி. பொளிகல்லு. அதோடு, மாணிக்கரின் சொற்படி மகனும் மருமகளும் திருவண்ணாமலைக்கு நேர்த்தி வைத்துப் போய்வந்து அடுத்த கார்த்திகை விளக்கீட்டிலன்று அருணாசலம் பிறந்தான். அவனுடைய சின்ன வயது இரட்டைக் குளத்திலேயே கழிந்தது. சின்ன வயதில் சரியான குழப்படி, தீவாதுள்ளியாயிருந்தான் பெடியன். பத்து வயதுக்குள்ளாகவே

'தாயைத்தின்னி'யானான். மனைவியின் மறைவுக்குப் பிறகு மகனையும் கூட்டிக்கொண்டு அல்லிப்புலத்தில் தன் தகப்பன் வீட்டுக்கே வந்தார் நல்லதம்பி.

○

அம்மாளாச்சியின் ஆதியான பெயர் கண்ணகை என்று அப்பு சொன்னார். "அந்தக் காலந்தொட்டு, இலங்கை முழுவதுமே, மட்டக்களப்பு, வன்னி, யாழ்ப்பாணம், எல்லா இடமும் கண்ணகையம்மனைத்தான் எங்கட ஆக்கள் கும்பிட்டு வந்தவை. எந்த ஊருக்குப் போனாலும், சின்னதோ பெரிசோ, ஒரு கண்ணகை அம்மன் கோயிலிருக்கும்."

"கண்ணகை . . . குஞ்சக்கான்ரை பெயர்."

" . . . ஒவ்வொரு ஊரிலும் குறைஞ்சது அஞ்சு பொம்பிளையளுக்காவது கண்ணகை எண்ட பெயர் இருக்கும். இதைவிட, கண்ணி, கண்ணாத்தை எண்டும் பெயர்களிருக்கு."

அப்பு பிறகு சொன்னார். "சேரன் செங்குட்டுவன் ராசா, கண்ணகைக்குக் கோவில் கட்டினபோது, சிங்கள நாட்டு ராசா கயவாகுவையும் அந்த விழாவுக்குக் கூப்பிட்டிருந்தான். கயவாகு திரும்பி வந்தபோது, தன்னோடு கண்ணகை வழிபாட்டையும் இலங்கைக்குக் கொண்டு வந்ததாலை சிங்கள ஆக்களிட்டயும் கண்ணகை வழிபாடு இருக்கு." சித்தனுக்கு வியப்பாயிருந்தது.

"இப்ப எங்கட ஆக்களிலும் பாக்க, அவயளிட்டதான் கூடுதலா இருக்கு . . . 'பத்தினி தெய்யோ' எண்டு சொல்லுறவை," என்றார் அப்பு,

"பிறகு எங்கட கோயிலிலை 'லோகேஸ்வரி அம்மன்' எண்டு எப்பிடிப் பேர் மாறிச்சுது?"

"எங்கட நாட்டுக்கு வெள்ளைக்காறர் வந்தினமெல்லோ, தெரியுமெல்லோ?" அப்பு திருப்பிக் கேட்டார்.

"ஓ . . ." என்றான், சித்தன். சங்கிலி ராசா காலத்திலை போத்துக்கீசர் வந்து யாழ்ப்பாணத்தைப் பிடிச்சாங்கள், அவங்களைத் துரத்திப்போட்டுப் பிறகு ஒல்லாந்தர் வந்தாங்கள், அவங்களுக்குப் பிறகு ஆங்கிலேயர் எண்டு சமூக பாடத்தில் படித்திருக்கிறான்.

"ஒவ்வொருதனும் வரவர, எங்கட சனங்களைத் தங்கட தங்கட சமயத்துக்கு மாத்த வெளிக்கிட்டாங்கள். ஆங்கிலேயர் காலத்திலைதான் நாவலர் இருந்தார். அந்த முயற்சியளை நிப்பாட்ட

வேணுமெண்டு தெண்டிச்சு, எங்கட கோயிலுகள் எல்லாத்தையும் 'சாத்திரமுறைக்கு மாத்திறன்' எண்டு வெளிக்கிட்டார். கோயில் பெயருகளையும் அந்த முறைக்கு மாத்தினதிலை, கண்ணகை எண்ட பெயர் லோகேஸ்வரி ஆச்சு."

"எல்லா ஊரிலும் அப்பிடி மாத்தியாச்சோ?"

"அநேகமா, யாழ்ப்பாணம் முழுக்க அப்பிடித்தான். ஆனா, நல்ல காலம், வன்னியிலையோ, கிழக்கிலையோ அதிகம் மாறேல்லை."

"அப்ப, அந்தக் காலத்திலை வேற கோயில்கள் இருக்கேல்லையோ?"

"இருந்துது, சிவன், பிள்ளையார், முருகன் எல்லா மிருந்துது ... ஆனா, கண்ணகை அம்மன், முத்துமாரி அம்மன் கோயில்கள்தான் கூடுதல். அதோட, வைரவர், நாகதம்பிரான், அண்ணமார், நாச்சிமார், கோயில்களுமிருந்துது."

"அப்ப இப்ப கண்ணகை அம்மன் கோயிலொண்டும் யாழ்ப்பாணத்திலை இல்லையோ?"

"இருக்கு, ஆனா, குறைவு. எங்கட அல்லிப்புலத்திலை, இப்ப இருக்கிற லோகேஸ்வரி அம்மன் கோயிலோட சேர்ந்தாப்போலை பின்னாலை, சின்னதா ஒரு கோவில், ஆலமரத்தடியோட, வடக்க பாத்தபடி இன்னமும் இருக்கு. தெரியுமெல்லே? அதுதான் ஆதிக் கண்ணகை அம்மன் கோயில்."

"எங்கட அல்லிப்புலத்தில கண்ணகை கோவில் எப்ப வந்தது?"

"எப்ப வந்ததெண்டு இப்ப ஒருதருக்கும் தெரியாது. ஆனா, அதுக்கொரு கதை சொல்லுறவை, பழங்கதை. அப்பிடி ஒவ்வொரு ஊரிலும் கோவில்களுக்கு ஒவ்வொரு கதை இருக்கு ..." என்றார் அப்பு.

"சொல்லுங்கோ, சொல்லுங்கோ ..." கதைகள் என்றால் சித்தனுக்குச் சாப்பாடும் தேவையில்லை.

"அந்தக் காலத்திலை இந்த இடமெல்லாம் பெரிய வெளி. இப்ப இருக்கிறதிலும் பார்க்கப் பெரிய வெளி. ஒரேயொரு ஆலமரம், இப்பவும் கோயிலுக்குப் பின்னாலை பென்னாம் பெரிசா இருக்குதே, அதுதான். அப்ப சின்னதா இருந்ததாம். ஒரு மத்தியான நேரம், நல்ல வெய்யில். மாடு மேய்க்கிற பெடியள் அதுகளை மேய விட்டிட்டு மரத்தடியிலை வந்திருக்கிறாங்கள். அப்ப, அந்தக் கண்ணை மின்னுற வெய்யிலுக்காலை, எங்க யிருந்தோ ஒரு கிழவி வாறா. குடு குடு ஆச்சி. நல்ல வடிவு. "எனக்கு

சாந்தன் ❈ 47 ❈

நல்ல களைப்பா இருக்கு, மேனை ... கொஞ்சத் தண்ணி தாங்கோ," எண்டு கேட்டா. பெடியள் தண்ணிக்கு எங்க போறது? அங்க நிண்ட ஒரு மாட்டிலை பால் கறந்து குடுத்தாங்களாம். அவ குடிச்சுக் களைப்பாறின பிறகு,

"எங்கையிருந்து ஆச்சி வாறியள்? உங்கட பேர் என்ன?" எண்டு கேட்டாங்களாம்.

"நான் சோழ நாட்டிலையிருந்து கடல் தாண்டி வாறன், மேனை ... என்ர பேர் கண்ணகை" எண்டா ஆச்சி. பிறகு சொன்னாவாம், "நீங்கள் நல்ல பிள்ளையளா இருக்கு. இனி நான் இந்த ஊரிலைதான் இருக்கப்போறன்," எண்டபடி ஆல மரத்திலை சாய்ஞ்ச கிழவி, டக்கெண்டு மறைஞ்சு போனாவாம். பெடியள் பயந்தோடிப் போய், பெரிய ஆக்களிட்டச் சொல்ல, சனமெல்லாம் விழுந்துகட்டி ஓடிவந்து, ஆலமரத்தச் சுத்திக் கும்பிட்டு "எங்கட அம்மா எங்களைத் தேடி வந்திருக்கிறா," எண்டு சொல்லி, அண்டு பின்னேரமே அந்த இடத்தைக் கூட்டி மெழுகி, பொங்கல் பொங்கிக் கும்பிட்டினமாம். பிறகு ஒரு கொட்டில் போட்டுக் கோயிலாச்சுது. அண்டையில இருந்த அந்த இடத்துக்குக் கண்ணகை அம்மன் கோவில் எண்டு பேர்."

இந்தக் கதை கேட்ட நாளிலிருந்து, அம்மன் கோவிலடிக்குப் போகிற போதெல்லாம், அந்த ஆலமரத்தடியில் போயிருக்க வேணுமென்று சித்தன் மனம் ஏவும். போயிருந்தால், அந்த மரமும் நிழலும் அமைதியும் ஏதோ மாய உலகு போலிருக்கும். ஆலின் அடியில் நாள் முழுதும் மின்னிக்கொண்டிருக்கும் தேங்காயெண்ணெய் விளக்கின் சுடரைப் பார்த்தவுடன் ஏதோ காலங்கடந்த உணர்வு வரும் அவனுக்கு. காவிரிப்பூம்பட்டினம், மதுரை, சேர நாடு, கயவாகு, ஆச்சிக் கிழவி என்று ஒவ்வொன் றாய்த் தாண்டிப் போய்வருவான். அந்தக் காலத்திலும் உடுப்புகள் எல்லாம் இப்படித்தானிருந்திருக்குமோ? சாப்பாடுகள்? ஆம்பிளைகளும் தலையில் மயிர் வளர்த்துக் குடும்பி கட்டியிருந்திருப்பினமோ? இந்த ஆல், இப்படிப் படர்ந்து இரண்டு பரப்புக் காணியை மூடிக் கூடாரம்போல இத்தனை விழுதுகளோட இருக்கும் இந்த மரம் எப்ப முளைச்சிருக்கும்?' இதெல்லாம் நினைக்கிற போதில் அவனுக்குப் பிரமிப்பே மிஞ்சும். அந்த ஆச்சி வந்தபோதே இருந்த மரமென்றால், இப்ப எத்தினை ஆயிரம் வருசமாயிருக்கும்?

"இரண்டாயிரம் வருசம் இருக்குமா?" என்று நந்தன் இவனையே திருப்பிக் கேட்டான்.

யாருக்குத் தெரியும்?

"பழைய தெய்வத்தைக் கும்பிடுறதை விட்டிட்டமெண்டு கவலைப்படுறியா?" என்று கேட்ட நந்தன், அடுத்த கேள்வியையும் கேட்டான்.

"கொத்தி எண்டு கேள்விப்பட்டிருக்கிறியோ, 'கொத்தி ஆத்தை'?"

"ஓ, பேய்?" சித்தனுக்கு லேசாகப் பயமாயுமிருந்தது. முச்சந்திகளைத் தாண்டிப்போகிற வேளைகளில், "மூண்டு தரம், 'துப், துப்' எண்டு துப்பிப் போட்டுப் போக வேணும்," என்று பிள்ளைகள் எல்லோருக்கும் வீடுகளில் அம்மாமாரோ ஆச்சிமாரோ சொல்லிவைத்திருந்தார்கள். அநேகமான ஒழுங்கை முச்சந்திகளில், வெட்டிக் குங்குமம் பூசிய பூசணிக்காயும், பக்கத்தில் ஒரு சிறிய பனையோலைப் பெட்டியில் ஏதேதோ சாமான்களும், சில வேளை ஒரு உடைந்த மண்சட்டியும் என்று, சந்தி முடக்குகளில் கிடக்கும். "அது கழிப்புக் கழிச்சது. அதுக்குக் கிட்டப் போகக் கூடாது. விலத்தி, மற்ற வளத்தாலை போக வேணும்," என்றும் வீடுகளில் சொல்ல மறக்கவில்லை. இதெல்லாவற்றையும் விட, சிப்பித் திட்டிச் சந்தைக்குப் போகிற பாதையில், கொஞ்சம் தள்ளி, 'கொத்தி மூலை' என்றே ஒரு சந்தி இருந்தது. பொழுது பட்டால், ஒரு மனுக்கணம் அந்த வழியால் தனியே போகாது.

"அது பேயுமல்ல, பிசாசுமலல, எங்கட பழைய தெய்வம்! அந்தக் காலத்திலை தமிழர்கள் கும்பிட்ட கொற்றவை எண்ட தெய்வமாம் அது," என்றான் நந்தன். "இப்ப அதுக்குப் பேய் எண்டு பேர் வைச்சிருக்கு, பாரன்!"

"உனக்கு ஆர் சொன்னது?" நம்ப முடியாமல் கேட்டான், சித்தன்.

"எங்கட தமிழ் மாஸ்ரர், வரதர்."

நந்தன் இவனிலும் இரண்டு வகுப்பு முந்திப் படித்துக் கொண்டிருந்தான். அதற்கு முதல் வருசம், பொன்னையா பள்ளிக்கூடத்தை விட்டுப் பழையபுலம் இந்துப் பள்ளியில் சேர்ந்திருந்தான், அவன்.

○○○

1.5

அம்மன் கோவில் திருவிழாவை அண்டிய காலத்தில் அந்த ஆலே தனி உலகமாகி விடும். பவழமாய்ச் சொரியும் பழங்களுக்கென்றே எத்தனை கிளி, எத்தனை அணில், காகம், குருவி, மைனா? கீரடி நாரடியெண்டு எவ்வளவு சத்தம்? அந்தத் திருவிழாக் காலம் அற்புதமான காலம். பதினெட்டு நாட்கள் ... வைகாசிப் பறுவத்திற்குத் தீர்த்தம் வரும். அநேகமான அம்மன் கோவில்கள் அப்படித்தான்.

வைகாசிப் பறுவம், சைவர்களுக்கு மட்டுமல்ல, பௌத்தர்களுக்கும் விசேஷமானது. அவர்களின் 'வெசக்' பண்டிகையும் அன்றுதான் வருகிறது. சிங்கள நாடெல்லாம் 'சில்' அனுட்டானங் களும், போதி பூஜைகளும், வெள்ளை ஆடை அணிந்த மக்களும், பௌத்தக் கொடிகளும், ஜாதகக் கதைகளைச் சித்திரிக்கும் 'பந்தல்'களும், தானசாலைகளுமாய், ஊரெல்லாம் நிறைந்திருக்கும். பகலாய் எறிக்கும் நிலவின் ஒளியில், சோழகத்தின் வேகத்தில் குஞ்சங்கள் பறக்க, வரிசையாய் மிளிர்ந்து ஆடும் வெளிச்சக் கூடுகளைப் பார்க்கக் கொடுத்து வைத்திருக்க வேண்டும்.

அது அந்தக் காலம்.

○

சோழகம் பெயர்ந்ததுமே பெடியன்களின் பராக்கு முழுவதும் கொடிகளில் போனது. தென்னம் ஈர்க்குச் சீவிக் கட்டி, ரிஸ்யூப் பேப்பர் ஒட்டி, பழந்துணியால் வால் பொருத்தி, தையல் நூல்

தொடுத்து ஏற்றுகிற பாம்பன், சானா இரண்டுந்தான் வாலாயம், அவர்களுக்கு. மற்றவை, பெரியவர்களுக்கு. பெரியவர்களும் பெடியன்களுக்குச் சளைத்தவர்களாயில்லை. கொடியேற்ற நல்ல நேரம், மூன்று மணி. வெய்யில் தாழத் தொடங்கிவிடும், காற்றும் எழும்புகிற நேரமது. நீலவானில் மஞ்சள் குளித்தோடுகிற மேகங்களைப் பார்த்தால் மேல் காற்றின் வேகந் தெரியும்.

வான் நிரம்ப வண்ணவண்ணக் கொடிகள், வால்களெல்லாம் பாம்பாய் நெளிந்தாட, விண் கூவும். எட்டு மூலை, பிராந்தன், கொக்கன் என்று கொடிகட்டுவதிலும், வலித்து ஏற்றுவதிலும், ஊருக்கு ஊர் விண்ணன்கள் இருந்தார்கள். அவர்களிடையே போட்டிகளிருந்தன. பகையோ பொறாமையோ இல்லாத விளையாட்டுப் போட்டிகள். ஆளுயரப் பட்டங் கட்டுவார்கள். அதன் வாலுக்கே மூன்று, நாலு முடிச்சுத் தென்னந் தும்புக் கயிறு தேவைப்படும். எந்தக் கொடியென்றாலும் முச்சை போடுவது பெருங்கலை. அந்த நுணுக்கத்தில்தான் கொடி எழும்புவது, ஏறுவது, மேல்காற்றில் நிலைகொள்வது, எல்லாம். ஏற்றுவதற்குச் சணல் கயிறு. கொடிகள் ஏறும்போது இழுக்கிற இழுப்பில் கைகளை அறுத்துவிடும் கயிறு.

கையைச் சுற்றித் துணி கட்டிக்கொண்டுதான் கொடியேற்ற வெளிக்கிடுவார், பொன்னரப்பா. அப்புவின் மருந்துக் கொட்டிலில் மருந்து இடிக்கிற வேலை அவருக்கு. ஆனால், கொடியேற்றுவதில் விண்ணன் என்று ஊரெல்லாம் பெயர். வட்டன்கள் கொடி கட்டுவித்து ஏற்றுவிக்கிற காலத்தில், பொன்னரப்பா மருந்துக் கொட்டிலை விட்டுவிட்டு அவர்களோடு சேர்ந்துகொள்வார். அது அவரின் வழமையான சம்பளத்தைப் பாதிக்காது. கொடிகள் வட்டன்களிலும் உயரம். அவற்றை ஏற்றுவதானால், மரங்களேயில்லாத குறிஞ்சிலித் தோட்ட வெளிக்குத்தான் போக வேண்டும். ஆனால் பொன்னரப்பா அதற்கும் மாற்று வைத்திருந்தார். நேராய்க் கிடந்த சிப்பித்திட்டி ஒழுங்கையே போதுமாய்ப் போயிற்று அவருக்கு. நல்ல காலம், அது தெற்கு வடக்காய் ஓடுவது. காற்று, தெற்கிலிருந்துதான் அடித்து அள்ளிக்கொண்டு வரும். உலகர் வடலியில் ஒழுங்கையை நோக்கி மெல்லச் சரிந்திருந்த பனை ஒன்றில் ஏறி, அதன் முக்கால் வாசி உயரத்தில் ஒரு இரும்புப் 'பானா' வொன்றைக் கட்டி, அதற்கூடாகக் கொடியின் சணல் கயிற்றை மாட்டிவிட்டு இறங்கினார், அவர். மூங்கிலாலும் பூவரசங் கொப்புகளாலும் இணக்கி, வெள்ளை வாணிஷ் பேப்பரும் அதற்குமேல் சிவப்பு நீல நட்சத்திரங்களும் கரை அலங்காரமும் ஒட்டி, இரண்டு தோள்களிலும் குஞ்சங்களும், பிடரியில் வளைத்துக் கட்டிய விண்ணுமாயிருந்த எட்டு மூலையைத் தூக்கி நிறுத்திப் பிடிக்கக்

கஷ்டப்பட்டான், சின்னமணி அண்ணை. அநுமாருடையது போல் நீண்ட வாலை வட்டண்ணை தூக்கிவைத்திருந்தான்.

நூறு யார் தெற்கே போய்நின்ற பொன்னரப்பா, கயிற்றை இழுத்து ஆயத்தமாகி, பெருங் காற்றொன்றைப் பார்த்திருந்து, “விடு,” என்று கத்தினார். கொஞ்சம் ஓடி, முன் குனிந்து, இரண்டு கையாலும் மளமளவென்றிழுத்து, “ப்றாய்ய்ய்ங்க் . . .” என்று விண் உறும, இடமும் வலமுமாய் ஆடி, ஏதோ ஓர் உயிர்ப் பிராணியே போல் மேலெழுந்தது, எட்டு மூலை. பளபளத்து வேர்க்கும் முன்வழுக்கையின் பின்னால் குடுமி அவிழ்ந்தாட, அந்த ஐம்பது வயது ஆம்பிளை சண்டிக்கட்டோடு முன் பின்னாய் ஓடுவது சித்தனுக்கு வேடிக்கையாயிருந்தது. கயிற்றை இளக்கி, பின் வலித்து, கொடியில் காற்றின் உதைப்பைப் பார்த்துக் கடகடவென்று கயிறு விட்டார். முன் குனிவு நிமிராமல் அண்ணாந்து கயிறு விடக் கயிறு விட, உறுமி உறுமி, மேல்காற்றை எட்டும் போலிருந்தது, அது.

இருந்தாற்போல், “விழுகுது, விழுகுது...” என்று கத்தினார்கள், வட்டன்கள். வீறு குறைந்து, ஆடியசைந்து நிலம் நோக்கி வரலாயிற்று, கொடி.

“பிடி, பிடி,” என்று கத்தினார், பொன்னரப்பா. “நிலத்திலை அடியுண்டாக் கிழிஞ்சு போம் ...”

சின்னமணி அண்ணை ஓடிப் போய்ப் பிடித்துக்கொண்டான்.

“அடுத்தாட்டம் பாப்பம், தம்பி.” பொன்னரப்பா வட்டன்களுக்கு ஆறுதல் சொன்னபடி காற்றுக்காகக் காத்திருந்தார். தொலைதூரப் பனங்கூடல்களின் கட்டியத்துடன் விரைந்து நெருங்கிற்று அது.

“நான் சொன்னவுடனை மினைக்கெடாம, டக்கெண்டு விடு, மேனை ...” பொன்னரப்பா, கொடியைத் தூக்கிக்கொண்டு ஆயத்தமாய் நின்ற சின்னமணி அண்ணையிடம் சொன்னார்.

ஐந்தே கணந்தான்.

“விடு !”

மீண்டும் அதே ஓடலும் சாடலும். இம்முறை, தன் உறுமலுடன் ‘மேல்க் காற்’றைத் தொட்டது கொடி.

“இளக்கு, அம்மான், கயித்தை இளக்கு . . .” சின்னமணி அண்ணை பொன்னரப்பாவை நோக்கிக் கத்தினான்.

"நீ எனக்குப் படிப்பியாதை, வந்து கயித்துப் பந்தைக் குலை!" பொன்னரப்பாவின் கைகள் விறுவிறென்று மெஷின் போல் இயங்கின.

கொடி நிலைகொண்டு, விண் சீராகியதும் வட்டன்கள் கை தட்டினார்கள்.

பிடித்திருந்த கயிற்றைத் தந்திரமாய்ப் பனைக் கொக்கி யிலிருந்து கழற்றி, வேலிக்கு மேலால் கை மாற்றி, வளம் பார்த்துக் குப்பைக் கிடங்கடி மாவில் பொன்னரப்பா கட்டினார். இரவிரவாய் விண்கூவிற்று, கொடி. இருட்டிய பின்னும் விட்டுப்போக மனமில்லாமல் இடைக்கிடை வந்துவந்து பார்த்தபோதெல்லாம் முன் நிலாவில் அது ஆடுவது வடிவாய்த் தெரிந்தது.

○

இதற்குப்பின் ஒரு கிழமை போயிருக்கும். ஒரு பின்னேரம், சித்தனும் நந்தனும் தலைவாசல் திண்ணையில் பாட்டுப் பெட்டியைக் கொண்டுவந்து வைத்துப் பாட்டுப் போடத் தொடங்கியதுமே, அது அவசர அவசரமாகக் கீச்சுக் கீச்சென்று கத்தத் தொடங்கியது. ஒன்றும் விளங்கவில்லை

"ஆற்றை வேலை, இது? ஸ்பீட்டைக் கூட்டிவிட்டுக் கிடக்கு!" என்றபடி வேகத்தைக் குறைத்தான், நந்தன். பாட்டு இப்போ அழுகிற மாதிரி ஆறுதலாகப் பாடத் தொடங்கியது.

"நல்லாக் குறைச்சுப் போட்டாய், எழுபத்தெட்டிலை விடு ..." என்றான் சித்தன்.

வானுலாவும் தாரை நீயே, என் இதய கீதமே ...

"எழுபத்தெட்டு எண்டால் என்ன சொல்லு, பாப்பம்?"

"ஆர்.பி.எம் ... நிமிசத்துக்கு எழுபத்தெட்டுத் தரம் சுழலும்."

"கெட்டிக்காரன்தான், ஆனா, உதை மாத்தி, அந்த ரயில் பாட்டைப் போடு."

"ஓமடா, அது நல்ல பாட்டு, 'வள்ளியின் செல்வன்' படத்திலை ..." சித்தன் றெக்கோட் பெட்டிக்குள் தேடத் தொடங்கி னான்.

"எல்லா றெக்கோட்டும், ஒண்டில் 'எச்.எம்.வி' அல்லது 'கொலம்பியா'தான். வடிவாப் பார் ..."

"இந்தா வந்திட்டுது ..." தட்டை மாற்றினான்.

புதுசாய் வந்த அந்த 'ஊதும் ஓடும் ரயில் . . .' குழந்தைகள் பாடுகிற பாட்டு. கேட்டுக் கேட்டுக் 'கரைஞ்ச்ச பாடமாகி' விட்டாலும் இன்னும் அலுக்கவில்லை.

"சீவியத்துக்கும் மறக்காது," நந்தனிடம் சொல்லியபடி தானும் சேர்ந்து மெல்லப் பாடினான்.

ஊதும் ஓடும் ரயில் . . . அதன் நீளம் ஒண்ணரை மைல் . . .

இந்த ஊரில் நிக்காது மெயில் . . .

கூஊ ஊ, ஊ . . .

கும்மாணம் . . .

காப்பி சுண்டல், கடலை . . . ஹிண்டு, எக்ஸ்ப்ரெஸ்,
ஆனந்த விகடன் . . .

அரைமணி நேரம் லேட், அடைச்சிருக்குது கேற்!

ஏன் ? தண்டவாளத்தின் மேலே ஒருத்தன் தடுக்கி
விழுந்ததாலே,

எவனோ ஒருவன் இஸ்க்குறூ ஆணியைப் போத்து
விட்டதாலே,

எருமை ஒண்ணு கண்ணுக் குட்டியைப் போட்டு விட்டதாலே . . .

இஞ்சின் இஞ்சின், இஞ்சின் . . . ஏன் பெருமூச்சு விட்டே ?

எத்தனை பாரத்தை ஏத்திக்கிட்டு இழுக்கிறேன் நான்,
தெரியுமா ?

இழுக்கிறேன் நான், தெரியுமா ?

ஆனைக்குட்டி அஞ்சு, அல்சேஷன் பன்னண்டு,

மந்திரிமார்கள் இரண்டு, மஹாராஜாக்கள் மூணு . . .

"சோக்கான பாட்டடா!" என்றான், நந்தன்.

"இதைப் பாத்தீங்களோ?" ஆறண்ணையும் வட்டண்ணையும் ஒரு பாம்பன் கொடியோடு வந்துகொண்டிருந்தார்கள். சிவத்த ரிஸ்யூ ஒட்டி, இரண்டு பக்கமும் மஞ்சள் குஞ்சங்களோடு வடிவாயிருந்தது.

"இப்ப கட்டின நாங்கள். வாறியளா, ஏத்துவம்?"

"ஓஓ . . ." பாட்டுப்பெட்டியை மூடி, றெக்கோட்டுகள் எல்லாவற்றையும் கடகடவென்று கொண்டுபோய் உள்ளே வைத்துவிட்டு வந்தார்கள்.

"பின் கோடிக்குப் போவம்."

இவர்கள் அங்கே போக, சண்முக அண்ணையும் வரச் சரியாயிருந்தது.

கொடி வடிவாகத்தான் ஏறியது. இருந்தாற்போல் சுழித்த ஒரு காற்றில் வட்டமடித்து, உயர்ந்து கிடந்த வீட்டின் ஓட்டுக் கூரையையும் தாண்டி, அதற்கடுத்த பக்கம் நெடுத்து நின்ற முள்முருக்கம் கொப்புகளில் சிக்கிக் கொண்டது. ஆறண்ணை எந்தப் பாடுபட்டும் எடுக்க முடியவில்லை. தங்கள் வீட்டுக்குப் போய், பேத்தியாரிடம் கெஞ்சிக் கூத்தாடி, சத்தகம் கொக்கையை வாங்கிவந்தான். “சரியான கூர்ச் சத்தகம். கையைக் காலை அறுத்துக் கொள்ளாதை,” பேத்திக் கிழவியார் கத்தியதும் கேளாமல் ஓடிவந்தான். என்றாலும் முன்னெச்சரிக்கையாய் சத்தகத்தைக் கழற்றிவிட்டு, அந்த நீண்ட கொக்கையை அவனும் சண்முக அண்ணையுமாய் நிமிர்த்தி, நூலில் மாட்டி ...

சரி வராது போலிருந்தது. செக்கலாகிக் கொண்டு வந்தது.

“நாளைக்கு எடுப்பமோ ?”

“இந்தக் காத்து அடிக்கிற அடிக்கு இப்பிடியே இரவு முழுக்க விட்டா, ஈக்குக்கூட மிஞ்சாது.”

சண்முகத்துக்கு ஆறண்ணையைப் பார்க்கப் பாவமாயிருந்தது. “பொறு தம்பி, எடுத்துத் தாறன் ...” சண்முக அண்ணை மனசாரப் பத்திரமாய்த்தான் எடுக்கப் பார்த்தான். ஒரு வளமான காற்றின் போது தந்திரமாய் ஒரு இழுவை ! டக்கென்றது. அடுத்த கணம் கொடி சுழன்று, ஆடி ஆடிக் கீழே வந்து, செத்த கோழிபோல் விழுந்தது, நடு ஈர்க்கு முறிந்து கடதாசியும் கிழிந்தபடி.

❍

இரண்டு நாள் கழித்து, ஆட்கள் இன்னும் அதிகம் வரத் தொடங்காத ஒரு காலையில், முன் முற்றத்துக் கோறைப் பலாவடியில் குத்தூசியும் கையுமாய்ப் பழுத்தல் குத்திக் கொண்டிருந்த ஆறண்ணையின் மாமன் தம்பிராசா மாமாவை அப்பு கூப்பிடுவதைச் சித்தன் கண்டான். தம்பிராசா மாமா இளந்தாரி. சண்முகம், சின்னமணியிலும் வயது கூட. நன்னித்தம்பியரின் சுருட்டுக் கொட்டிலுக்குச் சுருட்டப் போகிறவர். இன்னமும் கலியாணம் முடிக்கவில்லை. தாய் தகப்பனோடுதான் இருக்கிறார். சுருட்டுக்குப் போகாத வேளைகளில் மருந்துக் கொட்டிலுக்கு வந்து கதைத்துக்கொண்டிருப்பார். அப்போதெல்லாம், இடைக்கிடை சின்னக் கிட்டுணுவோடு ‘ஓணான் எடுக்கிற’ போட்டி போடுவார். வலது கையைத் ‘தம்’ எடுத்து மடக்கினால்,

துடிப்பதுபோல் தெரிகிற தசைதான் ஓணான். அதில் தோற்றாலும், தம்பிராசா மாமாவை வாய்ப்பேச்சில் யாரும் வெல்ல முடியாது.

"இங்க வா மேனை, ஒரு கதை..." அப்பு மெல்லக் கூப்பிட்டார்.

குத்தூசியைப் பலாவோடு சார்த்திவிட்டு, கட்டியிருந்த நீலச் சாரத்தின் சண்டிக்கட்டை மரியாதையாய் அவிழ்த்து விட்டபடி தம்பிராசா மாமா போனார்.

தம்பிராசா மாமா கிட்டப்போனதும் அப்பு ஆதரவாகச் சொன்னார், "நான் உனக்கு ஒண்டு சொல்ல வேணும்."

'சொல்லுங்கோ' என்பதுபோல அடக்க ஒடுக்கமாக நின்றார், தம்பிராசா மாமா.

"சின்னப் பிள்ளையளின்ர விஷயங்களுக்குள்ள பெரியாக்கள் போகக் கூடாது... அவன் சண்முகம் வேணுமெண்டே உன்ர மருமேன்ர கொடியைக் கிழிச்சவன்?"

தம்பிராசா மாமா பேசாமல் நின்றார்.

"சிக்கின கொடியை எடுக்கத் தன்னாலை முடிஞ்சளவு தெண்டிச்சுப் பாத்திருக்கிறான். அப்ப, அது கிழிஞ்சு போச்சு. அதுக்குப் பேசிறதோ?" தம்பிராசா மாமா குனிந்த தலை நிமிரவில்லை.

"அதுவும் நீ பேசாத பேச்சுப் பேசியிருக்கிறாய்..."

'என்ன'வென்பதுபோல தம்பிராசா மாமா மெல்ல நிமிர்ந்து பார்த்தார். ஒரு சின்ன மௌனத்தின் பின் அப்பு மெல்லச் சொன்னார். "நீ அவனை 'வடக்கத்தையான்' எண்டு சொல்லியிருக்கிறாய்...! என்ன கிலிசை கெட்ட கதை அது. அப்பிடிப் பேசலாமே நீ?"

தம்பிராசா மாமா மீண்டும் தலையைக் குனிந்து கொண்டார். "இனிமேல் அப்பிடியெல்லாம் பேசாதை," அறிவுறுத்துவது போல் சொன்னார் அப்பு. தம்பிராசா மாமா மெல்லத் தலையசைத்தார்.

"அப்பிடிப்பாத்தா, நானும் வடக்கத்தையான்தான்..." அவரை ஆறுதல்படுத்துவது போல் அப்பு சொன்னார். "அங்க பார்..."

அப்பு முன்தூணைக் காட்டினார், "அதிலை என்ன எழுதியிருக்கு, வாசி, பாப்பம்?" தம்பிராசா மாமா தூணைப் பார்த்துவிட்டுப் பேசாமல் நின்றார்.

அப்பு தானே படித்தார்," 'மாணிக்க மனை'. அது என்ன? இந்த வீட்டின்ர பேர்."

தம்பிராசா மாமா அந்த அலங்கார எழுத்துக்களை இப்போதுதான் முதன்முதலில் பார்ப்பவர்போலப் பார்த்தார்.

"மாணிக்கம் ஆரெண்டு தெரியுமோ? என்ர பாட்டன். அவற்ர மகன் நல்லதம்பி, நல்லதம்பியின்ர மகன் நான். அந்த மாணிக்கம் எங்கயிருந்து வந்தவர் தெரியுமோ? இந்தியாவிலையிருந்து!"

தம்பிராசா மாமா, அப்புவை வியப்புடன் பார்த்தார். அப்பு தொடர்ந்து சொன்னார்.

"தென்னிந்தியாவிலை, நாகைப்பட்டணத்திலையிருந்து வந்தவர். இஞ்சயே நிலபுலம் வாங்கி, எங்கட ஆச்சியைக் கலியாணங் கட்டிக்கொண்டு குடியேறிவிட்டார். அவற்ர சந்ததிதான் நான். அப்ப நானும் வடக்கத்தியான்தானே? என்னையும் அப்பிடிச் சொல்லுவியோ?" அப்பு சிரித்தார்.

தம்பிராசா மாமா தலை நிமிராமலே நின்றார்.

ooo

1.6

தன்னிடம் வர இயலாதவர்களைப் போய்ப் பார்த்துவிட்டு, அப்படியே பட்டணம் போய் மருந்துச் சரக்குகளையும் வாங்கிக்கொண்டு, அப்பு வர ஒன்பது மணியாகும்.

ஐந்து மணிக்குப் பின் மருந்துக்கு ஆட்கள் வருவது குறைந்துவிடும். அதன் பிறகு எழுந்து, குளித்துத் தோய்ந்து, அன்றைக்கான தன் ஒரு நேரச் சாப்பாட்டுக்குப் போவார் அப்பு. ஒரு நாளில் அவர் அடுப்படிக்குப் போவதும், ஆச்சியும் அவரும் ஆறுதலாகப் பேசிக்கொள்வதுங்கூட அந்தப் பத்து நிமிஷந்தான். அப்பு பலகையில் உட்கார்ந்து, முன்னால் கவிழ்த்து வைத்திருக்கிற பனையோலைப் பெட்டியின் மேல் கழுவி வைத்திருக்கிற வட்டிலை எடுத்ததும் ஆச்சி பக்கத்தில் போட்டிருக்கிற தடுக்கில் உட்கார்ந்து பார்த்துப்பார்த்து எடுத்து வைப்பா. அது அவர்களுடைய நேரம். அப்பு சாப்பிடத் தொடங்கும் போது என்னதான் விளையாட்டு அமளியாக நடந்தாலும், "ராசா, சித்தன்..." என்ற ஆச்சியின் குரல் கேட்டதும், அந்த விளையாட்டுக்கு "ஆட்டம்..." சொல்லிவிட்டு சித்தன் போக வேண்டும். "குனி, ராசா... ஆவெண்ணு..." என்று சொல்லிக் குழைத்ததில் முதல் பிடி அவனுக்குத் தீற்றிவிட்டு அப்பு சாப்பிடுவார். அவரைப்போல் அவர் சாப்பாடும் வித்தியாசம். என்னதான் ஒரு குழந்தைக்கு வைப்பதுபோலப் பார்த்துப் பார்த்துக் கேட்டுக்கேட்டுச் சொல்லிச் சொல்லி ஆச்சி வைத்தாலும், அப்புவின் சாப்பாடு இரண்டு

இடியப்பம், இரண்டு வாழைப் பழத்திற்கு மேல் போகாது. மாம்பழக் காலம் என்றால் மட்டும் அது ஒன்று. சாப்பாட்டை முடித்துக்கொண்டு கட்டியிருக்கிற நாலுமுழக் கைத்தறி வேட்டியின் மேல் ஒரு சால்வையைப் போர்த்திக்கொண்டு, கையில் மருந்துப் பெட்டியுடன் வெளிக்கிடுவார். சண்முகம் அண்ணை, அந்த நேரம் பார்த்து அவருடைய காரைக் கொண்டுவந்து முன்முற்றத்தில் நிறுத்தியிருப்பான். துணை யாகவும் பராக்காகவும் அவருடன் போய்வருவதற்கென்றே வந்திருக்கும் சேதர் அம்மானையும் சபாபதி மாமாவையும் ஏற்றிக்கொண்டு கார் வெளிக்கிடும். தூரப்பயணம் என்றால் பேரம்பலம் மாமாவும் சேர்ந்துகொள்ள வேண்டும்.

பேரம்பலம் மாமா, பழையபுலத்தில் இருந்தார். சிலுப்பாத் தலை. வலது நெற்றியில் எலுமிச்சங்காயைப் பாதியாய் வெட்டி ஒட்டிவிட்டதுபோல ஒரு பெரிய மொளி. வேலை செய்யும் போது கை நரம்பெல்லாம் தனித் தனியாய்த் தெரியும். 'திறம் மெக்கானிக்' என்று பெயரெடுத்தவர். அப்புவின் சின்னவயதுக் கூட்டாளி. கார் மட்டுமில்லை, தண்ணி இறைக்கிற மெஷினும் திருத்துவார். ஒருமுறை பாட்டுப்பெட்டிக்குக்கூட வைத்தியம் பார்த்தார். யாரோ சாவி கொடுக்கும்போது, "நல்லாக் குடுக்கிறன்," என்று சொல்லித் திருப்பிய திருப்பில், பெட்டிக்குள் பயங்கரச் சத்தம் கேட்டது. வட்டன்கள் பயந்துபோனார்கள். பேரம்பலம் மாமா வந்து பாட்டுப் பெட்டியைக் கழற்றிப் பார்த்துவிட்டு "ஸ்பிறிங்க் உடைஞ்சு போச்சு, புதுசுதான் போடவேணும்" என்றார். யாழ்ப்பாணம் எங்கும் 'புதுசு' தேடிக் கிடைக்காமல், கடைசியாகக் கொழும்பில் 'கொம்பனி'யில் எடுத்துப் பூட்டி, பாட்டுப்பெட்டி மீண்டும் பாட ஒரு மாதம் ஆயிற்று. அதைக் கொண்டாட ஒரு ஞாயிற்றுக்கிழமை முழுவதும் கூட்டாளிகளுடன் சேர்ந்து உள்ள றெக்கோட் எல்லாம் போட்டான், சித்தன்.

அப்புவின் கார், யாழ்ப்பாணக் குடா நாட்டின் தெருக் களில் போகிறபோதெல்லாம் தவறாமல் கவனத்தை ஈர்த்தது. அவரைத் தெரிந்த பலரால் மதிப்போடும், தெரியாத சிலரால் வியப்போடும் பார்க்கப்பட்ட வாகனம். மெய்யான 'ஃபோட்'. அமெரிக்கத் தயாரிப்பு. மோட்டார் சைக்கிள் சில்லுப்போலச் சில்லுகள். கதவின் பக்கங்களுக்கு உயர்த்தக்கூடிய கண்ணாடி கிடையாது. தனித்தனி மெழுகுத் துணித் தட்டிகள். மழை பெய்தால் கதவின் மேல் சொருகிக்கொள்ள வேண்டும். மோட்டார் வாகனப் பதிவின் படி, 'டி' தொடர் எண்.

○

அல்லிப்புலத்தில் வேறு மூன்று கார்களும் இருந்தன. அப்புவின் காரிலும் நவீனமானவை. 'ஹயர்' ஓடும் கார்கள். ராசரத்தினம், கதிரமலை, பெரியதம்பி, மூன்று பேரிடமும் ஒஸ்ரின்8, ஒஸ்ரின்10, ஏ–40 – இருந்தன. அதிலும் பெரியதம்பி பிறகு 'கொன்ச'லுக்கு மாற்றிக்கொண்டார்.

பள்ளிகளுக்குப் போகிற பெடியன்கள், பள்ளியின் தூரம், இடத்தைப் பொறுத்து நடை, சைக்கிள் அல்லது பஸ்ஸில் போவார்கள். அநேகமாகப் பொடி நடைதான். பொம்பிளைப் பிள்ளைகள், 'பெரிய பிள்ளை'களானதும் மூன்றில் ஒரு பகுதி, 'பள்ளியால் நின்று' விடுவதுதான் வழமை. இன்னொரு பகுதி, கிட்டவுள்ள பள்ளிகளுக்குப் போகிறவர்கள், கூட்டமாகச் சேர்ந்து நடந்துபோவார்கள். அடுத்த பிரிவு, கொஞ்சம் வசதியுள்ள வீட்டுப் பிள்ளைகள், அல்லது சற்றுத் தள்ளியுள்ள இடங்களில் படிப்பவர்கள், பெண்பிள்ளைகளுக்கு மட்டுமேயான 'பள்ளிக் கா'ரில் போவார்கள். காலையில் பள்ளி நேரத்துக்கு இந்தப் பள்ளிக்கார்கள் ஒழுங்கை, தெருவெல்லாம் விரைந் தோடும். வருகிற பிள்ளைகள் வீட்டுப் படலைகளில் அவசரஅவசரமாக ஹோண் அடித்து, எல்லோரையும் அள்ளி ஏற்றிக்கொண்டு போகும். ஒவ்வொரு கார் ஹோணும் ஒவ்வொரு விதம். சத்தத்தை வைத்தே யாருடைய கார் என்று சொல்லிவிடலாம். குஞ்சக்கா, பெரியதம்பியின் காரில்தான் ராமநாதன் பள்ளிக்குப்போய் வந்துகொண்டிருந்தா.

கார்க்காரக் கதிரமலையின் மகன் லட்சுமிகாந்தன், சித்தனுடன்தான் அரிவரியிலிருந்து படித்தான். அவர்கள் வீட்டில் மயில் வளர்த்தார்கள் என்று மற்றப் பெடியன்கள் சொன்னார்கள். லட்சுமி, சித்தனுடன் நல்ல சினேகிதமாயிருந்தான். மயில் கதை உண்மைதானா என்று கேட்டான் சித்தன். "ஓ, இரண்டு நிக்குது. நான் உமக்கு மயில் முட்டை கொண்டந்து தாறன் . . . கோழியில அடைவைச்சுக் குஞ்சு பொரிக்கலாம்," என்றான் லட்சுமி. ஆனால் கெட்ட காலம், வலு கெதியில் லட்சுமியுடன் பென்சில் பிரச்சினையொன்றில் 'கோபம் போட' நேர்ந்து, பிறகு 'நேசம் போட' வாய்ப்பே கிடைக்கவில்லை! அதன் பலன், நாலாம் வகுப்புக்கு வரமுதலே சித்தனின் மயில் முட்டை ஆர்வம் கூழ்முட்டையாய்ப் போயிற்று. லட்சுமிகாந்தன் எப்போதோ கொடுத்த மயிலிறகு மட்டும் பழைய மூன்றாம் வகுப்புப் 'பாலபாடம்' புத்தகத்தினுள் இருந்ததை அண்மையில் சித்தன் கண்டான். அதுவுந்தான் குஞ்சு பொரித்ததாயில்லை.

❍

பெற்றோமக்ஸ் 'ஸ்ஸ்' என்றபடி எரிந்துகொண்டிருக்கிறது.

ஐயா, வழமை போல், இடுப்பில் வேட்டியும், மேலில் போர்த்த துவாயுமாய், தலைவாசல் கதிரையிலிருந்து பேப்பர் படித்துக்கொண்டிருக்கிறார்.

'ஐயா நல்ல வடிவு,' என்று நினைப்பான், சித்தன். நல்ல வெள்ளை, ஒவ்வொரு நாளும் முழு 'ஷேவ்' எடுக்கிற – சிரித்த முகம், கட்டையாய் வெட்டியும் சுருள் சுருளான முடி.

சித்தன் அம்மாவின் நிறம். 'அம்மா கொஞ்சம் கறுப்பே ஒழிய, நடு உச்சி பிரித்து, பெரிய நெற்றியில் பொட்டும், மூக்குத்தியுமாய், அவவும் வடிவுதான்.'

அம்மா, ஐயா, இரண்டு பேருமே 'உயரம்' என்று சொல்லமுடியாத உயரம்.

ஐந்து மணிக்குக் கந்தோரிலிருந்து திரும்பியதும் முகங் கழுவிக் கோப்பி குடித்த பிறகு தம்பியைத் தூக்கிக்கொண்டு வளவெல்லாம் உலவி வருவார், ஐயா. ஆறிலிருந்து எட்டுவரை சித்தனுக்குப் பாடம் சொல்லிக்கொடுக்கிற வேலை. எட்டு மணிக்குச் சாப்பிட்டுவிட்டுப் பேப்பர்.

ஆச்சியும் பெத்தாச்சியும் அடுப்படித் திண்ணையில் போயிருந்து கதை பறைகிற நேரம் அது. அக்காவுக்கும் தங்கைக்கும் ஆயிரம் கதைகள். நடந்தது, நடக்கிறது, நடக்கப் போவது, என்று. குஞ்சக்கா, உள்த் திண்ணை மேசையில் படித்துக்கொண்டிருப்பா.

சித்தனும் ஐயாவும் சாப்பிட்ட பிறகு, அம்மா அவனுக்கு 'உபகதை' சொல்லுவா. "ம்ம், ம் . . ." என்று கதை கேட்டபடியே நித்திரையாகிப் போவான். கதை விடுபட்ட இடத்திலிருந்து அடுத்த நாள் தொடரும். ஆனால், நாலாம் வகுப்புக்கு வந்ததிலிருந்து கதை கேட்பது நின்றுவிட்டது. விடிய ஐந்தரைக்கு எழும்பித் திருக்குறள் பாடமாக்க வேணும் என்று வேளைக்கே படுக்க வேண்டியிருந்தது.

"இப்ப அம்மாவைக் கேட்கலாம்," சித்தன் சாமியறைக்குப் போனான். தூண்டாமணி விளக்கின் வெளிச்சத்தில் அறை எல்லாம் மஞ்சளாயிருக்கிறது. தம்பி முருகன் நல்ல நித்திரை. "அடுத்த வருசம் உன்னோட பள்ளிக்கு வருவான்," என்று அம்மா இப்போதெல்லாம் சொல்லிக்கொண்டிருக்கிறா.

"அம்மா, அப்புவின்ர பாட்டன் இந்தியாவிலையிருந்தா வந்தவர்?"

"ஓம்," என்றா, அம்மா. "உனக்கு ஆர் சொன்னது?"

“அப்புதான். தம்பிராசா மாமாக்கு சொல்லேக்கை கேட்ட நான் ... அப்ப நீங்கள் எல்லாரும்?”

“மாணிக்கர் மட்டுந்தான் அங்கயிருந்து வந்தவர். இங்க பெரியநாச்சி எண்டவவைக் கலியாணம் கட்டினார். அவயளுக்கு நாலு பிள்ளையள் ...”

அம்மா சொல்லத் தொடங்கினர்.” சிதம்பரம், மூத்ததம்பி, நல்லதம்பி எண்டு மூண்டு ஆம்பிளைப் பிள்ளையள். நல்லநாச்சி எண்டு ஒரு பொம்பிளைப் பிள்ளை. நல்லநாச்சிக்கு இரண்டு மகள்மார், உன்ர பெத்தாச்சி நாகம்மாவும், ஆச்சி நல்லம்மாவும். நல்லதம்பிக்கு ஒரே மகன் அருணாசலம். ஆச்சி நல்லம்மா, சொந்த மச்சான் அருணாசலத்தைக் கலியாணங் கட்டினா. அது ஆர்?”

“அப்பு,” என்றான் சித்தன், “அவயளுக்குப் பிள்ளையள் இல்லையோ?”

“ஒரு ஆம்பிளைப் பிள்ளை பிறந்து சின்ன வயதிலையே மோசம் போச்சு.”

“மோசம் போறதெண்டா?”

“செத்துப் போறதைத்தான் அப்பிடிச் சொல்லுறது,‘மோட்சம்’ போறதெண்டு.”

“ஐயோ ... பாவம்.”

“பெத்தாச்சிக்கு ஒரு மகள், லோகேஸ்வரி.”

“அது நீங்கள்.”

“இந்த ஆச்சியவை இரண்டு பேருக்கும் ஒரு அண்ணை, ஒரு தம்பி. அண்ணைதான் செல்லத்துரை. அது ஆர், சொல்லு, பாப்பம்?”

“அம்மம்மான். உங்கட அம்மான்.”

“ சரி. அவற்ர மகள்தான் குஞ்சக்கா.”

“அப்ப நந்தன்? வட்டண்ணன்?”

“வட்டண்ணன், மூத்தண்ணன், இரண்டு பேரும், சிதம்பரத்தாற்ர பூட்ட மக்கள். நந்தன், மூத்ததம்பியற்ர பூட்டன்.”

“அவயள் எல்லாம் ஏன் இந்த வீட்டிலை இருக்கிறதில்லை?”

“மாணிக்கர், தன்ர வீடு வளவை மகள் நல்லநாச்சிக்குச் சீதனமாகக் கொடுத்தார். நல்லநாச்சி, அதை ஆச்சிக்கும்

பெத்தாச்சிக்கும் கொடுத்தா. மூத்ததம்பியர் இந்த வளவுக்கு முன்னாலை, ஒழுங்கைக்கு அடுத்த பக்கம் வீடு கட்டினார். சிதம்பரத்தாருக்கு ஆலடியிலை காணி. அவர் அங்கை இருந்தார்."

"அப்ப, மாணிக்கர் எனக்குக் கொப்பாட்டனோ?" சிரித்து விட்டு சித்தன் கேட்டான். "அவர் மாத்திரம் இந்தியாவிலையிருந்து வந்தவர் எண்டா, மற்ற எல்லாரும் எங்கயிருந்து வந்தவை?"

"அவை எல்லாம் இங்கேயேயிருந்தவை."

"எப்ப இருந்து? கடவுள் படைச்ச காலத்திலையிருந்தோ?"

இதற்கு மறுமொழி சொல்ல அம்மா யோசித்தது போலிருந்தது. "ஓ," என்று நிறுத்திவிட்டுப் பிறகு சொன்னா. "முந்தி ஒரு காலத்திலை, இந்தியா, இலங்கை எல்லாம் ஒண்டாயிருந்தது. பிறகு, இடையிலை கடல் பூந்த நேரத்திலை கொஞ்சப்பேர் அங்காலையும், கொஞ்சப்பேர் இங்காலையுமா இருந்திட்டினம்."

"அதுக்குப் பிறகு எங்கட கொப்பாட்டன் வந்த மாதிரி அங்கயிருந்து ஒருதரும் வரேல்லையோ?"

"ஏனில்லை? கனதரம் வந்திருக்கினம். ஆயிரம் வருசத்துக்கு முந்தி அங்கயிருந்து ராசாமார் படையெடுத்து வரேக்கை வந்த ஆக்கள். பிறகு அங்க சண்டையள் நடந்த காலங்களிலை அதுகளுக்குத் தப்பிவந்த ஆக்கள், எண்டு."

"அம்மா?" என்றான் சித்தன். "அப்ப ஆச்சியவையின்ர தம்பி ஆர்? அவர் எங்கை?"

"அவர் கொழும்பிலை," என்றா அம்மா, மெல்ல. "சரி நேரம் போகுது. கதைச்சுக் கொண்டிராமல் நீ வேளைக்குப் படு."

"சொல்லுங்கோவன்?"

"பிறகு சொல்றன். அங்கை அப்பு வாறார் போலை கிடக்கு, பார்."

ஒழுங்கை முடக்கில் உண்மையாகவே அப்புவின் கார் ஹோண் சத்தம் கேட்டது.

OOO

1.7

பதினொரு மணிக்குப் படுக்கப்போகிற அப்பு, மழையோ பனியோ விடிய நாலு மணிக்கு எழும்புவார். அப்படியானால்தான் தன் வேலைகளை முடித்துக்கொண்டு, நிலம் வெளித்ததும் வெளிக்காததுமாய் வரத்தொடங்குகிற ஆட்களைப் பார்க்க முடியும். அந்த வேலைகளில் முக்கியமானது, 'குளத்தை இருக்கப்' போவது. வைக்கோல் பட்டடை தாண்டிய வளவு மூலையில் இரண்டு கக்கூஸ்கள் இருந்தன. ஒன்று பழையது, குழிக் கக்கூஸ். மற்றது புதியது. அது கட்டியது, சித்தனுக்கு ஞாபகம். அப்போதுதான் வந்துகொண்டிருந்த 'வெள்ளைக் கோப்பை' வைத்துக் கட்டியது. தண்ணீர் ஊற்றினால் எல்லாம் மறைந்துவிடும்.

ஒரு கையில் தண்ணீர் வாளியும், மறுகையில் அரிக்கன் லாம்புமாக, குமிழ் மிதியடி ஒலிக்கப்போகிற அப்பு, புதுக் கக்கூஸ் முன்னால் அரிக்கன் லாம்பை வைத்துவிட்டுத் தண்ணீர் வாளியோடு உள்ளே போனால், வெளியே வரக் கால் மணித்தியாலமாவது ஆகும். பிறகு நேரமே கிடைக்காது என்பதைவிட இன்னொரு முக்கியமான காரணமுமிருந்தது. மூலம். அருணாசலத்தின் சிநேகிதர்கள், சொந்தக்காரர்கள், எல்லோருக்குமே அந்த மூலவருத்தம் அவ்வப்போது அவரைப் படுத்துகிற பாடு தெரியும். பதினேழு, பதினெட்டு வயதில் தொடங்கிய உபத்திரவம். வைத்தியம் படித்த பின்னர் தமது உணவு முறைகள் மூலம் அவர் அதைக் கட்டுப்பாட்டுக்குள் வைத்திருந்தாலும், வந்தால், இரண்டு மூன்று

நாட்களுக்கு ஆளை உலைத்துத்தான் அது போனது. அது, தானாய்த் தேடிக்கொண்ட வருத்தம் என்பதில் அவருக்குக் கழிவிரக்கம் எதுவுமில்லை.

○

தாயின் மறைவுக்குப் பிறகு தகப்பனோடு அல்லிப்புலத்தில் பாட்டா வீட்டுக்கு வந்துவிட்ட அருணாசலத்தை, மாமி நல்லநாச்சிதான் தாய்போல வளர்த்தா. பாட்டா மாணிக்கர் உயிரோடிருந்தார். பாட்டாவுக்கு மட்டுமல்ல, பெரியப்புமார்– சிதம்பரம், மூத்ததம்பிக்கும் அவன் செல்லம். அப்படி யிருந்தாலும் அடிக்கடி இரட்டைக்குளமும் தாய்வீடும் அவனை இழுத்தன. சனி, ஞாயிறு என்றால் நல்லதம்பி தன் திருக்கல் வண்டிலில் புறப்படாவிட்டாலும் அருணாசலம் விறுவிறென்று குறிஞ்சிலித்தோட்ட வெளிகளுக்குள்ளால் நடந்து போய்வந்து விடுவான். பழையபுலம் இந்துப் பள்ளியிலிருந்து யாழ். இந்து போன காலங்களில் ஒரு நாள் அது நடந்தது.

பகல் பத்து மணியிருக்கும். அருணாசலம் அம்மப்பு வீட்டுக்குப் போனதும் போகாததுமாய்ப் பக்கத்து வீட்டில் குழறிக் கேட்டது. எல்லோரும் ஓடினார்கள். பறுவதம் மாமி, புருசன் ரத்தினத்தோடு சண்டை பிடித்துக் கொண்டு கிணற்றுக்குள் குதித்து விட்டாவாம். கிணற்றுக் கட்டோடு நின்று, “அம்மா, அம்மா ...” என்று கதறிக்கொண்டிருந்த மூன்று சின்னப் பிள்ளைகளையும் பார்க்கப் பொறுக்கவில்லை, அருணாசலத்துக்கு. துலாக்கொடிக் கயிற்றை அறுத்து ஆடுகாலில் கட்டிவிட்டு மளமளவென்று இறங்கினான். கயிறு நாலடி மேலேயே நின்றுவிட்டது. குதித்தான். தண்ணீர் கழுத்துத் தாண்டி, நாடியைத் தொட்டபடி. பறுவதம் மாமிக்குத் தலைக்குமேல் வரும். நல்ல காலம், தண்ணீர் நிறைய இருந்ததிலும் ஒரு நன்மை. அடிகிடி படவில்லை. ஆனால், ஆளைத் தூக்காவிட்டால் ஆபத்து. தூக்குவதுதான் பெரும்பாடாக இருந்தது. மாமி வலு கனத்த ஆள். போதாக்குறைக்கு – மூச்சுத் திணறினாலும் – திமிறுவது குறையவில்லை. “என்னை விடு, என்னைச் சாகவிடு!”

வேறு யாராவது வருமட்டுமாவது சமாளிக்க வேண்டும். மூச்சடக்கித் தூக்கினான். முக்கிய முக்கில், வயிற்றால் போய்விடும் போலிருந்தது.

எவ்வளவு நேரம் என்று ஞாபகமில்லை. ரத்தின மாமாவே அந்தரப்பட்டு இறங்கிவந்தார். எங்கே போயிருந்தாரோ, புலம்பியபடி இறங்கிவந்து முன்னால் நின்று கெஞ்சிய புருசனைப் பார்த்ததும் மாமியின் பிடிவாதம் போய்விட்டது. ஆளும் களைத்துப் போயிருந்தா. புருசனுடைய கழுத்தைக்

கட்டிக்கொண்டு தண்ணீருக்கு மேல் தலையைத் தூக்கத் தூக்கப் பார்த்தவவைக் கண்ட போது, அந்த நேரத்திலும் அழுவதா, சிரிப்பதா என்று தெரியாமலிருந்தது அருணாசலத்திற்கு. மேலே நின்ற எல்லாருமாகக் கதிரை கட்டி இறக்குமட்டும், அவனும் ரத்தின மாமாவுமாக பறுவதம் மாமியைத் தூக்கிக் கிணற்றுக் கட்டோடு அடியில் கிடந்த பாறையொன்றில் நிற்க வைத்துப் பிடித்துக்கொண்டார்கள். அருணாசலத்திற்கு மூலம் விறுவிறுத்தது.

○

வீட்டுக்கு ஒவ்வொரு நாளும் *வீரகேசரி* வரும். கொழும்பிலிருந்து இரவு ரயிலில் வந்து, பட்டணத்தில் 'நியூஸ் ஏஜன்ற்' கடைக்குப் போய் அங்கிருந்து சைக்கிளில் வரப் பத்து மணியாகும். பேப்பர்க்காரர்கள் நாலு மைல் மிதித்து வரவேணும். பரமகுரு மாமாதான் கனகாலமாய்ப் பேப்பர் போட்டார். கன்ன உச்சி பிரித்து இழுத்த தலை. மெல்லிய உயரமான ஆள். ஷேட் போட்டு, சாரத்தை எப்போதும் சண்டிக்கட்டாகக் கட்டியிருப்பார். நின்ற நிலையிலேயே சைக்கிளில் கெந்தாமல் ஏறவும், ஓடவும் அவரால் முடியும். பின்னுக்கிருக்கிற பெரிய கரியரும், முன்னுக்கிருக்கிற பெரிய கூடையும் கட்டுக்கட்டாய்ப் பேப்பர்களால் நிரம்பிருக்கும். 'கிறிங்க் . . . கிறிங்க் . . .' என்று கல்லடி முடக்கில் மணிச் சத்தம் கேட்டால், அடுத்த நிமிஷம் 'சறக்'கென்று வந்து காலூன்றியும் ஊன்றாமலும் நின்றபடி தந்துவிட்டுத் திரும்பி வந்த வேகத்திலேயே மறைவார்.

ஆனால் புத்தகங்கள் வருகிற நாட்களில் அவர் இறங்கிப் பார்த்துத் தருவார். ஒவ்வொரு கிழமையும் – அநேகமாகத் திங்கள், தவறினால் செவ்வாய் – *கல்கி*, *விகடன்* வரும். *கல்கி*யில் வரும் 'பாலர் மல'ருக்காகச் சித்தன் திங்களைப் பார்த்திருப்பான்.

'பாலர் மலர்' அவனுக்கு வலு விருப்பம். 'ராஜி' எழுதுகிற கதைகள் எல்லாம் அதில் இருக்கும். ரவியும் அவன் தங்கை கலாவும் வருகிற 'மாயப்பந்து' தொடர்கதைதான் சித்தன் முதலில் படிக்கிற விஷயம். நிலத்தில் போட்டுப் பிடித்ததும் நினைத்ததை நடத்திக்காட்டுகிற மாயப்பந்து அவர்களிடம் இருந்தது. 'மாயப்பந்து' தொடர் முடிந்ததும், ஐவான் என்கிற ருஷ்யப் பையனுடைய கதைகள். மாதத்திற்கொரு தடவை வருகிற *கலைமகளி*லும் சிறுவர் பகுதி இருந்தது. *கரும்பு*, *கண்ணன்*, *பாலபாரதி*, எல்லாம் பிள்ளைகளுக்குத்தான். *பாலபாரதி*, வழுவழுவென்று நல்ல வாசம். அதில் வந்த படிவத்தை நிரப்பி அனுப்பச் சொன்னார், மூத்தண்ணை.

அவர் கொக்குவிலில் எஸ்.எஸ்.ஸி. படித்துக்கொண் டிருந்தார். பள்ளியால் வந்து சாப்பிட்டதுதான் தாமதம், திரும்ப சைக்கிளை எடுத்துக்கொண்டு, 'வொலிபோல்' அடிக்கப் போவார். 'பந்தடி' விடுகிற நேரங்களில் 'கரித்துண்டு,' 'கள்ளோ காவியமோ,' 'கயமை,' என்று மு.வ. நாவல்கள் ஏதோ ஒன்று கையில் இருக்கும். இலேசாக மேலே வளைந்திருக்கும் அவருடைய சிறிய மூக்கைக் காட்டி, "ஒளிச்சு ஒளிச்சு மூக்குத்தூள் போட்டால், உப்பிடித்தான்," என்று சொல்லிவிட்டு ஓடுவான், சின்ன வட்டண்ணை.

அடுத்தமாதம் *பாலபாரதி*யில் சித்தனின் பெயர், விலாசம் வந்தது. 'சிவகணேசன் சித்தன், அருணாசலம் வைத்தியசாலை, அல்லிப்புலம், யாழ்ப்பாணம், இலங்கை,' என்று வந்திருந்ததை வீட்டில் எல்லாரும் பார்த்துச் சந்தோஷப்பட்டார்கள். எட்டு வயது, நாலாம் வகுப்பு என்பதோடு ஒரு இலக்கமும் இருந்தது. இருநூற்று ஏழு.

"அதைக் கவனமாகக் குறிச்சு வை," என்றார், மூத்தண்ணை.

"ஏன்?"

"அங்கை படிக்கக் கூப்பிடுவாங்கள், போயிருந்து படிக்கலாம் . . ." வட்டண்ணை சொன்னான். அவன் அதைப் பகிடியாகச் சொன்ன மாதிரித் தெரியவில்லை. ஆனால் *பாலபாரதி* கொஞ்ச நாட்களின் பிறகு வரவேயில்லை. அதில் பெரிய கலர்ப் படத்தோடு வந்த பாடல் ஒன்று சித்தனுக்கு நல்ல பாடம்.

> மாங்காய்த் தலை முருகன், மொட்டை வண்டி ஏறி,
> சந்தைக் கடை போனான்.
> விதவிதமாய் மிட்டாய், அடுக்கடுக்காய்க் கண்டான்.
> விரைந்தோடிப் போயே, லட்டு விலை கேட்டான் . . .
> லட்டு மிட்டாய்க்காரன், துட்டு எங்கே என்றான்.
> மாங்காய்த் தலை முருகன், துட்டு இல்லே என்றான்,
> லட்டு மிட்டாய்க்காரன், லட்டுமில்லே என்றான் . . .

*வீரகேசரி*யில் ஞாயிற்றுக்கிழமைகளில் வரும் 'டார்ஸா'னைப் படிப்பதற்குப் பெடியன்கள் போட்டி போடுவார்கள். திரள் திரளான தசைகளும், சதுரமான கன்ன எலும்புகளும், கலைந்த தலைமுடியுமாய், இடுப்பில் ஒரு சிறிய தோலாடையோடு, 'ஆஆ . . . ஓஓ . . .' என்று கத்தியபடி, ஆப்பிரிக்கக் காடுகளில் அடர்ந்திருக்கும் கொடிகளைப் பிடித்துப் பயணிக்கிறவனான அந்தச் சிம்பன்ஸிகளின் கூட்டாளி செய்கிற வீரதீர சாகசங்கள் அவர்களை அந்தளவுக்கு ஈர்த்துவைத்திருந்தன. பெரியவர்கள் கூட வட்டன்களுக்குப் பிறகுதான் பேப்பரைத் தொட முடியும்.

ஞாயிறோ, கிழமை நாட்களோ, மூன்று மூன்றரை மணிக்குப் பின் பேப்பருக்குப் பிடுங்குப்பாடு வரும். சேதர் அம்மான், சபாபதி மாமா, எல்லாரும் அந்த நேரம் வந்துவிடுவார்கள். அம்மம்மான் வயல்களுக்குப் போகாமல் நிற்கிற நாட்களில் அவரும் சேர்ந்துகொள்வார். பேப்பரை ஆளுக்காள் பக்கம் பக்கமாய்ப் பிரித்து வாசித்து, அலசி, ஆராய்ந்து . . .

வெளித் திண்ணையில், அரசியல் விமர்சனம் பொறிப் பறக்கும். அம்மம்மான், 'பொன்ன'னின் தீவிர அபிமானி, ஆதரவாளர். "ஒரு பிள்ளை 'பொன்ன'னைக் குறை சொல்லேலாது." சபாபதி மாமா, தமிழரசு. "உந்தக் கண்டறியாத கதை கதையாதை," அவர் சவால் விடுவார். "உங்கட சண்டை மாதிரிப் பாளிமென்ரில கூடப் பிடிக்கமாட்டான்கள்," சேதர் அம்மான் சிரித்தபடி ரசிக்கத் தொடங்குவார்.

அரசியலை மிஞ்சி அவர்களின் ஆர்வத்தை ஈர்த்த செய்திகளும் வரவே செய்தன. சதாசிவம் கொலை வழக்கு, எலிசபெத் இளவரசியின் முடிசூட்டு விழா, டென்சிங்கும் ஹிலாரியும் எவறெஸ்ற்றில் ஏறியது, நவரத்தினசாமி பாக்கு நீரிணையை வல்வெட்டித்துறையில் இருந்து கோடியக்கரை வரை நீந்திக் கடந்தது என்று . . . வட இந்தியாவின் ஏதோ ஒரு இடத்தில் ஒரு காட்டில், மனிதக் குழந்தை ஒன்றை ஓநாய்கள் வளர்த்து 'ஓநாய்ச் சிறுவ'னாகவும் ஆக்கியிருந்தன.

அப்புவுக்கு அரசியல் பேசுவதற்கல்ல, ஆறுதலாகப் பேப்பர் படிக்கத் தன்னும் ஆட்கள் விடமாட்டார்கள். அவருக்கு இதெல்லாம் பேச முடிவது, காரில் போய்வருகிற நேரங்களில்தான்.

இரவில் படுக்கப்போகுமுன் – பத்தரை, பதினொன்று மட்டில் – அப்பு மேசை விளக்கு வெளிச்சத்தில் வாசிப்பதைச் சித்தன் கண்டிருக்கிறான். அது, படங்களேயில்லாமல் எப்போதும் சொக்ளேற் நிறமும் இளம் மஞ்சளுமான அட்டையில் *ஸ்ரீ ராமகிருஷ்ண விஜயம்* என்று பெரிய எழுத்தில் பெயர் போட்டு மாதத்திற்கு ஒருதரம் வருகிற புத்தகம். படித்து முடித்த கையோடு, தலைவாசலில் இருந்த புத்தக அலுமாரியில் வைத்துவிடுவார்; அந்தப் பெரிய கண்ணாடி அலுமாரியின் மேல்தட்டில் உயரமாக ஒரு அடுக்கு இருந்தது, அது.

❍

அப்பு *ராமகிருஷ்ண விஜயம்* பத்திரமாய் வைத்தது போல ஐயா ஃபோட்டோக்களைப் பத்திரமாக வைத்திருந்தார். அவரிடம் வீட்டுப் படங்களுக்கும், வெளிப் படங்களுக்கும்

என்று வெவ்வேறாக இரண்டு அல்பங்கள் இருந்தன. எல்லாம் அவர் எடுத்தவை. மாதத்தில் ஒரு நாளாவது ஐயா ஃபோட்டோ எடுப்பார். பிள்ளைகள், மற்ற வட்டன்கள், வேலையாட்கள், கார், வண்டில், மாடு . . . வளவுக்குள் மட்டும். மற்றும்படி எங்காவது கோவில் குளம் என்று போய்வருகிற இடங்கள் அல்லது பயணங்கள். அவ்வளவுதான். ஏதோ டயறி எழுதுவதுபோல.

அவரிடமிருந்தது ஒரு பெட்டிக் கமெரா. 'கொடாக்'. கழுத்தில் மாட்டி, மேலேயிருக்கிற மூடியைத் திறந்து பார்த்து, படமெடுக்கிறவரோ, எடுக்கப் படுகிறவர்களோ முன்பின்னாகப் போய்வந்து, உருவம் தெளிவாய் விழுந்ததும் 'க்ளிக்' பண்ணுகிற கமெரா. ஃபில்ம் சுருள் வாங்கிப் போட்டு, பன்னிரண்டு படம் எடுத்த பிறகு, பத்திரமாய் அதைக் கழற்றி, பட்டணத்தில் 'பரத்' ஸ்ரூடியோவில் கொடுத்தால், ஒரு கிழமையில் கழுவி, பிறின்ற் எடுத்துப் படங்களையும் நெகட்டிவ்களையும் தருவார்கள். நெகட்டிவ்களைப் பத்திரமாக வைத்தால் பிறகு தேவையான கொப்பிகள் எடுக்கலாம். பழுதாய்ப் போனால்கூட, சூரிய கிரகணம் வருகிறபோது பார்க்க உதவி.

சித்தன் நாலாம் வகுப்புப் படிக்கும்போது வந்த கிரகணத்தில் ஐந்து நிமிஷம் இரவு போலிருந்தது. இருட்டி, பின் வெளித்த போது, கோழிகளெல்லாம் கூவின. கிரகணம் வந்தால் அது விலகுமட்டும் சாப்பிட, தண்ணீர் குடிக்க, முடியாது. சட்டி பானையில் இருந்தவற்றுக்குக்கூடத் தர்ப்பைப்புல் போட்டு வைத்தார்கள். எப்படியோ, ராகு–கேது, சூரியனை விழுங்கிப் பிறகு கக்கியதெல்லாம், ஆறாம் வகுப்பில் 'பொது விஞ்ஞானம்' படிக்கத் தொடங்கும் வரைதான்.

ooo

1.8

கார்க் கொட்டிலின் பின்னால் அதற்கும் கோடி வேலிக்கும் இடையில் பனை ஓலை மிதித்து வேய்ந்த ஒரு சின்னக் கொட்டில் முன்னர் இருந்தது. நாகமுத்தப்பாவின் கொட்டில். மொத்தித்து வளைந்த பூவரசங் கப்புகள் தாங்கிய பதிந்த கூரை. நாலு பக்கமும் மண்ணால் அரைக் குந்து வைத்து அதன்மேல் கூரை வரைக்கும் சிக்காராய் மூரி வரிந்திருக்கும். ஒரு படலை. அதுவும் மூரிதான். பின்னால் ஒரு மண் அறை. இந்தக் கொட்டிலுக்குள் போகும் வாய்ப்பு கனகாலம் வட்டன்களுக்குக் கிட்டவேயில்லை. அதற்குள்ளிருந்த பின்னல் கட்டிலில் நாகமுத்தப்பா போர்த்தபடி குடங்கிப் படுத்திருப்பது மூரி வரிச்சுக்குள்ளால் கவனித்துப் பார்த்தால் தெரியும். நேராநேரத்திற்குச் சின்னமணி அண்ணை அவரைப் பார்த்துக்கொள்வான்.

“அம்மான்?” அப்பு அந்தப் பக்கம் போகிற போதெல்லாம் குரல் காட்டிக்கொள்வார். “ஓம், மேனை . . .” நாகமுத்தப்பா விழித்திருந்தால் பதில் குரல் வரும். வட்டன்களுக்குத் தெரிந்த நாகமுத்தப்பா அவ்வளவுதான். ஒரே ஒரு நாள் அவர் எழுந்திருந்து மொட்டாக்கு விலகியபோது முள்ளுமுள்ளான தலை மயிரும் தாடி மீசையும் வெள்ளையாய் மூடியிருந்த ஒரு கறுத்து ஒட்டிய ஓரல் முகத்தை அவர்கள் கண்டார்கள். வருத்தத் தாலும் வயதாலும் அது வாடியிருந்தது. விலகிய போர்வையால் மீண்டும் தலையை மூடியவாறே, “சுகமில்லாத ஆக்கள் இருக்கிற இடத்துக்குச் சின்னப் பிள்ளையள் வரக்கூடாது. ஓடுங்கோ, ராசா . . .”

சளியோ எச்சிலோ அடைத்த தொண்டையிலிருந்து பேச்சுக் கரகரத்து வந்தது. கட்டிலின் கீழே தலைமாட்டிலிருந்த எச்சில் படிக்கத்தை எடுத்துத் துப்பிவிட்டு இளைத்தவாறே மீண்டும் சரிந்துகொண்டார்.

அதன் பிறகு அவரை அவர்கள் காணவில்லை. நாகமுத்தப்பா 'மோசம் போன' அன்று வட்டன்களுக்குப் பள்ளிக்கூட நாளாயிருந்தது, பெரியவர்களுக்கு நல்லதாய்ப் போய்விட்டது. வேளைக்கே எல்லோரையும் பள்ளிக்கனுப்பிவிட்டுக் காரியங்களைப் பார்க்க முடிந்தது. வட்டன்கள் பள்ளியால் வருகிற நேரத்துக்கு 'எடுத்தா'யிற்று. "ஆருக்காக வைச்சுப் பார்த்துக்கொண்டிருக்க வேணும்?" அவருக்குச் சொந்தமென்று எவருமில்லை. நாகமுத்து, நல்லதம்பியின் நல்ல சினேகிதர். தகப்பனின் காலத்துக்குப் பிறகு அருணாசலமே அவரைக் கவனமாகப் பார்த்துக்கொண்டார். அன்றைக்குக் கொள்ளி வைத்ததும், பிறகு முப்பத்தொரு நாட்கள் வரைக்கும் 'துடக்குக் காத்ததும்'கூட அருணாசலந்தான்.

நாகமுத்தப்பா இறந்த பின்பும் அந்தக் கொட்டிலின் பெயர் 'நாகமுத்தப்பாவின் கொட்டி'லாகவே இருந்தது.

பிறகுங் கூட அதற்குள் போக வட்டன்களுக்கு வாய்க்க வில்லை. வலு கெதியிலேயே செல்லையா கொட்டிலின் முன் தாழ்வாரத்தில் இருக்கத் தொடங்கிவிட்டது. சின்னமணியண்ணை இரண்டு மூன்று நாள் செல்லையாவைக் கலைத்துப் பார்த்து அது முடியாமல் அப்புவிடம் சொன்னான்.

"அவன் பாவம், ஏலாதவன். இருந்திட்டுப் போகட்டும், கலையாதை..." என்றார் அப்பு. "அவன் வந்தால் பாத்து அப்பப்ப அவனுக்கு ஏதாவது சாப்பாடு, தண்ணி குடுத்துவிடு. ஆனா, சின்ன வட்டன்களை அங்க போகாமல் பாத்துக் கொள். அதோட பெரியாக்களும் ஆரும் அவனோட பகிடி சேட்டை விடாமல் கவனிச்சுக் கொள்."

செல்லையாவுக்கு 'விசர்' என்று சொன்னார்கள் சின்னமணி ஆட்களின் வயதுதானிருக்கும். கதை, சிரிப்பு, பேச்சு, ஒன்றுமில்லாமல் எங்கோ 'முழுசி'க் கொண்டிருக்கிற செல்லையாவைக் காண்கிற போதெல்லாம் சித்தனுக்குப் பாவமாக இருக்கும். செல்லையா குளிக்கிறதில்லை. ஊத்தைச் சாரமொன்றை வயிற்றின் மேல் உயர்த்திக் கட்டியிருக்கும். சட்டை போடாது. செல்லையாவுக்குக் கிட்டப் போனால் ஒரு மணம் இருக்கும். சாப்பாடு, தேத்தண்ணி கொடுத்தால் ஒன்றும் சொல்லாமல் வாங்கிக்கொள்ளும். செல்லையாவைத் தேடிச் சின்னன் வரும். அது அவன் தாயென்றார்கள். ஆனால்

பார்த்தால் பேத்தியார் மாதிரியிருக்கும். தடதடத்துப் போய் நொண்டிக் கொண்டு பொல்லூன்றி நடந்து வரும். சட்டையில்லை, குறுக்குக் கட்டியிருக்கும். பனையோலைக் குட்டான் ஒன்று தொப்பிபோல் தலையில் இறுகக் கவிழ்த்தபடி. சின்னனுக்குப் பார்வையும் குறைவு. உள்ளங்கையை விரித்து நெற்றியின் கீழ் மறைத்தபடிதான் எதையும் பார்க்கும். காற் புண்ணில் மொய்க்கிற இலையான்களையும் கொசுக்களையும் இரண்டு கைகளாலும் அலுப்பின்றி அடித்துக்கொண்டிருக்கும் மகனைப் பார்த்துக் கொண்டிருக்கிறபோது சின்னனின் கண்களில் நீர் வடியும்.

சின்னனுக்கு இந்த ஊர்தான். மேற்கே, செம்மண்பிட்டியில். யாருடையதோ பனங்காணியில் கொட்டில் போட்டுக்கொண்டு இருந்தார்கள். புருசன் ராசனுக்குச் சீவல் தொழில். அந்த நேரம் போக, ஓலை வெட்டுதல், தேங்காய் பிடுங்குதல், இளநீர் இறக்குதல் என்று ஊர் வேலைகளும் நிறைய. நல்லாய்த்தான் சீவியம் போயிற்று. பத்து வருசத்துக்கு முதல், ஒரு நாள் பின்னேரம், தன் கண் முன்னால் தகப்பன் பனையால் விழுந்ததைச் செல்லையாப் பெடி கண்டான்.

சின்னன் மகனைக் காட்டாத இடமில்லை. பழையபுலம் பொன்னம்பலப் பரிகாரியாரிடம் கொண்டுபோனாள். பொன்னம்பலம் இந்த வைத்தியத்தில் பெயர் பெற்றவர். அவரிடம் விட்டுவிட்டு வந்து ஒரு மாதம் கழித்துப் பார்க்கப் போனவள், 'போதும் வைத்தியம்,' என்று மகனைக் கூட்டிக் கொண்டே வந்துவிட்டாள். நோயாளிகளுக்குப் புளியெண்ணை வைத்துத் துலங்கில் பூட்டி அவர்களை அடியடியென்று அடிக்கும் பொன்னம்பலத்தாருடைய வைத்தியத்தை அவளால் ஏற்க முடியவில்லை. தர்மாஸ்பத்திரிக்குப் போவதற்கு, தட்டிவானில் செல்லையாவை வக்கில் கூட ஏற்ற மாட்டே னென்று விட்டார்கள். நாலும் நாலும் எட்டு மைல் தூரத்தை இரண்டு தரம் நடந்தே போய் வந்தும் அங்கு ஒன்றும் செய்ய முடியாதென்று சொன்னதைத்தான் கேட்க முடிந்தது.

மருந்துக் கொட்டிலில் வேலை செய்துகொண்டிருந்த சின்னனின் ஒன்றுவிட்ட தம்பி வல்லியர், ஒரு நாள் அவர்களைக் கூட்டிவந்தார். "இதுக்குப் பித்த சமனம் செய்ய வேணும், வல்லியர். துவாளை, புகை, நசியம், கலிகம், எண்டும் முறைகளிருக்கு. நான் அதுகள் ஒண்டும் செய்யிறதில்லை. ஆனால், அவனோடை ஒருதரும் பகிடி சேட்டை பண்ணாமல் பாத்துக்கொண்டாலே பாதி வருத்தம் சுகமாகிவிடும்," என்று சொல்லி அனுப்பினார் அப்பு. அன்றிலிருந்து செல்லையா அங்கே வருவது வழக்கமாகி விட்டது.

என்னதான் கொட்டில் தாழ்வாரத்தில் விறைத்த கட்டைபோல வெறித்தபடி சும்மா இருந்தாலும் செல்லையா பகலில் படுத்திருப்பதையோ நித்திரை தூங்குவதையோ யாரும் பார்த்ததில்லை. ஒரு நாளாவது செக்கல் வரை அவன் அங்கு நின்றதையும் எவரும் கண்டதுமில்லை. சூரியன் வைக்கோல் பட்டடை உயரத்திற்கு இறங்கும் வரை பார்த்திருப்பான்போல. சொல்லி வைத்தாற்போலக் கிளம்பித் தன்பாட்டில் விறுவிறென்று போய்விடுவான்.

ஒருநாள் காலை, வல்லியர் வர முதலே கதை வந்துவிட்டது. விபரங் கேட்கத்தான் வல்லியரைப் பார்த்திருந்தார்கள். அவர் கொஞ்சம் பிந்தித்தான் வந்தார்.

“நேற்றுப் பொழுதுபட, அவங்கட ஒழுங்கை முடக்கிலை ஆரோ காராலை கொண்டந்து அவனை இடிச்சு விழுத்திப் போட்டான்கள். உடனை ஆசுப்பத்திரிக்குக் கொண்டோடினது. இன்னும் அறிவு நினைவு வரேல்லை.”

“செல்லையான்ரை கோலத்தைப் பாத்தா ஆஸ்பத்திரியிலை உண்மையிலேயே கவனமாப் பாப்பாங்களாடா?” சித்தனின் ஐமிச்சம் ஆறண்ணைக்கும் இருந்தது. ஒன்றும் பேசாமலிருந்தான்.

மூன்றாம் நாள் மத்தியானம் செம்மண்பிட்டிப் பக்கம் குழறிக் கேட்டது.

கொஞ்ச நாட்களின் பிறகு, எந்தப் பயனுமில்லாமல் சும்மா கிடந்த ‘நாகமுத்தப்பாவின் கொட்டி’லையும் பிடுங்கியாயிற்று.

○

பெரிய இரட்டைப் படலைக்கு இரண்டு பக்கமும் இரண்டு பெரிய சீமெந்துத் தூண்கள் போட்டு, தட்டியை நெளித் தகரமாக மாற்றியதுடன் அதன் பெயரும் ‘கேற்’ ஆகிவிட்டது. அந்த கேற்றுக்கும் கார்க் கொட்டிலுக்கும் இடையில் பெரிய வெளி. விரிந்த முற்றம்போல. இந்த முற்றத்திற்குத் தெற்கே சற்றுத் தள்ளிக் குப்பைக் கிடங்கு. வடக்கில் வீட்டுத் தோட்ட வேலி. மூரி வரிச்சு.

அந்த வெளி, கார், வண்டில், குப்பையள்ள வருகிற லொறி, இவற்றைத் திருப்பவோ, ‘றிவேஸ்’ செய்யவோ உதவியதை விட, வேறு பல விதங்களிலுங் கூடப் பயனபட்டது.

பகல் ஒன்பதரைக்குத் தொடங்கினால் நாலரை வரை நெருப்பாய் எரிக்கிற வெய்யிலில் அந்த இடத்தைப் பார்த்தால் கண்ணை மின்னும். பல அளவுகளிலும் பல நிறங்களிலும்

உருட்டிய மருந்துக் குளிகைகள்; அரைக்கவோ இடிக்கவோ வேண்டிய வேர்கள், தண்டுகள், இலைகள், பட்டைகள் என்று மட்டுமல்லாமல்; நெல்லு, புழுங்கல், புளி, வடகம், வற்றல், ஊறுகாய், ஒடியல், புளுக்கொடியல், ஓலைச் சார்வு என்று அவ்வப்போது என்னவெல்லாம் மருந்துக் கொட்டிலிலோ, வீட்டிலோ, காய வைக்க வேணுமோ, அவையெல்லாம் அங்கே வரும்.

சேதரம்மான் ஆட்கள் ஒருமுறை தோட்டத்தில் மிளகாய் வைத்தபோது, ஆய்ந்த பழங்களைச் சாக்குகளில் கொண்டுவந்து கொட்டிப் பரவிக் காயவிட்டார்கள். அந்த ஒரு கிழமையும் முற்றத்தைச் சுற்றி எறித்த வெய்யிலே சிவப்பாய்க் கிடந்தது. கேற் பக்கம் போனாலே காரம் மூக்கில் ஏறிற்று. கொஞ்சம் நின்றால் தும்மத் தொடங்கிற்று.

என்னதான் என்றாலும், காகங்களுக்குத்தான் காவல் பார்க்க வேண்டியிருந்தது. முற்றத்தின் குறுக்கும் மறுக்கும் துணிபோடும் கொடிபோலக் கட்டியிருந்த கயிற்றில், இடைக்கிடை பழைய குடைத்துணியோ அல்லது பொறுக்கிச் சேர்த்த கறுத்த இறகுகளோ கட்டித் தொங்கவிட்டுங்கூடப் போதாதென்று, ஒழிந்த வேளையெல்லாம் சின்னமணி அண்ணை கார்க் கொட்டிலில் வந்து இருந்தான். காரின் பின் 'கரிய'ரில் இருந்தபடி 'சூய், சூய்' என்று காவலிருப்பான். பக்கத்தில் ஒரு நீளத்தடியும் செற்றப்போலும் குறுணிக் கற்களின் குவியலொன்றும் இருக்கும்.

காகங்களைக் காணாத வேளைகளில் சின்னமணிக்கு இன்னுமொரு முக்கியமான வேலை இருந்தது. தான் கூடவே எடுத்துக் கொண்டுவந்திருக்கிற முதல் நாள், அல்லது அதற்கு முதல் நாள் பேப்பர்களை விரித்து மடித்து, தன் மடிக்குள் பத்திரமாக வைத்திருக்கிற 'காலி ஜிம்கானா சுவீப்', அல்லது 'ஆஸ்பத்திரி சுவீப்' ரிக்கெற்றுகளின் நம்பர்கள் அந்த பேப்பர்களில் இருக்கிறதா என்று திருப்பித்திருப்பிக் கவனமாகப் பார்த்துக்கொண்டிருப்பான். இந்த சுவீப் பைத்தியம் அவனுக்கு எப்போது பிடித்ததென்று தெரியாது. ரிக்கெற் வாங்கப் பட்டணத்திற்கோ சுண்ணாகத்திற்கோதான் போகவேணும். சின்னமணி அங்கெல்லாம் போகாவிட்டாலும், ஒவ்வொரு நாளும் சுண்ணாகம் தாண்டிப் புத்தூருக்குப் போய் வருகிற பெரிய கிட்ணரிடம் காசு கொடுத்து வாங்கிக்கொள்வான்.

"இந்தக் காசெல்லாத்தையும் நீ ஒரு சல்லி முட்டியிலை போட்டுவைச்சிருந்தாலும் உனக்கிப்ப 'றேஸ் விழுந்த' அளவு காசு சேர்ந்திருக்கும்!" என்று பகிடி விட்டபடியே

வாங்கிவந்த ரிக்கெற்களை அடுத்த நாள் காலையில் அவனிடம் கொடுப்பார் பெரிய கிட்ணர். அவர் அவனுக்கு மாமன் முறை.

காயப்போட்ட சாமான்களை எடுத்துவிட்டால் அந்த இடம் ஒரு பெரிய விளையாட்டிடம் போல் ஆகிவிடும். தாச்சி, கிட்டி, கெந்திப் பிடிக்கிறது, கலைத்துப் பிடிக்கிறது, ஃபுற்போல், கிறிக்கெற், எதுவும் விளையாடலாம். ஆனால் வீட்டில் விடமாட்டார்கள். "சுடு புழுதி. இப்ப விளையாடினால் காய்ச்சல் வரும்." இந்தத் தடை பொழுதுபட எடுபடும், என்றாலும் முகங் கழுவிக் கும்பிட்டுப் படிக்கிற நேரம் கெதியில் வந்துவிடும். எப்படியோ மந்தாரம் போடுகிற நாட்களில் வட்டன்கள் தங்கள் ஆசை தீர விளையாடலாம்.

என்னதான் வெய்யிலென்றாலும் ஐந்தரை ஆறு மணிக்குச் சின்னமணி தண்ணீர் தெளித்துக் கூட்டிவிட்டால் அந்த இடமே மாறிவிடும். செக்கலுக்கு முதல், உலகர் வடலியில் வெட்டுகிற ஓலைகளைக் கட்டிக் கொண்டுவந்து போடுவார் பொன்னரப்பா. ஒரு நாளைக்கு இருபது ஓலைக்குக் குறையாது. பெரிய வீட்டின் உயரமான பின் சுவரைத் தள்ளிப்போட்டிருக்கிற கொட்டிலில் நிற்கிற பால்மாடுகள், கன்றுகளுக்கு வெறும் வைக்கோல் மட்டும் போதுமா?

ஓலையைவிட, பெட்டிகள், பாய்கள் இழைக்கவோ, பொத்தவோ, ஓலைச் சார்வு வேணுமென்றால் முதலிலேயே பொன்னரப்பாவிடம் சொல்லிவிட வேண்டும். வருகிற ஓலைகளுக்குக் கடைச் சிறகு வெட்டி, சட்டமாக்கி, பிறகு தும்பாக்கி, எட்டரைக்குள் மாடுகளுக்குப் போட்டால்தான் பிறகு அவரவர் மற்ற வேலைகளைப் பார்க்கலாம். பொன்னரப்பாவும் சின்னமணியுந்தான் என்றில்லை, ஓலை கிழிக்கிற வேலைக்கென்றே வருகிற செல்லரப்பாவுமிருந்தார். இவர்களைவிட, விரும்பியவர்கள், நேரம் கிடைத்தவர்கள், எவரும் வரலாம்.

நிலாக்காலமென்றால், வட்டன்கள், ஆச்சி, பெத்தாச்சி, நந்தனின் அம்மம்மா, சேதரம்மான் பெண்சாதி, ஆறண்ணையின் ஆச்சி, என்றெல்லோரும் வந்துவிடுவார்கள். யார் வந்தாலும், ஓலை கிழிக்கிற வேலை அந்த மூன்று பேருக்குந்தான். ஒன்று, அது கொஞ்சம் கஷ்டமான வேலை. அதோடு, இவர்கள் வடிவாகக் கிழிக்கத் தெரியாமல் ஈர்க்குடன் ஓலையை விட்டுவிடுவார்கள். இவர்கள் கடைச் சிறகுகளை எடுத்து வாரலாம். அல்லது சட்டமாக்கிய ஓலையைத் தும்பாக்கலாம். அதிலும், சின்ன அரிவாள் பலகை போலிருக்கிற குத்தூசியை எடுக்காமல் வட்டன்கள் தும்பாக்கலாம். அது ஆபத்தானது, சரியான கூர்.

சித்தன் முழு ஓலைகளைத் தொடுவதில்லை, அவற்றுக்குக் கிட்டப் போவதுமில்லை. பயம். அவற்றுக்குள் 'புலுமச் சிலந்தி' கிடக்கும். ஒரு வளர்ந்த ஆளின் விரித்த உள்ளங்கை அளவும், புலிமுகம் போல் உருவும் கொண்ட மண்ணிறமும் கறுப்புமான அந்தப் பயங்கரப் பிராணியை நினைத்தாலே அவனுக்கு உடம்பெல்லாம் ஏதோ செய்யும். ஓலைக்குள் கிடந்து அது பொன்னரப்பாவுக்குக் கடித்தபோது அவன் அங்குதான் நின்றான். அவர் கையை உதறிய உதறில் சிலந்தி போய்த் தொலைவில் விழுந்தது. சின்னமணி ஓடிப்போய் விளக்கு மாற்றைக் கொண்டுவந்து அதை அடித்துச் சாக்காட்டினான். பொன்னரப்பா வலி தாங்கமுடியாமல் ஓடிஓடிக் கையை உதறினார். சின்னமணியிடம் ஏதோ சொன்னார். சின்னமணி ஓடிப்போய் வெறும் நெய்ப்பேணி ஒன்றுடன் வந்து சித்தனைக் கூப்பிட்டான், "இஞ்ச வா, ராசா," சற்றுத் தள்ளிக் கூட்டிக்கொண்டுபோய் அந்தப் பேணியைக் கொடுத்தான், சின்னமணி. "நல்ல பிள்ளை, இதுக்குள்ளை ஒருக்கா ஒண்டுக்கிருந்து தா, ராசா ..." சித்தனுக்கு ஒண்டும் விளங்கவில்லை. அந்தரமாயும் வெட்கமாயும் இருந்தது. சோபமும் வந்தது. வீட்டுப் பக்கம் ஓடினான். "ஒருக்காப் பெஞ்சு தா, ராசா." விடாமல் கலைத்துக் கொண்டுவந்த சின்னமணியைப் பெத்தாச்சி கண்டுவிட்டா. சின்னமணி சொன்னதைக் கேட்டதும், "வெக்கப்படாம உடன குடு, அப்பு . . ." என்றா, பெத்தாச்சி. "சின்னப் பிள்ளைகளின் சலந்தான் புலுமச் சிலந்தி கடிக்கு மருந்து."

கடித்த இடம் பிறகும் ஒருவருசம் பொன்னரப்பாவுக்கு அவ்வப்போது வலித்துக்கொண்டிருந்தது. "உப்பிடித்தான், அது அமாவாசை, பறுவத்திற்கு மேலெல்லாம் குறண்டும்" என்று எல்லோரும் சொன்னார்கள்.

○

அன்றைக்குப் பொழுது இருட்ட முதலே நிலா வந்துவிட்டது. கொஞ்ச நேரத்திலேயே எங்கும் பால் வெளிச்சம். கார்க் கொட்டில் கூரை, வேம்பு, மா, எல்லாம் நிலா வழிந்தது. நல்ல காற்றும். நடுவில் கொளுத்திவைத்திருந்த அரிக்கன் லாம்பு, மிளாசுவது போலப் பெரிதாக ஆடிஆடி எரிந்து, நிலவைக் குழப்பிக்கொண்டிருந்தது. அதை யாராவது தூக்கிக்கொண்டு போய்விட்டால் நல்லது என்றிருந்தது, சித்தனுக்கு. ஆனால் ஒருவரும் எடுத்துப்போவதாக இல்லை. தானே போய் அதை நன்றாகத் தணித்துவைத்தான். பொன்னரப்பா சட்டமாக்கிய ஓலை அவருக்குப் பக்கத்தில் பெரிதாகக் குவிந்துகிடந்தது. 'அதில் படுத்தால் சில்லெண்டு சோக்காயிருக்கும்'. போய்

மல்லாந்து படுத்தான். நிலா அவனுக்கு நேரே மேலே நின்று, அவனைப் பார்த்தது. தூரத்தூர வெள்ளிகள். முகில் ஒன்று வலு வீச்சாக ஓடிற்று. "ராசா, ஓலையை அளைஞ்சா, பிறகு மாடுகள் தின்னாது," என்றார், பொன்னரப்பா.

"ஓமப்பு, எழும்பு," பெத்தாச்சி உறுக்குவது போல் சொன்னா. "உப்பிடியே கிடந்து நித்திரையாகியும் போவாய்." தங்கவேலு மாட்டுத் தொட்டில் வைக்கோலுக்குள் நித்திரையானது சித்தனுக்கு நினைவு வந்தது.

காலில் நார் மிதியடி ஒலிக்க அம்மம்மான் வந்தார். சித்தனுக்கு ஞாபகம் வந்தது. எழும்பி உட்கார்ந்தான், "பெத்தாச்சியை இப்ப கேட்கலாம்."

அம்மம்மான் அந்த அரிக்கன் லாம்பைத் தூக்கிக்கொண்டு திரும்பிப்போனார்.

பக்கத்தில் போய் உட்கார்ந்து, "பெத்தாச்சி," என்றான். மெல்ல. "என்னப்பு, நித்திரை வருகுதோ?"

"தில்லைநாதன் எண்டால் ஆர்? உங்கட தம்பியோ?"

"உனக்கு ஆரய்யா சொன்னது?" ஆச்சி கேட்டா. குரலில் வியப்புத்தான் ஒலித்தது. சிரிப்புமில்லை, கோபமுமில்லை.

"நேரம் போகுது, ராசா. நீ போய்ச் சாப்பிடு" என்று அவன் முதுகைத் தடவி விட்டா. "பழங்கதை எல்லாம் பிறகு கதைப்பம்."

அம்மாவையோ ஆச்சியையோ போலில்லை, பெத்தாச்சி. ஒருக்கால் சொன்னால் அவ்வளவுதான்.

○○○

1.9

வழமையிலும் ஒரு மணித்தியாலம் முந்தி, நாலரை மணிக்கே வெளிக்கிட்டார் அப்பு. வட்டன்களைப் பட்டணம் கூட்டிக் கொண்டு போகிற மாதத்தின் கடைசி வெள்ளிகளில் அப்படித்தான். ஏதாவது அவசரம் என்றாலொழிய, அன்றைக்கு வருத்தக்காரரைப் பார்க்கவும் போவதில்லை.

சித்தன், நந்தன், வட்டண்ணை, மூன்று பேரையும் பின் ஸீற்றில் சபாபதி மாமாவோடு இருத்தி, "கதவிலை சாராமல் தள்ளியிருக்க வேணும்," என்று எப்போதும் போல் நினைவூட்டியபடி, கதவைப் பூட்டினார். சேதரம்மான், அப்புவுக்குப் பக்கத்தில் முன்சீற்றில் ஏறிக்கொண்டார். வழமையாகப் பின் ஸீற்றில் தனியாக, அல்லது சபாபதி மாமாவோடு இருக்கும்போது அவர் 'விட்டாத்தி'யாயிருக்கலாம். சபாபதி மாமா நல்ல மெல்லிய ஆள். சேதரம்மான் அதற்கு மாறு. இப்போது அவர் அங்குமிங்கும் அரக்கி இருந்ததைப் பார்க்கும்போது முன்ஸீற் அவருக்குக் கொஞ்சம் மட்டு என்று தெரிந்தது.

சேதரம்மானுடைய முழுப்பெயர் சேதுகாவலர். இரட்டைக்குளம் சொந்த ஊர். ஆறண்ணையின் தாயின் சிறிய தாயைக் கல்யாணங் கட்டியவர்.

"அல்லிப்புலத்தோட வந்து இந்தப் பொங்கல் முப்பது வருசம்," என்று போன வருசம் கணக்குச் சொன்னார். அல்லிப்புலத்துக்கும் இரட்டைக் குளத்துக்குமிடையில் சம்மந்தத் தொடர்புகள் கனக்க. அதில் இது இன்னொன்று. ஆறண்ணையின் வீடு தாண்டினால் அவர் வீடு.

சேதரம்மானுக்கும் பிள்ளைகளில்லை. இரட்டைக் குளத்தில் ஐந்தாறு பரப்புத் தோட்டக்காணி இருந்தது. அதில் மரவள்ளி, குரக்கன், வெங்காயம் என்று அவ்வப்போது பயிர் வைப்பார். நன்றாகச் சுருட்டுக் குடிப்பார். ஆனால் தன் தோட்டத்தில் புகையிலை வைப்பதில்லை. கூலிக்கு ஆட்களைப் பிடிப்பதுமில்லை. தானே எல்லாம். சிலவேளைகளில், அவர் பெண்சாதி செல்லத்தங்கம் மாமி, உழவாரமும் கடகமுமாய்க் கூடமாட உதவிக்குப் போய் வருவா. இரண்டு பேருக்கும் தோட்டத்து வருவாய் போதுமாயிருந்தது. இனி, வீட்டில் ஆடுமாடு என்றும் வளர்த்தார்கள். பொழுது காலிக்கும்போது தொடங்குகிற அன்றன்றைய வேலைகளை முடித்து, மத்தியானம் இரண்டு, இரண்டரைக்குக் குளித்துத் தோய்ந்து சாப்பிட்டுவிட்டு, நெற்றி முழுக்கத் திருநீறும், நடுவில் பெரிய சந்தனப் பொட்டுமாய், வாயில் ஒரு சுருட்டோடு வெளிக்கிட நாலு மணி. பரியாரியார் வீட்டுக்கு வந்தால், பேப்பர் பார்த்துப் புதினம் பறைந்து, பிறகு பரியாரியாருடன் வெளியே போய்வர ஒன்பது பத்து மணி. ஒரு நாள்பொழுது சரியாகிவிடும்.

சபாபதி மாமா நல்ல உயரம், கறுவல். அவருடைய ஒவ்வொரு கையிலும் இருக்கிற ஆறு, ஆறு, விரல்களைப் பார்க்கப் பார்க்க வியப்பாய் இருக்கும் வட்டன்களுக்கு. அப்புவோடு பழையபுலம் பள்ளியில் சேர்ந்து படித்தவராம். "சரியான சுடுதண்ணி. கலியாணம் முடிச்சு இரண்டு வருசத்துக்கிடையிலேயே வந்த மனுசி கோபிச்சுக் கொண்டு போனதுதான்," என்று சிலபேர் பேசிக்கொள்வார்கள். "உந்த மூலக் கொதியனோட அவள் பாவி என்னெண்டு காலம் தள்ளுறது?" அதன் பிறகு சபாபதி மாமா தனியாகவே சீவித்தார்.

ஆனால், சபாபதி மாமா வலு நல்ல மனுசன். அப்படியில்லா விட்டால் அப்புவின் சிநேகிதராய்த் தன்னும் எப்பிடி இருக்கேலும்? சொந்தக் கல்வீடு வளவு இருந்தது. செடிகளின் ஒட்டு வேலையில் கெட்டிக்காரன். அதனாலேயே போதுமான வரும்படியும் வந்தது. மா, தோடை, எலுமிச்சை, எத்தனையோ விதமான செம்பருத்திகள் என்று தகரப்பேணிகளில் புதுவாழ்வு பெற்று நிமிர்ந்து நிற்கும் செடிகளால் அவருடைய வளவு நிறைந்திருக்கும். உடுப்பு விஷயத்தில் சேதரம்மான், சபாபதி மாமா, இருவரும் இடுப்பில் ஒரு நாலுமுழ வேட்டி, மேலே போர்த்தபடி ஒரு வெள்ளைத் துண்டு என்று அப்புவையே பின்பற்றினார்கள்.

○

குறிஞ்சிலி சந்தியில் பட்டணப் பக்கமாய்த் திரும்பியது கார். பெருந் தெருவின் இடது புறம் நந்தாவில் வெளி விரிந்து

கிடந்தது. அடித்த காற்றில் அப்புவின் தாடியும் தலைமுடியும் பறந்தன. தெருவில் போக்குவரத்து அதிகமாயிருந்தது. மாட்டு வண்டியொன்றை விலக்கி முன்னால் போனபோது, “அங்கை பாருங்கோ, அங்கை பாருங்கோ.” வட்டண்ணை பரபரத்துக் கத்தினான்.

“அந்தா, அந்தச் சைக்கிள் ஓடுற பொம்பிளை இண்டைக்கும் ஓடிப் போறா!”

தாண்டிப் போனார்கள். கொஞ்சம் கறுப்பு, கொஞ்சம் மொத்தம், சேலை கட்டியிருந்தா. பார் வளைந்த சைக்கிள்.

“இவடத்திலைதான் எங்கேயோ இருக்கிறவ போலை,” என்றார் சேதரம்மான்.

“அப்ப, இனிக் கெதியிலை எல்லாப் பொம்பிளையளும் ஓடத் தொடங்குவினம்?” சபாபதி மாமா சிரித்தார்.

“ஓடத்தானே வேணும்?” அப்பு சிரிக்காமலே சொன்னார்.

“கொண்ணை படிக்கிற கொக்குவில் இந்துப் பள்ளிக்கூடம் வருகுது,” சேதரம்மான் வட்டண்ணை பக்கம் திரும்பினார். “பந்தடிக்க எண்டு, உங்கினை வந்திருப்பான், பார்.” என்று சிரித்தார்.

“ஹண்டியர், பிறின்ஸிப்பலா இருக்கிறபடியால் பயமில்லை. பெடியள் ஒழுங்கா இருக்கும்.”

“ஹண்டி பேரின்பநாயகத்தார் தொடங்கின இளைஞர் கொங்கிறஸ் அந்தக் காலத்திலை ஒரு பெரிய விஷயம்,” சபாபதி மாமா சொன்னார்.

“அந்த இளைஞர் கொங்கிறசுக்கு மகாத்மா காந்தி யாழ்ப்பாணம் வந்த வருசம்தான் நான் சித்தாயுர்வேதக் கல்லூரியிலை படிக்கச் சேர்ந்த நான்,” அப்புவுக்குப் பழைய ஞாபகங்கள் வந்தமாதிரி இருந்தது.

“அது இருபத்தாறோ, பரியாரியார்?”

“இல்லை, இருபத்தேழு.”

பூநாறி மரத்தடி, நாச்சிமார் கோவிலடி, தட்டாதெருச் சந்தி ...

யாழ் இந்துக் கல்லூரி வந்தது.

சிவதொண்டன் நிலையம், கில்னர் பள்ளிக்கூடம், பன்றிக்கோட்டுப் பிள்ளையார் கோவில், பட மடுவம் . . . சந்தியோடு தெருக்கரையில் இரண்டு மூன்று பெண்கள் புல்லுக் கட்டுகளைப் பரப்பி விற்றுக்கொண்டிருந்தார்கள்.

சீதா சோடாக் கொம்பனியருகில் ஒரு குதிரை வண்டில்.

பட்டணத்துச் சிவன் கோவில் கோபுரம் தெரிந்தது.

"சோழியர் உள்ளைதான் நிப்பர் ..." சபாபதி மாமா மெல்லச் சிரித்தார். "அப்போதையே வீட்டிலையிருந்து வெளிக்கிட்டிட்டார்."

நாகைப்பட்டணத்திலையிருந்து வந்த மாணிக்கரின் 'சோழியர்' பட்டம், மகன்வழிப் பேரனை விட்டுவிட்டு, மகள் வழிப்பேரனிடம் வந்துசேர்ந்திருந்தது. கெண்டைக்கால் வரை உயர்த்திக் கட்டிய வேட்டியும் முழுதாய் மழித்த தலையுமாய், கமக்கட்டில் சுருக்கிவைத்த குடையோடு அம்மம்மானின் அந்த உயரமான உருவம் எங்காவது தெரிகிறதா என்று பார்த்தான் சித்தன்.

"பதினாலு வருசத்துக்கு முந்தி பெண்சாதி செத்தபோது கிரியை செய்வதற்காக வழிச்ச தலையை அவர் பிறகு வளர்க்கவில்லை, வேறு கலியாணம் முடிக்கவுமில்லை," என்று அம்மா சித்தனுக்குச் சொல்லியிருக்கிறா. அப்போது இரண்டு வயதுக் குழந்தையாயிருந்த கண்ணகையை சின்னத்தங்கை நல்லம்மா, மச்சான் அருணாசலம், இருவரிடமும் ஒப்படைத்து விட்டு மறவன்புலவிலும் பூநகரியிலுமிருந்த குடும்பத்தின் வயல்களைப் பார்க்கப் புறப்பட்டுவிட்டார் செல்லத்துரை. அதன் பிறகு வயல் வாடிகளிலேயே அவர் காலம் கழிந்தது.

"நீதான் போய்ப் பாக்க வேணுமா? வாரக்காரர் நேர்மையான ஆக்கள். அவங்கள் வருசத்திலை தாற நெல்லை வாங்கிக் கொண்டு, பேசாம வீட்டோட இரன், மச்சான்." என்று அருணாசலம் எத்தனையோ தரம் சொன்னதைக்கூட ஏதோ சொல்லிச் சமாளித்துவிட்டார். எப்படியோ, அவர் வயல்களோடு மினக்கெட்டதில் வருசத்துக்கு ஐம்பது பறை நெல்லுக் கூடுதலாக வரத்தான் செய்தது. மாதத்திற்கு ஒரு முறை வீடு வந்து இரண்டு மூன்று நாட்கள் தங்கிப் போவார்.

"அந்தாள் வயலிலையிருந்து வீட்டை வந்தா, நிக்கிற நாளெல்லாம் பின்னேரம் இந்த நாலுமைல் தூரமும் பொடி நடையிலை வந்து திரும்பி விடுகுதே," சேதரம்மான் வியந்தார்.

"பின்னேரம் மூண்டு மூண்டரைக்கு வெளிக்கிட்டா, இருட்ட முந்தி வீட்டை வந்திடுவர்."

சிவன் கோவிலுக்குப் போய்விட்டுத் திரும்பும்போது பக்கத்தில் 'தாமோதர விலா'ஸில் ஓமப்பொடி, ரவாதோசை, சீனிமுறுக்கு என்று ஏதோ நாலைந்து சரை வாங்காமல் அம்மம்மான் வரமாட்டார். வீடு வந்ததும் குஞ்சக்காவையும்

சித்தனையும் இன்னும் நிற்கிற வட்டன்களையும் கூப்பிட்டு, “இந்தா, உனக்கு அவிட்டா முட்டை ... இந்தா, உனக்கு லவுடா முட்டை,” என்று ஆளுக்கு ஒரு சரையைக் கொடுப்பார்.

○

மிட்டாஸ் கடைச் சந்தி தாண்டியதும், “சரி, பெரியகடை வந்திட்டுது, பேரமக்கள் எங்கெயெங்கை போகவேணும், பரியாரியார்?” சபாபதி மாமா முன்னால் குனிந்து மெல்லிய சிரிப்புடன் அப்புவைக் கேட்டார்.

“றெக்கோட், புத்தகம், இரண்டுந்தான்,” என்றான் சித்தன்.

“புத்தகம்.”

“அப்பு, வாட்டர்ப் பிக்சர்.”

“ஓ ... எல்லாம் வடிவா வாங்கலாம், நேரமிருக்கு.”

சந்தி தாண்டியதும் கடைகள் அதிகமாக இருந்தன. துணிக்கடைகள், மருந்துச் சாமான் கடைகள், விளையாட்டுச் சாமான் கடைகள், எல்லாம் சேர்ந்து தெருவில் என்னவென்றில் லாத அந்த நல்ல வாசம் எப்போதும் போல் வீசியது. இன்னும் பகல் வெளிச்சம் மங்கவில்லை என்றாலும், சிலபேர் இப்போதே வெளிப்படிகளில் வைத்துப் பெட்ரோமக்ஸ் கொளுத்தத் தொடங்கியிருந்தார்கள். ஓரிரு கடைகளினுள்ளே மின்விளக்குகள் பளிச்சிட்டன.

கொட்டடி றோட்டில் இடது பக்கம் திரும்பியபோது மூலையிலிருந்த கெங்கா சத்திரத்தின் கிணற்றில் யாரோ ஒருவர் குளித்துக்கொண்டிருந்தார். கல்தொட்டியில் ஊற்றிய நீரை இரண்டு மாடுகள் உறிஞ்சிக் கொண்டிருந்தன. தேங்காயெண்ணெ யின் நறுமணம் இப்போது நன்றாகவே வீசியது.

“பொன்னம்மா மில்லிலையிருந்து வருகுது.”

சத்திரத்துக்கு அடுத்தாற்போல் சந்தை. மரக்கூடலில் பறவைகளின் ஆரவாரத்திற்கிடையில் கூட, ஆஸ்பத்திரிக்கும் பெரிய கடைப் பகுதிக்கும் மின் சாரம் வழங்கும் மின்பிறப்பாக்கி யின் மெல்லிய “சக், சக் ... சக், சக் ...” சத்தம் இப்போது தெளிவாகக் கேட்டது.

நேராகப் போனால், தர்மாஸ்பத்திரிக்கு முன்னால், காராளசிங்கம் மாமாவுடைய ‘மலாயன் டிஸ்பென்சரி.’ பாட்டா கனகசபையின் தங்கை மகள் சரசுவதியைக் கட்டியவர், காராளசிங்கர். நல்லூரில்தான் இருக்கிறார்கள். அம்மாவுக்குத் தன் தகப்பன்வழியில் இப்போதுள்ள முக்கியமான சொந்தம்,

சரசுவதி மாமிதான். சரசுவதி மாமிக்கு ஒரு தங்கை, லீலாவதி. தான் உழைத்துக் கட்டிய கல்வீட்டை மகளுக்குக்கூடக் கொடாமல் அந்த மருமகள் லீலாவதிக்குத்தான் பாட்டா கனகசபை கொடுத்தாரென்று அம்மா சொல்லுவா. அதில் அம்மாவுக்குக் கவலையோ கோபமோ இல்லை. ஆனால், "லீலாவதி பிள்ளைகளுமில்லாமல் இளம் வயதிலேயே கைம்பெண்டாட்டியாகி, வீடு வாசல்களையுங் கவனியாமல் கோவில், குளம் என்று திரிகிறாளே," என்று அடிக்கடி கவலைப்படுவா.

"அதுக்கு ஒண்டும் செய்ய ஏலாது பிள்ளை, அது இளைய மாமன்ர குணம்," என்று பேசுவா, பெத்தாச்சி. பாட்டாவின் தம்பி ராசசுந்தரம், கலியாணங்காட்சி, வீடுவாசல், என்று எதுவுமில்லாமல், நல்லூரிலேயே ஒரு மடத்தில் இருக்கிறார், ஏறத்தாழ ஒரு சாமியார்போல. "நல்லாப் படிச்சவன், பாவி. கொழும்பில, 'பிளாக்கன்' கொம்பனியில தமையன் எடுத்துக் குடுத்த நல்ல வேலையையும் தூக்கி எறிஞ்சுபோட்டு வந்துது, மொக்கு. அதுவும் சும்மா வந்தாப் பரவாயில்லை, வெள்ளைக்காறனோட சண்டை பிடிச்சு, 'உன்ர வேலையை நீயே வைச்சிரு,' எண்டு மூஞ்சையிலை அடிச்ச மாதிரிச் சொல்லிப்போட்டு ரயிலேறி விட்டுது. பிறகு அந்த வெள்ளைக்காறனைச் சமாளிக்கக் கொப்பர் பட்டபாடு எனக்கெல்லோ தெரியும்!" பெத்தாச்சிக்கு இன்னமும் அந்தக் கோபம் ஆறியதாய்த் தெரியவில்லை. அதை அறிந்தோ என்னவோ, அண்ணனுக்குக் கொள்ளி வைத்துவிட்டுப்போன ராசசுந்தரம், பிறகு, லோகேஸ்வரியைப் பார்ப்பதற்கு வருசத்துக்கு ஒரு தடவை வந்தாலே பெரிதாயிருந்தது.

❍

எதிரே, சந்தியில், வட்ட மேடையின் மேலே சீமேந்துக் குடையின் கீழ் நின்ற பொலீஸ்காரர் கை காட்டியதும் அப்பு காரை இடது பக்கம் திருப்பினார். சித்தனுக்கு நெஞ்சு பரபரத்தது. இந்தக் கஸ்தூரியார் தெருவில்தான் கிருஷ்ணசாமி அண்ணரின் புத்தகக்கடை, பிறகு கொஞ்சம் தள்ளிப்போனால் ஏ.கே. மாமாவின் கிராமஃபோன் கடை.

இடது பக்கத்தில் வரிசையாகப் பழக்கடைகள். பெட்றோமக்ஸ் வெளிச்சத்திலும் மின்சார ஒளியிலும் பளபளத்தன. மஞ்சள் தோடை, அப்பிள் பழங்கள், அழகழகாக அடுக்கியபடி. பச்சையும் சிவப்புமாகத் தொங்கும் முந்திரிகைக் குலைகள்; "ஒஸ்றேலியாவிலிருந்து வந்த பழங்களாக்கம்," என்றார் சபாபதி மாமா. ஒரு கடையின் முன்னால் 'யானைப்

பயில்வான் சிட்டுக்குருவி லேகியம்' என்று பெரிதாய் எழுதியிருக்கிறது. எதிர்ப்பக்கம், றோட்டுக்குக் கிழக்கே, பஸ் நிலையம்.

மெதுவாகப் போய், அடுத்த சந்திக்குக் கிட்டவாக நின்றது கார். "கவனமா இறங்குங்கோ," தான் இறங்கியபடி சொன்னார் அப்பு.

சற்றுத் தொலைவில் வந்த உயரமான மனிதரைக் கண்டதும். "அந்தா மம்மதப்பா வாறார்." என்றான், சித்தன். வந்தவர், சிரித்தபடி அப்புவின் கைகளைப் பிடித்துக்கொண்டார். கொஞ்சம் நரைத்த, நீளமான தாடி. பின்னால் குஞ்சம் வைத்த உயரமான சிவத்தத் தொப்பி. நீலப் பளபகாட் சாரம். 'நஷனல்' போல ஒரு வெள்ளைச் சட்டை. ஒரு கையில் சுருக்கிய பெரிய குடை, மற்றக் கையில் ஒரு துணிப்பை. மம்மதப்பா, அப்புவோடு இந்துக் கல்லூரியில் படித்தவராம். அந்தச் சிநேகிதம் அப்படியே இருக்கிறது. அப்புவை இன்னும் 'அருணா' என்றே கூப்பிடுகிறார். மருந்துக்குப் பெண்சாதி பிளைகளோடு வந்தால்கூட அந்த ஆச்சி உள்ளே வந்து, ஆச்சி, அம்மாவோடு, பேசிக்கொண்டிருப்பா. மம்மதப்பாவின் 'நயினார் முகம்மது டெக்ஸ்டைல்ஸ்' என்ற பெரிய கடைக்கு சித்தன் போயிருக்கிறான்.

அவரும் அப்புவும் தெருவிலிருந்து விலகிக் கரையோடு நின்று ஏதோ பேசிய பின், "அப்ப நான் வாறன்," அப்புவிடம் கூறிய மம்மதப்பா, சித்தனின் முதுகைத் தட்டிவிட்டு நடந்தார்.

○

சந்தியிலிருந்து இரண்டாவதாக இருந்தது கிருஷ்ணசாமி அண்ணரின் கடை. முகப்பெல்லாம் தோரணங்கள்போல *வீரகேசரி, விகடன், கல்கி, கலைமகள், அமுதசுரபி, சுதேசமித்திரன், கண்ணன், கல்கண்டு, அம்புலிமாமா, பேசும்படம்*. . . இவை எல்லாமே பரமகுரு மாமா வீட்டுக்கே கொண்டுவந்து தந்து விடுவார். இவர்கள் அக்கறையெல்லாம் புதிதாய் வந்திருக்கும் கதைப் புத்தகங்களில்தான்.

எங்கே, ஆளைக் காணவில்லை என்று யோசிக்கும்போதே, "வாங்கோ ஐயா, தம்பியவையைக் கன நாளாக் காணேல்லை," என்றபடி புத்தக அடுக்குகளின் பின்னாலிருந்து மலர்ந்த முகத்துடன் எழுந்துவந்தார் கிருஷ்ணசாமி. மேவி இழுத்த தலை, பெரிய நெற்றியில் சந்தனப் பொட்டு. புன்னகை மாறாத முகம். வேட்டியும் ஷேட்டும். முப்பது, முப்பத்தைந்து வயதிருக்கும்.

"தமிழ்வாணன்ர புத்தகங்கள் புதுசா ஏதும் வந்திருக்கா?" நந்தன், சுவர்க்கரை றாக்கைகளைக் கவனமாகப் பார்த்தவாறே

மெல்லக் கேட்டான். கிருஷ்ணசாமி அண்ணை ஒரு அடுக்கில் தேடி இரண்டு புத்தகங்களை எடுத்துவைத்தார். 'மறைந்த விமானம்,' 'சங்கர்லால் துப்பறிகிறார்.'

"இதுகள் போனமுறை எடுத்தாச்சு; 'ரகசியம்' இரண்டாம் பாகம்?"

"அது இன்னும் வரேல்லை. 'கண்ணன்' வெளியீடுகள் வந்திருக்கு."

'என் பெயர் என்ன?' 'சமர்த்து மைனா,' 'மந்திரத்தீவு,' மூன்றும் வாங்கினார்கள்.

O

காரை நிறுத்திய இடத்திலேயே விட்டுவிட்டு நடந்தார்கள். இரண்டு பக்கங்களிலும் இரண்டு சின்ன விளக்குகளோடு எதிரே ஒரு றிக்ஷோ வந்து திரும்பியது. றெக்கோட் கடை பக்கத்தில்தான். சேதரம்மானும் சபாபதி மாமாவும், "நாங்கள் காருக்குள்ளே கதைச்சுக் கொண்டிருக்கிறம், நீங்கள் போட்டு வாங்கோ," என்று சொல்லிவிட்டார்கள்.

நூறடி போனதும் பாட்டுச் சத்தம் மெல்லக் கேட்டது. என்ன பாட்டென்று விளங்கவில்லை. முன்னால், வலது பக்கம், 'ஏ.கே.முகம்மது அன்ட் சன்ஸ்' என்று வாசலில் பெரிதாய்த் தமிழிலும் கீழே ஆங்கிலத்திலுமாகப் பெயர் மின்னிய கடையின் முன்னால் ஏ.கே. மாமாவே யாருடனோ பேசிக்கொண்டு நிற்பது தெரிந்தது. ஆள் கொஞ்சம் கட்டை, மொத்தம். எப்போதும் சிரித்த செந்தளிர்ப்பான முகம். லோங்க்ஸும் புஷ்கோட்டும் போட்டிருந்தார். இவர்கள் வருவதைக் கண்டதும் பேசிக்கொண்டு நின்றவரை அனுப்பி விட்டுத் திரும்பினார்.

"வாங்கோ அய்யா," உள்ளே ஏறினார்கள். முன்னால் போன ஏ.கே. மாமா திரும்பி, "தம்பிக்குப் புது றெக்கோட் எல்லாம் வந்திருக்கு," என்றார், சித்தன் பக்கம் குனிந்து. இது வரை போன கடைகளிலும் இது வித்தியாசமாய்ப் பளிச்சென்று தெரிந்தது. நல்ல பெரிதென்றில்லாவிட்டாலும் சாமான்கள் அடைசலின்றி விசாலமாய்த் தோன்றியது.

"றாஸீக்" என்றார் ஏ.கே. மாமா. "போனகிழமை வந்ததுகளிலை எடுங்க." உதவியாளரிடம் சொன்னார்.

"ஐயா இருங்க," ஒரு கதிரையை எடுத்துவைத்தார்.

சித்தன் அப்புவிடம் ஏதோ மெல்லமாகச் சொன்னான். "நீயே சொல்லு," என்றார் அப்பு.

வட்டண்ணையும் நந்தனும் அலுமாரிகளில் ஒட்டப்பட்டிருந்த படங்களைப் பார்த்துக்கொண்டிருந்தார்கள்.

"இதைப் பாருங்கோ" என்று சில தட்டுக்களை முன்னால் வைத்த ஏ.கே. மாமா, "என்ன சொல்றார், தம்பி?" என்று இருவரையும் பார்த்து முறுவலித்தார். "என்ன றெக்கோட் வேணுமாம்?"

"எத்தனை காலந்தான் ஏமாற்றுவார் ..."

"ஆ ... வந்திருக்கு. 'மலைக்கள்ளன்,' நல்ல பாட்டு ... வேறை?"

"தமிழன் என்றொரு."

"ஆ, அதுவுந்தான். அதே படம். வலு திறம்."

"எடுத்து வாங்க," என்பதாக உதவியாளரிடம் தலையசைத்த ஏ.கே. மாமா, சித்தனைப் பார்த்து, "எப்படித் தெரியும் உங்களுக்கு? எல்லாம் எங்கே கேட்டீங்க?" என்று வியப்பும் புன்சிரிப்புமாய்க் கேட்டார்.

"ஒரு ஒலிபெருக்கியிலை," என்றான் வெட்கத்துடன்.

றாஸீக் இரண்டு தட்டுக்களைக் கொண்டுவந்தார். பத்திரமாக வாங்கிப் பார்த்துவிட்டுத் திருப்தியுடன் தலையசைத்தான்.

"ஊசிப்பெட்டி? பவுண் ஊசி." நந்தன் நினைவுபடுத்துவது போலச் சொன்னான்.

பவுண் போலிருக்கிற மஞ்சள் ஊசி, வெள்ளி ஊசியிலும் ஒரு சொட்டு நீளம் கூட. கனகாலமும் பாவிக்கும்.

"பவுண் ஊசி வர வேணும், ராசா. வெள்ளிதான் இப்ப இருக்கு," என்ற ஏ.கே. மாமா, அப்புவைப் பார்த்துச் சொன்னார், "அது இப்ப நம்ம கலைமானிட்ட இருக்கு. ஆளை விட்டு எடுத்தாரச் சொல்லவா?"

"இல்லை, பரவாயில்லை. நாங்கள் அதாலைதானே போறம். வழியிலை பாத்திட்டுப் போகலாம்."

"அப்ப சரி, அப்ப சரி."

அப்பு மடியிலிருந்த கொட்டைப் பெட்டியில் பத்து ரூபாயை எடுத்துக்கொடுத்தார்.

பார்சலின் மேல் ஐந்து ரூபாத் தாளையும் பறக்காமல் பிடித்தபடி இரண்டு கையாலும் அப்புவிடம் கொடுத்தார், ஏ.கே. மாமா.

"மாமாட்டை 'போட்டு வாறம்' எண்டு சொல்லிக்கொண்டு வாங்கோ." அப்பு சொன்னார்.

சொல்லிக்கொண்டு இறங்கினார்கள்.

பாய் கடை, குளத்துக்கு முன்னால் கொஞ்சம் இந்தப் பக்கமாக இருந்தது. சிறுவர்களுக்கான அற்புத உலகம் அது. புதுவிதமான விளையாட்டுச் சாமான்கள், வேடிக்கைப் பொருட்கள், சொக்லேற்றுகள், ரொஃபிப் பெட்டிகள் என்று என்னென்னவோ இருக்கும். எப்படியிருந்தாலும், கிருஷ்ணசாமி கடையைப் போலவோ, ஏ.கே. மாமா கடையைப் போலவோ, இது சித்தனை ஈர்த்ததில்லை. இங்கு கிடைக்கும் 'கட்பரீஸ்' அல்லது 'நெஸில்ஸ்' சொக்லேற்றுகள் மட்டும் விதிவிலக்கு. ஒவ்வொரு கடைக்கும் உள்ள தனிமணம்போல பாய் கடைக் குள்ளும் ஒரு தனியான நல்ல மணம் நுழைந்ததும் மூக்கிலடிக்கும். ஆளுக்காள் வித்தியாசமே கண்டுபிடிக்க முடியாதபடி இரண்டு பாய்மார் கடையில் நின்றார்கள். ஒரே மாதிரி. வெள்ளை, ஒல்லி, உயரம், தாடி, இறுக்கமான தொப்பி, நஷனல் மாதிரிச் சட்டை, தொளதொளத்த நீளக்காற்சட்டை.

வட்டண்ணை பெரிய 'வாட்டர்ப் பிக்சர்' புத்தகம் இரண்டும், ரசகுண்டுப் பெட்டி ஒன்றும் வாங்கினான். நந்தன் ரசகுண்டுப் பெட்டிக்குப் பதிலாக 'ப்ளூ பேர்ட்' ரொஃபிப் பெட்டி இரண்டு. சித்தன் ஒன்றும் வேண்டாமென்று சொன்னான்.

வாட்டர்ப் பிக்சர் ஒட்டுவது அலுத்துவிட்டது. அதைத் தந்திரமாய் ஒட்டுவதற்கு அவனுக்குப் பொறுமை கிடையாது. ஒவ்வொன்றாக வெட்டி, மல்லாத்தியபடி தண்ணீரில் மெல்லப் போட, அந்தப் படம் சுருண்டு பின் விரியுமட்டும் பார்த்திருக்க வேணும். பிறகு மேல்பக்கம் தண்ணீர் படாமல் பத்திரமாய் விரலால் தூக்கி, ஒட்ட வேண்டிய இடத்தில் படத்தைக் கவிழ்த்து வைத்து, துணியால் அழுத்தி, பிறகு பத்திரமாக உரித்து, மினைக்கெட்ட வேலை! கொஞ்சம் பிழைத்தாலும் படத்தின் நிறங்கள் வண்ணாத்திப் பூச்சிச் சிறகின் சாயம் போல் விரலில் ஒட்டிவிடும்!

ரசகுண்டு பளபளவென்று விதம் விதமான நிறங்களில், கட்டித் தொங்கவிட்டால் வடிவுதான். ஆனால், கோழி முட்டைக் கோதிலும் கேவலம். தட்டுப்பட்டால் கதை சரி. சித்தனுக்கு ரொஃபியும் விருப்பமில்லை. ஆனால் நந்தனுக்கு ரொஃபி விருப்பமோ விருப்பமில்லையோ, அந்த வடிவான படம் போட்ட தகரப் பெட்டிகளைத் தங்கச்சிகளுக்குக் குடுக்கலாம். அவர்கள் தையல் பெட்டியெண்டு – ஊசி, நூல், துணித்

துண்டுகள், பென்சில்கள், அழிறபர், சில்லறைக் காசு, எல்லாம் போட்டு, பள்ளிக்குக் கொண்டுபோக நல்ல பெட்டி. நடக்க நடக்க வழியெல்லாம் கிலுகிலுக்கும்.

"அதையுந் தாங்கோ," அப்பு காட்டினார். நல்ல அழகான ஒரு சின்னக் கார். சாவியை முறுக்கி நிலத்தில் விட்டதும் வண்டு போல் வலு வீச்சாக ஓடிற்று. "பத்திரமாக் கொண்டந்து தம்பிக்குக் குடுக்க வேணும்," வாங்கிச் சித்தனிடம் கொடுத்தார்.

"எங்கட சோனக ஆக்களும் இந்த பாய்மாரும் வெவ்வேறை ஆக்கள் ... இல்லையே?" என்றார் சேதரம்மான், கார் கிளம்பும் போது.

"ஒரே சமயந்தான். ஆனா, இவையள் வட இந்தியாவிலை இருந்துவந்த 'போறா' ஆக்கள்," காரை மெதுவாகக் கொண்டு போய், வண்ணாங் குளத்தடிச் சந்திப் பெற்றோல் ஷெட்டில் நிற்பாட்டினார் அப்பு. உயர்ந்த தூணில் பெரிதாய், வட்டமாய்ப் பளபளத்துக்கொண்டிருந்த பறக்குங் குதிரைப்படம். 'மொபில் ஒயில்'. இந்த நாற்சந்தியில் வேறு 'ஷெல்,' 'கல்ரெக்ஸ்,' ஷெட்டுகள் இரண்டு இருந்தாலும் அப்புவின் வழமை இதுதான். புறப்பட்டு இடது பக்கம் திருப்பியதும், நேரே தெரிந்தது 'சுலைமான் கண்டு அண்ட் கோ.'

பட்டணத்து வேலைகள் எல்லாம் முடித்துவந்து ஆலடிச் சந்தி திரும்பியபோது, "எட்டரை தாண்டி இருக்கும் இப்ப, இல்லையே?" என்றார், சேதரம்மான். "இருக்கும்," என்றார் அப்பு.

காரின் ஹோாண் சத்தம் கேட்டு, "அய்யா வாறார்," என்றபடி கேற்றைத் திறக்க விரைந்தான், சின்னமணி.

○○○

1.10

அப்பு வீட்டுப் பின் சுவரின் எதிரே அதே நீளத்திற்கு விரிந்துகிடந்தது, பின் முற்றம். வட்டன்களின் விளையாட்டிடம் அது. மேற்கு வேலியோடு நின்ற பெரிய பலா அந்த இடம் முழுக்க நிழல் விழுத்தியிருக்கும். மத்தியானத்தில் கூட வெய்யில் படவிடாது. எந்த வேளையுமே விளையாடக் குடை பிடிக்கும்.

அதன் உயரிக் கொப்பொன்றில்தான் நீளமான ஊஞ்சல் கட்டியிருந்தது. மரத்தில் ஏறிப்போய் பொன்னரப்பா கட்டியது. இரண்டு விரல் மொத்தக் கயிற்றில் கட்டி, அடியில் ஒரு முழ அகலத்தில் தென்னம் மட்டை வெட்டிப் போட்டுவிட்டால் ஒரு ஆள் வசதியாக இருந்து ஆடலாம். தம்பி முருகனுக்கு ஊஞ்சலில் இருந்தால் கால் நிலத்தை எட்டாது அவனை இருத்திவிட்டு, "இறுக்கிப்பிடி, தம்பி," என்று சொல்லித் தள்ளித்தள்ளி ஆட்டுவான் சித்தன். தள்ளியபடியே ஓடிப்போய், ஊஞ்சல் தலை மட்டத்திற்கு மேலே உயர்ந்ததும் அதன் கீழாக ஓடிவருவான். ஆனால், தான் ஆடும்போது ஒரு நாளும் இருந்து ஆடுவதில்லை. தென்னம் மட்டையில் ஏறி நின்று உன்னி உன்னி ஆடஆட, ஊஞ்சல் உயர உயரப் போகும். தங்கவேலுவும் வட்டண்ணையும் அப்படி ஆடி ஒரு கொக்கை உயரத்தில் இருக்கும் பலாக் குழையைக் கால் தென்னம் மட்டையால் தொடுவார்கள்.

சுப்புறு 'சுத்துக் கட்ட'ப் போகாத நாட்களில் அவனையும் கூட்டிவருவான் தங்கவேலு.

கண்ணுச்சாமியப்பா வீட்டுக்கு அடுத்த காணியிலிருந்த அப்பாக்குட்டியரின் மகன் சுப்புறு. இவர்கள் எல்லோரிலும் உயரம் அவன். நல்ல கறுவல். நடு உச்சி பிரித்த தலை. தங்கவேலு வும் சுப்புறுவும் வட்டண்ணைக்கும் நந்தனுக்கும் ஒரு வகுப்பு மேலே படித்துக்கொண்டிருந்தவர்கள். இரண்டு பேரும் ஊஞ்சலில் இன்னொரு புது வேலையும் செய்துகாட்டினார்கள். ஊஞ்சல் கயிற்றைப் பிடித்து ஏறியே அதைக் கட்டியிருந்த கொப்பில் தொற்றினார்கள். இந்த வித்தைகளையெல்லாம் அவர்கள் படங்களைப் பார்த்தே கற்றுக்கொண்டதாய்த் தெரிந்தது.

இரண்டு பேரும் எல்லாப் படமும் பார்ப்பார்கள். புதுப்படம் வந்தால் எப்படியும் குறிஞ்சிலிச் சந்தி வரை நடந்துபோய் பஸ் ஏறியோ, அல்லது ராசாவின் சைக்கிள் கடையில் 'வாடைச் சைக்கிள்' எடுத்தோ, பட்டணம் போய் முதல் நாளே – முடிந்தால் முதல் ஷோ – பார்த்துவிட்டு வருவார்கள். படம் பிடித்துக் கொண்டால் இரண்டு மூன்று தரம் கூடப் பார்ப்பது தவறாது. தங்கவேலுவும் சுப்புறுவும் 'வஞ்சம்,' 'ஜெனோவா,' எல்லாம் மும்மூன்று தரம், 'மர்ம யோகி' முதல் ஒரு தரம், திரும்பி வந்து ஓடியபோது இரண்டு தரம் பார்த்திருக்கிறார்கள்.

ஒருதரம் போய்வர ஐம்பது சதம் போதும். கலறி ரிக்கற் முப்பத்தஞ்சு சதம், பஸ்ஸூக்குப் போகவரப் பத்துச் சதம். 'பாட்டுப் புத்தகம்' வாங்குவதானால்தான் இன்னும் பத்துச் சதம் கூடத் தேவை. இரண்டு பேரும் சேர்ந்து அதை வாங்கலாம்.

பாதிக் கதையில் தொண்டையைப் பிடித்து, 'மீதியைத் திரையில் காண்க,' என்று சொல்கிற 'முன் கதைச் சுருக்க'த்தோடு, படத்தின் எல்லாப் பாட்டுகளும், நடிக நடிகையரின் பெயர்கள், பாத்திர விபரங்களும் போட்டு அச்சடித்திருக்கும் பாட்டுப் புத்தகம், தியேட்டரில் மட்டுமல்ல வெளிக் கடைகளிலுங் கூடத் தோரணங்களாய்த் தொங்கும்.

புதுப்படம் வந்ததும், அல்லது அதற்கு ஓரிரண்டு நாட்களுக்கு முதலே, தியேட்டர்க்காரர்களின் விளம்பரம் ஊர்களைக் கலக்கத் தொடங்கியிருக்கும். இருந்தாற்போல் தொலைவில் உரத்துக் கேட்கிற பாட்டொலி நெருங்கிவரும். திடீரென எங்கோ ஒரு சந்தியில் நின்று விளம்பரம் ஆரம்பமாகும். சத்தம் கேட்டதுமே படப் பைத்தியங்களான பெரியவர்கள் எல்லாம் காதுகளைத் தீட்டிக் கொள்வார்கள் . சிறியவர்கள் தெருப்படலைக்கே வந்துநிற்பார்கள். சத்தம் நெருங்கிவரும். மூன்று பக்கமும் பெரிய விளம்பரத் தட்டிகளும், மேலே முன்னும் பின்னும் பார்த்தவாறு இரண்டு ஒலிபெருக்கிகளுமாகக கார் கண்ணில் படும். "நீங்கள் ஆவலுடன் எதிர்பார்த்திருந்த

மாபெருந் திரைக்காவியம்” என்று தொடங்கி, “தினசரி மூன்று காட்சிகள், சனி ஞாயிறு நான்கு காட்சிகள்,” என்று முடிகிறபோது, அவர்களை கார் தாண்டிப்போயிருக்கும். ஆட்களைக் கண்டதும் உள்ளே இருப்பவர்கள் பொத்தி அள்ளி வீசிவிட்டுப் போயிருக்கிற நோட்டீஸ்கள் காற்றில் பறக்கும். பொறுக்கு வதற்குப் பெடியன்கள் கலைத்துக்கொண்டு ஓடுவார்கள். கார் முக்கியமான சந்திகளில் நிற்கும். பெரிய போஸ்ரர்களும் பசை வாளியுமாய் ஆட்கள் இறங்கி ஒட்டக்கூடிய இடங்களிலெல் லாம் ஒட்டுவார்கள். ஆட்கள் அதிகம் சேரும் ‘தேத்தண்ணிக் கடைகள்’ எல்லாம் இவர்களுக்கென்று தனியான விளம்பரப் பலகைகளிருந்தன. கடைக்காரர்களே அவற்றைக் கவனித்துக் கொள்வார்கள். “அவங்களுக்கெல்லாம் பாஸ் குடுப்பாங்கள்,” என்று சின்னமணி அண்ணை சொல்லுவான். கொடுத்தாலும் பரவாயில்லை, நோட்டீஸ்கள் பாதுகாப்பாயிருக்கும். சந்திகளில் ஒட்டுவது என்னாகுமென்று சொல்ல முடியாது.

பழையபுலம் பள்ளியால் ஒரு நாள் வரும்போது ஆயிரங்காய்ச்சிப் பலாவடிச் சந்தியில் புதிதாய் ஒரு நோட்டீஸ் ஒட்டியிருந்தது. ‘சண்டி ராணி’. படித்துப் பார்த்துவிட்டு வந்தார்கள். அடுத்த நாள் காலை பள்ளிக்குப் போகும்போது அந்த இடத்தில் ஒரு சின்னக்கூட்டம் சிரித்துக்கொண்டு நின்றது. கிட்டப் போய்ப் பார்த்தார்கள். யாரோ நல்ல வடிவாக, ‘ச’ னாவைக் ‘கு’ னாவாக்கியிருந்தான். சிரித்துக்கொண்டே போனார்கள். அந்த நோட்டீஸ் கன நாட்கள் அப்படியே கிடந்தது, பார்க்கிற போதெல்லாம் சிரிக்கப் பண்ணியபடி. அந்தப் படத்தின் ‘வான் மீதிலே இன்பத் தேன்மாரி பெய்யுதே...’ என்ற சோக்கான பாட்டுக்கூட வீட்டிலிருந்தது.

“இந்தியாவிலிருந்து தமிழ்ப் படங்களை இறக்கி விநியோகிக்கிற மூண்டு கொம்பனியள் இருக்கு. ஒரு கொம்பனி ஒட்டுகிற இடத்திலை இன்னொண்டு ஒட்டாது.”

“அதென்ன மூண்டு?” என்று கேட்டான் சித்தன்.

“வெலிங்டன், வின்சர்...” வட்டண்ணையால் மூன்றாவதைச் சொல்ல முடியவில்லை.

“அதில்லையடா” மூத்தண்ணை, தம்பியைத் திருத்தினார். “அதுகள் தியேட்டர்கள். கொம்பனியெண்டா, சினிமாஸ், சிலோன் தியேட்டேர்ஸ், சிலோன் என்ரரெயின்மென்ற்ஸ்.”

“அப்ப தியேட்டர்கள்?”

“சினிமாஸ் படங்கள், வெலிங்ரனுக்கு. சிலோன் தியேட்டேர்ஸ் படங்கள் வின்ஸருக்கு. மற்றது ராணிக்கு – அப்பிடி... விளங்குதா?”

“கிங்ஸ்லி – கொழும்பு, பிளாஸா – வெள்ளவத்தை, நவா – கொம்பனித்தெரு, வெலிங்ரன் – யாழ்ப்பாணம், விஜயா – மட்டக்களப்பு, ஸ்ரீகிருஷ்ணா – திருகோணமலை . . .” நந்தன் கடகடவென்று சொல்லிப் பார்த்தான். அப்படித்தான் ரேடியோ சொல்லும்.

அப்பு வீட்டில் அப்போது ரேடியோ வந்துவிட்டது.

○

சித்தன் பின் முற்றத்தில் நின்று பல்லுத் தீட்டிக் கொண்டிருந்தான். வேப்பங் குச்சியைச் சாணளவில் முறித்து, ஒரு பக்கத்தை பல்லால் நன்னி நன்னித் தும்பு போலாக்கி அந்தப் பக்கத்தால் தீட்டலாம். முதலில் கொஞ்சம் கைக்கும். பிறகு கைச்சல் தெரியாது. சனி ஞாயிறு, வேப்பங் குச்சியால் தீட்டிப் பழக வேணுமென்று அப்பு சொல்லியிருந்தார். “உமிக்கரியோ அல்லது இடித்துத் தூளாக்கிய அடுப்புக்கரியோ பல்லுக்கு அவ்வளவு நல்லதில்லை.” பள்ளி நாட்களில் பேஸ்ற்றும் பிரஷூம் பாவிக்கலாம். ‘ஃபோஹான்ஸ்,’ ‘மக்ளீன்ஸ்,’ இரண்டு பற்பசைகளிலும் வட்டன்களுக்கு மக்ளீன்ஸ்தான் பிடித்தது. அது பெப்பமின்ற் போல மணக்கும். அதோடு நல்ல இனிப்பு. பல்லுத் தீட்டும்போது அதில் கொஞ்சம் கொஞ்சம்தான் சாப்பிட்டு விடுவதாக வட்டண்ணை ஒரு நாள் மெல்லச் சொன்னான்.

காலை வடிவாக இருந்தது. கணத்துக்குக் கணம் வெளிச்சம் கூடிவந்தது. வளவு மூலையில் உயர்ந்துநின்ற செம்பாட்டான் மாவிலும், வைக்கோல் பட்டடையடி வேம்பிலும் உச்சிக் கொப்புகளில் நிமிர்த்திக் கட்டப்பட்டிருந்த உயரமான மூங்கில்தடி நுனிகளை இணைத்த நீளமான செப்புக் கம்பியில் கரிக்குருவி ஒன்றிருந்து ஆறுதலாகப் பாடிக்கொண்டிருந்தது.

“அந்தக் கம்பிதான் ‘ஏரியல்,’” என்றார் நேற்று அதைக் கட்டியவர். லேசாக வண்டிவிட்டுத் தொங்கிய அதன் நடுவிலிருந்து மேல்காற்றுக்குப் போன எட்டு மூலையின் முச்சைக்கயிறு மாதிரி இறங்கிவந்த வயர், கூரை ஓட்டுக்குள்ளால் நுழைந்தது.

இன்றும் நாளையும் சனி ஞாயிறு விடுதலை. அதிலும் கூடுதல் சந்தோஷமொன்றுமிருந்தது. ரேடியோ! நேற்றைக்கு ரேடியோ வந்துவிட்டது. புது ரேடியோ. நேற்றைக்குப் பின்னேரம் கொண்டு வந்து வைத்து வயரெல்லாம் தொடுத்துவிட்டார்கள். அதற்கென்று ஒரு ரேடியோ ஸ்ராண்டும் வந்தது. அது, குமாரு அப்பா செய்தது. அவர்தான் வீட்டுத் தச்சு வேலைகள் எல்லாவற்றுக்கும் பொறுப்பு. குறிஞ்சிலியில்தான் வீடு. யாரிடமாவது சொல்லி அனுப்பினால் வருவார். வயது எழுபதுக்குக்

குறையாது. முதுகு வளைந்து தோலெல்லாம் சுருங்கியிருந்தாலும் நல்ல உசாரான ஆள். வழுக்கைத் தலை, பெரிய கண்கள். கொஞ்சம் பொக்கு விழுந்த வாய். வேட்டியின் சண்டிக்கட்டுக்குக் கீழே முழங்காலிலிருந்து உட்புறமாக வளைந்த கால்கள். இரண்டு கால் பாதங்களும் பெரு விரல்களும்கூட நல்லாய் ஒன்றையொன்று பார்த்தபடி வளைந்திருக்கும். வாச்சியால் சீவும் போதெல்லாம் காலிரண்டாலும் பலகைகளைப் பிடித்துப்பிடித்து வளைந்திருக்க வேண்டும். குமாரு அப்பா வேலைக்கு வருகிற நாட்களில் காலையில் எட்டுமணிக்கே நெற்றி நிறையத் திருநீறும் தோளில் சாக்கால் சுற்றிக்கட்டிய ஆயுதங்களுமாய் வந்துவிடுவார்.

சாக்குக் கட்டுக்குள் பெரிய வாள், சின்ன வாள், அளவு தடி, வாச்சி, திருப்புளி என்று பெரிய சாமான்கள். சுத்தியல், தட்டுப் பொல்லு, அரம், உளிகள், சீவுளி இரண்டு, மூலை மட்டம், பென்சில் என்ற சின்னதெல்லாவற்றையும் உமல் போன்ற பெரிய பனையோலைப் பையொன்றில் கொண்டு வருவார். குமாரு அப்பாவிடம் முதலிலேயே அப்பு சொல்லி வைத்திருக்க வேணும், நேற்றுக் காலை இவர்கள் பள்ளிக்கு வெளிக்கிடும்போதே ரேடியோ ஸ்ராண்ட் ஒற்றை மாட்டு வண்டிலொன்றில் வந்திறங்கி விட்டது. சின்ன அலுமாரிபோல இருந்தது அது. மூன்று தட்டு. மேல் தட்டுக்கும் அடித் தட்டுக்கும் மட்டும் மறைத்துக் கதவு போட்டிருந்தது. பால்கோப்பிக் கலர் பெயின்ற் அடித்திருந்தது.

ரேடியோ ஸ்ராண்டைத் தூக்கிக் கொண்டுபோய் தலைவாசலிலிருந்த கண்ணாடி போட்ட பெரிய புத்தக அலுமாரியின் பக்கத்தில் வைத்திருந்தார்கள். அதன் மேல்தட்டில் அந்தப் புது ரேடியோ. அதுவும் எச்.எம்.வி. தான்.

மேல்தட்டின் சின்னத் திறப்பு குஞ்சக்காவிடமிருந்தது. அப்புவிடமிருந்தாலாவது கேட்டு வாங்கலாம், குஞ்சக்காவிடம் நினைத்தும் பார்க்க முடியாது. பெரிய நடப்பு விடுவா. "பத்து மணிக்குத்தான் வர்த்தக ஒலிபரப்புத் தொடங்குமாம். நல்ல படப்பாட்டுப் போடுவாங்கள். அப்ப போடுவம்."

எப்போ பத்து மணியாகும் என்று பார்த்திருந்தார்கள். பத்து மணிக்குப் பெரிய கும்பல் கூடிவிட்டது. வட்டன்கள், வீட்டு ஆட்கள், மருந்துக் கொட்டில் வேலையாட்கள், கேள்விப்பட்ட அயலட்டைச் சனம் என்று தலைவாசல் நிரம்பியிருந்தது. வழமையாக இந்த நேரத்தில் காணவே முடியாத மூத்தண்ணை கூட வந்துநின்றார்.

காரின் பற்றறிபோலப் புதிதாய் இருந்த பற்றறி அடித்தட்டில் வைத்திருந்தது.

சாந்தன்

“சிவப்பு– கறுப்பு சரியாயிருக்கோ எண்டு பார்...” குஞ்சக்கா எல்லாம் தெரிந்தவ போல் சொன்னா.

“எனக்குத் தெரியும்,” புறுபுறுத்தபடி பற்றறியில் க்ளிப்களைக் கௌவக் கொடுத்தான் வட்டண்ணை. ரேடியோவுக்குள் மெல்லிய வெளிச்சம் தெரிந்தது. எல்லோரும் காதுகளையும் கண்களையும் தீட்டி வைத்துக்கொண்டார்கள் குஞ்சக்கா முன்னுக்கிருந்த வட்ட விசைகளைப் பயபக்தியுடன் ஒவ்வொன்றாய்த் திருப்பினா. ம்ஹூம் . . . ஒன்றுமில்லை.

“நேற்று அந்த மனுசன் போடேக்கை வேலை செய்துதே?”

“ஏதோ பழுது,” எல்லோரும் ஆளையாள் பார்த்தார்கள்.

“பொறு, நான் வாறன் ...” என்று எழும்பினார் மூத்தண்ணை.

“ம்ம் ... இவர் பண்ணுவார்!”

அவர் தம்பி மெல்லக் கிண்டல் விட்டான். இருந்தாற்போல் ரேடியோவின் முகப்பின் மேல் மூலையிலிருந்த வட்டம் பச்சையாய் எரியத் தொடங்கியது. “ஓஓஓஓ . . .” வென்று வந்த இரைச்சலில் எல்லோரும் திடுக்கிட்டார்கள். ஆளுக்கொரு விசையை முறுக்கி எப்படியோ குஞ்சக்காவும் மூத்தண்ணையும் சத்தத்தை இல்லாமல் செய்தார்கள்.

“இப்பதான் வால்வ் சூடேறி வேலை செய்யத் தொடங்கி யிருக்கு,” என்று எல்லாரையும் திரும்பிப்பார்த்து மூத்தண்ணை விளக்கினார்.

“சரி, இப்ப நீர் பாடப் பண்ணும், பாப்பம்?” தம்பிக்காரன் சவால் விட்டான். அவனை ஒரு பார்வை பார்த்துவிட்டு ரேடியோ பக்கம் திரும்பினார் தமையன். கடைசி விசையைத் திருப்பத் திருப்ப “டடுக் டாக் டக்டொக்” என்று சுட்டி அங்குமிங்கும் ஓடிற்று. என்ன பாஷையென்றில்லாமல் ஏதோ ஒன்றிரண்டு ஒலித்தபோதுதான் எல்லோருக்கும் கொஞ்சம் நம்பிக்கை வந்தது.

“நேரம், பத்து மணி, ஒன்பது நிமிஷம்,” பெட்டிக்குள்ளிருந்து சட்டென்று ஆம்பிளைக் குரலொன்று உசாராக வந்தது.

“ஆ! அந்தா!”

“வந்திட்டுது!” வட்டன்கள் கை தட்டினார்கள்.

“ஹிப் ஹிப் ஹுறே!” என்று கத்தினான் சின்ன வட்டண்ணை. பழையபுலம் பள்ளியில் படிக்கப்போனபிறகு அங்கு விளையாட்டு

விழாக்களைப் பார்த்து அவன் கற்றுக்கொண்டதாயிருக்க வேண்டும். எல்லோரும் சின்ன வட்டண்ணையைத் திரும்பிப் பார்த்தார்கள். அவனுக்கே வெட்கமாய்ப் போயிருக்கும், தலையைக் கவிழ்ந்துகொண்டான்.

"தம்பிக்கு இப்ப இரண்டு குட்டுத் தேவைப்படுகுது போலை" என்றார், தமையன்.

"ஸ்ஸ்ஸ்..." எல்லோரையும் அடக்கினா, குஞ்சக்கா. "பொறுங்கோ பொறுங்கோ, சத்தம் போடாம இருங்கோ."

ரேடியோ சட்டென்று பாடிற்று.

பல்லு வலி வந்திரிச்சு, பல்லு வலி வந்திரிச்சு... பல்லு
வலி வந்திரிச்சே, மச்சானே!

பெண்குரலொன்று.

இவர்களுக்கு முதலில் ஒன்றும் புரியவில்லை. "இதென்ன பாட்டு? என்ன படம்?"

"விளம்பரமடா!" என்றார், மூத்தண்ணை.

...பாரு, பாரு, சொன்னேனே... கேட்டியா?

ஆண்குரல் தொடர்ந்தது...

...ஓ..பால் பற்பொடி பயனுள்ளது...ஓ..பால்
பற்பொடி...பால் பற்பொடி!

ஆணும் பெண்ணுமாய்ப் பாடி முடித்தார்கள்.

"...நிகழ்ச்சியில் அடுத்ததாக 'கோமதியின் காதலன்' படத்தில் சீர்காழி கோவிந்தராஜன் பாடிய பாடல்..." அமைதியாகக் கவனித்தார்கள்.

வானமீதில் நீந்தியோடும் வெண்ணிலாவே, நீதான் வந்ததேனோ
ஜன்னலுக்குள் வெண்ணிலாவே...

எல்லோரும் ஆளைஆள் புன்னகையுடன் பார்த்துவிட்டு மெய்ம்மறந்து இருந்தார்கள்.

"உது எங்களிட்ட இருக்குதுதானே, உந்தப் பாட்டு? மற்றப் பக்கத்திலை 'கொங்கு நாட்டுச் செங்கரும்பே!' இருக்கு... இதுக்கேன் ரேடியோ?" வட்டண்ணை பெரிதாகப் புறுபுறுத்தான்.

"டேய்," தமையன் உறுக்கினார். "இப்ப வந்தனெண்டாத் தெரியும்! சத்தம் போடாம வாயை மூடு!"

...நானுமுன்னைப் பார்த்து விட்டால் வெண்ணிலாவே...
முகம் நாணியே மறைவதேனோ, வெண்ணிலாவே?

பாட்டு முடிந்ததும் முடியாதுமாய் சட்டென்று இன்னொரு பாட்டுத் தொடங்கிற்று.

வெய்யிலெறித்தாலும் மழைபெய்தாலும் வெள்ளித்தலை மான் மார்க் குடை . . .

ஒரு ஆம்பிளையும் பொம்பிளையும் சேர்ந்து பலத்துப் பாடிக் கொண்டிருந்தார்கள்.

"'மான்மார்க்' குடைக்கு விளம்பரம் போடுறாங்கள்," ஒரு நாளும் நின்று பாட்டுக் கேட்க நேரமிராத அம்மம்மான்கூட இன்று ரேடியோவைப் பார்க்க வந்திருந்தார். "உவங்கள் என்னதான் சொன்னாலும் 'ராணி மார்க்' குடைக்குக் கிட்ட வராது! நான் அதை எத்தினை வருசமா உந்த வயல் வெளியளிலை – வெய்யில், மழையெல்லாம் கொண்டு திரியிறன், அசையேல்லை!"

பாட்டும் விளம்பரமுமாய் நேரம் எப்படி ஓடியது என்று தெரியாமல் ஓடிற்று. வட்டன்கள் அசையாமல் இருந்தார்கள். மூத்தண்ணை ரேடியோவுக்குப் பக்கத்திலேயே நின்றுகொண்டிருந்தார். "அப்ப, இனி பாட்டுப் பெட்டி போடுறதில்லையோ?" பன்னிரண்டு மணிக்கு அந்த ஒலிபரப்பு முடிவடைந்ததும் ஆறண்ணை கவலையுடன் கேட்டான்.

"போடா," என்றான் சித்தன், "ரேடியோவில நாங்கள் நினைச்ச நேரமெல்லாம் நினைச்ச பாட்டுக் கேக்கேலுமே?"

"அப்ப மத்தியானம் சாப்பிட்டபிறகு றெக்கோட் போடுவமா?"

"ஓ, நாலு மணிக்குத்தான் றேடியோவில பாட்டுத் தொடங்கும், அவ்வளவுக்கும் நாங்கள் போடலாம்."

அன்று பின்னேரம் ரேடியோ கேட்கவும் பார்க்கவும், காலையிலும் பார்க்கக் கூடுதலாக ஆட்கள் வந்தார்கள். சேதரம்மான், சபாபதி மாமா இவர்கள் மட்டுமில்லாமல், இன்னும் அயலிலிருந்து ஏழெட்டுப் பேர். "ஒவ்வொரு நாளும் ஆறு மணிக்கு செய்தி வாசிப்பார்களாம். அதைக் கேட்பது நல்லது," என்றார் பண்டிதர். இந்த வெக்கையிலும் ஒரு ஸ்வெற்றரும் வழுக்கைத் தலையில் காந்தித் தொப்பி போல் ஒரு தொப்பியும் போட்டிருந்த உயரமான மனிதர் அவர். ஒரு கைத்தடி வைத்திருந்தார்.

"அரோகரா," என்றான் வட்டண்ணை, மெதுவாக. "நல்லாத்தானிருக்கும்!" அவன் சொன்ன விதம் சித்தனுக்குச் சிரிப்பு வந்தது.

"ரேடியோவைத் தூக்கி வெளித் திண்ணையிலை வைச்சா என்ன, மச்சாள்?" இரவு, குஞ்சக்கா அம்மாவைக் கேட்டா. "இப்பிடி ஆக்களெண்டா, தலைவாசல் புழங்கேலாது."

"சீ, அது பாதுகாப்பில்லை," என்றா, அம்மா. "ஆட்கள் இப்பிடி நெடுக வரமாட்டினம். ஏதாவது புதினமெண்டாக் கேட்க சிலவேளை வருவினம்."

அப்படி ஒரு முறை ஆட்கள் வந்தார்கள், ஐந்து வருசங் கழித்து. இங்கல்ல, புது வீட்டிற்கு.

ooo

1.11

குற்றம் புரிந்தவன் வாழ்க்கையில் நிம்மதி
கொள்வதென்பதேது . . .

ஒலிபெருக்கியில் தூரத்தில் பாட்டுக் கேட்டது.

"சோக்கான பாட்டு," என்றான் வட்டண்ணை. "இந்த றெக்கோட்டை வாங்கிப் போடுவமா?" சித்தனைக் கேட்டான்

"வேண்டாம், அழுகிற பாட்டு."

"ஓ, எனக்கும் பிடிக்கேல்லை," என்றான் நந்தன்.

இதற்கிடையில், "யேது . . . யேது . . . யேது . . ." என்று அந்தப் பாட்டின் முடிவில் வருகிற மாதிரி அடித்தொண்டையில் பாடிக்கொண்டிருந்தான் தங்கவேலு.

"நீ எப்பிடி இதெல்லாம் பாடமாக்கின, நீ?" ஆறண்ணைக்கு வியப்பாயிருந்தது.

"எல்லாத் தியேட்டரிலும் போடுவாங்கள் . . ." என்றான் தங்கவேலு.

பாட்டொலி கிட்டிக்கொண்டு வந்தது. "ரசிகப் பெரு மக்களே, நீங்கள் ஆவலுடன் எதிர்பார்த்திருந்த..." என்று எதுவும் தொடங்குவதா யில்லை.

"என்ன படம் புதுசா வருகுது?" எல்லோரும் தங்கவேலுவைப் பார்த்தார்கள். இந்த விஷயங் களில் அவன்தான் விண்ணன். அதற்கிடையில் ஆலடிச் சந்தியில் நின்று ஒலிபெருக்கி ஏதோ பேசத் தொடங்கிற்று.

"உது படமல்ல!" என்றான் வட்டண்ணை

"அரைச் சலார்' பற்றிச் சொல்லுறானோ?"

முதன்முதலில் 'அரைச்சலார்' என்று பெரிதாக ஒரு நோட்டீஸில் பார்த்தபோது அது ஒரு படத்தின் பெயரென்று தான் நினைத்ததை எண்ணியதும் சித்தனுக்குச் சிரிப்பும் வந்தது. "அது, அந்த புகைப்பட ஸ்ருடியோவின் அரைக்கட்டணம் பற்றிய விளம்பரம்," என்று நந்தன்தான் அப்போது சொன்னான்.

அந்த அரைக்கட்டண விளம்பரமுமல்ல, இது.

ஒரு பெரிய கரகரப்பின் பிறகு பேசுவது தெளிவாய்க் கேட்டது.

"நீங்கள் முன்னெப்போதும் கண்டிராத மயிர்க்கூச்செறியும் மல்யுத்தப்போட்டி! உலகப்புகழ் பெற்ற மல்யுத்த வீரர்கள் உங்கள் கண் முன்னாலேயே யாழ்ப்பாணம் முற்றவெளி மைதானத்தில் மோதுவார்கள். எதிர்வரும் வெள்ளி முதல் தினசரி மாலை ஆறு மணிக்கு . . ." ஒலிபெருக்கி கிட்டவரத் தொடங்கிற்று.

"இதென்னடா புதுசா?" வட்டன்களுக்கு வியப்பாயிருந்தது.

"நோட்டீஸ் போடுவாங்களோ, பாப்பம்?"

போட்டார்கள். ஒலிபெருக்கிக் கார் தாண்டிப் போகும்போது படலையடியில் ஆயத்தமாய் நின்ற வட்டன்களைப் பார்த்ததும் காரின் உள்ளேயிருந்த ஆள் ஒரு பிடி நோட்டீஸ்களை அள்ளிப்போட்டார். இவர்கள் ஆளுக்கொன்று எடுத்துங்கூட இரண்டு மிஞ்சின.

"திருப்பிறோட்டிலை எறிஞ்சு விடுவமா?" என்று யோசித்தான், வட்டண்ணை.

"சீ, ஒண்டை சுப்புறுவுக்கும், மற்றதை சின்னமணி அண்ணைக்கும் குடுக்கலாம்," நந்தனின் யோசனை எல்லோருக்கும் சரியென்று பட்டது

நவரசம் காட்டும் நடிக – நடிகையரின் படங்களுக்குப் பதிலாக, வெறும் ஸஸ்பெண்டர் மட்டுமே அணிந்து ஆளை ஆள் பாய்ந்து பிடிக்கிற மாதிரித் தயாராய்ப் பதுங்கிக்கொண்டு நிற்கிற சோடி சோடியான பயில்வான்களின் படங்களே இருந்தன.

"அவங்கட மஸில்ஸைப் பாருங்கோ!" வட்டண்ணை வாயைப் பிளந்தான்.

தம்பிராசா மாமா தன் வலது கையை மடக்கி, இடது கை விரல்களால் கிள்ளி, "ஆ, இந்தா பார், ஓணான் ஓடுது," என்று

அடிக்கடி இவர்களுக்குக் காட்டுகிற மஸில்ஸ் நினைவில் வந்தது, சித்தனுக்கு.

"அது, இதிலை ஆயிரத்திலொரு பங்கு வராது!" வட்டண்ணை சொன்னான். "இவங்களிலை ஒரு ஆள் ஒரு ஊது ஊதினாப் போதும், தம்பிராசா மாமா பறந்துபோய் விழும்!" எல்லோரும் சிரித்தார்கள்.

"சர்வதேசப் புகழ்பெற்ற குஸ்தி வீரர்கள் உங்கள் யாழ் மண்ணில் மோத வருகிறார்கள்! பறந்தடிவீரன் தாராசிங், மாமிசமலை கிங்கொங், ரைகர் ஜோகிந்தர் சிங், மாவீரன் கோராசிங், ரஷ்யக்கரடி ..." நந்தன் கடகடவென்று வாசித்துக் கொண்டு போனான்.

அடுத்த நாள் பேப்பர் வந்தபோது, வட்டன்களோடு பெரியவர்களும் போட்டி போட்டுக்கொண்டு பேப்பர் பார்த்தார்கள். கண்ணுக்கு முன்னால் குஸ்தி என்றால் சும்மாவா?

"தம்பி, பேப்பரை ஒருக்கா எடுத்தந்து இதிலை வைச்சுப் பிலத்து வாசி ராசா, எல்லாரும் கேப்பம்." மருந்துக் கொட்டிலில் சின்னக் கிட்ணர் சித்தனிடம் சொன்னார்.

நோட்டீசில் வந்த படங்களிலும் பார்க்க இன்னும் கன படங்கள் பேப்பரில் இருந்தன. ஒவ்வொரு பயில்வானுடைய உயரம் என்ன, நிறை எத்தனை றாத்தல் என்றெல்லாம் பேப்பரில் இருந்தது.

"ஆண்டவனே, முந்நூறு றாத்தலுக்குக் குறைஞ்சவன் ஒருதனுமில்லை, பாரன்!"

ஒவ்வொரு மல்லரும் காலையில் என்னென்ன சாப்பிடுவார் என்றும் விபரங்கள் தரப்பட்டிருந்தன. அநேகமாக எல்லோருமே ஆளுக்குப் பத்து முட்டை, ஒரு கோழி, இருபது றொட்டி, இரண்டு போத்தல் பால்... இவற்றுக்குக் குறையாமல் தான் சாப்பிட்டார்கள், என்று தெரிந்தபோது நாகரப்பு மட்டுமன்றி, செய்தியைக் கேட்டுக்கொண்டிருந்த எல்லோருமே ஆண்டவனை அழைத்தார்கள்.

குஸ்தியையும் தங்கவேலு மூன்றாம் நாளே பார்த்து விட்டான். அதன் பிறகு கிட்டி, தாச்சி, ஃபுட்போல் எல்லாவற்றின் இடத்தையும் குஸ்தியே எடுத்துக்கொண்டது. தங்கவேலு குஸ்தி வகுப்புகளை நடத்தலானான்.

"நான் ஒரு பூட்டுப் போடுறன், கழட்டுவியா?" என்று வட்டண்ணைக்கு விட்ட சவாலுடன் வகுப்புத் தொடங்கிற்று.

"பூட்டா?" வட்டண்ணைக்கு மட்டுமில்லை, மற்ற வட்டன்களுக்கும் விளங்கவில்லை.

"இங்க வா சொல்றன்," வட்டண்ணையை இரண்டு கைகளையும் விரித்துத் தோள் மட்டத்தில் பிடிக்கும்படி சொல்லிவிட்டு அவன் பின்னால் போய்த் தன் கைகளிரண்டையும் அவன் கமக்கட்டுக்குக் கீழால் கொடுத்து மடித்து வட்டண்ணை யின் பிடரிக்குப் பின்னால் அவற்றைக் கோர்த்து இறுக்கியவாறு, "ஆ, எங்கை, இப்ப கழட்டு பாப்பம்?" என்றான் தங்கவேலு.

வட்டண்ணை இழுத்தான், திமிறினான், கட்டியபடி நின்றவனை முதுகால் தூக்க முயற்சித்தான், ம்ஹூம்...

"ஆத்துமோ, ஆத்தாதோ?" என்று கேட்டு, வட்டண்ணை "ஆத்தாது" என்று சொல்ல முதலே தங்கவேலு அவனுக்கு விடுதலை கொடுத்தான். பிறகு சொன்னான், "இதுதான் வில்லுப் பூட்டு."

"வில்லுப் பூட்டா?"

"இந்தப் பூட்டைப் போட்டுத்தான் தாரா, கிங்கொங்கை விழுத்துவார்," என்றான் தங்கவேலு, தொடர்ந்து. வில்லுப்பூட்டு என்கிற பெயரை யார் அவனுக்குச் சொல்லிக் கொடுத்திருப்பர்கள் என்று சித்தன் யோசித்தான். பிறகு, நண்டுப்பூட்டு என்ற ஒன்று வந்தது. ஒவ்வொரு நாளும் தங்கவேலு சொல்கிற விபரங்களையும் பேப்பரில் வருகிற படங்களையும் பார்த்துப்பார்த்து, ஆளை நேரில் பார்க்காமலேயே 'தாரா,' 'எம்.ஜி.' யிலும் பெரிய வீரனாக வட்டன்களின் மனதில் இடம் பிடிக்கலானார்.

'மதுரை வீரன்,' 'மலைக்கள்ளன்,' பாட்டுக்களைப் போட்டுப் போட்டுக் கேட்டதைவிட, எம்.ஜி.யின் படங்கள் எதையுமே அப்போது பார்க்காதிருந்த வட்டன்களுக்கு எம்.ஜி. யை ஒரு வீரனாக அறிமுகம் செய்தவனே, தங்கவேலுதான். 'ஜெனோவா,' 'மர்மயோகி,' 'மதுரை வீரன்,' 'மலைக்கள்ளன்' என்று தான் பார்த்த படங்கள் எல்லாவற்றின் கதைகளையும் அடுத்தடுத்த நாளே வட்டன்களைக் கூட்டிவைத்துச் சொல்லியிருக்கிறான். எம்.ஜி. எப்படி ஆலம் விழுதைப் பாய்ந்து பிடித்துத் தொங்கிவந்து குதிரை முதுகில் ஏறுவார் என்பது போன்ற செயல்முறை விளக்கங்களையுங் கூட அளித்திருக்கிறான். இன்னும், சுப்புறுவும் கூட இருந்தால், தான் எம்.ஜி.யாக மாறி, சுப்புறுவை வீரப்பா வாக மாற்றிப் பூவரசங் கம்புகளைப் பாவித்து வாள்ச் சண்டைகளைக் கூடப் போட்டுக் காட்டியிருக்கிறான். இதுகளைப் பார்த்தபிறகு, வட்டண்ணை கொஞ்ச நாள் தங்கவேலு விடம் வாள்ச் சண்டை கற்றுக்கொண்டான். ஆக, ஒரேயொரு

குறை மாத்திரம் தங்கவேலுவுக்கு இருந்தது, பாடுவதற்குக் குரல் வராது, அவனுக்கு. அதைக்கூட ஒன்றிரண்டு தடவை முயன்று பார்த்து குரல் கேரத் தொடங்கவே, மற்றவர்கள் "வீணாகக் கஸ்ரப் படாதை..." என்று சொல்ல முதலே நிற்பாட்டியிருக்கிறான்.

ஆனால் இப்போது அவன் தாராவைப் பற்றிச் சொல்லும் போது எம்.ஜி. எந்த மூலைக்கு என்று வட்டன்களுக்குச் சந்தேகம் வரத் தொடங்கிற்று. "அதெல்லாம் 'கமெரா ற்றிக்ஸ்,' ஆனா இது மெய் மெய்யா, எங்கட கண்ணுக்கு முன்னாலை நடக்கிறது!" என்றும் தங்கவேலு சொன்னான்.

இதற்கிடையில் வட்டன்கள் எல்லோரையும் அப்பு குஸ்தி பார்க்கக் கூட்டிக்கொண்டுபோய் வந்திருந்தார். தாராசிங் – கிங்கொங் மோதுகிற நாளாய்ப் பார்த்துப் போனார்கள். இரண்டாவது சோடி, ஜோகிந்தர் சிங்கும் ரஷ்யக்கரடி என்றவரும். அவருடைய பெயர் எவருடைய வாயிலும் வராத படியால் ரஷ்யக்கரடி என்றே எல்லோரும் சொல்லிக்கொண்டார்கள். கோராசிங்கும் இன்னும் ஒருதரும் அடுத்த சோடி. கோராசிங், கிங்கொங் போல மொத்தமாகத்தான் இருந்தார். ஆனால், மொட்டந்தலை இல்லை. அதோடு, தாடிக்குப் பதிலாக மீசை இருந்தது. உண்மையில் தாராசிங் வீரன்தான்! அழகனும். இளந்தாரி, வண்டி தொந்தி இல்லாத உடம்பு. சுருட்டைத்தலை. மீசை. சிரித்த முகம். "கிங்கொங், சரியா ஃபவுல் விளையாடுவானாம்! என்ன செய்தாலும் தாராவை அசைக்கேலாது."

இந்த இரண்டு கிழமையில் தங்கவேலும் சுப்புறுவும் ஐந்தாறு நாள் குஸ்தி பார்க்கப் போய்வந்துவிட்டார்கள்.

சுப்புறுவுடைய நல்ல காலமோ கெட்ட காலமோ, இப்போ பார்த்து அவன் வேலைக்குப் போகிற சுருட்டுக் கொட்டிலில், ஆயிரம் சுருட்டுக்கு ஏழு ரூபாய் சம்பளம் கேட்டுக் 'கூலிக் கலம்பகம்' தொடங்கியிருந்தது. சுப்புறு இன்னும் 'சுத்துக்காறன்' ஆகவில்லை, ஒரு நாளைக்கு ஒரு ரூபாய் சம்பளம் கிடைக்கிற 'சுத்துக் கட்டுகிற' வேலைதான் செய்துகொண்டிருக்கிறான். கலம்பகத்திற்கும் அவனுக்கும் நேரடிச் சம்பந்தமில்லை என்றாலும், இப்போதைக்கு அந்த வேலையுமில்லை, சம்பளமும் இல்லை. ஆனால் மேல் மிச்சமாக நேரமிருந்தது. மத்தியானம் சாப்பிட்டு விட்டுப் பட்டணம் போனால், இரண்டரை மெற்னியும் அது முடியப் பின்னேரம் குஸ்தியும் பார்த்துவிட்டு வர, வலு தோது. ஆனால் காசு?

சாதாரணமாக எல்லோரும் ஐந்நூறு சுருட்டுகிறபோது ஆயிரம் சுருட்டுகிறவரான அவன் தகப்பன் அப்பாக்குட்டியின்

‘அடுக்குப் பெட்டி’ சேமிப்பில் கட்டாயம் காசிருக்கும். அவரை வாலாயம் பண்ணினால்தான் சரி. கொட்டில் வேலை மீண்டும் தொடங்கியதும் கொஞ்சம் கொஞ்சமாகத் திருப்பிக் கொடுத்துவிடலாம்.

அப்பாக்குட்டியர் சம்மதித்திருக்க வேண்டும். “எல்லாற்றை ‘ஃபயிற்’றும் பாத்தாச்சு!” இரண்டு கிழமையின் பின் சுப்புறு திருப்தியுடன் சொன்னான். சூலிக் கலம்பகமும் முடிந்து அப்போது அவன் திரும்ப வேலைக்குப் போகவும் தகப்பனிடம் வாங்கிய கடனை அடைக்கவும் தொடங்கியிருந்தான்.

பிறகொரு ஞாயிற்றுக்கிழமை, தங்கவேலு தாராவாகவும், சுப்புறு கிங்கொங்காகவும் அவதாரம் எடுத்து, தங்கள் தங்கள் சாரங்களைக் கொடுக்குகளாய் இறுக்கிக் கட்டிக்கொண்டு ஒரு முழு நீள ‘ஃபயிற்’றை நிகழ்த்திக் காட்டினார்கள். அதற்கேற்றாற் போல் அப்போது பூநகரியிலிருந்து வந்த இரண்டு வண்டில் வைக்கோல் பட்டடையாய்க் குவிக்காமல் பறித்தபடியே பெரிய பலாவடியில் கிடந்தது. வீரர்களிருவரும் கேட்டுக்கொண்டதன் பேரில் வட்டண்ணை ‘றெஃப்றி’யாகப் பொறுப்பெடுக்கச் சம்மதித்தான். ஆனால், இறுதிவரை வென்றவர் யார் தோற்றவர் யார் என்பதை ‘றெஃப்றி’யால் அறிவிக்க முடியாமலே போனது.

○○○

1.12

முன்னால் அந்த வெற்றுக் கிடங்கு பெரிதாயிருந்தது. ஒரு சிறிய நீச்சல் தடாகம் போல், அல்லது கூரையில்லாத ஒரு பெரிய அறையை ஆளளவு ஆழத்தில் கட்டிவிட்ட மாதிரி. இவ்வளவு நாளும் எருவும் சருகும் கடதாசிகளும் பிழிந்த மூலிகைச் சக்கைகளுமாய் அதற்குள் நிரம்பிக் குவிந்த குப்பையை ஆட்கள் அள்ளியள்ளி லொறியில் ஏற்றஏற்ற, கிடங்கு மெல்ல மெல்ல வெளிவரத் தொடங்கியது. கொண்டு போகிற குவியல்களை அவர்கள் மறவன்புலவு வயல்களில் பறித்துவிட்டு வந்தார்கள். முழுக் கிடங்கும் வெளித்து நிலமட்டத்திலிருந்து இறங்கிப்போகிற பதினைந்து படிகளும் தெரிவதற்கு ஒரு நாளாயிற்று. கிடங்கின் அந்த சீமேந்துப் படிகளிலும் சுவர்களிலும் ஆங்காங்கே கறுப்பாய் ஒட்டிக் காய்ந்திருந்த சக்கைகளை மண்வெட்டியால் ஆட்கள் சுரண்டி எடுத்தபோது வந்த கீச்சல் சத்தம் உடம்பையே கூசப் பண்ணுவது போல் இருந்தது. உக்கிய குப்பையின் அவியல் மணம் வெதுவெதுவென்று மூக்கிலடித்தது.

"குப்பை போடுறதுக்கெண்டு அப்பு இந்தக் கிடங்கைக் கட்டினவரோ?"

"இல்லை, இல்லை," அம்மா மெல்லச் சிரித்தா. "குப்பை போடுறதுக்காக இல்லை, குண்டு போடுறதுக்காக!"

சித்தனுக்கு விளங்கவில்லை.

“அதெல்லாம் நீ பிறக்கிறதுக்கு அஞ்சாறு வருஷம் முந்தி நடந்த கதை,” அம்மா சொன்னா.

○

காலை வெய்யில் பளிச்சென்றிருந்தது. மழை நின்று வீசத் தொடங்கிய காற்றின் குளிர்ச்சி. “கதவை வடிவாய்ப் பூட்டுங்கோ,” என்று நாகம்மையிடம் மூன்றாவது தடவையாகச் சொல்லிவிட்டுத் தெருவிலிறங்கினார் கனகசபை. அலுவலகம் புறப்பட்டிருந்தார் அவர். ‘பிளாக் அண்ட் கோ’வில் அக்கவுண்டண்ட். கட்டை, மொத்தமான ஆள். ஃபுல் ஸூட். தடித்த மீசை. ஊடுருவும் கண்கள். பெரிய நெற்றியில் பளிச்சென்று சிறிய கீற்றாய்த் திருநீறு.

லஸ்கொறீன் வீதி அமைதியாய்க் கிடந்தது. எதிரே முன்பக்கத்து மதிலோடு றிக்ஷோவைச் சாய்த்துவிட்டு அதன் நுகத்தில் உட்கார்ந்திருந்த பச்சை, அவரைக் கண்டவுடன் எழுந்து அவசரமாகத் தலைப்பாகையை அவிழ்த்துக் கக்கத்தில் வைத்துக்கொண்டு, “வரணுங்களா, ஐயா?” என்று பவ்வியமாகக் கேட்டார். நரைத்த புருவங்களும் மீசையும் அடர்ந்திருந்த முகத்தில் குங்குமப் பொட்டும் புன்னகையும் பொலிவாயிருந்தன. பச்சையை நோக்கிக் கையை மெல்ல அசைத்தவாறே, “இண்டைக்கு வேண்டாம்,” என்றபடி கனகசபை வடக்கே திரும்பி நடக்கலானார். தூரத்தில் ஸ்கின்னேஸ் றோட்டில் கிணுகிணுத்த ட்றாம் மணி கொஞ்சம் ஆறுதலாக இருந்தது. இன்றைக்கு எப்படியாவது ட்றாம் ஓடும் என்ற நம்பிக்கை இருந்ததினால்தான் பச்சையை வேண்டாமென்று சொன்னார். அப்படி ஓடாவிட்டால் சந்தியில் முனிசாமியின் றிக்ஷோவைப் பிடித்துக்கொள்ளலாம் என்ற துணிவு. பச்சைதான் போன புதன்கிழமையும் கந்தோரில் கொண்டு போய் விட்டார்.

பச்சையின் றிக்ஷோவைப் பிடிப்பதில் எப்போதும் ஒரு பெரிய தர்மசங்கடம் கனகசபைக்கு இருந்தது. பிடிக்காவிட்டால், பச்சை பார்த்துக்கொண்டிருக்கும்போது இன்னொரு றிக்ஷோவைப் பிடித்துக்கொண்டு போவதா என்ற குழப்பம். பிடித்தால், என்னதானிருந்தாலும் வயதுக்கு மூத்த மனுசனை இழுக்கப் பண்ணி, நான் ஏறி இருப்பதா, என்ற குற்ற உணர்வு. முனிசாமி விஷயம் அப்படியில்லை, முனிசாமி மிக இளையவன், முப்பத்தைந்து வயதிற்குள்தானிருக்கும். “பச்சையை இப்போது நான் கூப்பிடாவிட்டாலும் பரவாயில்லை, ஒன்பது மணிக்கு மாரியம்மன் கோவிலுக்கும் சந்தைக்கும் போவதற்கு நாகம்மைக்கு அது தேவைப்படும். கொட்டாஞ்சேனையிலிருந்து அரை மணித்தியாலத்திற்குள் என்னைக் கொண்டுபோய்க் கோட்டையில் விட்டிட்டு வாறதும் பச்சைக்குக் கஷ்டந்தான்.”

ஜப்பான்காரனின் குண்டு வீச்சுக்குப் பிறகு ஒரு கிழமை தெருவெல்லாம் வெளித்துப் போய்க் கிடந்தாலும், இப்போது கொழும்பு வழமைக்குத் திரும்புவது போலிருக்கிறது. இரண்டு கிழமையாக லோகேஸ்வரியை வகுப்புக்களுக்குக் கூட்டிப் போய்வருகிற வேலையும்கூடப் பச்சைக்கு இல்லை. எப்போது எவர் தலையில் குண்டு விழும் என்று தெரியாத நிலைமையில் அதெல்லாம் நினைத்தும் பார்க்க முடியாது 'எப்படியிருந்தாலும் பச்சையின் மாதக்கூலியை அப்படியே கொடுத்துவிட வேண்டும்.'

ஐந்தாம் திகதி ஜப்பான்காரன் போட்ட குண்டில் முப்பது நாற்பது பேர் செத்தார்கள், அதில் பாதி அங்கொடை ஆஸ்பத்திரியிலிருந்தவர்கள்!

"அங்கொடைக்கே போட்டவங்கள் வேறெங்குதான் போட மாட்டாங்கள்?"

அதுவும் போட்டது ஈஸ்ரர் பெருநாளன்றைக்கு!

❍

லீவு நாள்தானேயென்று கொஞ்சம் அவசரப்படாமல் கிடந்தவர், தெருவில் கக்கூஸ் தள்ளுவண்டி வரும் கடமுடா சத்தங்கேட்டு எழும்ப வேண்டியதாயிற்று. 'இந்த ஆட்களுக்கு லீவு இல்லை, பாவம், ஞாயிறு எண்டாலும் முறை வைத்தாவது வேலை செய்யத்தான் வேணும்.' எழும்பிப் போய்ப் பின் வாசற் கதவைத் திறந்தார், கனகசபை. வண்டிக்கு முதலே மணம் வந்தது. மூக்கை மறைத்தபடி விலகிநின்றார். காக்கிக் கட்டைக் கழுசானும் அதே முரட்டு நீலத்துணியில் கசங்கிய அரைக்கைச் சட்டையும் போட்டபடி கையில் வாளியும் விளக்குமாறுமாய் வந்த கறுப்பையா திரும்பிப் போகக் கால் மணித்தியாலமாயிற்று. கக்கூஸினுள்ளேயிருந்து நெருப்புத்தண்ணி மணம் வீசியது. அழுக்கு வாளியுடன் கறுப்பையா திரும்பிப்போவதற்குக் காத்திருந்த மாதிரி, நாகம்மை சாம்பிராணித் தட்டோடு வந்தா. வீடெங்கும் சாம்பிராணிப் புகை சூழ்ந்தபோது, கறுப்பையாவின் கைவண்டி கடகடத்தப்டி கொஞ்சத்தூரம் போய்க் குமாரசாமியர் வீட்டு வாசலடியில் நிற்பது கேட்டது.

அவருடைய மேலதிகாரி லியொன்ஸ் ஜனவரியில் தன் விடுமுறை முடிந்து இங்கிலாந்திலிருந்து திரும்பியபோது கொண்டுவந்து தந்த 'கொலினொஸ்' பற்பசையையும் பிரஷ்ஷை யும் எடுத்துக்கொண்டு கனகசபை குளிக்கிற அறைக்குப் போனதுதான் தாமதம், சந்தியில் எச்சரிக்கைச் சங்கு ஊதுவது கேட்டது. கொழும்பில் குண்டுவீச்சு நடத்தலாம் என்பதால் மக்களை எச்சரிக்கை பண்ணுவதற்காக அரசாங்கத்தின்

ஏற்பாடு அது. எங்காவது ஜப்பானிய விமானங்களின் சிறிய அசுமாத்தத்தையாவது ரடார்கள் கண்டுபிடித்தால் இந்த ஏ ஆர் பி சைரன்கள் ஊதி ஆபத்தை அறிவிக்குமாம். ஒத்திகையும் அடிக்கடி நடக்கும். அவ்வப்போது ஊதுகிற சங்குதான் என்றாலும் இதுவரையில் கடவுள் புண்ணியத்தில் ஒன்றும் நடக்கவில்லை. ஒவ்வொரு தரமும் நாகம்மா சொல்லுவா, "பொங்கலுக்கு யாழ்ப்பாணம் போன நாங்கள், இந்த அந்தரத்துக்குள்ளை திரும்பிவராமல் எல்லாரையும் போலை அங்கையே நிண்டிருக்கலாம்."

"எல்லாரும் போட்டினமா? எத்தினை பேர் இஞ்ச இருக்கினம்? முன் வீட்டிலை குமாரசாமியர் குடும்பங்கூட அசையேல்லை! நாங்கள் போனாலும், அங்கை இருக்க இடம் வேணும்."

"இடத்துக்கு என்ன குறை? சரி, நீங்கள்தான் நல்லூரிலை உங்கட காணிக்குள்ள வீட்டையும் கட்டி, உங்கட தங்கச்சி மகளுக்குக் குடுத்திட்டியள். பரவாயில்லை, அதில்லாவிட்டாலும், அல்லிப்புலத்திலை என்ர சீதனக் காணியள் கிடக்குத்தானே? அதுக்குள்ளை ஒரு வீடு கட்டுற மட்டும் என்ர தங்கச்சியோட இருக்கலாம். அந்த வீட்டிலையும் எனக்குப் பங்கிருக்கு. அப்பிடி இல்லை எண்டு வைச்சுக்கொண்டாலுங்கூட, எங்களை 'வராதை' எண்டு சொல்லுங்களே?"

"எணேய், ஜப்பான்காரன் இலங்கையைப் பிடிக்கிறதெண்டா அவனுக்குக் கொழும்பு, யாழ்ப்பாணம், திருக்கணாமலை, காலி, மட்டக்களப்பு எல்லாம் ஒண்டுதான்! எங்க போனாலும் பயந்தான். நிலவுக்குப் பயந்து பரதேசம் போற மாதிரி இருக்கும். பேசாம, மாரியம்மனைக் கும்பிட்டுக்கொண்டு இங்கயே இருக்கிறதுதான் நல்லது."

"அம்மா, ஐயா சொல்லுறதும் சரிதான். அங்க யாழ்ப்பாணத்திலையும், குஞ்சியப்புவும் சின்னம்மாவும் 'வளவுக்கை 'பங்கர்' வெட்டியிருக்கிறம்,' எண்டுதானே எழுதினவை?"

"சாமான் தட்டுப்பாடுகூட எங்குந்தான். இங்கயும் எல்லாம் கூப்பனுக்குத்தான். அங்கயும் அப்பிடித்தான்."

கனகசபை பல்லுத் தீட்டத் தொடங்கினார்.

மீண்டும் எச்சரிக்கைச் சங்கு ஊதியது. பின் முற்றத்தின் சிறு வெளியினூடாக அண்ணாந்து பார்த்தார் கனகசபை. வானம் நல்ல மந்தாரம் போட்டிருந்தது. மெல்லிய தூறல் வேறு.

இருந்தாற்போல அந்தச் சத்தங்கள்! கீழிருந்து இடிபோல் கிளம்பியவை எவை, இரைந்துகொண்டு சுழன்றடித்த உறுமல்கள் எவை, இரண்டும் சேர்ந்ததில் சிதறித் தெறித்த வெடிகள் எவை, என்று தெரியாத பயங்கரம்... வீடு, தளபாடங்கள் எல்லாம் அதிர்வதுபோல இருந்தது. ஜன்னல் கண்ணாடிகள் கிலுங்கின.

"ஐயோ, என்ர அம்மாளாச்சி, என்ர பிள்ளையக் காப்பாத்து!" உள்ளேயிருந்து நாகம்மையின் குழறல் கேட்டது "இஞ்சாலை வாங்கோ, பிள்ளை! பிஞ்சி, நீயும் ஓடியா! என்ன பாத்துக்கொண்டு நிக்கிறாய்? இந்தக் கட்டிலுக்குக் கீழ போங்கோ!" அந்தரமும் பயமுமாய் வந்த அந்தக் குரல் வித்தியாசமாய் ஒலித்த அந்த நிமிடத்தில், கழிவிரக்கம், பயம், குழப்பம், எல்லாம் சேர்ந்து கனகசபையைக் கௌவின. பற்பசையைத் துப்பி, வாயை அவசர அவசரமாகக் கொப்புளித்துவிட்டு, மனைவியும் மகளுமிருந்த அறைக்குப் போனார். அலுமாரியின் பின்னால் ஒண்ட முயன்றுகொண்டிருந்த நாகம்மையின் பக்கத்தில் போய் நின்றுகொண்டார். எங்காவது ஒளிக்க வேண்டும் என்றுந் தோன்றவில்லை. எங்குதான் ஒளிப்பது?

அவரையறியாமலேயே வாய் கந்தர்சஷ்டி கவசத்தை முணுமுணுக்கத் தொடங்கியிருந்தது. "...காக்க காக்க, கனகவேல் காக்க..."

அந்த அரை மணி நேரம்!

அரை மணித்தியாலந்தான்.

அதன்பின் புயல் ஓய்ந்த அமைதி எங்கும்.

❍

கனகசபை திங்களும் செவ்வாயும் வேலைக்குப் போகவில்லை. என்றாலும் பொறுப்பான வேலையிலிருந்துகொண்டு நெடுகப் போகாமலும் விட முடியாது. புதன் போனார். அடுத்த நாள், வியாழன், திருகோணமலையில் குண்டு போட்டான்கள்! வெள்ளி சனி, போகவில்லை. ஞாயிறு கழிய, இன்று போகிறார். இன்றைக்கு என்னாகும்?

'நாகம்மாகூட எட்டு ஒன்பது நாளைக்குப்பிறகு இண்டைக்குத்தான் கோவிலுக்கும் சந்தைக்கும் என்று வெளிக்கிடுகிறா. இப்படி வெளியே போய்வந்தாலாவது யாழ்ப்பாணம் போகிற கதையை விடுகிறாவா, பார்க்கலாம். லோகேஸ்வரியைச் சமாதானப்படுத்திவிடலாம், அவளுடைய தாயைச் சமாதானப்படுத்துவதுதான் பிரச்சினையாயிருக்கிறது.'

கோவில், சந்தை, இரண்டுமே கிட்டத்தான். ஒரு மணித்தியாலத்திற்குள் போய் வந்துவிடலாம். லோகேஸ்வரியும் பிஞ்சியும் வீட்டில் இருந்துகொள்வார்கள்.

ஸ்க்யூனர் வீட்டின் முன்னால் நின்றுகொண்டிருந்த இரட்டை மாட்டு வண்டிலைத் தாண்டி நடந்தார் கனகசபை. ஸ்க்யூனர் குடும்பமும் எங்காவது குடிபெயர்கிறார்களோ? மல்லிகையும் கான் கழிவுநீரும் கலந்து மணத்தன. வெய்யில் வலது கன்னம் முழுதும் சுட்டது. இந்தக் காற்றில்லாவிட்டால் இதுவரையில் வேர்க்கத் தொடங்கியிருக்கும். கோட்டின் இடது பொக்கெற்றைத் தொட்டுப் பார்த்தார். நாகம்மை கைலேஞ்சியை வைக்க மறக்கவில்லை.

"மாலு, மாலு" என்று கூவியபடி, லஸ்கொறீன் வீதியில் திரும்புகிறான், சைமன். வியர்வை சுவறிய வெள்ளை அரைக்கைபெனியனை உள்ளே விட்டுக் கட்டிய மண்ணிறச் சாரம். இடுப்பில் பேர்ஸ் வைத்த அகல பெல்ற். தோளில் பிடித்திருந்த நீண்ட காவுதடியின் முனைகளில் தொங்கிய தட்டுக்களிரண்டும் மிதப்பவையே போல சீராக மேலுங் கீழும் மெல்லமெல்ல ஏறியிறங்கின. அப்போதுதான் முகத்துவாரத்திலிருந்து வந்திருக்க வேண்டும். மீன்பிடிக்காரர்கள் இப்போது வயிற்றுப் பாட்டிற்காக மீண்டும் கடலுக்குப் போகத் தொடங்கிவிட்டார்கள் போல! பாவம், அன்றன்றாடம் உழைக்கிறவங்கள் எத்தினை நாளைக்குத்தான் பட்டினி கிடக்கேலும்?

"ஆய்போவன், மாத்தயா," பற்களும் சொண்டுகளும் வெற்றிலைக் காவியால் சிவந்து கிடந்தன. 'இரண்டு பேருமே இப்போதைக்குத் தப்பிப் பிழைத்து விட்டோமில்லையா?' என்கிற சிரிப்பு.

கனகசபை வீட்டில் ஒரு நாளாவது அவனிடம் ஒன்றும் வாங்கியிராவிட்டாலும் தினசரி காணுகிற அறிமுகம். புன்னகையுடன் கையையும் தலையையும் அசைத்தவாறே நடந்தார். வெள்ளியாய்த் தெறித்திருந்த செதில்களினோடு பின்புறமாய் வளைந்த ஒரு பெரிய கத்தியும், தொடர்ந்த வெட்டுக்களால் காயப்பட்டுக் கிடந்த கனத்த மரக்குற்றியும் மீன்களோடு தட்டில் கிடந்தன.

ஒரு பெரிய மீன் லேசாக வாலை அசைத்த மாதிரி இருந்தது.

○○○

1.13

"குண்டு வீசின பிறகு என்ன நடந்தது?" சித்தன் குரலில் வியப்பு, பயம், ஆர்வம் எல்லாம் சேர்ந்து ஒலித்தன.

"பயந்துகொண்டிருந்தாலும் பிறகு ஒரு பிரச்சனையுமில்லை," சற்றுப் பொறுத்து அம்மா சொன்னா."கொஞ்சநாள் பாத்திட்டு,போக்குவரத்துப் பயமில்லை எண்ட பிறகு, யாழ்ப்பாணத்துக்கு வந்திட்டம்."

"எல்லாருமோ?"

"என்னையும் பெத்தாச்சியையும் பிஞ்சி அம்மாவையும் கொண்டுவந்து இங்க விட்டிட்டு, பாட்டா திரும்பிப்போனார். நாங்கள் இங்கேயே இருந்திட்டம். நாங்கள் வரேக்கையே, இங்க அப்பு இதை வெட்டி வச்சிருந்தார்."

"இங்கை ஏன்?"

"சண்டைக் காலத்திலை கொழும்பிலை மட்டுமில்லை, இலங்கையில எங்க வேணுமெண்டாலும் ஜப்பான்காரன் குண்டு போடுவான் எண்டு பயம்! தற்செயலாய் இங்க போட்டால், இந்தக் கிடங்குக்குள்ளை இறங்கித் தப்ப வேணுமெண்டதுக்காக வெட்டின பதுங்குகுழிதான் இது."

"யாழ்ப்பாணத்திலையும் குண்டு போட்டவங்களோ?"

"இல்லை, கொழும்புத்துறைமுகத்திலையும் திருக்கணாமலைத் துறைமுகத்திலையும் போட்ட பிறகு அவன் இந்தப் பக்கம் வரேல்லை."

"அப்ப, கிடங்கு வீணாய்ப் போச்சு?" சித்தன் சிரித்தபடி கேட்டான்.

"இல்லையே, சண்டைக்குப் பிறகு அதைச் சீமேந்தாலை கட்டி, அது இப்ப குப்பைக் கிடங்காய்ப் போச்சு!" அம்மாவும் சிரித்துவிட்டுச் சொன்னா.

"அப்பவும் சீமேந்து இருந்ததோ?"

"அப்ப எங்கட காங்கேசன் சீமேந்தெல்லாம் வரேல்லை, வெளிநாட்டிலையிருந்து தகரத்திலை வந்த சீமேந்துதான்."

கீரிமலைக்குப் போய்வந்த வேளைகளில் தூரத்தில் கடற்கரையோடு தெரிந்த 'ஸீமன்ற் ஃபக்ரறி'யை சித்தன் கண்டிருக்கிறான். உயரமான புகைபோக்கியால் எழுந்து மிதக்கும் புகையும், வருகிற வழியெல்லாம் பனையோலைகளை யும் வெற்றிலைக் கொடிகளையும் மூடிப் படிந்து கிடக்கிற சாம்பல் நிறத் தூசும் அவனுக்கு நினைவு வந்தன.

"அம்மா, இப்ப பிஞ்சி அம்மா எங்கை இருக்கிறா?" சற்று நேரத்தின் பிறகு சித்தன் கேட்டான்.

"தன்ர ஊரிலைதான். மூண்டு பிள்ளயளுமிருக்கு."

"அவவின்ர ஊர் எங்கை?"

"கண்டிக்குக் கிட்ட மாவனெல்லைப் பக்கம்."

'நீ பிறந்த வருசம் அவ தன்ர வீட்டை போட்டா,' என்று அம்மா சித்தனுக்குச் சொல்லியிருக்கிறா. "பிறகு, உனக்கு மூண்டு வயதாக இருக்கேக்கை புருசன், பிள்ளையோட வந்து ஒரு மாதம் நிண்டவ. ஞாபகமிருக்கே?"

சித்தனுக்குப் பெரிதாக ஞாபகமில்லை. அவவைப்பற்றி யாராவது பேசுகிற வேளைகளில், தேங்காயெண்ணையும், சந்தன சோப்பும் கலந்த இனிய வாசமொன்று நினைவு வரும். பிறகு, அந்த வெள்ளை நிறமும், சுருள் முடியும். அம்மாவைப்போல, அதே உயரம், தோற்றம், அவனில் அதே வாரப்பாடு.

"பிஞ்சியம்மா எங்களோட வந்து பதினஞ்சு வருசத்துக்கு மேலை இருந்தவ! வரேக்கை அவவுக்கு எத்தினை வயது தெரியுமா? பத்து! என்னிலும் பாக்க நாலு மாதந்தான் மூப்பு. அக்கா – தங்கச்சி மாதிரித்தான் பழகின நாங்கள்," அம்மாவின் குரல் லேசாகக் கரகரத்தது.

"அப்ப, இங்கயே இருந்திருக்கலாமே? ஏன் போனவ?"

"இருந்திருக்கலாந்தான் . . ." அம்மா ஏதோ யோசிப்பது போலிருந்தது.

"கிடங்குக்குள்ளை இறங்கிப் பாப்பமா?" என்றபடி வட்டண்ணையும் நந்தனும் சித்தனிடம் வந்தார்கள்.

கேள்வியை மறந்துபோய் மற்ற வட்டன்களுடன் கிடங்கில் குதித்திறங்கும் மகனைப் பார்த்துக்கொண்டிருந்த லோகேஸ்வரிக்கு அந்தக் கேள்விக்கு என்ன மறுமொழி சொல்லலாமென்பதுதான் குழப்பமாயிருந்தது.

○

ஒற்றைப் பிள்ளையான லோகேஸ்வரிக்குத் துணையாகவும், வீட்டில் நாகம்மைக்குக் கையுதவியாகவும் யாராவது இருந்தால் நல்லதென்று கனகசபையருக்குப் பட்டது. கூட வேலை பார்க்கும் கஹதுவ ஆரச்சியுடன் பேசிக்கொண்டிருந்தபோது, "கவலைப்படாதேயும், எங்கட ஊரிலை ஒரு பிள்ளை இருக்கு, கேட்டுப் பாக்கிறன்," என்றார், ஆரச்சி.

லொக்கு பண்டா, வலு நல்ல மனுசன். ஒரு சின்ன வயல் இருந்தது. ஆனால் பெரிய குடும்பம். ஆறு பிள்ளைகள். யாராவது நல்ல ஆட்களா யிருந்தால் அவர்களோடு மூத்தவனை விடலாமென்று யோசித்துக்கொண்டிருந்தபோது, ஆரச்சி மாத்தயா பொம்பிளைப் பிள்ளை வேணும் என்கிறார். அவர் சொன்னால் நல்ல இடமாய்த்தானிருக்கும். லொக்கு பண்டா மனைவியுடன் யோசித்தார்.

"ஆரச்சி மாத்தயாவோட நீங்கள் மகளைக் கூட்டிக் கொண்டு போங்கோ. உங்களுக்கும் மகளுக்கும் இடத்தையும் ஆட்களையும் பிடிச்சிருந்தா, அவள் பெரிய பிள்ளையாகு மட்டும் அங்க நிக்கட்டும்," என்று ஒரு முழுநாள் யோசனைக்குப் பிறகு முக்கால் மனதோடு சுதுஹாமி சொன்னா. சின்னப் பிஞ்சிக்குக் கொழும்பு போகிறோமென்று சந்தோஷம். கொழும்பில் கனகசபையர் வீட்டையும் ஆட்களையும் பார்த்தவுடனேயே தகப்பனுக்கும் மகளுக்கும் பிடித்துக்கொண்டது. ஆனால், அடுத்த நாள் லொக்கு பண்டா ஊருக்குப் புறப்பட்டபோதுதான் பிஞ்சி அழத் தொடங்கினாள். "அடுத்த வாரம் வருகிறேன்," என்று சமாதானப்படுத்தி வெளிக்கிட்டவர், அடுத்த மாதம் வந்து திரும்பியபோது சந்தோஷமாய் விடை கொடுத்தாள் மகள்.

வருசத்திற்கொரு தடவைதான் லொக்கு பண்டாவால் மகளை வந்து பார்க்க முடிந்தது. மாதந் தவறாமல் பணம்

அனுப்பிக்கொண்டிருந்தார் கனகசபை. பிஞ்சி 'சாமத்தியப்பட்ட' போது புருசனுடன் மகளைப் பார்க்கவந்த சுதுஹாமி, "அவள் கல்யாணம் மட்டும் இங்கேயே இருக்கட்டும்," என்று முழுமனதோடு சொல்லிவிட்டுப் போனா. லோகேஸ்வரியின் புண்ணியத்தில் பிஞ்சிக்குத் தமிழும், பிஞ்சியின் புண்ணியத்தில் லோகேஸ்வரிக்குச் சிங்களமும், இயல்பாய் வந்தன. தங்களுக்குள் எந்த நேரம் என்ன மொழியில் இருவரும் பேசிக்கொள்வார்கள் என்பது தெரியாது. யாழ்ப்பாணம் வந்த பிறகும் இந்தப் பழக்கம் தொடர்ந்தது. "நாகம்மாக்கான்ர பெட்டையும் அந்தச் சிங்களப் பெட்டையும் ஒவ்வொரு நேரம் ஒவ்வொரு பாஷையிலை பேசிறாளவை!"

பிஞ்சிக்குத் தமிழ்ப் பாட்டுக்களும் நன்றாகப் பாட முடிந்தது. ஒவ்வொரு காலத்தில் ஒவ்வொரு பாட்டு வாயில் உலாவும். பவுண் நிறத்தில் பாம்பு சுருண்டெழும்பிப் படம் விரிப்பது போலிருக்கும் குழாயோடிருந்த அந்த கிராமஃபோனை கனகசபை கொழும்பிலிருந்தபோது வாங்கி மகளுக்குக் கொடுத்திருந்தார். அவர் வேலை செய்த 'பிளாக் அன்ட் கொம்பனி'தான் இப்படி கிராமஃபோன்கள், சைக்கிள்கள், தண்ணீர்ப் பம்பிகள், தட்டச்சு யந்திரங்கள், இசைத் தட்டுக்கள் போன்ற பொருட்களை இறக்குமதி செய்து விநியோகித்துக் கொண்டிருந்தது. நல்ல தமிழ் இசைத் தட்டுக்கள் வரும்போது வாங்கி விடுவார். 'அசோக்குமார்,' 'கச்ச தேவயானி,' 'வனமோகினி' பாட்டுக்கள் எல்லாமிருந்தன. ஓய்வான வேளைகளில் பாட்டுக் கேட்பதுதான் லோகேஸ்வரிக்கும் பிஞ்சிக்கும் பிடித்த வேலை.

கொழும்பை விட்டுப் புறப்பட்டபோது, ரயிலில் ஒரு சரக்குப்பெட்டி ஒதுக்கி, வீட்டுச் சாமான்களோடு லோகேஸ்வரியின் ஆர்மோனியம், வயலின், புத்தகங்கள், கிராமஃபோன், றெக்கோட்டுகள் எல்லாம் பத்திரமாக வந்துசேர்ந்தன. யாழ்ப்பாணம் பிஞ்சிக்கு நன்கு பிடித்துக்கொண்டது. வழமைபோல் சந்தோஷமும் துடிப்புமாய்த்தானிருந்தாள். "ஆலோலம். . . ஆலோலம் . . ." பாட்டு நாவில் தவழ்ந்து கொண்டிருந்தது தனியாக இருக்கும் போதோ, லோகேஸ்வரியுடனிருக்கும் போதோ மெல்லப் பாடுவாள். " . . . கொஞ்சும் கிளி குருவி மைனாவே, கூட்டமாய் இங்கே வராதே ! காவலிருந்து கல் எறிவேனே . . . சோ, சோ, சோ . . ." யாழ்ப்பாணம் வந்த பிறகு வாங்கிய முதல் றெக்கோட், அந்த 'ஸ்ரீ வள்ளி' படத்து றெக்கோட்தான். கனகசபை வாங்கிக் கொடுத்துவிட்டுப் போனார். எங்கே வாங்கினாரென்று தெரியவில்லை.

மகளின் கல்யாணத்தையும் அடுத்த வருசமே ஒப்பேற்றினார், அவர். மாப்பிள்ளை சிவகணேசன், இரட்டைக்குளந்தான்.

நல்லதொரு அரசாங்க உத்தியோகத்திலிருந்தார். 'நல்ல பய பக்தியான பெடியன், சாந்த குணம், சைவம், தண்ணி வென்னி, சுருட்டு வெத்திலை, ஒண்டுமில்லை' என்று கேள்விப் பட்டதெல்லாம் உண்மையாயிருந்ததில் கனகசபையருக்கு நல்ல சந்தோஷம்.

"பிஞ்சிப் பெட்டைக்கும் நல்லதொரு யாழ்ப்பாணத்துப் பெடியனாப் பாத்துக் கட்டிவைச்சிட்டா, பிள்ளையோடயே இருந்து கொள்ளுவள். சகோதரங்கள் மாதிரிப் பழகினதுகள், சீவியகாலம் முழுக்க ஒண்டாயிருக்கும். லொக்கு பண்டாவோ பெண்சாதியோ இதுக்கு மறுப்புச் சொல்லாதுகள். ஏற்கெனவே ஒருதரம் சொல்லியிருக்கிறன்." நாகம்மைக்குச் சொன்னார், கனகசபை. மாதாமாதம் லொக்கு பண்டாவுக்கு அனுப்பிய காசைவிட, பிஞ்சியின் பெயரில் தனியாகவும் அவர் காசு போட்டுக்கொண்டு வந்திருந்தார். அது இப்போது ஒரு கணிசமான தொகையாகி விட்டிருந்தது. "அதோட, உம்மட காணியிலும் இரண்டு பரப்பை அவள் பேருக்கு எழுதி விடலாம். அடுத்த பயணம் வந்து அதை ஒப்பேத்த வேணும்."

ஆனால், அடுத்த பயணம் அவர் வரவில்லை. ஒரு மாதத்திற்குள்ளாகவே அவர் உடம்புதான் வந்தது. ஒரு காலையில் கந்தோருக்குப் புறப்பட்டுக்கொண்டிருந்தவர், கட்டிலிலிருந்து காற்சட்டையில் ஒரு கால் போட்டபடியே கடைசி மூச்சை விட்டார். காரியங்கள் எல்லாம் முடிந்து மூன்று மாதமான பிறகு, நாகம்மை கணவன் சொல்லிவிட்டுப் போன விஷயத்தை மகளுக்குச் சொன்னா.

"உன்ர ஐயா சொன்னதை அவற்ர ஆண்டுத் திவசம் முடிஞ்சவுடன செய்ய வேணும். அவற்ரை கடைசி ஆசை அது."

லோகேஸ்வரி அதைப் புருசனுக்குச் சொல்லி, "எங்கையாவது உங்களுக்குத் தெரிஞ்ச நல்ல சம்பந்தமாக இருந்தால் பாருங்கோ," என்றா. "சரி," என்றார் சிவகணேசன்.

ஆனால், கில்பேட் வந்துசேர்ந்தது இந்தக் காலத்தில்தான்.

○○○

1.14

அல்லிப்புலத்தில் ராசரத்தினம், கதிரமலை, பெரியதம்பி மூன்று பேரும் வாடகைக்கார் வைத்திருந்ததுபோல, இரட்டைக்குளத்தில் முத்துவேலுவும் வேறு இரண்டு, மூன்று பேரும் கார் வைத்திருந்தார்கள். என்றாலும் முத்துவேலருக்குத் தனி மதிப்பு. "நல்ல 'கொண்டிச'னான கார், நிதானமான ஓட்டம், நியாயமான சலார், சொன்ன நேரத்துக்கு வந்துவிடும்," என்று. வாடிக்கைகள் கூடக்கூட, ஏற்கெனவே இருந்த 'ஏ-40' யுடன் இன்னொரு 'ஒஸ்ரின் 10'னையும் வாங்கி அதை ஓடவென்று அப்புஹாமியையும் சம்பளத்துக்கு வைத்திருந்தார் முத்துவேலு. அப்புஹாமிக்குச் சொந்த ஊர், இலங்கையின் மேற்குக்கரை. நாத்தாண்டிப் பக்கம். முத்துவேலரோடு வந்து மூன்று, நாலு வருசம். நல்ல மட்டுமரியாதையான ஆள். தமிழ் நன்றாகப் பேசினார். றொபேட் அப்புஹாமியை ஊர்ச்சனங்கள் அன்பாக 'அப்புசாமி' என்று கூப்பிட்டார்கள்.

அருணாசலப் பரிகாரியாருக்குப் பின்னேரங்களில்தான் கார் தேவைப்படும். பகலில் வீட்டில் ஒரு தேவை, 'அந்தரம்-ஆபத்து' என்றால் கூட, காரை எடுக்க ஆளில்லை. அவருக்கு நேரம் வராது. இவ்வளவு நாளும், சொல்லி அனுப்பினால், பேரம்பலத்தார் வந்து காரை எடுப்பார். ஆனால் இப்போது அவர் பழையபுலம் சந்தியோடு சொந்தமாக ஒரு 'கராஜ்' போட்டுக்கொண்டார். அதைக்கூட அருணாசலம்தான் போய் 'நா'ளுக்குக் குத்து விளக்கேற்றித் திறந்து வைத்தார். பேரம்பலத்தாருக்கு இனி நினைத்தபடி வெளிக்கிட நேரம் வராது.

ஆனால், அவரே ஒரு இதற்கொரு யோசனையும் சொன்னார். “இரட்டைக்குளம் முத்துவேலுவைப்போல நாங்களும் ஒரு ட்றைவரை வைச்சுக்கொண்டா, வீட்டுத் தேவையளுக்கு நினைச்ச நேரம் நினைச்ச இடத்துக்குப் போய்வரலாம். பெரிய தங்கச்சிக்கும் ஒரு தேவைக்கு ஆஸ்பத்திரிக்குப் போய்வரவும் உதவும்.”

அப்போது லோகேஸ்வரிக்கு முதல் பிள்ளை, சித்தன், வயிற்றில் மூன்று மாதம். வீட்டில் பிள்ளைப்பேறு பார்த்த காலமெல்லாம் போய்விட்டது. பிள்ளைப்பேற்றுக்கு இணுவில் ஆஸ்பத்திரிக்குத்தான் எல்லோரும் போனார்கள். அமெரிக்கன் மிஷன், மானிப்பாயிலும் இணுவிலிலும், ஒவ்வொரு பெரிய ஆஸ்பத்திரியை நடத்திவந்தது. “மனசார, அந்தக் காலத்திலை அமெரிக்கன் மிஷனறிமார் யாழ்ப்பாணத்துக்குப் பல நன்மைகள் செய்திருக்கினந்தான்,” என்று அருணாசலம் அடிக்கடி சொல்லுவார். இவர்களுக்கு இணுவில் வலு கிட்ட. இரட்டைக்குளம் தாண்டியதும் இருந்தது.

பேரம்பலத்தார் சொன்னதோடு நிற்காமல், தானே முத்துவேலுவிடம் போய் விசாரித்தும் பார்த்தார். “ஒரு விஷயம், நாங்கள் அந்தக் காரைப் பிள்ளைபோல வைச்சிருக்கிறம். இப்ப அந்த ‘மொடல்’லும் வரத்தில்லை. வலு அருமையான கார். ‘விறுசு’ ஓட்டம் ஓடாத ஆளா இருக்க வேணும்.”

அப்படிச் சந்தித்தவன்தான் கில்பேட். அப்புஹாமியின் ஊரவன், சொந்தக்காரன். இளந் தரவளி, இருபத்தைந்து வயதிருக்கும். ஆனால் உச்சியில் வழுக்கை விழுந்திருந்தது. நறுக்கு மீசை, சாரம், பெல்ற், அரைக்கை பெனியன், கையில் பச்சை என்று இருந்தாலும் குறை சொல்லமுடியாத ஆளாக இருந்தான். ‘விறுசு’த்தனம் எதுவுமில்லை. தானும் தன்பாடும். மருந்துக் கொட்டில் ஆட்களைப் போலவே எட்டரை யிலிருந்து நாலரை வரை வேலை. இரட்டைக்குளத்திலிருந்து அப்புஹாமியோடு இருந்து வந்து போய்க்கொண்டிருந்தான்.

இப்போதெல்லாம், நாகரோ, பெரிய கிட்ணரோ, மருந்துச் சரக்குத் தேவையான நேரங்களில் அடுத்த நாள்வரை காத்திருக்கத் தேவையில்லாமல், உடனே தாங்களே கில்பேட்டுடன் காரில் போய் வாங்கிவந்தார்கள். வீட்டில் நெல்லோ புழுங்கலோ குற்றுவதற்கு, ராசதுரையின் மாட்டுவண்டிலைத் தேட வேண்டிய தேவை இல்லாமல் போயிற்று. கில்பேட் தானே இரண்டு மூட்டையைக் காரில் போட்டு, ‘ராசா மில்’லில் போய்க் குற்றி வந்தான். மற்றும்படி, வீட்டுப் பொம்பிளைகள் யாரும் கோவில் குளம், கடைகண்ணி என்று போய்வருகிற பழக்கம் இல்லாதவர்கள்.

வேலை இல்லாத நேரத்தில், மருந்துக் கொட்டிலிலேயே போயிருந்து, யாரும் கேட்காவிட்டாலும், அதை இதைச் செய்துகொடுத்தான், கில்பேட். அவனுக்கு ஒரேயொரு பிரச்சினைதான் இருந்தது, தமிழ் சரியாக வரவில்லை. முழுதாகப் புரியவுமில்லை. அவனுக்கு யாராவது ஏதாவது தெளிவாக விபரமாகச் சொல்ல வேண்டுமென்றால், அல்லது அவன் யாருக்காவது ஏதாவது விளக்க வேண்டுமென்றால், பிஞ்சியின் உதவியையே எல்லோரும் நாட வேண்டியிருந்தது.

மூன்று, நாலு மாதம் போயிருக்கும். ஒரு மத்தியானம் தாண்டிய பொழுது. அம்மல் வெய்யில் எறித்துக்கொண் டிருந்தது. அடுப்படிக் கூரை முகட்டில் காகமொன்று 'க்றா, க்றா,' என்றபடி. பரியாரியாரையும் பெண்சாதியையும் விட எல்லோரும் சாப்பிட்டாயிற்று. நல்லம்மா அப்போதுதான் குளிக்கப் போயிருந்தா. லோகேஸ்வரியும் கண்ணகையும் வெய்யில் தாழும் வரை தலைவாசலில் பாட்டுப் போட்டுக் கேட்டுக்கொண்டிருந்தார்கள்.

அந்த நாளும் வந்திடாதோ, பிருந்தாவனத்தில் கண்ணன்
வளர்ந்த...

பின் விறாந்தையில், பத்து நாளைக்கு முதல் ஆள் பிடித்து உலுக்கிக் காயப்போட்டிருந்த புளியம்பழங்களை உள்ளங்கையால் தட்டித்தட்டி உடைத்துக்கொண்டிருந்த நாகம்மையின் பக்கத்தில் வந்து நின்றாள், பிஞ்சி. அவள் கையில் ஈர்வலியும், சின்னப் பல்லுச் சீப்பும் இருந்தன.

"நீங்கள் பழம் உடைக்க உடைக்க, நான் உங்களுக்குப் பேன் பாத்துவிடவோ, அம்மா ?"

"ச்சீ, எனக்கெதுக்கு இப்ப? புளியம்பழத்துக்கை முடி கொட்டுண்ணும்... நீயும் இருந்து இரண்டு பழத்தை உடை."

கொண்டுவந்தவற்றைத் திண்ணையில் வைத்துவிட்டு நாகம்மையின் முன்னால் உட்கார்ந்தாள், பிஞ்சி. கடகத்தில் நிறைந்திருந்த பழங்களை எடுத்துப் பலகையில் வைத்துத் தட்டித் தட்டி மெதுமெதுவென்று வந்த செம்பழுப்பு நிறக் கதுப்புகளைத் தட்டுச் சுளகில் போட்டார்கள். கோழிமுட்டைக் கோதிலும் சற்றே பலமான கோதுகள் குவிந்தன. அவற்றை ஒரு பக்கமாக ஒதுக்கிவிட்டு, உடைத்ததில் சின்னப் பழமாய்ப் பார்த்து ஒன்றை எடுத்து வாயில் போட்டாள் பிஞ்சி.

... பாத மலர்கள் நோக நடந்த அந்த நாளும் வந்திடாதோ.

பாட்டு முடிந்த அமைதி.

சாந்தன்

“அம்மா, உங்களுக்கு ஒண்டு சொல்ல வேணும்.”

“என்ன? சொல்லு?”

பிஞ்சி எழுந்து போய்ப் புளியங்கொட்டையைத் துப்பி விட்டு வந்தாள்.

“என்னடி?”

அடுத்த பாட்டு ஒலித்தது.

காற்றினிலே வரும் கீதம், கண்கள் பனித்திடப் பொங்கும்...

“என்ன பிஞ்சி, சொல்லன்?”

“அம்மா, இந்த கில்பேட் என்னைக் கேட்டவர்...”

நாகம்மை திடுக்கிட்டா. “என்னடி? என்ன கேட்டவன்? எப்ப? எங்கை?”

“தன்னைக் கலியாணம் முடிக்கிறியா எண்டு...”

“நாசமாப் போவான்! வந்தா வந்த வேலையைப் பாத்திட்டுப் போறதுக்கு, பெண் புரசோட என்ன கதை அவனுக்கு? இப்பவே அருணாசலத்திட்டைச் சொல்லி ஆளைத் துரத்தி விடுறன்,” கடகத்தைத் தள்ளிவிட்டு எழுந்த நாகம்மையைத் தடுப்பது பிஞ்சிக்குப் பெரும் பாடாகப் போயிற்று.

அன்றிரவு, தங்கை, மைத்துனன், மகள், மருமகன் எல்லோரையும் கூப்பிட்டு வெளித்திண்ணையில் இருத்தி, நாகம்மை விஷயத்தைச் சொன்னா.

“கண்ணகையோடு இருந்துகொள்,” என்று பிஞ்சியை உள்ளே விட்டாயிற்று.

‘பிஞ்சி தனக்கேன் இந்த விஷயத்தைச் முதலில் சொல்ல வில்லை,’ என்று லோகேஸ்வரிக்குக் கவலையும் கோபமும் சேர்ந்திருந்தன.

எல்லோரும் கொஞ்ச நேரம் பேசாமல் இருந்தார்கள்.

“தம்பி, என்ன நினைக்கிறியள்?” பரிகாரியார் மருமகனைக் கேட்டார்.

“அவவுக்கும் விருப்பமாமோ, இதிலை?” சிவகணேசன் மனைவியை நோக்கினார்.

“அம்மா சொன்னவுடன நான் தனியாகக் கதைச்ச நான்...” என்றா, லோகேஸ்வரி. “தனக்கு ‘அப்பிடி ஒரு எண்ணமும் இல்லை’ எண்டு சொல்லுறா. அவவுக்கு அப்பிடி இருக்கிற மாதிரி எனக்கும் படேல்லை...”

“வந்து முழுசா ஆறு மாதம் ஆகேல்லை. அதுக்குள்ளை, அதுகும் இத்தினை பேருக்கும் நடுவில, அவளை எப்பிடியோ பிடிச்சுக் கேட்டிருக்கிறானே!” நாகம்மைக்கு இன்னும் வெப்பியாரம் அடங்கவில்லை. “அவனை வேலையாலை நிப்பாட்டி விடு, அருணாசலம்.” நாகம்மை, அருணாசலத்துக்கு இரண்டு வயது மூத்தவ.

“அவசரப்படக் கூடாது, மச்சாள்,” அருணாசலம் சொன்னார். “அவன் ஆள் அவ்வளவு பிழையான ஆள் எண்டு சொல்ல முடியாது.”

“முத்துவேலண்ணையையும் வேணுமெண்டா விசாரிச்சுப் பாக்கலாம்,” என்றார் சிவகணேசன்.

“அவளின்ர தாய் தகப்பனைக் கெதியிலை வரச்சொல்லிக் கூப்பிட்டுக் கேப்பம். எல்லாரும் ஓமெண்டா, நாங்கள் குடுக்க நினச்சதைக் குடுத்துக் கட்டிவைப்பம்,” என்றார் அருணாசலம், முடிவாக.

தபால் போட்டு ஒரு கிழமைக்குள் வந்துவிட்டார், லொக்கு பண்டா. தனியேதான் வந்தார். அவசரமாக வந்ததில் சுதுஹாமியைக் கூட்டிவர இயலவில்லை என்றார். இவ்வளவு காலத்தில் அவரை வந்து சந்திக்கும்படி கேட்டுக் கடிதமெதுவும் கனகசபை மாத்தயா வீட்டிலிருந்து வந்தது கிடையாது. என்னதான் கவனமாக எழுதப்பட்ட கடிதமென்றாலும் அது லொக்கு பண்டா வீட்டைக் கொஞ்சம் கலவரப்படுத்தியே இருந்தது.

அன்றிரவும் ஒரு கூட்டம் நடந்தது. லோகேஸ்வரிதான் மொழிபெயர்ப்பாளராக இருக்கவேண்டி வந்தது. சிவகணேசனுக்கும் கொஞ்சம் சிங்களம் தெரியுமென்றாலும், மனைவியின் அறிவுக்குக் கிட்ட வராது. லொக்கு பண்டா எல்லாவற்றையும் வலு அமைதியாகக் கேட்டார். அவர் பயந்த அளவுக்குப் பெரிதாய் எதுவுமே நடந்துவிடவில்லை. ஆனால், அவர் பெரிதாக யோசிக்கவும் எதுவுமில்லை. முடிவை உடனேயே சொல்லிவிட்டார்.

“அம்மா, இதுக்கு நாங்கள் சம்மதமில்லை. நான் மகளுக்குச் சொல்லுறன், இது சரிபட்டு வராதெண்டு.” பிறகு காரணங்களைச் சொன்னார். “நாங்க உட றட்ட, மலை நாடு. அவங்க அப்பிடியில்லை, பகத்த றட்ட. கரை நாடு. நாங்க புத்த பகவானைக் கும்பிடுகிற ஆக்கள், அவங்க வேற சமயம், வேதம்.”

தான் திரும்பும்போது மகளையும் அழைத்துப்போகப் போவதாக அமைதியாகச் சொன்னார், லொக்கு பண்டா. கிணறு வெட்டப் பூதம் புறப்பட்டது போலிருந்தது, எல்லோருக்கும்.

இரண்டு நாள் கழித்து, அழுதழுது வீங்கிய கண்ணோடு புறப்பட்டாள் பிஞ்சி. அதே போன்ற கண்கேளோடு, பிஞ்சியின் வங்கிக் கணக்குப் புத்தகத்தையும், நாலு பவுண் சங்கிலி – ஒரு சோடி காப்பையும், "பத்திரமாகக் கொண்டு போ," என்று கொடுத்து விட்டாள் லோகேஸ்வரி. "அடிக்கடி தபால் போடு."

போய் நாலைந்து மாதத்திற்குள்ளேயே பிஞ்சியின் கல்யாணம் நடந்தது. சிவகணேசன் மட்டும் போய் வந்தார். லோகேஸ்வரிக்குப் போக முடியவில்லை.

"அப்ப நீ பிறந்த மூட்டம்," என்றா லோகேஸ்வரி, அன்றிரவு சித்தனுக்குப் பிஞ்சியம்மாவின் கதையைச் சொல்லி முடித்தபோது.

❍

சித்தனுக்கு அமலம் அக்காவின் நினைவு வந்தது.

குஞ்சக்காவுக்குத் தையல் பழக்குவது நல்லது என்று அப்போது வீட்டில் முடிவெடுத்திருந்தார்கள். ஏற்கெனவே அம்மா கொழும்பிலிருந்து வரும்போது கொண்டு வந்த 'கை மெஷின்' ஒன்று இருந்தாலும், அப்போது புதிதாக வந்திருந்த 'கால்–மொடல்' நல்லதென்று வாங்கிக் கொடுத்திருந்தார் அப்பு. அதுவும் 'சிங்கர்'தான்.

அடுத்தாற்போல நல்ல தையல் ரீச்சர் ஒரு ஆள் தேவையென்று தேடியபோது, அவரிடம் மருந்துக்கு வருகிற ஆசீர்வாதம் மாஸ்ரர் அறிமுகப்படுத்தி வந்தவதான் அமலமக்கா. அமலமக்காவுக்கு, அம்மாவுக்கும் குஞ்சக்காவுக்கும் இடைப்பட்ட வயதிருக்கும். என்றாலும் முக்கால் பாவாடை சட்டையோடுதான் வருவா. தம்பியார் அல்லது தமையன் சைக்கிளில் கூட்டிக்கொண்டு வந்து கூட்டிப்போவார்கள். அமலமக்கா வலு நல்ல அக்கா. தையல் வகுப்பு தலைவாசலில் நடக்கும். கிழமையில் இரண்டு நாளுக்கு இவ்விரண்டு மணித்தியாலம். வகுப்பு முடிந்த பின்னும் குஞ்சக்கா, அம்மா, ஆச்சி, எல்லோருடனும் கதைத்துத்தான் அமலமக்கா போவா. வட்டன்களுடனும் விளையாடுவா.

'அருள் தாரும் தேவ மாதாவே . . . ஆதியே இன்ப ஜோதி . . .' பழைய பாட்டாக இருந்தாலும் அவவுக்கு நல்லாகப் பிடிக்கும். போடச் சொல்லிக் கேட்பா. "உங்களுக்குப் பிடிக்கக்கூடிய ஒரு புதுப்பாட்டு வந்திருக்கு, அக்கா," என்றான் சித்தன், ஒரு நாள்.

"எனக்கு என்ன பிடிக்குமெண்டு உமக்கு எப்பிடித் தெரியும்?" என்று பகிடியாகக் கேட்டா, அக்கா.

‘மிஸ்ஸியம்மா’ படத்தின் ‘வாராயோ வெண்ணிலாவே’ பாட்டைத் தேடி வாங்கியபோது, அதன் மறுபக்கத்தில் இருந்த அந்தப் பாட்டைச் சுழலவிட்டான் சித்தன்.

எனையாளும் மேரி மாதா...

என்று தொடங்கிய பாட்டைக் கேட்கக்கேட்க அமலமக்காவின் முகத்தில் மகிழ்ச்சியும் வியப்பும் போட்டி போடலாயின.

“சித்தன், ஆள் ஒரு கெட்டிக்காரன்தான்” என்றா, பாட்டு முடிந்ததும் சந்தோஷமாய். அதன் பிறகு, அவ்வப்போது அவ கேட்கிற பாட்டுக்கள் இரண்டாயின.

ஒருமுறை தைப்பொங்கலுக்கு அடுத்த நாள் வகுப்பிருந்தது. வழமை போல் அமலமக்காவுக்குத் தேத்தண்ணி கொண்டு வந்த குஞ்சக்கா, முதல் நாள் பலகாரங்களையும் தட்டில் வைத்திருந்தா. “முறுக்கு, சீனி அரியதரம், சாப்பிடுங்கோ . . . எல்லாம் பொங்கலுக்குச் செய்தது.” அமலமக்கா தேத்தண்ணியை மாத்திரம் எடுத்துக்கொண்டா.

“நேற்றுத்தான் செய்தது, பழுதாகியிராது, எடுங்கோ.” குஞ்சக்கா தட்டை மீண்டும் எடுத்து நீட்டினா.

“இல்லைத் தங்கச்சி,” அமலமக்கா அன்பாகச் சொன்னா, “அதுக்கில்லை, நாங்கள் அது சாப்பிடுறதில்லை.”

“ஏனக்கா?”

“படைச்சதுகள் சாப்பிடக்கூடாது.”

குஞ்சக்காவுக்கு மட்டுமில்லை, கிட்டநின்ற சித்தனுக்கும் ஒன்றும் விளங்கவில்லை.

“அப்ப நீங்கள் நேற்று வீட்டிலை படைச்சதை விட்டிட்டுப் படைக்காததையோ சாப்பிட்ட நீங்கள்?” என்றான், சித்தன். “இல்லை ராசா,” அவனைப் பார்த்துச் சிரித்தபடி சொன்னா அமலமக்கா. “நாங்கள் பொங்கிறதில்லை, வேதம்.”

இப்படித்தான் அவவுடைய தம்பி யோசப் அண்ணையும் ஒருக்கால் சொன்னார். யோசப் அண்ணைக்கு மூத்தண்ணையின் வயதிருக்கும். தமக்கை வகுப்பு முடிந்து வருமட்டும் வெளித் திண்ணையிலிருந்து பேப்பர்கள் பார்த்துக்கொண் டிருப்பார். அமலமக்காவைப்போல அவரும் வலு நல்லவர். வட்டன்களைக் கண்டால் கூப்பிட்டுக் கதைப்பார். நல்ல கதைகள், நொடிகள் சொல்வார். அவர் சொல்கிற நொடிகளை அவிழ்க்க ஒருதராலும் முடியாது.

ஒரு நாள் கேட்டார், "ஆயிரம் பொட்டு. அழிக்க ஏலாது, அடுத்த நாள் இராது. அதென்ன?"

இவர்களால் அவிழ்க்க முடியவில்லை, "ஆத்தாது," என்றார்கள்.

சிரித்தபடி அவரே சொன்னார், "நட்சத்திரங்கள்!"

"ஓஓ."

பிறகு சித்தனுக்கு நினைவு வந்தது. "ஏன் எங்கட அம்மா, குஞ்சக்கா மாதிரி, அமலமக்கா பொட்டு வைக்கிறதில்லை?"

"நீங்கள் தமிழ், நாங்கள் வேதம்," என்றார் யோசப் அண்ணை. "வைக்கிறதில்லை."

சித்தனுக்கு இது புதிதாயிருந்தது.

"நீங்களும் தமிழ்தான்," என்றான் யோசப்பிடம். "நீங்கள் என்ன பாசை பேசிற நீங்கள், தமிழ்தானே? அப்ப நீங்களும் தமிழ்தானே?" யோசப் அண்ணை கொஞ்ச நேரம் சிரித்தபடி அவனைப் பார்த்துக்கொண்டிருந்துவிட்டு, அவன் முதுகில் மெல்லத் தட்டினார். "நீர், ஆள் ஒரு பொல்லாத ஆள்!"

○ ○ ○

1.15

அன்றைக்குப் பின்னேரம் வழமைபோல ஆலடிச்சந்தியால் வலது பக்கம் திரும்பி குறிஞ்சிலி, தாவடிப் பக்கம் போகாமல், "இண்டைக்கு ஒருக்காச் சண்டிலிப்பாய்க்குப் போகவேணும்," என்றபடி நேரே காரைச் செலுத்தினார் அப்பு. சேதரம்மான் முன் ஸீற்றிலிருந்தார். சபாபதி மாமா பின்னால் வட்டன்களோடு.

"எங்கை, வைத்திலிங்கத்தாரிட்டயோ?"

"ஓ, 'கொஞ்சம் முட்டுக் குணமா இருக்கு, ஒருக்கா வந்து பாக்கேலுமெண்டா நல்லது,' எண்டு காலமை சொல்லி அனுப்பினவர்."

"ஆளுக்கு உண்மையில நல்ல சுகமில்லைப்போலக் கிடக்கு, அல்லது உங்களை அலைக்கழிக்காமல், காரைப் பிடிச்சுக்கொண்டு வந்திருப்பர்," என்றார் சேதரம்மான்.

கார், பொன்னையா பள்ளிக்கூடத்தைத் தாண்டி, கண்ணகை அம்மன் கோவிலை நோக்கிப் போய்க்கொண்டிருந்தது. எதிர் வெய்யில் கண்ணைக் குத்தியது.

இரண்டு நாள் முதல் பெய்த மழையில் இலைகள் எல்லாம் புழுதி கழுவப்பட்டுப் பளிச்சென்று மாலை வெய்யிலில் மின்னின. குளத்தடி வயலில் யாரோ ஏர்பிடித்து உழுதுகொண்டிருந்தார்கள். குளத்தில் நீர் மட்டம் கொஞ்சம் உயர்ந்திருந்தது, இங்கிருந்தே தெரிந்தது. "ஆர் அவசரப்பட்டு உழுகிறது? மழை என்ன நோக்கத்திலை இருக்கெண்டு தெரியாது." சேதரம்மான் சொன்னார்.

“வெள்ளம் போட்டால், வயலும் சரி, கோயில் வீதியும் சரி, முழங்காலளவு தண்ணி வந்திரும். பயிர் அழுகிறதுதான் காணுற மிச்சம்.”

“ஆனா சபாபதி . . .” அப்பு சொன்னார், “போன வருசம் பிரதம மந்திரி வந்து இந்த வெள்ளம் தேங்காமல் ஓட ஒரு வாய்க்கால் வெட்டினவரெல்லே? வாய்க்கால் வேலை இப்ப முடிஞ்சுதாம். ஆனபடியா, இந்த வருசம் தண்ணி ஓடும் எண்டு கதை.”

○

அப்போது சித்தன் மூன்றாம் வகுப்பு. ‘இலங்கையின் பிரதம மந்திரி கொத்தலாவளை, யாழ்ப்பாணம் வருகிறார். எங்களுடைய கோவிலுக்கும் வருகிறார்,’ என்று ஒரு கிழமையாகவே பள்ளிக்கூடம் அமளிப்பட்டது. பிரதம மந்திரி வந்தது அடைமழைக் காலம். ஆனால், அம்முறை வெள்ளம் எதுவுமில்லை.

அன்று காலை மந்தாரம் போட்டிருந்தது. சித்தனுக்கு மப்பென்றாலே அலுப்பு. என்றாலும் என்ன செய்வது? குறிஞ்சிலி – பழையபுலம் தெருவில் கண்ணகை அம்மன் கோவிலுக்குத் திரும்புகிற இடத்தில், மதகு தாண்டி, மாமரத்தினருகில் தென்னோலைகளால் வரவேற்பு வளைவு கட்டியிருந்தார்கள். அப்புவின் கார்போல ஒரு கார் வந்துநின்றது. கூடாரம் முழுவதும் திறந்தபடி. பின் ஸீற்றில் மணவறை போல் கட்டியிருந்தார்கள். காரின் பக்கங்களிலும் மணி மாலைகள். கல்யாண வீடுகளில் பொம்பிளை – மாப்பிளை ஊர்வலம் போகிற கார் மாதிரி. முன்னால் ஒரு பெரிய அன்னத்தின் நெஞ்சும் கழுத்தும் போல் செய்துகட்டி, காரே ஒரு அன்னம் போலிருந்தது. அந்த ‘அன்னச் சோடினை’க் கார்களைக் காணுகிற போதெல்லாம் போல, ‘அன்னம் வாங்கலேயோ, அம்மா, அன்னம் வாங்கலேயோ . . .’ பாட்டு அன்றும் நினைவு வந்தது. வீட்டிலிருக்கிற பழைய றெக்கோட்களில் ஒன்று அது.

பிரதம மந்திரி வந்திறங்கிய இடத்தில் தொடங்கி, கோவில் வாசல் வரையிருந்த இருநூறு யார் தூரத்திற்கும் பத்துப் பன்னிரண்டடி அகலத்திற்குப் புல் செதுக்கிக் கதிர்ப்பாய் விரித்திருந்த ஒரு பாதை. அதன் இருமருங்கிலும் தோரணங்கள். லோங்க்ஸும் புஷ் கோட்டுமாய்ப் புன்சிரிப்போடு வந்த பிரதம மந்திரி கண்ணாடி போட்டிருந்தார். இருபுறமும் தோரண வரிசையின் கீழ் கைகளில் கொடியோடு நின்ற பிள்ளைகளைப் பார்த்துக் கையசைத்தபடி போனார்.

○

"கொக்குவில் கூட்டத்திலை தமிழுக்கும் சிங்களத்துக்கும் சம அந்தஸ்து தரப்படும் எண்டு கொத்தலாவளை உறுதியாய்ச் சொன்னது பெரிய விஷயம்."

"சொன்னது நல்லது, ஆனா, அது நடக்க வேணுமே? நடக்க மற்றவங்கள் விடவேணுமே?" எதிர்க்காற்றில் அப்புவின் தாடி, தலைமயிர் எல்லாம் பறந்தன. கார், பழையபுலம் தாண்டி மானிப்பாய்க்கு வந்திருந்தது. இதெல்லாம் வட்டன் களுக்குப் பழக்கமான பாதைதான். சந்தை தாண்டிப்போய்த் திரும்பினால் பரந்து கிடக்கிற கிறீன் ஆஸ்பத்திரி. "இங்கைதான் நூறு வருசத்துக்கு முதலிலயே இங்லீஷ் வைத்தியத்தை டொக்ரர் கிறீன் தமிழிலை படிப்பித்தவர்," என்று அப்பு சொல்லியிருக்கிறார்.

மருதடிப் பிள்ளையார் கோவிலடியில் இறங்கிக் கும்பிட்டு விட்டுப் புறப்பட்டார்கள். அப்பு ஒரு கோவிலுக்கும் போய்க் கும்பிட்டதை சித்தன் கண்டதில்லை. பின்னேரங்களில் அள்ளித் தோய்ந்துவிட்டு வந்து சின்னத் திண்ணயின் மூலையில் சாமி அறைக்குப் போகிற வாசலோடு கட்டித் தொங்கவிட்டிருந்த சுரைக் குடுவையிலிருந்து திருநீற்றை எடுத்து அண்ணாந்தபடி தன் பரந்த நெற்றி முழுவதும் பூசுவதோடு சரி. பள்ளிக்கூடத்தில் சமயபாடப் புத்தகமாயிருந்த 'சைவ வினாவிடை'யில் அப்படிப் பூசுவதற்கு 'உத்தூளனம்' என்று பெயர் என்று சித்தன் படித்திருந்தான்.

'யாழ்ப்பாணத்து நல்லூர், ஸ்ரீலஸ்ரீ ஆறுமுக நாவலர் யாத்த சைவ வினாவிடை முதலாம் புத்தகம்' என்று பெயர் போட்டிருந்த அந்தப் புத்தகம், வலு சின்னதாய் இருந்தது. பாலபாடம், பாலபோதினி, உமாவாசகம், ஈழவாசகம், எண்கணிதம், 'தீபக் றீடேர்ஸ்' என்று மற்ற எல்லாப் புத்தகங் களிலும் சின்னன். கழுசான் பொக்கற்றுக்குள் வைக்கக்கூடிய அளவு. 'உலகத்திற்குக் கர்த்தா யாவர்? – சிவபெருமான்,' 'சிவபெருமான் எப்படிப்பட்டவர்? எங்கும் நிறைந்தவர், எல்லாம் அறிந்தவர், எல்லாம் வல்லவர்' என்று கேள்வியும் மறுமொழியுமாய் இருந்த புத்தகத்தில் பாதியை விளங்கியும் விளங்காமலும் மூன்றாம் வகுப்பில் பாடமாக்கித் தள்ள வேண்டியிருந்தது.

"வைத்திலிங்கத்தார் பேர்மாவிலை எவ்வளவு காலம் இருந்திருப்பார்?" என்றார் சபாபதி மாமா அப்புவைப் பார்த்து. கார், தபாற் கந்தோரைத் தாண்டியிருந்தது. எதிரே தெருவின் மறுபக்கம் ஆளளவு ஆழத்தில் வயல்கள் விரிந்துகிடந்தன.

"எப்பிடியும் ஒரு இருபது வருசம் இருக்கும் எண்டு நினைக்கிறன்," என்றார் அப்பு, "அவர் திரும்பி யாழ்ப்பாணம் வந்த

பிறகு, என்னட்ட மருந்துக்கு வரத் துவங்கியதிலையிருந்துதான் அறிமுகம்."

"ஆள், பெரிய யாவாரம், பெரிய காசுக்காரன்." என்றார் சேதர் அம்மான்.

"எல்லாத்தையும் றங்கூனிலை விட்டிட்டு வலு கஷ்டப்பட்டுத் தான் வந்துசேர்ந்தவை. ஆனா, புத்திசாலித்தனமா முதலிலை அடிக்கடி வந்துபோய் இங்க கொஞ்சத்தைக் கொண்டு வந்து சேர்த்துவைச்சதில நல்லதாய்ப் போச்சு."

"என்னெண்டு பேர்மாவுக்குப் போனார்?"

"தகப்பன், சிறிய தகப்பனுக்கு, சிங்கப்பூர் – மலேயாவிலை பிஸினெஸ். இவர் அங்கயிருந்து பேர்மாவுக்குப் போட்டார்."

"இப்ப, ஒரு எழுபத்தைஞ்சு, எண்பது வருசத்துக்கு முந்தி, யாழ்ப்பாணத்திலையிருந்து எத்தினை பேர் சிங்கப்பூர், மலேயா எண்டு நல்ல உத்தியோகங்களுக்குப் போனவை. ஒவ்வொரு ஊரிலையும் ஒண்டு இரண்டு பேராவது போயிருப்பினம்."

"முக்கால்வாசிப் பேர் பிறகு ஜப்பான் சண்டையோட திரும்பி வந்திட்டினம்."

"எண்டாலும் அவயளுக்கு இப்பவும் மலேயன் பென்சன் வருகுது."

"அதிலை, நானறிய மூண்டு நாலு பேர், வரேக்குள்ளை சீனாக்காரப் பிள்ளைகளையும் கொண்டுவந்தவை . . . கொண்டு வந்து வடிவா வளர்த்து, கலியாணமும் கட்டிக் குடுத்திருக்கினம். எல்லாரும் நல்லா இருக்குதுகள்."

"அந்தப் பிள்ளையள் சின்னனிலை பார்க்கப் பாவைப் பிள்ளையள்போல நல்ல வடிவாயிருந்திருக்கும், வாங்கிக் கொண்டு வந்திட்டினம்."

"நீங்கள் உதைச் சொல்லுறியள் . . ." சபாபதி மாமா சொன்னார், "எங்கட இலங்கையரைத் தெரியுந்தானே?"

"இலங்கைநாயகம்?"

"ஓ . . . அவர் சிங்கள நாட்டிலை கனகாலம் பெரிய வியாபாரம். பிள்ளையளில்லை. வரேக்கை ஒரு சிங்களப் பிள்ளையைத் தானே கொண்டுவந்து வளர்த்தவர்?"

"சே? உண்மையாவோ?" சேதரம்மானுக்கு இது புதினமா யிருந்திருக்க வேணும், "ஆர், அவள் கமலாசனி சிங்களப் பிள்ளையோ?"

"பின்னை என்ன? அவன் வைரவநாதனைக் கட்டி, அவளுக்கு இப்ப மூண்டு பிள்ளையள். இலங்கையரையும் பெண்சாதியையும் இப்ப வைச்சுப் பார்க்கிறதும் அவள்தானே? பெத்த பிள்ளை கூட அப்பிடிப் பாராது!"

சபாபதி மாமா சொல்கிறவர்களைச் சித்தனுக்குத் தெரியும். வைரவநாதன் மாமாவுடைய மூத்த மகன் நடேசலிங்கம் சித்தனுடன்தான் படிக்கிறான்.

"வைத்திலிங்கத்தார் போன கதையில்லை, வந்த கதைதான் பெரிசு! அதை அவற்றை வாயாலை சொல்லிக் கேக்க வேணும்!"

"நாப்பத்திரண்டாம் ஆண்டு சண்டைக்குள்ள மாட்டிக் கொண்டு, றங்கூனிலை இருக்கவும் ஏலாமல் வெளிக்கிடவும் ஏலாமல், வலு கஷ்டப் பட்டிட்டினம். பிறகு, வேற வழியில்லாமல் வெளிக்கிட்டு கால்நடையில இரண்டு மூண்டு மாதமா, எழுநூறு எண்ணூறு மைல் நடந்து, இந்தியாவுக்குள்ள வந்து, பிறகு கல்கத்தாவிலையிருந்து றயிலிலை மட்றாசுக்கு வந்து, பிறகு தனுஷ்கோடியிலையிருந்து தலைமன்னாருக்கு வந்து சேந்தினமாம்."

"அதிலை றங்கூனிலையிருந்து கல்கத்தாவரை நடந்து வந்ததுதான் பெரிய பாடாயிருந்திருக்கும்."

"இந்தியாவிலையிருந்து நிறையப்பேர், அதிலையும் எங்கட தமிழ் ஆக்கள், அப்பிடி வந்ததிலை அவயளோடை சேர்ந்து வரக் கூடியதாயிருந்துது."

"நாங்கள் 'பராசக்தி' படம் பாத்த நாங்களெல்லோ?" சித்தனின் காதில் மெல்லக் கேட்டான், நந்தன்.

"ஓ?"

"அதுவும் றங்கூனிலை இருந்து இப்பிடி வாற ஆக்களின்ர கதைதானே?"

"ஓமோம்," இப்போதான் அது நினைவு வருகிறது. இவ்வளவு நாளும் 'பராசக்தி' என்றதும் 'கா . . . கா . . . கா . . .,' 'ரசிக்கும் சீமானே,' என்று பாட்டுக்கள்தான் ஞாபகம் வந்துகொண்டிருந்தன. அந்தப் படப் பாட்டுகள் நாலு அவனிடம் இருக்கின்றன.

ooo

1.16

வருசத்திற்கொரு தரம் பேதி மருந்து குடிக்கிறது, மாதத்திற்கொருமுறை தலைமயிர் வெட்டுவது, ஒவ்வொரு கிழமையும் எண்ணெய் வைத்து முழுகுவது, இவையெல்லாம் வட்டன்களுக்கு வேண்டாத விஷயங்களாக இருந்தன.

பேதி மருந்துப் பிரச்சினை அனேகமாகச் சித்திரை விடுதலைக்குத்தான் வரும். முதல் நாள் எண்ணெய் வைத்து முழுகிவிட்டு, அடுத்த நாள்தான் பேதிமருந்து. காலையில் வேளைக்கே எழுப்புவார்கள். பல்லுத்தீட்டி முகம் கழுவியதும், வெறுவயிற்றில் மருந்து குடிக்க வேணும். முதல் நாளே சேர்த்துவைத்த மருந்துச் சரக்குகள், மூலிகைகள் எல்லாம் அவித்துத் தயாரான குடிநீரும், அப்பு தந்த குளிகைச் சரையுமாய் அம்மா ஆயத்தமாய் நிற்பா. அந்த மணமே குடலை மேலே கொண்டுவரும் போலிருக்கும். குளிகைகளை மருந்துக் கரண்டியில் போட்டு குடிநீர் கொஞ்சம் விட்டு, வலது கை ஆட்காட்டி விரல் நுனியால் நசுக்கி உரைத்து, "ஆ, இனி அண்ணார்?" என்றதும் அண்ணாந்தால், அடித்தொண்டையில் ஊற்றி, "இன்னுங் கொஞ்சக் குடிநீர் குடி," என்று அதில் கொஞ்சம் மீண்டும் மருந்துக் கரண்டியில் ஊற்றி, சுலாவி, "ம்ம்?"

அவவை உச்சிவிட்டு ஓடிவிடலாமென்றால், "அம்மான்" என்று அம்மா குரல் கொடுத்தால் போதும். மெல்லக் குரல் காட்டினால் வெறும் வெருட்டு, பலத்துக் கொடுத்தால், உண்மையாகவே அம்மம்மான் வந்துவிடுவார். என்ன உச்சினாலும்

அவரிடம் பலிக்காது. ஓடினால்கூட அந்த ஆறடி மனிதர் கலைத்துப் பிடித்துத் தூக்கிக்கொண்டு வந்து நெரிக்கிற நெரியில் முழு மருந்தும் பருக்கி விட்டுத்தான் மற்ற வேலை பார்ப்பார். இதற்காக அம்மம்மான் வயலிலிருந்து வந்துநிற்கிற நாட்களில்தான் இது நடக்கும். பட்டணத்தால் வரும்போதெல் லாம் பலகாரமாய்க் கொண்டுவந்து தந்து வயிற்றில் மந்தம் ஏற்படுத்துவதற்குப் பரிகாரம் இது என்று அம்மம்மான் நினைப்பாரோ தெரியாது.

மருந்து குடித்து முடித்துவிட்டால் எல்லாம் முடிந்ததென்று ஆகாது. அதன் பிறகுதான் வேதனையே தொடங்கும். அடுத்த இரண்டு மணித்தியாலத்திற்கு வயிற்றுப் புரட்டல் தாங்காது. வயிற்றை முறுக்கும், சத்தி வரும் போலிருக்கும். ஒரு மணித்தியாலத்தில் மருந்து தன் வேலையைக் காட்டத் தொடங்கினால் 'இருந்தெழும்புவ'தில் கால் கழன்றுவிடும். ஒருதரம் கலக்கியடித்துக் கழுவி எழும்புவதுதான் தாமதம், அடுத்தாட்டம் கலக்கும் . . .

சனிக்கிழமைகளில் தலைமுழுக்கும் கிட்டத்தட்ட இப்படித்தான். அது ஐயாவின் பொறுப்பு. காலையிலிருந்தே வெய்யிலில் திரியாமல் விளயாடாமல், 'ஆறி' இருக்க வேண்டும். பதினொரு மணிபோலக் கட்டைக் கழுசான் மட்டும் போட்டுக் கொண்டு, எண்ணெய்ப் படலம் தொடங்கும். ஆனைக்கோட்டைச் செக்கடி நல்லெண்ணையை ஐயா தன் உள்ளங்கையில் ஊற்றுவார். அவருடைய சிவந்த உள்ளங்கை அப்போது றோசாப்பூ மாதிரியிருக்கும். முதலில் உச்சந்தலையில் சளிக்க வைத்துத் தேய்த்து பிறகு, கழுத்து, முதுகு, நெஞ்சு, கை—கால், என்று ஊற்றியூற்றித் தேய்ப்பதுடன் மட்டும் முடியாது. "வாயை ஆவெண்ணு," என்று வாயிலும் விட்டு, "கொப்பளி," என்று சொல்லி, ஐயா, தான் எண்ணெய் வைக்கத் தொடங்கியிருப்பார். அவர் வைத்து முடித்து வருமட்டும் கொப்புளிக்க வேணும். இதற்கிடையில் தலையிலுள்ள எண்ணெய் வழிந்து கண் எரியத் தொடங்கும். கைகளும் எண்ணெய் மயமென்பதால் துடைக்கவும் முடியாது. இந்த நேரத்தில் அம்மா சிகைக்காய், வெந்தயத்தோடு அதற்கென்றுள்ள சட்டியில் அவித்து, அரைத்து, ஒரு எலுமிச்சம் பழமும் சேர்த்து வைத்திருப்பா. அந்தச் சட்டியோடு கிணற்றடிக்கு வந்தால், பிறகு சிகைக்காய் தேய்க்கிற வேலை.. சிகைக்காய் கண்ணில் பட்டால் அது வேறு சொல்ல முடியாது.

ஈரத்தைத் துடைத்துவிட்டு வரும்போது தலைமயிர் பசுந்தாகிப் பறக்கும், படியாது. சீப்புகள் சிக்கிக்கொள்ளும். அன்று பிறகு எண்ணெய் வைக்க முடியாது, அடுத்த நாள்தான்.

எண்ணெய் மட்டுமல்ல, அன்றைக்கு, பழங்கள், தயிர் என்று 'குளிர்ச் சாப்பாடுகள்' எதுவும் கண்ணிற் கூடக் காட்டமுடியாது. இரவு வரும்வரை நித்திரை கொள்ளக் கூடாது, விளையாடக் கூடாது. வேறென்ன செய்யலாம்? மற்றவன்கள் வந்தால் தாயம் அல்லது நாயும் புலியும். இல்லையென்றால் கதைப் புத்தகம் படிக்கலாம், பாட்டுப்பெட்டி போடலாம்.

இந்த இரண்டு நாட்களும் பாட்டுப்பெட்டி போட்டுக் கேட்க ஏற்ற நாட்கள். தொடர்ந்து ஒவ்வொன்றாகப் போட்டால்கூட, உள்ள றெக்கோட்கள் எல்லாம் இந்த இரண்டு நாட்களையும் தாக்காட்டும். ஆனால், வட்டன்கள் எல்லாவற்றையும் போடுவதில்லை. அவர்களுக்குப் பிடித்தவற்றையே போட்டார்கள். ஒரு நாளும் அலுக்காதவை யென்றும் சில இருக்கவே செய்தன. "நாட்டுக்குச் சேவை செய்ய நாகரிகக் கோமாளி வந்தானய்யா . . ." என்று தொடங்கி "பனை மரத்துக்கும் விடுதலை, தென்னை மரத்துக்கும் விடுதலை, ஈச்ச மரத்துக்கும் விடுதலை, விடுதலை, விடுதலை." என்று கூத்தாடினார்கள். அந்த 'நல்ல தம்பி'த் தெருக்கூத்து முழுவதும் பாடமாகியே போயிற்று.

'குரங்கிலிருந்து பிறந்தவன் மனிதன் . . .' போட்டுவிட்டு, "நீதான் குரங்கு, நீதான் குரங்கு . . ." என்று ஆளை ஆள் காட்டிச் சிரித்தார்கள். 'சிரிப்பு, சிரிப்பு . . .' பாட்டு முழுவதும் அதோடு தாங்களும் சேர்ந்து கெக்கலி கொட்டினார்கள்.

○

தலைமயிர் வெட்டுவதென்பது, பேதி மருந்தையோ, எண்ணெய் முழுக்கையோ போல அவ்வளவு பிரச்சினையானதல்ல. அதோடு தலைமயிர் வெட்ட வருகிற வீரகத்தியப்புவின் பகிடிக் கதைகளைக் கேட்பதும் வட்டன்களுக்கு வலு முஸ்பாத்தியாயிருக்கும். எப்படியோ, தலைமயிர் வெட்டித் தோய்ந்தால், பிறகு அன்று முழுவதும் வெளியில் வெளிக்கிட அநுமதியில்லை. வெய்யில் தாழும்வரை விளையாடவும் முடியாது.

வீரகத்தியப்பு, சின்னையாப்புவின் பெறாமகன். சின்னையாப்புவுக்கு வயதும் கொஞ்சம் போய்விட்டது, கை நடுக்கமும் வந்துவிட்டது. அதனால் தன் வேலைகளில் பாதியை மகன் அருமைத்துரையிடமும், மீதியைத் தம்பி மகனிடமும் ஒப்படைத்து விட்டு வீட்டோடு இருந்துவிட்டார். எப்போதாவது நல்லநாள், பெருநாளுக்கு மட்டும், முன்பு தான் தொழில் செய்த வீடுகளுக்குப் போய்வருவதுடன் சரி.

வீரகத்தியப்பு, மாதத்துக்கொரு தரம் மறக்காமல் வந்துவிடுவார். அநேகமாகத் தமிழ் மாதப் பிறப்பிற்கு அடுத்துவருகிற சனி, அல்லது ஞாயிறு. அவர் வருவதற்கென்றொரு நேரமுமிருந்தது. காலை, பகலாகப் போகிற ஒன்பதரை – பத்து.

சித்தன், நந்தன், வட்டண்ணை, மூவருக்கும் வெட்ட வேண்டியிருக்கும். வருசத்துக்கு இரண்டு பறை நெல்லு. பொங்கல், வருசப் பிறப்புக்கு வேட்டி சால்வை. இவற்றை விட வந்துபோகிற நேரங்களில் சந்தோஷமாய்க் காசு. வீரகத்தியப்புவுக்கு ஐம்பது வயதிருக்கும். கொஞ்சம் நீளமாய், நடுவில் வழுக்கையோடிருக்கும் தலையைச் சுற்றிக் கட்டிய ஒரு சாயத் துண்டு. காதுகளில் சின்னக் கடுக்கன். நெற்றியில் பச்சை குத்திய பொட்டு. வெறும் மேலில், லேசாக வளைந்த முதுகும், தள்ளிக்கொண்டிருக்கும் வண்டியும் தனியாய்த் தெரியும். முழங்காலுக்கும் குதிக்காலுக்கும் இடையில் நிற்கும் வேட்டிக்கு மேல் பேர்ஸ் தைத்த, அகலமான ஒரு கறுப்பு பெல்ற். ஆயுதப்பை எப்போதும் சுருட்டியபடி கக்கத்தில்.

“வீரகத்தியர் வாறார்,” என்ற அறிவித்தலுடன் வரும் சின்னமணி அண்ணை, கையோடு இரண்டு பழங் கதிரைகளையும் கொண்டுபோய், கார்க் கொட்டிலைத் தாண்டியிருக்கும் மாமரத்தடியில் வைப்பான். “சின்ன வாளியில தண்ணியும் கொண்டா, மேனை . . .” ஒரு கதிரையில் தன் ஆயுதங்களை எடுத்துப் பரவி வைப்பார், வீரகத்தியப்பு. “அண்ணை, இதிலை நீங்களோ அதுவோ, உண்மையான வீரகத்தி?” என்று தன் வழமையான பகிடியையும் வாளியோடு வைத்துவிட்டுப் போவான், சின்னமணி அண்ணை.

“நீ முதல் போ,” “இல்லை, நீ போ,” என்று வட்டன்கள் மூவரும் வாதம் பண்ணி, யாரோ ஒருவன் போய்க் கதிரையில் இருந்து கொள்வான். வீரகத்தியப்புவின் கை வேலை தொடங்க, வாயும் தொடங்கிவிடும். பாட்டுகள், கதை என்று. பல வேளைகளில் சிரிப்பை அடக்க முடியாது.

“தம்பி, தம்பி, சிரிக்காதை. உப்பிடித் தலையை ஆட்டினா, எப்பிடி வெட்டுறது?”

ஒரு நாள் வட்டண்ணை சொன்னான், “உப்பிடிப் பகிடிக் கதை சொன்னா எப்பிடிச் சிரிக்காம இருக்கிறது?”

வீரகத்தியப்பு அடிக்கடி சொல்கிற கதையொன்றிருந்தது:

“பெரிய சேனநாயக்கா குதிரையில போன கதை தெரியுமா, தம்பி?” வேலையை நிறுத்திவிட்டு விலகி நின்று கேட்பார்.

இடது கையில் சீப்பும் வலது கையில் கத்திரிக்கோலுமாய்க் குதிரை நடை போடத் தொடங்கிவிடும். "டொக், டொக் . . . டொக்,டொக் . . ." குதிரை கொஞ்சத் தூரம் போய்த் திரும்பும். பெடியன்கள் சிரித்து முடிவதற்குள், "பிறகு என்ன நடந்துது தெரியுமா, ராசா ?" பெரிய பரிதாபத்தோடு கேள்வி வரும். மல்லாந்து விழுவது போல் பின்னால் சாய்ந்து, இரண்டு கைகளையும் அகட்டிக் கண்களை மூடுவார், வீரகத்தியப்பு. இலங்கையின் முதலாவது பிரதமர் டி.எஸ். சேனநாயக்க, குதிரையால் விழுந்து இறந்த கதை அது. இப்படிக் கதையும் பாட்டுமாய் மூவருக்கும் 'முடி இறக்கி' முடிய மத்தியானமாகும்.

இதற்கிடையில் சின்னமணி அண்ணையிடம் வீரகத்தியப்புவுக்குத் தேத்தண்ணி கொடுத்தனுப்பியிருப்பார், கண்ணுச்சாமியப்பா. பெடியன்களும் தேவைப்பட்டால் போய்க் குடித்துவிட்டு வந்திருப்பார்கள். அவ்வப்போது யாராவது பெரிய ஆட்கள் வந்து பார்த்து, "முன்னுக்குக் குஞ்சம் எல்லாம் வேண்டாம், நல்லா ஒட்ட வெட்ட வேணும்," என்றோ, "பொலிஸ் குறொப்' அடிச்சு விடு," என்றோ சொல்லிப் போவார்கள். எப்படியோ வீரகத்தியப்புவின் புண்ணியத்தில் இந்த முடி இறக்கும் வேலை ஒரு விதத்தில் முஸ்பாத்தியாயும் இருந்தது. ஆனால் பேதி மருந்து குடிக்கிற வேலைதான் பயங்கரம்.

"காய்ச்சல் எண்டாலும் பேதி மருந்து தருவினமோ ?" என்று ஒரு நாள் தங்கவேலு மெல்லக் கேட்டான்.

"இல்லை."

"அப்ப ஒரு வழியிருக்கு . . ."

"என்ன ?"

"பள்ளிக்குக் கள்ளம் போடுறதெண்டா, தான் அப்பிடித்தான் செய்யிறதெண்டு முந்தி சுப்புறு சொல்றவன்."

"என்னெண்டு சொல்லன் ?"

"வெங்காயத்தை உரிச்சு, கமக்கட்டுக்குளை வைச்சுக் கொண்டிருந்தா, சரி! மேல் சுடத் தொடங்குமாம். வாத்தியார், வகுப்பிலை நெத்தியைத் தொட்டுப் பாத்திட்டு. 'வீட்டை ஓடு,' எண்டு கலைச்சு விடுவராம்."

"எல்லாருக்கும் பொய் சொல்ல வேணும்."

"அப்பிடி நடக்குமே ?"

“சுப்புறு உப்பிடி உப்பிடியெல்லாம் பள்ளிக்குக் கள்ளம் போட்டுத்தான் இப்ப பள்ளியாலை ஒரேயடியா நிப்பாட்டி சுத்துக் கட்டப் போறான்.”

வட்டண்ணை சிரித்தான். “சரி, உது வாத்தியாரிட்டப் பலிச்சாலும், இஞ்ச பலிக்குமே? அப்புவே வைத்தியர். அவரிட்டைப் புலுடா விடேலுமே?”

ஆனால், அடுத்த சித்திரை விடுதலைக்கு சித்தனுக்கு உண்மையாகவே காய்ச்சல் வந்துதான் விட்டது. பழையபுலம் அரசடிப் பிள்ளையார் கோவில் தேர், புது வருசப் பிறப்பன்று நடக்கும். அதற்கு முதல் இருபத்து மூன்று நாட்கள் திருவிழா. கொடியேறும்போது பள்ளி நடந்தாலும், ஒரு கிழமையில் விடுதலை வந்துவிடும். அரசடியில் இரவுத் திருவிழா மட்டுமல்ல, பகல் திருவிழாக்களும் வலு விசேசம். நாலஞ்சு கூட்டம் மேளம் வருமெண்டு நல்ல சனம் வரும். கடைகள் கனக்க இருக்கும். எல்லாவற்றுக்கும் மேல், கோவின் முன்னால் சற்றுத் தள்ளி இருக்கும் பெரிய குளம், வெள்ளையும் சிவப்புமாய் அல்லிப் பூக்களால் நிறைந்திருக்கும். கோவில் வெளிவீதியெல் லாம் அல்லிப்பூ வாசம், மருதோடு போட்டி போட்டு வீசும். மேளச் சமாவைக் கேட்டபடி, மருதின் வேரில் குந்தியிருந்து முன்னால் தெரிகிற குளத்தைப் பார்த்துக்கொண்டு எவ்வளவு நேரமும் இருக்கலாம்.

ஒரு நாள் மத்தியானம் திரும்பிவரும்போது, “தண்ணிப் பந்தல்ல சக்கரைத் தண்ணி குடிச்சிட்டுப் போவம்,” என்றான் வட்டண்ணை. ஆயிரங்காய்ச்சிப் பலாவடிச் சந்தியில் தெருவை மூடிப் பென்னாம் பெரிதாய்ப் போட்டிருந்த பந்தலில் நின்றார்கள். அந்த வெய்யிலில் வந்த களைக்கு, தென்னங் கிடுகுக் கூரையின் கீழ் கொட்டிப் பரவியிருந்த வெள்ளை மணலில் படுத்துருள வேணும் போலிருந்தது, சித்தனுக்கு. மோர்த்தண்ணி, சர்க்கரைத் தண்ணி, ஊறுகாய்த் தண்ணி என்று, தனித்தனியாக வார்த்துக் கொண்டிருந்தார்கள். எல்லாம் சேர்ந்து பந்தல் முழுதும் மணத்தன. “ஒவ்வொண்டிலையும் ஒவ்வொரு பேணி குடிச்சுப் பாப்பம்,” குடித்துவிட்டுப் புறப்பட்டார்கள்.

வீடு வந்ததுமே தொடங்கிவிட்டது. இரண்டு வருசத்துக்குப் பேதி மருந்தென்ற பேச்சே தேவைப்படாது போலிருந்தது. அடித்த அடியில் களைத்தே விட்டார்கள். “இந்தக் கொதி வெய்யில்ல எல்லாத் தண்ணியும் சேத்துக் குடிச்சிட்டு வந்தா, எப்பிடியிருக்கும்? புத்தியில்லாத பிள்ளையள்! பித்தம் நல்லாக் கொதிச்சுப் போச்சு.” அப்பு வந்து பார்த்துவிட்டு, “இதுக்கு

மருந்து தேவையில்லை, குடிக்கக்கூடிய மட்டும் நல்லாப் பச்சத் தண்ணி அடிக்கடி குடியுங்கோ, சரியாகிவிடும்," என்றார்.

சரியாய்த்தான் விட்டது, அன்றிரவு. ஆனால் சித்தனுக்கு மட்டும் சாமத்தில் நல்ல காய்ச்சல் காயத் தொடங்கியது.

'மார்க்கண்டேய சரிதம்,' கனவா, காட்சியா என்று புரியாமல் சித்தனின் காதுகளில் ஒலிக்கத் தொடங்கியிருந்தது . . .

> அம்மா ஏன் அழுகிறீர்கள்? அப்பாவும் அழுகிறாரே, நானென்ன தவறு செய்துவிட்டேன், சொல்லுங்கள்?
>
> அப்பா மார்க்கண்டா, நாங்கள் என்னடா செய்வோம்? . . . துர்ப்புத்தி கொண்டவனாயும் நூறு வயது வாழக்கூடியவனாயும் உள்ளவனையா, பதினாறு வயது வாழக்கூடியவனாயும் சற்புத்திரனாயும் உள்ளவனையா வேண்டுமென்று கேட்டார் . . . நாங்கள் உன்னையே கேட்டோம் . . .

. . . மிருகண்டு முனிவரும் மகன் மார்க்கண்டேயனும் பாடுகிறார்கள் . . .

'மார்க்கண்டேய சரிதம்' றெக்கோட்கள் ஒரு 'செற்' ஒரு தகரப் பெட்டியிலிருந்தன. மஞ்சள் லேபலோடு நாலு றெக்கோட்கள்.

❍

காய்ச்சல் அடுத்தநாள் நின்றுவிட்டாலும், "நாகரிட்டைச் சொல்லி, ஒருக்காப் பார்வை பார்ப்பிக்கிறது நல்லது," என்று நினைவுபடுத்தினா, பெத்தாச்சி.

வீட்டின் பெரிய இரும்புத் திறப்பை அடுப்புத் தணலில் போட்டுச் சூடாக்கிப் பத்திரமாய் எடுத்துவந்து, அவன் தலையை மூன்று தரம் சுற்றி, முன்னால் சருவச் சட்டிக்குள் வைத்திருக்கிற பச்சைத் தண்ணீருக்குள் சட்டென்று போட்டு வருகிற 'சொய்' சத்தத்தோடு நாவூறு, கண்ணூறு எல்லா வற்றையும் கழித்துவிடுவது இப்போது போதாது என்று அவ நினைத்திருக்க வேண்டும்.

"நாகரின் பார்வை வலு சுட்டிப்பு," என்று அந்த வட்டாரத்தில் நம்பிக்கை.

"நாகரப்புவுக்குப் பார்வை மந்திரம் தெரியும், அதுதான் . . ." என்றான், நந்தன்.

"அதில்லை," வட்டண்ணை ஆட்சேபித்தான். "அவர் காலாலை பிறந்தவராம், அதுதான்."

"அதென்ன?" இவர்களுக்கு விளங்கவில்லை. "பிள்ளையள் பிறக்கேக்கை தலையாலைதான் பிறக்கிறதாம். காலாலை பிறக்கிற

பிள்ளையளுக்கு இந்தப் 'பவர்' இருக்காம். இவர் காலாலை பிறந்தவராம்."

இவர்களுக்கு முழுசாய் விளங்கவில்லை. வட்டண்ணைக்கும் அப்படிப் போல்தான் இருக்க வேண்டும், அவ்வளவுதான் அவனால் சொல்ல முடிந்தது.

"இல்லை, அந்தாள் வீட்டிலை வீரபத்திரரை ஆதரிக்கிறது. அந்த வாலாயம் இருக்காம்," என்றான் தங்கவேலு, "வளவுக்கை கோயில்போலக் கொட்டில் ஒண்டு கட்டி இருக்கு. அதிலை ஒரு நாள் தவறாமல் காலமை, பின்னேரம் பூசை பண்ணுறவர். எங்கட வீட்டிலையிருந்தால் வடிவா மணி கேட்கும். அது முடியத்தான் வாற ஆட்களுக்குப் பார்வை பாக்கிறவராம்."

நாகரப்பு வேலை முடிந்துபோய், குளித்து முழுகி, வீட்டில் பூசை முடித்து வந்தார். நல்ல உயரம், கறுவல். சுருட்டைக்கும் பரட்டைக்கும் இடைப்பட்ட முடி. வேலைக்கு வரும்போது சாரத்துடன் வருவார். இப்போது வேட்டி கட்டி, நெற்றி, மேலெல்லாம் திருநீறு. மடியில் திருநீற்றுப் பை.

நல்ல செக்கல் நேரம். பார்வைக்கு ஏற்ற நேரம் அதுதானாம். தலைவாசல் தூணோடு சப்பாணி போட்டுக்கொண்டு உட்கார்ந்தார், நாகரப்பு. "வா, ராசா," என்றார். சித்தன் போய் அவருக்கு முன்னால் தானும் சப்பாணி போட்டுக் கொண்டான். சன்லைற் சவர்க்காரமும், விபூதியும் கலந்த மணம் அவரிலிருந்து வீசிற்று. மடியிலிருந்த விபூதிப் பையை எடுத்து இடது கையில் கொஞ்சமாகப் போட்டு வலது கைப்பெருவிரலால் இரண்டு மூன்று தரம் வட்டமாகத் தேய்ப்பது போல் பரவினார். பரவியதன் மேல் அதே விரலால் ஏதோ எழுதினார். அல்லது படம் கீறிய மாதிரியும் இருந்தது. கண்களை மூடிக்கொண்டார். வாய், மந்திரம் முணுமுணுத்தது.

வட்டண்ணை தூணுக்குப் பின்னால் நல்ல பிள்ளைபோல நிற்கிறான். இப்போ பார்த்தால், சிரிப்புக் காட்டுவான். சித்தன் தானும் கண்களை மூடிக்கொண்டான். "சின்ன வட்டா, பார்வை பார்க்கிற இடத்திலை சின்னப் பிள்ளையள் வரக்கூடாது . . ." பெத்தாச்சி கண்டுவிட்டா போலிருக்கிறது. நாகரப்பு நெற்றியில் பொட்டுப்போல ஏதோ வைக்கிற மாதிரி இருந்தது. கண்களைத் திறந்தான். முணுமுணுத்தபடியே அதே விரலால் சித்தனின் நெற்றியில் இரண்டு மூன்று தரம் வட்டம் போடுகிறார். அவனுக்குப் புல்லரிக்கிறது. திருநீறு கண்களில் இலேசாக விழுகிறது. மீண்டும் மூடிக்கொண்டான். நாகரப்பு, நெற்றியிலிருந்து கழுத்து நெஞ்சு வரை கோடு

போடுவது போல் திருநீற்றை இழுக்கிறார். அதேபோலத் தோள் மூட்டிலிருந்து இரண்டு கை நீளமும்.

“கண்ணை முழி, ராசா,” என்றபோது அவர் கையில் ஒரு சின்ன வேப்பிலைக் கொத்து இருக்கிறது. இதை எப்போது கொண்டு வந்தார்? அந்த வேப்பிலையால் தலையிலிருந்து கால் வரை மூன்றுதரம் வருடியபோது இலைகளின் சொரசொரப்பு மீண்டும் கீச்சங் காட்டியது. வலது கைப்பெருவிரலாலும் நடுவிரலாலும் ஒரு சிட்டிகைத் திருநீறு எடுத்துக்கொண்டு அவன் தலையைச் சுற்றி நெற்றிக்கு முன்னால் சுண்டிவிட்டார். மந்திரம் நின்றது. “சரி ராசா, எழும்பு” என்றார்.

ooo

1.17

அப்பு வீட்டுக்குப் போகிற சிப்பித்திட்டி ஒழுங்கை வடக்கே பழையபுலம் – குறிஞ்சிலி தெருவைச் சந்திக்கிற ஆலடிச் சந்தி முடக்கில் இருந்தது, பெத்தாச்சியின் சீதனக்காணி. ஆலும், புளியும் இலுப்பையும் வேம்பும் மாவும் பலாவும் தென்னையும் பனையும் மூடிக் காடுபோல் கிடந்தது. பதினாறு பரப்பு. கொழும்பிலிருந்து திரும்பிப் பன்னிரண்டு வருசமாய், தாய்மனையில் தங்கை குடும்பத்தோடு இருந்த பெத்தாச்சி, இப்போது 'தன் குடும்பம் பெரிதாகிறது, புதிதாய் ஒரு வீட்டைக் கட்டுவோமென்று' மகள் சொன்னபோது மறுக்கவில்லை. இப்படி இன்னொரு வீட்டைக் கட்டிக்கொண்டு போவதில் ஒருவருக்கும் பெரிய கவலையுமில்லை. இரண்டு காணிகளும் கிட்டக் கிட்டத்தானிருந்தன. மிஞ்சிப்போனால், கால் கட்டை தூரம்கூட வராது. நினைத்த நேரம் போய்வந்து கொள்ளலாம்.

பெத்தாச்சி வளவில் புதுவீடு கட்டத் தொடங்கியபோது சித்தனுக்கு ஒன்பது வயது. ஐந்தாம் வகுப்புப் படித்துக்கொண்டிருந்தான். அத்திவாரம் போட்ட அந்த இரவு அவனுக்கு நல்ல ஞாபகம். அப்புவுடன் அங்கு போனபோது நல்ல இருட்டு. நிலவு தெரியவில்லை. காரை முன் வேலிக்கரையோரமாக நிறுத்திவிட்டு இறங்கி, அந்த வளவின் – மூரியால் வரிந்திருந்த – முன் தட்டிப் படலையைத் திறந்தபோது, தொலைவில் இரண்டு அரிக்கன் லாம்புகள் மஞ்சளாக மின்னிக்கொண்டிருந்தன. பளிச்சென்ற ஒரு ரோச்

லைற் விறுவிறென்று இவர்கள் பக்கமாக வரத் தொடங்கிற்று. கிட்ட வரும்போது தெரிந்தது, அது ஐயா. "வாங்கோ," என்றார் ஐயா, அப்புவைப் பார்த்து. "கவனமா வா, ராசா." என்று அவன் கையைப் பிடித்துகொண்டு நடந்தார் அப்பு. ஒரு சின்ன மலை போல் நின்ற புளிக்கு அங்கால், வெள்ளையாய்த் தெரிந்தது வானம். ஓடுகிற புகாரில் ஒளிக்க முயன்றது நிலா. அப்பு சொன்னபடி செருப்புப் போட்டுக்கொண்டு வந்ததில் கீழே படர்ந்து கிடந்த புல் பூண்டுகள் பற்றிக் கவலையில்லாமல் அவன் நடந்தான். தறித்த மரமொன்றின் கொப்புகளும் கிளைகளுமாய் ஒரு பக்கம் குவிந்தபடி. மாங்குழை காய்ந்து அவிந்த மணம் காற்றில் இருந்தது.

விளக்குகள் தெரிந்த இடத்தில் நீள் சதுரமாகக் கிடங்கொன்று வெட்டியிருந்தது. ஐயா, பெரியையா, சேதர் அம்மான் இவர்களோடு இன்னும் இரண்டு புது ஆட்கள் நின்றார்கள். பெரியையா இரட்டைக் குளத்திலிருந்து வந்திருக்கிறார். அப்புவைப் பார்த்து வணக்கம் சொன்ன அவர், "இந்தா, சித்தனும் வந்தாச்சு!" என்று அவனைப் பார்த்துச் சந்தோஷமாய்ச் சிரித்தார்.

"என்ன மேத்திரியார், நேரம் சரிதானே?" அப்புவின் குரல் கேட்டு, கிடங்கினுள் குனிந்துநின்ற ஒருவர் நிமிர்ந்தார். வழுக்கைத் தலையும் பெரிய முறுக்கு மீசையுமாய் நின்றிருந்தவரின் இடுப்பு வரை இருந்தது கிடங்கு. வேட்டி கட்டி, வெள்ளை பெனியன் போட்டிருந்தார் அவர்.

"அய்யா சரியான நேரத்திற்கு வந்திட்டியள்," வேட்டி மடியிலிருந்த ஏதோ ஒன்றை எடுத்து வெளிச்சம் வருகிற மாதிரிக் கண்ணருகே திருப்பிப் பார்த்தபடி சொன்னார் மேத்திரியார். "சரியா ஏழே முக்கால். நேரம் சரி." சுண்ணாம்புக் கறண்டகத்தைச் சங்கிலியில் கட்டிவிட்ட மாதிரி இருந்த அந்த மணிக்கூட்டைத் திரும்பவைத்து மடியை இறுக்கியவாறே, "அப்ப, துவங்குவமா, சின்ன ஐயா?" என்றபடி ஐயாவைப் பார்த்தார். "ஓமோம்," ஐயா மாமனாரைப் பார்த்தபடி மரியாதையுடன் சொன்னார். "தாயே, அம்மாளாச்சி," என்றார் மேத்திரியார். "வாங்கோ."

இடுப்பிலிருந்த சால்வையை எடுத்துச் சுருக்கி, தலைப்பாகையாகக் கட்டிக்கொண்டே, கிடங்கினுள் படிகள் போல் வைத்திருந்த கற்களில் மிதித்து இறங்கினார் அப்பு. "பாத்து இறங்குங்கோ அய்யா, கவனம்." மேத்திரியார் கிடங்கின் மறு மூலைக்குள் விலகி நின்றுகொண்டார். "கதிரேசு, அந்த விளக்கை முன்னுக்குக் கொண்டுவந்து வடிவாப் பிடி."

கதிரேசு விளக்கை முன்னுக்குக் கொண்டுவந்ததும், மேத்திரியார். ஐயா பக்கம் திரும்பினார். "சின்ன ஐயா, தேங்காயை அண்ணரிட்டக் குடுங்கோ."

"ராசா, கிடங்குக்குக் கிட்டப் போகாமல் தள்ளி நில்," என்றபடி தேங்காயையும் கொடுவாள்க் கத்தியையும் தமையனிடம் கொடுத்தார், ஐயா. கிடங்கின் மூலையில் ஒரு பெரிய கல்லும் பக்கத்தில் ஒரு சங்கும் பத்திரமாக வைக்கப்பட்டு, திருநீறு குங்குமம் பூசப்பட்டிருந்தன. மேத்திரியார், மேலே நின்ற ஆள் நீட்டிய குழைத்த சீமேந்துத் தட்டை வாங்கிக் கிடங்கினுள் வைத்துவிட்டுக் கற்பூரத்தைக் கொளுத்தலானார். அவர் கற்பூரத் தட்டைத் தூக்கிப் பயபக்தியாய்க் கல்லுக்கும் சங்குக்கும் காட்டும்போது, பெரியையா கத்திப் புறத்தியால் அடித்த ஒரே அடியில் தேங்காய் பிளந்தது. அப்பு, குழையலில் குத்தியிருந்த சாந்தகப்பையால் சீமெந்தை மூன்று தரம் அள்ளி அந்தப் பெரிய கல்லின் மேல் வைத்தார்.

"இனி, சின்ன ஐயா வாங்கோ," என்றார், மேத்திரியார்.

எல்லாம் முடிந்து திரும்பி வந்தபோது நிலவு நல்லாய் வெளித்திருந்தது.

"சூளைக்கு விறகும் பக்கத்திலேயே இருக்குதையா," திரும்பி வரும்போது ஒரு சின்ன மகிழ்வோடு சொன்னார் மேத்திரியார்.

"எதைச் சொல்லுறியள்?"

"இதுதான்," புளியைக் காட்டினார், "நல்ல விறகு."

மூன்று பேர் சேர்ந்தால்தான் கட்டிப் பிடிக்கக்கூடிய அடிமரம், மொக்கும் முறடுமாக. ஆள் உயரத்திற்கு மேலே விரிகிற கொப்புகள், ஒரு பரப்பையாவது பிடித்திருந்தன.

"இல்லையில்லை," அப்பு, ஐயா, இருவரும் ஒரே குரலில் சொன்னார்கள்.

"வீட்டு நிலையம் நல்லாத் தள்ளி இருக்கு. நாங்கள் ஏன் வீணாப் புளியோட போகவேணும்?" என்றார், அப்பு.

"நீங்கள் சிப்பி பறிக்கேக்கை, எத்தினை தூக்கு விறகு வேணுமோ அதையும் பறிப்பிச்சு விடுங்கோ. புளி நிக்கட்டும்." ஐயா சொன்னார்.

நாலு நாள் கழித்து, புதுவீடு கட்டுவதற்குச் சூளை வைப்பதைப் பார்க்கப் போனார்கள் பெடியன்கள். அது ஒரு சனிக்கிழமையாயிருந்தது நல்லதாய்ப் போயிற்று. காலை

சாப்பிட்டதும் வெளிக்கிட்டார்கள். அடிவளவில் வட்டமாய் உயரமாய், வைக்கோல் பட்டடை மாதிரி இருந்தது சூளை. ஒழுங்காய் அடுக்கிய வெள்ளைக் கற்களும், நீட்டிக்கொண்டிருந்த பெரிய மரக்குற்றிகளுமாய் அது மெல்லப் புகைந்து கொண்டிருந்தது. மேத்திரியாரின் ஆட்களில் ஒருவர் ஏணியால் ஏறிப்போய் சூளையின் மேல் நடுவில் கடகம் கடகமாய் சிப்பியைக் கொட்டிக் கொண்டிருந்தார். அப்போதுதான் புளியின் கீழே கிடந்த பெரிய குவியலைப் பார்த்தார்கள். சிப்பி, ஊரி, முருகைக் கற்கள் என்று எல்லாம் கலந்து குவிந்துகிடந்தன.

"அதுக்குள்ளை கட்டாயம் சோகி கிடக்கும், பாப்பமா?" என்றான் வட்டண்ணை. இருந்த சோகியெல்லாம் தொலைந்து போய், இப்போதெல்லாம் புளியங் கொட்டைகளைப் பிளந்துதான் அவர்கள் தாயம் விளையாடுகிறார்கள். மேத்திரியார் காதில் வட்டண்ணை சொன்னது விழுந்திருக்கும்போல. "சின்னப் பிள்ளையள் இங்க கிட்ட வராதையுங்கோ. அதுக்குள்ளை கிண்ட ஒண்டுமில்லை," என்றார். என்றாலும், அடுத்த நாள் காலை வட்டண்ணை வந்து "இஞ்ச பார்," என்று பொத்தியிருந்த கை விரல்களை விரித்துக் காட்டினான். சின்னதும் பெரியதுமாய் ஆறு சோகிகள்.

○

அத்திவாரம் போட்ட அடுத்த கிழமை. ஒரு பகல். மத்தியானம் கழியாத நேரம். அன்றைக்கு சித்தன் மருந்தறையில் நின்றான்.

மருந்தறையில் உதவிக்கிருக்கிற மூன்று பேரும் – சின்னத்துரை மாமா, நடுவில் மாமா, பரமேஸ் அண்ணை – ஒவ்வொருவராகச் சாப்பிடப் போகிறபோது வட்டன்களில் யாராவது போய்க் கையுதவிக்கு நிற்பார்கள். அநேகமாக அது பள்ளி விடுதலை நாட்களில்தான் சாத்தியமாகும். வட்டன்கள் செய்கிற – செய்யக்கூடிய – வேலைகள் இரண்டுதான். ஆட்கள் வரவர, அவர்கள் கொண்டுவருகிற வைத்தியசாலைப் பதிவு அட்டையைப் பார்த்து அவரவர் பதிவுத் தாளை எடுத்து வைக்க வேண்டும். அடுத்தது, வருகிறவர்கள் வைத்துவிட்டுப் போகிற பணத்தை அவ்வப்போது எடுத்து அடுத்த மேசையின் நடுவிலிருக்கிற துவாரத்தில் போட்டுவிட வேண்டும். அந்தத் துவாரத்தின் கீழ் ஒரு லாச்சி பொருத்தியிருந்தது.

புதிதாய் வந்தவர்கள், பழைய அட்டை கொண்டுவர மறந்தவர்கள், ஒரு பதினைந்து நிமிஷம் – சாப்பிடப் போனவர் வருமட்டும் – காத்திருக்க வேண்டும்.

அன்றைக்கு, நடுவில் மாமா சாப்பிடப் போயிருந்தார். நடுவில் மாமாவின் உண்மையான பெயர் புண்ணியமூர்த்தி. அண்ணன் – தம்பி மூன்று பேரில் அவர் இரண்டாவது. வீட்டில் கூப்பிடும் பெயரே எங்கும் பரவிவிட்டது.

அப்பு, ஆட்களைப் பார்த்துக்கொண்டிருக்கிறார். இப்போது ஆட்கள் கொஞ்சம் குறைந்திருந்தாலும் அப்புவுக்கு ஓய்வென்று சொல்லிவிட முடியாது. அரைவாசி இடங்கள் இன்னமும் நிரம்பித்தானிருந்தன. மருந்தெடுக்க வந்தவர்கள் தங்கள் எண்ணோ, பெயரோ அழைக்கப்படுவதற்குப் பார்த்திருந்தார்கள்.

“தம்பி…”

சித்தன் எழுந்து, கூப்பிட்டவரிடம் போய் அவர் நீட்டிய துண்டை வாங்கினான்.

‘இறைவன் சந்நிதியில் எல்லோரும் சமம்’ என்ற வாக்கியம் பொறிக்கப்பட்டிருக்கிற அந்த சிறிய நீல அட்டையின் எண்ணைப் பார்த்தான். எண்ணுக்குரிய பதிவுத் தாளை பக்கத்து அலுமாரியில் ஒழுங்காக அடுக்கிவைக்கப்பட்டிருக்கிற கட்டுகளிலிருந்து எடுத்துவைத்தான்.

அடுத்த மேசையில் அந்தப் பெரிய சி.ஆர். கொப்பி இருந்தது. வலு மொத்தம். கடைசிப் பக்கத்தைப் பார்த்தான், எழு நூறு. ஒரு பக்கமும் மிச்சம் விடாமல் வெட்டாமல் கொத்தாமல், தெளிவான கையெழுத்தில் குணுகுணுவென்று மையால் எழுதியிருந்தது. இது மாதிரிக் கொப்பிகள் இன்னும் நாலு தலைவாசல் கண்ணாடி அலுமாரிக்குள் இருக்கின்றன. இதெப்படி இங்கு வந்தது? புரட்டினான். எல்லாம் வைத்தியக் குறிப்புகள்:

> கீற்றுக்கால் கொண்டு கிந்தி நடப்பவர்க்கு
> வேற்றுக்கால் தர வேறொருவர் உண்டோ
> நீற்றுப்பானையின் நீர்கூட்டவல்லராய்
> சேற்றுத்தாமரை செவ்விறல் ஒக்குமே ஆலம்பால்
> அரக்கு மஞ்சள் அதிமதுரம் கோஷ்டம் மேல்வாயிருண்ட சோலை
> மெழுகுடன் புறாவின் எச்சம் காலமென்றிருக்க வேண்டாம் காடியில்
> அரைத்துப் பூசப் பாலகன்கால் போலாகும் பாதத்தின் வெடிப்புப்போமே…

மெல்லிய பேச்சுக் குரல்கள், ஓரிரு இருமல் – செருமல். இருந்திருந்துவிட்டு ஒரு குழந்தையின் சிணுக்கம். மத்தியானத்தில் தம்பாட்டில் ஏதோ சொல்லும் காகங்கள். இவை எல்லா வற்றையும் சேர்த்து அள்ளிப்போகும் காற்றின் இரைச்சல்.

இருந்தாற்போல அந்த இரைச்சலையும் மீறி ஏதோ சத்தம்.

"ஆரோ குழறிக் கேட்குது," இருந்தவர்களில் எவரோ சொன்னார்கள். இரண்டு மூன்று பெண்குரல்கள் சேர்ந்து "ஐயோ, என்ரை ஐயோ," என்கிற ஓலம் நெருங்கிவந்தது. "துரையர் . . ." அப்பு கூப்பிட்டார், "என்னெண்டு பாருங்கோ." சின்னத்துரை மாமா கையிருந்த பென்சிலைக் காதின் மேல் வைத்தபடி குடுகுடுவென்று போனார். "இஞ்சதான் வருகினம், ஐயா." அவர் சொல்லி முடிக்க முதலே நாலுபேர் சேர்ந்து ஒரு ஆளைக் காவி வருவது தெரிந்தது. குழறிய பெண்களிருவரும் மாரடிக்காத குறையாய்ப் பின்னால் வந்தார்கள். இருந்தவர்கள் எழுந்து பார்த்தார்கள்.

"ஆரது, நாகாத்தையோ?" அப்பு அவசரமாக எழும்பி வந்தார். "இது ஆர், முருகரோ?"

"ஓம், அப்பு . . . ஒருக்காப் பார், ஐயா . . ." பெண்களில் குறுக்குக் கட்டோடு இருந்தவ அழுதுகொண்டே சொன்னா.

"என்ன நடந்தது? அந்த அகல வாங்கிலை வளத்துங்கோ," அப்பு கிட்டப் போனார்.

"துலாவாலை விழுந்து போனார், ஐயா." சட்டை போட்டிருந்த மற்றவ, கைகளால் கண்களைத் துடைத்தா. அந்த ஆள் அறிவு நினைவில்லாமல் கிடந்தார். தாடி, மீசை, தலை எல்லாம், கறுப்பும் வெள்ளையுமாய் மண்டியிருந்தன. வலது கால் மடங்கிய மாதிரித் தெரிந்தது. வலது முழங்கையில் இரத்தக் காயமொன்று. அப்பு அவரின் கைகளை ஒவ்வொன்றாய்ப் பிடித்து நாடி பார்த்தார்.

"ஆளுக்குக் காத்துப் பிடிக்கவிட்டுக் கொஞ்சம் விலகி நில்லுங்கோ," இன்னமும் விலகாமல் நின்ற சிலரைப் பார்த்து மெல்லச் சொன்னார், சின்னத்துரை மாமா. "தோட்டத்துக் கிணத்துக்கை ராத்திரி ஆற்றையோ நாய் விழுந்து செத்துப் போச்சு, ஐயா. கட்டில்லாத கிணறு. அதுதான் கலக்கி இறைச்ச நாங்கள். இது பாவம், துலா மிதிச்சது. இந்தப் பெடியன் பட்டை பிடிச்சவன்," தூக்கிக்கொண்டு வந்தவர்களில் உயரமான ஒரு ஆளைக் காட்டினா.

"விடியப்புற இறைப்புகளுக்கெல்லாம் நெடுக இருட்டோடையே துலா மிதிக்குப் போறவர், இண்டைக்கென்னவோ கூடாத காலம் . . ."

"நீங்கள் உடனை இவரைப் பட்டணத்து ஆஸ்பத்திரிக்குக் கொண்டு போங்கோ," அப்பு அந்தப் பெடியனிடம் சொன்னார்.

“ஏன் ஐயா?” நாகாத்தை மீண்டும் அழத்தொடங்கினா, “நீ ஒண்டும் செய்யேலாதே, மேனை?”

“செய்யலாம், ஆனா மண்டை கொஞ்சம் அடிபட்டிருக்குப் போல. அங்கை போய்ப் படமெடுத்துப் பார்க்கிறது நல்லது.”

“ஏதேன் பயமோ?” குரல் குழறியது.

“சீச்சீ, பயப்பிட ஒண்டுமில்லை, ஆனா மினைக்கெடாமல் போங்கோ,” அப்பு சொன்னார்.

வந்த பெடியன்கள் ஆளை ஆள் பார்த்தார்கள்.

“வேலுவின்ர கார் நேற்று வேட்டைக்குப் போட்டுது, ஐயா.”

பன்றி, முயல் என்று ஏதாவது சுட்டுக்கொண்டு வர வேலுவின் கார் அடிக்கடி முறிகண்டிக் காட்டுக்குப் போய் விடும். அவர்களுக்கு வேறு காரில்லை. இல்லையென்றால், சிப்பித்திட்டியில் மாரிமுத்துவின் காரைத்தான் பிடிக்க வேணும். ஆனால் இவர்களுக்கும் அவர்களுக்கும் ஒத்துப்போவதில்லை. சண்டைகளும் இடைக்கிடை வரும்.

“பேரம்பலத்தார் நிண்டா, எங்கட காரிலை அனுப்பலாம்...” அப்பு தனக்குத்தானே கதைத்துக்கொண்ட மாதிரி இருந்தது. அப்போதுதான் சாப்பிட்டுவிட்டு வந்த நடுவில் மாமாவைப் பார்த்தார். “தம்பி நடுவில், நீ ஒருக்கா டக்கெண்டு சைக்கிளை எடுத்துக்கொண்டு ஓடிப்போய், மாரிமுத்துவின்ரை காரை நான் உடனை வரட்டாம் எண்டு கூட்டியா.”

அவர் போனதும், “நீங்கள் மாரியரோடை போங்கோ. ஒண்டும் யோசிக்கத் தேவையில்லை; எல்லாம் சொல்லி விடுறன்.”

அந்தப் பெடியன்களிடமிருந்து திரும்பி, “துரையர்,” என்றார் அப்பு.

உள்ளே போய்வந்த சின்னத்துரை மாமா, கையில் கொண்டுவந்ததை நாகாத்தையிடம் கொடுத்தார். “ஐயா இதை வைச்சிருக்கட்டாமெணை.”

○○○

1.18

காலையில் கண்விழிக்கு முன்பே எங்கேயோ சலங்கைச் சத்தம் கேட்டது. மெல்லிய – விட்டு விட்டு ஒலிக்கிற – சத்தம். சலங்கையை யாரோ தூக்கித்தூக்கி வைப்பது போல். சித்தனுக்குச் சலங்கைச் சத்தம் நன்றாகத் தெரியும். வருசத்தில் இரண்டு முறையாவது நல்ல வெய்யில் காலத்தில் ‘முத்துமாரி ஆடுபவர்கள்’ வருவார்கள். தூரத்தே கேட்கும் நாய்களின் குரைப்பொலி நெருங்க நெருங்க, சலங்கையொலியும் கேட்கத் தொடங்கும். சலங்கையுடன் யாரோ நடக்கும் ஒலி வரும். “முத்துமாரி வருகுது . . .” என்று எவனோ ஒருவன் சொல்ல முதலே, வெளி முற்றத்தில் உடுக்கொலி கேட்கத் தொடங்கிவிடும்.

“கரகம், கரகம்.” என்று ஆளுக்காள் சொல்லி எல்லோரும் முற்றத்தில் சேரவும் ஆட்டம் தொடங்கவும் சரியாயிருக்கும்.

அப்புவிடம் மருந்துக்கு வந்தவர்கள், அயலட்டைச் சனம் என்று வந்து சூழ்கிற அத்தனை பேரும் நடுவில் ஒரு பெரிய வட்டமாய் வெளி விட்டுச் சுற்றிவர நிற்பார்கள். வட்டன்கள் எல்லோருக்கும் நடுவால் துளைத்துக்கொண்டுபோய், வட்டத்தின் புருவத்தோடு இடம் பிடிப்பார்கள். உடுக்கோடு நிற்பவர் ஒரு பக்கமாக விலகி நின்று அடிக்கத் தொடங்க ஆட்டமும் தொடங்கும்.

. . . ஆதிசிவன் நாயகியே அகிலத்தின் அன்னையளே
மாரியம்மா வாருமம்மா மக்களெமைக் காருமம்மா. . .

தலையை ஒருபக்கம் சாய்த்து, கரகம் விழுந்து விடாமல் கவனம் பண்ணி, அந்தப் பொம்பிளை, வட்டத்தின் நடுவில் நின்று தொடங்கிச் சுற்றி வருவா. அவவுடைய சேலை மற்றப் பொம்பிளைகள் உடுப்பதுபோலப் பாதம் வரை வராமல், முழங்கால்களுக்கும் மொளிகளுக்குமிடையில் நிற்கும். பாதங்களுக்கு மேல் மொளி மட்டத்தில் இரண்டு கால்களிலும் கட்டப்பட்ட சலங்கைகள் சல்லுச் சல்லென்னும். உடுக்குக்காரர் பாடுவார்.

அன்னையுந்தன் அடி பணிந்தோம்,
அருள் புரிய வேணுமம்மா

தலைக் கரகத்தில் வேப்பிலைகள் வட்டமாய்க் கட்டி, நடுவில் ஒரு நிறைகுடம்.

“ஒண்டுமே விழாம எப்பிடி அந்த மனுசி ஆடுது, பாத்தியா?” என்று அதிசயப்பட்டபோது, வட்டண்ணை அதட்டினான்.

“டேய், அது பொம்பிளை இல்லை, ஆம்பிளை!” அது இன்னொரு அதிசயம்.

“எப்பிடிக் கண்டுபிடிச்ச நீ?” என்று கேட்பதற்கிடையில் வட்டண்ணையே காதுக்குள் சொன்னான், “வடிவாப் பார், தாடி மீசை தெரியும். இது ஆம்பிளைதான். பொம்பிளை வேசம் போட்டுக்கொண்டு வந்திருக்கு!” வட்டண்ணை கிசுகிசுத்தான். “சேவ் எடுத்து, தலையில முடிமயிர் வைச்சிருக்கு.”

அது சரிபோலத்தான் தெரிந்தது. தலையை ஒரு சொட்டும் அசைக்காமல், இரண்டு கைகளிலும் பிடித்திருந்த வேப்பிலைப் பிடிகளை ஆட்டியாட்டி, உடுக்கின் தாளத்திற்கு கால்களைத் தூக்கித்தூக்கி வைத்து வட்டத்தினுள்ளே சுற்றிவரும் ஆட்டம். உடுக்கும் பாட்டும் கேட்கக்கேட்க நல்லாயிருக்கும். ஆனால் உடுக்குக்காரர் ஒரு பாட்டோடு நிற்பாட்டி விடுவார். அது நிற்க, ஆட்டமும் டக்கென்று நிற்கும். கரகத்தை இறக்காமலே, வேப்பிலைப் பிடிகளிரண்டையும் ஒரு கைக்கு மாற்றிக்கொண்டு, இடுப்பிலிருந்து விபூதிப் பையை எடுத்து எல்லோருக்கும் திருநீறு கொடுப்பார் ஆடியவர். பயபக்தியோடு இரண்டு கைகளாலும் வாங்கிப் பூசுவார்கள். மிஞ்சியதைக் கீழே சிந்திவிடாமல், சித்தனும் நெற்றி, கழுத்து, நெஞ்சு, கைகள், எங்கும் பூசிக் கொள்வான்.

ஆனால், இப்போது கேட்டது கரகமல்ல. அதோடு, இவ்வளவு வேளைக்கு அது வரவும் முடியாது. சித்தன் விழித்துப் பார்த்தான். அறைக்கதவு ஒட்டச் சாத்தியிருந்தாலும், கூரையில் இருந்த கண்ணாடி ஓடுகளால் வெளிச்சம் வரத்

தொடங்கியிருந்தது. அம்மா அடுப்படியிலிருப்பா. ஐயா, கந்தோருக்கு வெளிக்கிடுவதற்காகக் குளிக்கப் போயிருப்பார். பக்கத்தில் தம்பி நல்ல நித்திரையாயிருந்தான். சித்தன் எழும்பிக் கண்ணைத் துடைத்தபடி பிள்ளையாரைக் கும்பிட்டான். மெல்லக் கதவைத் திறந்து வெளியே வந்தபோது. திருநீற்று வாசம் நல்லாய் மணத்தது. சின்னமணி அண்ணை எங்கோ கூட்டும் சத்தம் கேட்டது.

வெளித்துத் தெரிந்த நடு முற்றத்துக்கு அங்கால் தலைவாசல் வெளிக் கதவோடு நிலத்தில் சப்பாணி போட்டு, நெட்டுக்குத்தாக நிமிர்ந்தபடி இருந்த சட்டிச் சாமியாரை சித்தனால் வடிவாகப் பார்க்கமுடிந்தது. பக்கத்தில் சுவரோடு சாய்த்துவைக்கப்பட்டிருந்த ஆளுயரச் சூலம். அவருடைய சூலத்தில் கட்டியிருக்கும் சலங்கையின் சத்தந்தான் கேட்டிருக்கிறது. அவனுக்கு சாமியாரை நன்றாகப் பிடிக்கும். அவனுக்கு மட்டுமில்லை, வட்டன்கள் எல்லோருக்கும் பிடிக்கும். கூடத்து வாசல் படத்திலிருக்கிற சிவபெருமான் மாதிரிச் சடையை உச்சியில் கொண்டையாய்ப் போட்டிருப்பார். அந்தக் குடுமியில் சொருகியபடி ஒரு சிறிய வெள்ளி வேல். நரைத்த தாடி மீசை. நெற்றியில் பரக்கப் பூசியிருக்கும் திருநீற்றின் நடுவில் சந்தனமும் குங்குமமுமாய்ப் பெரிய பொட்டு. சாமி வரும்போது சலங்கையொலியோடு விபூதி வாசமும் வரும்.

நல்ல உயரம், கெண்டைக்கால் வரை நிற்கும் வெளிறிய காவி வேட்டியின் மேல், இடுப்பில் ஒரு வெளிறிய சிவத்தத் துண்டு. சுருக்கம் விழுந்த மேலெல்லாம் பூசிய திருநீறு, அந்த மேனியின் கருமையை மறைக்க முயல்வது போலிருக்கும். இடது கையில் எப்போதுமொரு பெரிய மண்சட்டி "அதுக்குள்ளை மந்திரம் எழுதியிருக்கு," என்று சொல்வான் வட்டண்ணை. வலது கையில் சூலத்தோடு, கை மாற்றி வைத்துக்கொள்கிற ஒரு சிறிய துணிமூட்டை. படுக்கும் வேளைகளில் அது தலையணையாகி விடும். அறுபத்தைந்து எழுபது வயதிருக்கும் என்று ஆட்கள் சொன்னாலும் ஒருவருக்கும் சரியான வயது தெரியாது. வயதல்ல, அவருடைய உண்மையான பெயர்கூடத் தெரியாது. எப்போதோ இந்தியாவிலிருந்து கதிர்காமத்துக்கு வந்தவராம். ஒரு குடில் போட்டுக்கொண்டு கதிரமலையிலேயே தங்கிவிட்டார் என்று சொன்னார்கள். ஒவ்வொரு வருசமும் கதிர்காமத் திருவிழா தொடங்குவதற்கு முதல் யாழ்ப்பாணம் வருவார். அப்பு வீட்டில் மூன்று அல்லது நாட்கள் தங்குவார். அவருக்கு அல்லிப்புலத்திலும் இரட்டைக் குளத்திலும் தெரிந்தவர்கள் பலர் இருந்தார்கள். அவர்களை எல்லாம் அவருக்கு எப்படிப் பழக்கம் வந்ததென்றும் தெரியாது. அவர்களிடம் போனால் அவரைக் கண்டதுமே

சாமியார் கேட்காமலேயே தங்களால் இயன்ற பத்தோ நூறோ கொடுத்துவிடுவார்கள். சட்டிச் சாமியார் வாங்கிக்கொண்டு போய் ஒவ்வொரு திருவிழா வேளையிலும் தெய்வானை அம்மன் கோவிலடியில் தண்ணீர்ப்பந்தல், அன்னதானம் என்று செய்வார். திருவிழாவுக்கென்று அல்லிப்புலத்திலும் இரட்டைக் குளத்திலுமிருந்து போகிறவர்கள், அவருடைய குடிலோடு அவர் போட்டிருந்த நீளக் கொட்டிலிற் தங்க முடிந்தது. அதைச் சட்டிச் சாமியாரின் மடம் என்று சொன்னார்கள்.

சட்டிச் சாமியார் வந்துநிற்கிற நாட்களில் கிணற்றடியில் அள்ளித் தோய்கிற சத்தம் இருட்டுடனேயே கேட்கும். சாமம் பன்னிரண்டு மணிக்கு வைரவர் வளவெல்லாம் நடக்கிற மிதியடிச் சத்தமும், பிறகு கிணற்றடியில் தண்ணீர் அள்ளுகிற வாளிச் சத்தமும் கேட்கும் என்று சுப்புறு இடைக்கிடை சொல்கிற கதை சித்தனுக்கு நினைவு வரும். ஐயாவோடு நெருங்கிப் படுத்துக்கொள்வான். சற்று வேளையில் தூரத்தில் கேட்கிற அம்மன் கோவில் மணிதான் நேரம் நாலாகி விட்டதையும், சட்டிச் சாமியார் வந்துநிற்பதையும் நினைவூட்டும்.

சாமியார், மாலையிலும் ஒரு தரம் கிணற்றில் அள்ளித் தோய்வார். மைம்மல் படர முன்பு. தோய்ந்துவிட்டு, வைரவர் கோவிலுக்கு முன்னால் போய் சப்பாணி போட்டுக்கொண்டு கால் மணித்தியாலமாவது கண்களை மூடியபடி பேசாமல் நட்ட கம்பு போல் நிமிர்ந்து இருப்பார்.

“தவம் செய்யிறார்,” என்றான் ஆறண்ணை, ஒரு நாள்.

அப்போது அம்புலிமாமா படங்களில் பார்க்கிற முனிவர்களைப் போல் இருப்பார் சாமி. அந்த வேளையில் வட்டன்கள் முகங்கழுவி, திருநீறு பூசி, ஆயத்தமாய் இருக்க வேண்டும். தன் தியானம் முடிந்த கையோடு, “வாங்க, தம்பிகளா, திருப்புகழ் பாடலாம்” என்றெழும்புவார் சாமியார்.

> கைத்தல நிறைகனி யப்பமொ டவல்பொரி கப்பிய கரிமுக
> னடிபேணி . . .

என்று தொடங்கிப் பத்துப் பாடல்களாவது பாட வேண்டியிருக்கும்.

இரவில் வாழைப்பழமும் பச்சைத் தண்ணியும் மட்டுந்தான் அவர் சாப்பாடு. மிஞ்சினால் நாலு நாள்தான் நிற்பார், வந்தது போலவே ரயிலேறி விடுவார். ஒவ்வொருவராக அவர் திருநீறு கொடுத்துப் புறப்படும்போது, இன்னுங் கொஞ்சநாள் சாமி நிற்க மாட்டாரா என்றோ, அல்லது இனி எப்போது வருவார் என்றோ, அவர்களை நினைக்க வைத்துவிட்டுத்தான் புறப்படுவார்.

போன முறை சாமி வருவதற்குக் கொஞ்ச நாட்கள் முந்தி 'எதிர்பாராதது' படப் பாட்டுக்கள் வாங்கியிருந்தார்கள். "சிற்பி செதுக்காத பொற்சிலையே..." இரண்டு மூன்று தரம் கேட்டுவிட்டுப் பக்கத்தை மாற்றியபோது, "திருமுருகா என்று ஒருதரம் சொன்னால்..." பாடத்தொடங்கிற்று. பெடியன்களுக்கு அது உவப்பாயில்லை, நிறுத்திவிட்டு அடுத்த றெக்கோட்டை மாற்றினார்கள். ஒரு நிமிடம் ஆகியிராது, வெளித் திண்ணையில் கண்களை மூடியவாறே அயர்ந்திருந்த சாமி இவர்கள் முன் வந்து நின்றார். அவருடைய நித்திரையைக் குழப்பிவிட்டோமோ என்று இவர்கள் பயந்துபோனார்கள். ஆனால் சாமி அதற்கு வரவில்லை. "இதுக்கு முதல்ல பாடின பாட்டை ஏன் நிறுத்திட்டீங்க, தம்பி?" என்று கேட்டார். சித்தன் திரும்பவும் பாடவிட்டான் "திருமுருகா..." முடியுமட்டும் திண்ணையில் அசையாமல் இருந்தார், சாமி.

முடிந்ததும், "இன்னொருக்காப் போடவா, சாமி?" என்று மெல்லக் கேட்டான் சித்தன். "போதும், இனி நீங்க போடுங்க," என்று மெல்லிய சிரிப்புடன் தலையாட்டியவாறே போனார். சட்டிச்சாமியார் றெக்கோட் கேட்டது வட்டன்களுக்குப் பெரிய புதினமாயிற்று.

இந்த முறை புறப்படும்போது திருநீறு கொடுக்கும்போது, "முருகா," என்றார் சாமி. ஒரு நிமிடம் கழித்து மீண்டும் "முருகா, தம்பி, இங்கே வா..." என்றபோதுதான் தன்னைத்தான் கூப்பிடுகிறார் என்று விளங்கியது சித்தனுக்கு. உடனே போய், இடது கையின் மேல் வலது கையை வைத்துப் பயபக்தியுடன் நீட்டினான். உள்ளங்கையில் அவர் போட்ட திருநீற்றோடு இன்னுமொன்று – சின்னக் கறுப்பு உருண்டை போல் – விழுந்தது. எடுத்துப் பார்த்தான். கொட்டைப் பாக்களவு இருந்தது. விளங்காமல் நிமிர்ந்து பார்த்தான். "உருத்திராட்சம்," என்று அவன் தலையைத் தடவினார். "நீயே வச்சுக்க."

அம்மாவிடம் கொண்டுபோய்க் காட்டினான். "பத்திரமாய்ச் சாமிப் படத்தடியிலை திருநீற்றுச் செப்புக்குள்ளை போட்டு வை, ராசா" என்றா.

○○○

1.19

புதுவீடு கட்டிமுடிய ஒரு வருசமாகியது. சித்தன் பழையபுலம் இந்துப் பள்ளியில் ஆறாம் வகுப்பில் சேர்ந்தாயிற்று. இரண்டாந் தவணைச் சோதனை முடிந்து பள்ளி விடுதலை விட்டிருந் தார்கள். இனி நல்லூர்த் திருவிழாவின் போதுதான் மூன்றாந் தவணை தொடங்கும்.

வீடு பெரிதாயிருந்தது. நாலு அறை, அடுப்படி, முன்னும் பின்னும் விறாந்தைகள், நடுவில் மால். குளியலறை, கிணற்றோடு. கோடியில் தனியாய்க் கக்கூஸ். ராஜசிங்கம் மாமா போட்ட பிளான், அது. ராஜசிங்கம் மாமா, நந்தனின் ஒன்றுவிட்ட தமையன். அவருக்கும் நந்தனுக்கும் பதினைந்து வயது வித்தியாசம். பம்பாய் புனேவில் எஞ்சினியரிங் படித்துவிட்டு வந்து கல்லோயா திட்டத்தில் வேலை செய்துகொண்டிருந்தபோது அவர் போட்டது இந்தப் பிளான். கல்லோயாவில் நடந்த தமிழருக்கெதிரான கலவரத்தால் வேலையை விட்டுவிட்டு வந்த ராஜசிங்கம் மாமா, இரண்டு மாதங்கூட வீட்டிலிருக்கவில்லை, கொழும்பில் வேறு நல்ல வேலை கிடைத்துப் போய்விட்டார். லீவு கிடைத்திருந்தால் இந்தக் குடிபுகுதலுக்குக் கட்டாயம் வந்திருப்பார்.

சுவரெல்லாம் வெள்ளையும், கூரையெல்லாம் புது ஓட்டின் சிவப்புமாய், பெரிய ஜன்னல்களோடு வீடு நல்ல வடிவாயிருந்தது. உள்ளே போனால், கதைக்கிறதெல்லாம் அந்த வெற்றுக் கட்டடத்தில் 'ஓஓ ...' என்று அதிர்ந்தது. சீமேந்து, சுண்ணாம்பு,

பெயின்ற், வாணிஷ் எல்லாம் சேர்ந்து மணத்தன. குடிபுகுந்த அன்றும் அதன் பிறகு ஒரு மாதத்திற்கும் இந்த மணங்கள் எல்லாவற்றோடும் பன்னீர், சந்தனம், சாம்பிராணி, எல்லாம் சேர்ந்துகொண்டன. முன்விறாந்தை முழுவதும் நிற நிறமான கிரேப் பேப்பரினால் அலங்காரம் செய்வது சண்முக அண்ணையின் பொறுப்பாயிருந்தது. கண்ணூறு படாமல் வீட்டின் முன் தாழ்வாரத்தில் பூசணிக்காயைக் கட்டித் தொங்க விட்டிருந்தார்கள்.

வளவின் முன்பக்கத்து இடது மூலையில் தெரு வேலியோடு, அடி மரத்தின் ஒரு பாதி வளவினுள்ளும், மறுபாதி தெருவிலுமாக ஒரு பெரிய ஆல் – அந்தச் சந்திக்குப் பெயர் கொடுத்த ஆல். வெளியில் நின்ற பாதியின் அடியில் வைரவ சூலமும், அதற்கு முன்னால் கற்பூரம் கொளுத்துகிற கல்லும், கம்பத்தில் நட்ட கண்ணாடி விளக்குமிருந்தன.

சந்தியில் கடை வைத்திருந்த நடராசாண்ணை, காலையில் வைரவருக்குப் பூ வைத்து, கற்பூரம் கொளுத்திக் கும்பிட்ட பின்தான் கடை திறப்பார். பொழுது பட்டதும் முதல் வேலையாய், அந்த விளக்கைக் கொளுத்திவிட்டுத்தான் கடை விளக்குக் கொளுத்துவார். விளக்கு விடியுமட்டும் நூராது. நடராசாண்ணை கடையோடு இறக்கிய பத்தியில் குடியிருந்த வைரமுத்தப்பா, விடிய, வெளிக்க முதலே, கோவிலடியெல்லாம் கூட்டித் தண்ணி தெளித்து, விளக்கேற்றிப் பூ வைத்துவிடுவார். நல்ல நாள், பெரு நாளில் ஊரவர்கள் பொங்குவார்கள்.

இன்று குடிபுகுவதற்கு முதல் வைரவருக்கும் பொங்கியாயிற்று. சாமி அறை வாசலில் மாவிலைத் தோரணம். கதவு நிலைகளின் மேலே திருநீற்றுக்குறியும் சந்தனமும். அம்மன் கோவிலுக்குப் போய் பூசையில் வைத்த எடுத்த பிள்ளையார், லட்சுமி, வள்ளி– தெய்வானையுடனுள்ள முருகன் என்று பெரிதாய் மூன்று படங்களை அம்மா, பெரியம்மா, நல்லூர் மாமி, மூவரும் ஆளுக்கொன்றாகப் பயபக்தியுடன் தூக்கிக்கொண்டு வந்தார்கள். நிறை குடத்தோடு ஐயா, குத்துவிளக்கோடு பெரியய்யா, முளைப்பாலிச் சட்டியோடு காராளசிங்கர் மாமா என்று ஒரு சிறிய ஊர்வலமாக வந்தார்கள். படங்களைச். சாமி அறையில் வைத்துக் கும்பிட்டதும், ஐயர், ஓமம் வளர்த்து, வீட்டுக்குச் சாந்திப பூசை செய்தார். மேத்திரியாரும் ஆசாரியாருந்தான் தலைப்பாகையோடு பரபரப்பாய் எல்லாம் பார்த்தார்கள். குறிஞ்சிலிக் குமாரு அப்பாவின் மகன் மயில்வாகனத்தார்தான் ஆசாரியார். பூசை முடிய அவர் பயபக்தியோடு வீட்டுத் திறப்பை ஐயாவிடம் கொடுத்தார். இரண்டு கைகளாலும் கும்பிட்டு வாங்கிக்கொண்டார், ஐயா.

அடுப்படியில் கற்கண்டு போட்டுப் பால் காய்ச்சினார்கள். வந்தவர்கள் எல்லோருக்கும் கொடுத்தார்கள். அப்பு, தம்பி யோடும் சித்தனோடும் இருந்து எல்லாவற்றையும் பார்த்துக் கொண்டிருந்தார்.

சாப்பாடும் முடிந்ததும், வட்டண்ணை முன்னறையில் ஆயத்தமாகக் கொண்டுவந்து வைத்திருந்த பாட்டுப் பெட்டியைத் திறந்தான். ஆறண்ணை, சுப்புறு, தங்கவேலு எல்லோரும் வந்திருந்தார்கள். நந்தனோடு வந்திருந்த சாரதாவைப் பாவாடை – சட்டை, இரட்டைப் பின்னல், கறுத்தப் பொட்டு, சிமிக்கி என்று பார்க்க நல்ல வடிவாய் இருந்தது. வண்ணாத்திப் பூச்சிபோல் வீடெங்கும் ஓடித் திரிந்தாள். பின்னேரம் மாலை எல்லாம் தாண்டி, புதுப் பெற்றோமக்ஸ் வெளிச்சத்தில் இரவு. ஒன்பது மணி வரை பாட்டுகள் நிற்கவில்லை

ஐயா, அம்மா, தம்பி, சித்தன், பெத்தாச்சி எல்லோரும் அன்றைக்கே புதுவீட்டிற்கு வந்தாயிற்று. சித்தன் அடுத்த நாள் காலையிலேயே அப்பு வீட்டிற்குப் புறப்பட்டான்.

❍

புது வீட்டிற்கும் குடிபுகுந்து ஒரு மாதத்திற்குள்ளாகவே ஒரு ரேடியோ வந்துவிட்டது, ஃபிலிப்ஸ். கூடவே ஒரு ஸ்ராண்டும். அப்பு வீட்டில் இருப்பதுபோல.

அப்புவுக்கு ரேடியோ கேட்கவே நேரமிருப்பதில்லை. பேரன்களும் வீட்டிலுள்ளவர்களும் கேட்டாலே, தான் கேட்ட மாதிரி அவருக்கு. முக்கியமான செய்திகள் சொன்னால்கூட, ஆறுதலாக இருந்து கேட்க முடியாது. ருஷ்யாக்காரர் விண்ணுக்கு அனுப்பிய ‘செயற்கைச் சந்திரன்’ என்ற ‘ஸ்புட்னிக்’ போடுகிற ‘பீப், பீப் . . .’ ஒலியை ரேடியோவில் கேட்கலாமென்றபோது ஒருதரம் வந்து கேட்டார். மற்றும்படி, வட்டன்கள் பாடு, வர்த்தக ஒலிபரப்புப் பாடு என்றிருந்தது ரேடியோ.

ஐயாவுக்கு ‘மேளச் சமா’ என்றால் போதும். இந்த விஷயத்தில் இரட்டைக்குளத்து ஆளாகவேயிருந்தார் அவர். சித்திரையில் தொடங்கினால் அடுத்த நாலைந்து மாதங்களுக்கு யாழ்ப்பாணத்தில் ஒவ்வொரு கோவிலாகக் கொடியேறும். வாணமும் மேளமும் என்று ஊரெல்லாம் அதிரும். போட்டிக்குத் திருவிழாக்கள் செய்வார்கள். இந்தியாவிலிருந்து பெரிய வித்துவான்களைக் கூப்பிடுவார்கள். “எத்தினை கூட்டம் மேளம்?” என்பது திருவிழா வெற்றியின் அளவு

கோல்களில் ஒன்றாக இருந்தது. ஐயாவிற்கு இந்த அமர்க்களம், ஆடம்பரங்கள் ஒன்றிலும் விருப்பமில்லையென்றாலும், நல்ல மேளச்சமாக்களை அவர் தவறவிட்டதில்லை. அம்மாவைப்போல சங்கீதம் படிக்காவிட்டாலும் ரசிக்கத் தெரிந்திருந்தது அவருக்கு. அதொன்றுதான் வெளி ஆர்வம். ஒரு சாதாரண கமக்காரனின் கடைசிப் பிள்ளையாகப் பிறந்து அரசாங்கத்தில் ஒரு நல்ல வேலை வரை வந்ததற்கு இதைவிட வேறெந்தப் பழக்கமோ, பராக்கோ அவருக்கு இல்லாததும் காரணமா யிருக்கலாம். தட்சணாமூர்த்தி, ராஜரத்தினம் பிள்ளை, காருகுறிச்சி, டி.கே.ஸி. நடராஜன், கச்சேரிகளைக் கேட்க, சுதுமலை அம்மன், இணுவில் கந்தசாமி, கும்பழாவளைப் பிள்ளையார், என்று எல்லாக் கோவில்களுக்கும் போய்வருவார்.

புது வீட்டில் ரேடியோ வந்த பின், லீவு நேரங்களில் ஐயா மேளச் சமா அல்லது கூட்டுப் பிரார்த்தனை கேட்பார். அம்மா சங்கீதக் கச்சேரி போடுவா. மார்கழி இரண்டு பேருக்குமே விசேஷமான மாதமாயிருந்தது. சென்னையில் டிசம்பர் முழுவதும் நடக்கும் கர்நாடக 'இசைவிழா' கச்சேரிகள் அம்மாவுக்கு. சபாக்களின் நிகழ்ச்சிகளை மதராஸ் வானொலி நிலையம் அந்த ஒரு மாதமும் அஞ்சல் செய்தது.

திருவெம்பாவை பத்து நாளும் 'கொழும்பு, வெள்ளவத்தை, சம்மாங்கோட்டார் ஸ்ரீ மாணிக்க விநாயகர் ஆலயத்திலிருந்து' இலங்கை வானொலி தேசிய ஒலிபரப்பு அஞ்சல் செய்கிற 'பூசையும், கூட்டுப் பிரார்த்தனையும்' ஐயாவுக்கு. அது விடிகாலையில். ஐந்து மணிக்குத் தொடங்கும்போது அந்தச் சத்தத்தில் சித்தன் விழித்துக்கொள்வான். எழும்ப மனம் வராது. குளிருக்கு இழுத்துப் போர்த்துக்கொண்டு பாட்டும் மணியொலியுமாய் மாறிமாறி வருகிற அந்த அஞ்சலைக் கேட்பது அவனுக்குப் பிடிக்கும்.

> ஆதியும் அந்தமுமிலா அரும்பெருஞ் சோதியை
> யாம் பாடக் கேட்டே . . .

அந்த வேளைகளில் வெளியே தெருவில் குழை வண்டில்கள் வரிசையாகப் போகிற சத்தம் 'தடக், படக்...' என்று தனியாய்த் தொலைவிலிருந்து வரும்.

மற்றும்படி பள்ளியில்லாத பகல் வேளைகளிலெல்லாம் சித்தன் சினிமாப் பாட்டுக்களைத் தேடித்தேடிக் கேட்டான். அப்பு வீட்டிற்கு ரேடியோ வந்த நாளிலிருந்து பேப்பர்க்காரப் பரமகுரு மாமா கொண்டுவருகிற சஞ்சிகைகளில் புதிதாய் ஒன்றும் சேர்ந்திருந்தது. அது *வானொலி*. 'ஆல் இந்தியா

❋ 152 ❋ சித்தன் சரிதம்

ரேடியோ'வின் வெளியீடு. மாதமிருமுறை வந்தது. மதராஸ், திருச்சி என்று கேட்கிற நிலையங்களினதும், கோழிக்கோடு, விஜயவாடா என்று கேட்காத – கேள்விப்படாத – நிலையங்களினதும் நாளாந்த நிகழ்ச்சிகளையும், கலைஞர்களின் புகைப்படங்கள், ஆக்கங்களையும் கொண்டுவந்தது, *வானொலி*. மதராஸிலும் திருச்சியிலும் படப்பாட்டுக்கள் குறைந்திருந்தாலும் அவனுக்கு இன்னொரு நிகழ்ச்சி பிடித்துப் போயிற்று – நாட்டுப் பாடல்கள். கொழும்பில் அதிகம் கேட்க வாய்க்காதது அது.

ooo

1.20

கறுப்பும் வெள்ளையுமான தனது 'ஈரோ' பேனையைப் பொக்கற்றில் ஞாபகமாய்ச் சொருகிக் கொண்டான், சித்தன். எதை மறந்தாலும் அதை மறந்தால் அவ்வளவுதான். போதாக்குறைக்கு, இவனுக்குப் பேனை தேவைப்படாத மூன்றாம், ஏழாம், பீரியட்டுக்களில், 'ஆறு-பி' சாமிநாதன், பாவம், நெற்றியில் முடி சிலும்பச்சிலும்ப அவசர அவசரமாய் ஓடி வருவான். தன்னுடைய பேனையைத் தொலைத்து விட்டு வீட்டில் சொல்லப் பயந்து, இப்போ இரண்டு மூன்று மாதமாய் அவன் இப்படித்தான் சமாளிக்கிறான்.

சிலேற்றும் பென்சிலுமாய்ப் பழகிய அரிவரி – முதலாம் வகுப்புத் தாண்டி, கொப்பி – கரிப்பென்சில் – கட்டர் என்று வந்து, கரைக்கும் மைக்கட்டியும் தொட்டு எழுதும் பேனை – ஒற்றுந்தாள் என்றான நாலாம் வகுப்பு. ஐந்திற்கு வந்தது தொடக்கம் ஊற்றுப் பேனா. வலு வசதி. வீட்டில், 'குயிங்க்' மைப்போத்தலும், மை நிரப்பியும் தயாராய் இருக்க வேணும், அவ்வளவுதான். மையே விடத் தேவையில்லாத 'போல் பொயின்ற்' பேனை என்று இப்போது வந்திருக்கிறது. ஆனால், அது பள்ளிப்பக்கமே கொண்டுவரக்கூடாதென்று கட்டளை. கையெழுத்தைப் பழுதாக்கிப் போடுமாம்.

என்றாலும், அப்புவின் மேசையில் மட்டும் இன்னமும் தொட்டு எழுதும் பேனையும் மைக்கூடும் ஒற்றுந்தாளுந்தான் இருக்கின்றன. சின்னத்துரை மாமா மைக் கட்டிகளைக் கரைத்துவைப்பார்.

பார்த்தால் ஒரு சாணும் வராத சிறிய கடதாசிக் குழாய்களில் அடைத்து, புளியங்கொட்டைபோல் வட்ட வட்டமாய்ப் பல நிறங்களில் வருகிற 'ஸ்மாட்டீஸ்' சொக்ளேற் போலிருக்கிற இந்த மைக்கட்டிகளால் ஒரு பிரச்சினை வந்தது. வட்டண்ணை, அதில் ஒன்றைச் சொக்ளேற் என்று நினைத்து ஒரு நாள் வாயில் போட்டான். கொப்புளிக்கக் கொப்புளிக்க முடியாத நீலம். புன்சிரிப்போடு புத்தகங்களை அடுக்கினான், சித்தன்.

"எட்டேகால் பிளேன் சத்தங் கேட்குது, கெதியா வா," என்று ஆறண்ணை கூப்பிடுவது கேட்டது. வலது தோளில் புத்தகக் கட்டும், இடது கையில் கண்ணுச்சாமியப்பா தந்த சாப்பாட்டுப் பெட்டியுமாய், "ஆச்சி, போட்டு வாறன் . . ." என்று புறப்பட்டான். வட்டண்ணையும் நந்தனும் வழியில் பார்த்துக்கொண்டு நிற்பார்கள். கொன்றைத்திட்டிப் பாதை யால் அவசரப்படாமல் போனாலும் எட்டேமுக்காலுக்கு முதல் மணி அடிக்க முன்பே, பழையபுலம் போய்விடலாம்.

○

கொன்றைத்திட்டி, அப்பு வளவிற்கு மேற்கே இருந்தது. குறுக்குத் தூரம் கால்மைல் கூட வராது. ஆச்சிமுத்து ஆச்சி வளவு, அம்பலத்தார் வளவு, சிவசிதம்பரம் மாமா வளவு; மூன்றையுந் தாண்டினால் கோவில்! ஆனால் ஒழுங்கையைப் பிடித்துப் போவதானால் ஒரு மைலுக்குக் கிட்ட வரும். சின்ன வயதில் கொன்றைத்திட்டிக்குப் போவதென்றால் சந்தோஷமா யிருக்கும். வளைந்து வளைந்து, திரும்பித் திரும்பிப் போகிற குச்சொழுங்கைகள். பத்தடி அகலங்கூட இராது. இரண்டு பக்கத்து வளவுகளும் மா, இலுப்பை, வேம்பு, பனை, தென்னை என்று பெரியபெரிய மரங்களும், அன்னமுன்னா, மஞ்சளுணா, காண்டை என்று பற்றைகளுமாயிருக்கும். முதல் தரம் தனியே போய்ப் பாதையைக் கண்டுபிடிப்பது என்பது லேசான விஷயமல்ல. ஒழுங்கை மட்டும் வாரடித்து வாரடித்து வெள்ளை மணல் படிந்து பளிச்சென்று இருக்கும்.

ஒழுங்கைகள் போய்த் திடீரென்று ஒரு வெளியில் முடியும். சுற்றிவரப் புளியந் தோப்பு. வெளியின் நடுவில் ஒரு பெரிய மணல் திட்டி. பெயருக்குக் காரணமான கொன்றைக்குப் பதில் திட்டியின் உச்சத்தில் ஒரு கோவில் இருந்தது. கோவிலுக்குப் பின்னால் ஒருகாலத்தில் கொன்றை நின்றிருக்கக்கூடும். கோவில் என்றால் பெரிய கோவிலல்ல, சித்தன் அறிய அது ஒரு எட்டடிக்கு எட்டடிச் சதுர, ஆளுயரச் சுண்ணாம்புப் பொளிகல்லுக் கட்டடம். முன்னால், ஒரு இருபது பேர் நின்று கும்பிடக்கூடிய கிடுகு வேய்ந்த மண்டபமிருந்தது, கல்லுக் கட்டடத்தோடு. அதே

கல்லால் கட்டிய ஒரு கிணறு, சின்னதாய் வடிவாய். சுற்றிவரச் செம்பருத்திகள் சிலிர்த்திருக்கும்.

கோவில்தான் சின்னதேயொழிய அதன் கீர்த்தி பெரியது. அல்லிப்புலம் மட்டுமில்லாமல் அயலூர்ச் சனமெல்லாம் கூடும். அதிலும் வெள்ளி, செவ்வாய் பெரிய கூட்டம் வரும். ஒரு நேரப்பூசை தான். பின்னேரம் நாலு மணிக்குப் பூசை முடிய, பூசாரியார் பார்வை பார்ப்பார், நூல் கட்டுவார். எந்த உடல் வருத்தம், மன வருத்தத்திற்கும் நிவாரணமாயிருந்தது, அந்த நூல். வைரவரிலிருந்த பக்தியைப்போல், "கொன்றைத்திட்டி ஐயரின் பார்வை வலு சுட்டிப்பு," என்ற நம்பிக்கையும் எப்போதும் எல்லோரிடமும் குறையாமலே இருந்தது.

பூசாரியாரும் பயபக்தியான ஆள். கறுத்து நிமிர்ந்த மெல்லிய உடம்பு. தாடி மீசை, முன் பாதித் தலை எல்லாம் 'வழித்து' பின்பாதி மயிரைக் குடுமியாய் முடிந்திருப்பார். பூசை நேரந் தவிர்ந்த மற்றெல்லா வேளையும் சண்டிக் கட்டாய்க் கட்டி யிருக்கும் வெள்ளை வேட்டி. இடுப்பில் வரிந்த வெள்ளைத்துண்டு. தோளில் சார்த்தியபடி பிடித்த கொளுவு தடியும், கொளுவு தடியில் மாட்டி, முதுகோடு தொங்கும் தென்னோலைப் பூக்கூடையுமாய் எல்லோர் மனதிலும் பதிந்த உருவம். சுத்தமான இடங்களில் நல்ல பூக்களைக் கண்டால் செடிக்கு நோகாமல் தடியால் வளைத்துப் பிடுங்கிக் கூடைக்குள் போடுவார். பூசை வேளையைவிட மற்ற நேரங்களில் ஆட்கள் புழக்கமே இல்லாமலிருக்கும் கொன்றைத்திட்டி.

மூன்று, மூன்றரைக்குப் பூசாரியார் வந்து, மண்டபத்தின் முன் அருகோடு இரண்டு உயரமான பனங் குற்றிகளின் உச்சியில் கட்டியிருக்கும் மணியை அடிக்கிற சத்தம் கேட்ட பிறகுதான் ஒருவர் இருவராய் ஆட்கள் வந்துசேர்வார்கள்.

புளியந்தோப்பின் எல்லையோடு ஒரு பூனைக் கொளுக்கி மரம் நின்றது. அந்த மரத்தின் காய்கள் முற்றி விழும்போது பார்த்தால் பெரிய கறுத்த வண்டு போலிருக்கும். தலைப்பக்கத்தில் இரண்டு பூனை நகங்கள் போல் கொளுக்கிகள். பொறுக்கி வைத்தால் யாருடைய சட்டையிலாவது கொளுவி வேடிக்கை பார்க்கலாம் என்று வட்டன்கள் அங்கே வருகிற வேளைகளில் பூனைக் கொளுக்கிக் காய் தேடுவார்கள்.

முன்னர் கொன்றைத்திட்டி வைரவர் கோவிலில் வருஷத்தில் ஒரு நாள் வேள்வி நடந்தது. காலையிலிருந்தே அமளியாயிருக்கும். விடிய முதலே கோவிலடியிலிருந்து பறை கேட்கத் தொடங்கிவிடும். கோவிலடிக்குப் போகிற கிடாய்கள்

சிப்பித் திட்டிப் பக்கத்தால் வந்து அப்பு வீடு தாண்டி ஊர்வலமாய்ப் போகும். தலைக்கிடாய் மாலையுடன் முன்னால்.

அவை தாண்டிப் போனாலும் அந்தச் சிணி மணமும் அவற்றின் மேல் கொண்ட பரிதாபமும் லேசில் போகாமல் அந்தரப்படுத்தும். மாணிக்கர் குடியில் மச்ச மாமிசம் என்ற நாமமே கிடையாது. போதாக்குறைக்கு, ஒருதரம் சித்தனின் வகுப்பில், சோமசுந்தரப் புலவரின் 'சிறுவர் செந்தமி'ழிலிருந்து 'ஆடு கதறியது' பாடலைத் தம்பாபிள்ளை வாத்தியார் படிப்பித் திருந்தார். "ஆசை மகனே, என் அன்பான கண்மணியே, நேசத்துரையே, நெடும் பயணம் போனாயோ..." என்று தாய் ஆடு பாடுவது போலமைந்த அந்தப் பாடலை வாத்தியார் அபிநயங்களோடு சோகமாய்ப் பாடப்பாட, வகுப்பிலிருந்த பொம்பிளைப் பிள்ளைகளில் ஒருத்தி மிச்சமில்லாமல் எல்லோரும் அழுதார்கள். பெடியன்களுக்குக் கூடக் கண்கலங்கியது.

சித்தன் ஆறாம் வகுப்புக்கு வந்த அந்த வருஷம், வேள்விக்கு ஒரு மாதம் இருந்தபோது, சபாபதி மாமா ஒரு நாள் காலையிலேயே அப்புவிடம் வந்தார். "அருணாசலம், உன்னுடைய வேண்டுகோள் எல்லாற்றை காதிலையும் ஏறியிருக்கு."

வேள்வியை நிற்பாட்டி, அதற்குப் பதிலாக அந்த நாளில் பொங்கல் வருகிறமாதிரி இனி வருஷா வருஷம் அலங்காரத் திருவிழா நடக்குமென்று கோவில்காரர் தீர்மானித்து விட்டார்களாம்.

○

பத்து நாள் திருவிழா. பதினோராம் நாள் ஆடிப் பறுவத்திற்குப் பொங்கல். ஒவ்வொரு நாள் திருவிழாவை ஒவ்வொரு குறிச்சி அல்லது குடும்பம் ஏற்றுக்கொண்டது. அப்புவுக்கு ஒன்பதாம் நாள். பத்து நாட்களிலும் பகலில் பகலில் பூசை, பின்னேரம் நாலு மணிக்குப் பின் திருவிழா என்று ஏற்பாடு. அபிஷேகம், பூசை எல்லாம் நடந்து சாமி வெளிவீதி சுற்றி வரும். கூட்டுப் பிரார்த்தனை நடக்கும். சர்க்கரைப் புக்கையோ, அவலோ, சுண்டலோ, பிரசாதம் இருக்கும். பதினொரு நாள் விசேஷத்திற்குமென்று கண்ணகை அம்மன் கோவில் வைத்தியநாதக் குருக்களையும், கோவில் மேளம் ராமநாதன் 'செற்'றையும் ஏற்பாடு செய்திருந்தார்கள். இவர்கள் எல்லோரும் அம்மன் கோவிலின் மாலைப் பூசை – அர்த்தசாமப் பூசை இரண்டுக்குமிடையில் இங்கு வந்து விட்டுப்போக வேண்டியதா யிருந்தது.

“இது எல்லாரும் அந்தரப்பட வேணும். அம்மன் கோவிலில எல்லாப் பூசையையும் முடிச்சிட்டுப் பிறகு நீங்கள் ஆறுதலாகச் செய்தாலென்ன?” என்றார், கந்தசாமி. “அங்கை எட்டே காலுக்கு எல்லாம் முடிஞ்சிடும். எட்டரைக்குள்ள குருக்களும் மேளமும் வந்தா, ஒரு மணித்தியாலம் மெத்த! எப்பிடிப் பாத்தாலும் பத்து மணிக்குள்ள எல்லாரும் வீட்டை போயிடலாம். நல்ல நிலவு காலந்தானே.”

“ஆறு மணியிலிருந்து எட்டரை மணி வரைக்கும் சனம் என்ன செய்யும்?” நன்னித்தம்பி மாமா கேட்டார்.

“மணி ஐயரைப் போலை யாரையாவது தொடர் பிரசங்கத்துக்குக் கேட்டுப பாப்பம்,” என்றார் கந்தசாமி.

இந்தத் திட்டங்களால், ஒலிபெருக்கி, ‘லைற் மெஷின்,’ இரண்டும் பிடிக்க வேண்டியதாயிற்று.

ஒலிபெருக்கி, மத்தியானமே வந்துவிட்டது. இரண்டு ‘கோண்’ கட்டினார்கள். சோழகம், இரட்டைக்குளம் வரை பாட்டுக்களைக் கொண்டுசேர்த்தது. வட்டன்கள் மத்தியானம் சாப்பிட்டது பாதி, சாப்பிடாதது பாதியாக கொன்றைத்திட்டிக்கு ஓடினார்கள். லவுட் ஸ்பீக்கர்காரரின் பாட்டுப்பெட்டி கைப்பிடி போட்டு, சூட்கேஸ் போல சின்னதாயிருந்தது. இரண்டு மூன்று வருஷத்துக்கு முந்தி பரராசசேகரம் அண்ணர் வந்தபோது கொண்டுவந்த மொடல்.

பரராசசேகரம் அண்ணர் ஆட்கள் சொந்தந்தான். ஆனால், எப்படியென்று தெரியாது. அயல். அடுத்த ஒழுங்கை. அவர் களுடைய குடும்பமே சிங்கப்பூரிலிருந்து விட்டு, சண்டையோடு திரும்பி வந்தவர்களாம். கொழும்பில் ‘அப்போதிக்கரி’யாவதற்குப் படித்துப் பாஸ் பண்ணிவிட்டு வேலைக்குக் கடிதம் வருமட்டும் வீட்டிற்கு வந்திருந்தார். அவரிடம் ஹிந்திப் படப்பாட்டுகள்தான் கூட இருந்தன. தமிழ்ப் பாட்டுக்கள் எடுக்க சித்தனிடம் வருவார். வேலை கிடைத்துப் போனபோது ஹிந்தியிலிருந்து தமிழுக்கு வந்த ‘அவன்’ படத்தின் ‘மின்னல் போலாகுமிந்த ...’ றெக்கோட்டை சித்தனுக்கே கொடுத்துவிட்டுப் போனார். அதன் அடுத்த பக்கத்தில் ‘அன்பே வா’ இருந்தது. “அன்பே வா என அழைக்கும் எந்தன் நெஞ்சம் ...”

“பரராசசேகரம் அண்ணருடைய கிராமஃபோனின் அதே மொடல்தான், இது,” நந்தனும் சொன்னான்.

படப்பாட்டுக்கள் கோவிலடியில் போடக்கூடாது என்று சொல்லியாயிற்று. ‘ஔவையார்’ படம் விதிவிலக்கு. அவற்றை

விட்டால், லவுட் ஸ்பீக்கர்காரரிடம் 'ஞானப்பழத்தைப் பிழிந்து ...' 'தனித்திருந்து வாழும் தவமணியே,' இரண்டுந்தான் இருந்தன. அன்று சுந்தராம்பாள் குரல்தான் ஊர் முழுவதும் ஆட்சி செய்தது.

லவுட் ஸ்பீக்கர்காரரின் கிராமஃபோனில் ஸவுண்ட் பொக்ஸுக்குப் பதிலாக நெருப்புப் பெட்டி போல் பிளாஸ்டிக்கில் ஒன்று பொருத்தியிருந்தது.

"அதுதான் 'பிக்–அப்'," என்றார் கன நாளைக்குப் பிறகு இவர்களோடு சேர்ந்திருந்த மூத்தண்ணை. "அது 'அம்ப்ளிஃபய'ருக்குப் போகுது."

அந்தச் சிறிய பெட்டியிலிருந்து வயர் ஒன்று வெளியே போயிற்று.

"இப்பிடி ஒரு பிக்–அப்பை நாங்கள் போட்டா ...?"

"அந்த வயரை றேடியோவுக்குக் குடுக்கலாம்."

"அப்ப எல்லா றெக்கோட்டையும் போட்டு ரேடியோவிலை கேட்கலாமோ?" சித்தன் ஆர்வமும் வியப்புமாய்க் கேட்டான்.

"ஓஓ, கிராமஃபோனிலை சத்தம் வராது. ரேடியோவிலை வரும்."

"அப்ப ஒரு சின்ன ஸ்பீக்கரை ரேடியோவிலை தொடுத்தா, றெக்கோட் போட்டு ஸ்பீக்கரிலை கேட்கலாமா?"

"தாராளமா! ரேடியோ, 'அம்ப்ளிஃபய'ராக வேலை செய்யும்."

அன்றிரவு 'பக்த நந்தனார்' பிரசங்கத்தில் பாதிகூட சித்தன் காதில் விழவில்லை. 'புதுக் கொட்டிலில் வைத்துப் போடுகிற பாட்டுக்கள் தலைவாசலில் கேட்க வேணுமென்றால், எப்படி வயரைக் கொண்டுபோவது, எவ்வளவு வயர் தேவைப்படும்,' என்று மனக்கணக்குப் போட்டுக்கொண்டிருந்தான் அவன்.

○

இரண்டாவது வருசம் கொன்றைத்திட்டித் திருவிழா முடிந்த சில நாட்களில் இலங்கை முழுவதும் பெரிய கலவரம் வந்தது. தமிழர்களுக்கெதிரான, பயங்கர, 'ஐம்பத்தெட்டு இனக் கலவரம்'.

அகதிகள் கொழும்பிலிருந்து கப்பலில் வந்து காங்கேசன்துறையில் இறங்கினார்கள். சித்தனின் வகுப்பிலுங்கூட வருஷ நடுவில் புதிய மாணவர்கள் வந்துசேர்ந்தார்கள். செந்தில்நாயகம், சிவதாசன், ஜோதிலிங்க சர்மா, பரமானந்தன், பாலேந்திரன் ...

நாட்டில் நிலைமை வழமைக்குத் திரும்பக் கன காலமாயிற்று. பலருக்குத் திரும்பாமலே போனது.

○

எது எப்படியோ, அதற்கடுத்த வருசம் சட்டிச் சாமியார் வரவில்லை. அதற்குப் பிறகு அவர் வரவேயில்லை. வந்தாலும், அப்புவும் இருந்திருக்கப் போவதில்லை.

பாட்டுப்பெட்டி, ரேடியோ, ஒன்றிலுங்கூட ஒருவரும் கை வையாமல் கழிந்த இரண்டு ஆண்டுகள். ஒரே கறுப்பாய் நினைவில் படிந்த காலம் அது.

○○○

1.21

அப்புகூடச் சாக முடியும் என்று யார் நினைத்திருக்க முடியும்? அதிலும் இந்த வயதில், அதுவும் இப்படி? ஆனால், அது நடந்தது, இடி விழுந்த மாதிரி.

ராமலிங்க மாமா, அப்புவோடு முன்னர் இந்துக் கல்லூரியில் படித்தவராம். ஸ்ரேஷன் மாஸ்ரராக வேலையில் சேர்ந்து மூன்று நாலு வருசத்திலேயே அது பிடிக்காமல் விட்டுவிட்டு வந்துவிட்டார். நல்ல உயரம் தோற்றமான ஆள். சொத்துப் பத்துக்காரன். என்றாலும் சும்மா இராமல் வயல், தோட்டம் என்று பாடுபட்டுக் கொண்டிருந்ததில் வலு வசதியாகவே இருந்தார். ராமலிங்க மாமா வருகிற வேளைகளென்றால் வட்டன்களுக்கு வலு புளுகம். அவரிடம் ஒரு மோட்டார் சைக்கிள் இருந்தது. 'ரெட் இண்டியன்'. கிளிநொச்சியிலிருந்து அதில்தான் வருவார். சொந்த இடம் தொல்புரம் என்றாலும் வேலையை விட்ட காலத்திலிருந்து வயலோடு இருந்தார். மத்தியானம் சாப்பிட்டு விட்டு அங்கிருந்து புறப்பட்டார் என்றால் மூன்று மூன்றரைக்கு வருவார். பரியாரியார் கொஞ்சம் மூச்சு விடக்கூடிய நேரம் அதுவென்று ராமலிங்கத்தாருக்குத் தெரியும். நாலரை ஐந்து வரை இருந்து பேசிவிட்டு தொல்புரம் வீட்டுக்குப் போவார். அடுத்த நாள் காலை கிளிநொச்சி திரும்பிவிடுவார். "படிக்கிற காலத்திலையிருந்தே ராமலிங்கம் ஒரு அருமையான ஆள்," என்று, அவர் கதை வருகிறபோதெல்லாம் அப்பு சொல்வார். "ஆனால் ஒரு விறுக்கன். நினைச்சது செய்து போட்டுத்தான் மற்ற வேலை."

ராமலிங்கம் மாமா வந்தால் அவர் புறப்படு மட்டும் வட்டன்கள் வேறொரு இடமும் போகமாட்டார்கள். 'பெற்றோல் ராங்க்'கின் இரு பக்கங்களிலும், இறகு முடி சூடிய ஒரு செவ்விந்தியரின் தலைச் சின்னம் பொறித்து, செம்மண் நிறத்தில், தலையைச் சற்றே சரித்தபடி பேசாமல் நின்றிருக்கும் அந்தப் பெரிய பிராணி, பிறகு நெட்டி முறித்தெழும்பித் தொம் தொம்... என்று காற்றதிரப் புறப்பட்டுப் போகும்வரை வேறெந்த விளயாட்டின் நினைவுமே வராது அவர்களுக்கு. காய்ந்த பெற்றோல், ஓயில், புழுதி என்று எல்லாம் சேர்ந்து மணக்கும் அதனைச் சுற்றிச்சுற்றி வருவது அலுப்பதில்லை.

இந்தமுறை நவராத்திரிக்கு அடுத்த நாள் ராமலிங்க மாமா வந்திருந்தார். விஜயதசமி. எல்லாக் கோவில்களிலும் வாழைவெட்டு. அப்புவிடம் வருகிற ஆட்கள் சற்றுக் குறைவாக இருந்தார்கள். "எங்கை கன நாளா இந்தப் பக்கம் காணேல்லை? வயல் வேலைகள் மும்முரமோ?" அப்பு வரவேற்றார்.

"அதுகள் வழமையா உள்ளதுதானே," ராமலிங்க மாமா மெல்லச் சிரித்தார், "நான் ஒரு சின்ன 'ஒப்பறேஷன்' ஒண்டு செய்த நான்!"

"ஒப்பறேஷனோ? ஏன் ? எங்கை செய்த நீ?"

"எனக்கும் உன்னைப்போலை இந்த மூலப்பிரச்சினை இருந்தது, தெரியுந்தானே?"

பட்டணத்தில் பெரியாஸ்பத்திரியில் ஒப்பறேஷன் செய்துகொண்டு வந்ததைப் பற்றிச் சொன்னார் ராமலிங்கம். அவருக்கு இப்போது ஒன்றுமே பிரச்சினையில்லை. எல்லாம் சுகம். ஒப்பறேஷனும் பிரச்சினையில்லை. தனக்கு முழு மயக்கமருந்து கொடுக்காமல் செய்ததால், நடந்ததெல்லாவற்றையும் தான் பார்த்துக்கொண்டிருந்ததாகவும் அவர் சொன்னார். "நாலாம் நாளே துண்டு வெட்டி, 'உனக்கு இப்ப எல்லாம் சரி, வீட்டை போ,' எண்டு கலைச்சுவிட்டிட்டாங்கள்."

"அப்பிடியா?" என்றார் அப்பு, "தெரிஞ்சா உன்னை வந்து பார்த்திருக்கலாம்... செய்து எவ்வளவு காலம்?"

"சரியா மூண்டு மாதம். இண்டைக்குத்தான் அதுக்குப்பிறகு இவ்வளவு தூரம் மோட்ட சைக்கிளிலை வாறன்." கொஞ்ச நேரத்தின்பிறகு அவரே மெல்லக் கேட்டார், "மெய்யே அருணாசலம், கேட்கிறன் எண்டு பிழையா நினையாதை..."

"என்ன?"

“நீயும் அந்த ஒப்பறேஷனைச் செய்தால் என்ன?”

“இதிலை பிழை நினைக்க என்ன இருக்கு, ராமலிங்கம்?” என்றார் அப்பு.

“இல்லை, நீ பெரிய பேரெடுத்த ஒரு சித்த வைத்தியன்.”

“சித்த வைத்தியன், இங்க்லீஷ் வைத்தியம் செய்விக்கிறது சரியோ, மரியாதையோ எண்டு நினக்கிறியோ?”

ராமலிங்க மாமா பேசாமலிருந்தார்.

“அதிலை என்ன பிழை? என்ன மரியாதையீனம்?” அப்பு, தன் நண்பரை அன்பாகப் பார்த்தார்.

“ராமலிங்கம், ‘மருந்து’ என்ற அதிகாரத்திலை வள்ளுவர் சொன்னதுதான் சித்த வைத்தியம். அது இயற்கையானது, ஆனா, ஆறுதலானது. இண்டைக்கு உலகம் போக வெளிக்கிட்டிருக்கிற வேகத்துக்கு அது தனிய ஈடு கொடுக்க முடியாது எண்டது உண்மை. இங்லீஷ் வைத்தியத்திலையும் நல்லது கனக்க இருக்கு. இனிமேல், எல்லாத்திலை இருக்கிற எல்லா நல்லதையும் எல்லாரும் பின்பற்றத்தான் வேணும்.”

ஒரு சிறிய மௌனத்தின் பின் அப்பு தொடர்ந்து சொன்னார், “சரி, யோசிப்பம்...”

❍

மானிப்பாயில் ஒரு நல்ல சேர்ஜன் வந்திருக்கிறாரென்று சொன்னார்கள்.

அப்புவும் ஒரு கிழமைக்குள் வீடு திரும்பிவிடலாமென்று தான் புறப்பட்டார். ஒப்பரேஷன் நடந்தபிறகு இரண்டு நாள் நல்ல அறிவு நினைவோடு இருந்தார், எல்லோரும் போய்ப் பார்த்துப் பேசி வந்தார்கள். சித்தன் முதல் நாளே போயிருந்தான். அப்பு அவனைத் தனியே கூப்பிட்டார். கட்டிலில் படுத்திருந்தவரைப் பார்க்க அவனுக்கு அந்தரமாயிருந்தது, அழுகை வந்தது.

“இஞ்ச வா ராசா,” கிடந்த கிடையிலேயே இடது கையை நீட்டி அழைத்தார். கிட்டப் போனான், “அப்புவை ஒருக்காக் கொஞ்சிவிடு,” என்றார், புன்னகையுடன். அப்புவைக் கொஞ்சி எத்தினை வருசம்! அவன் இப்போது எட்டாம் வகுப்புப் படிக்கிற பெரிய பெடியன், வெட்கமாக இருந்தது. கொஞ்சினான். அழுகையை அடக்க முடியவில்லை.

“ஏன் குஞ்சு அழுகிறாய்? அப்பு, இரண்டு மூன்று நாளிலை வீட்டை வந்திடுவன்,” அவன் தலையைத் தடவினார். அடுத்த

நாள் காய்ச்சலென்றார்கள். அதற்கடுத்த நாள் 'ஏற்பு' என்றார்கள். ஒப்பரேஷன் காயத்தில் ஏற்பு வந்ததாம். அடுத்த இரண்டு நாள் முழு இருட்டறையில் வைத்திருந்தார்கள். அதற்கடுத்த நாள் அப்பு இல்லை. அன்று, திருக்கார்த்திகை விளக்கீடு. அவர் பிறந்த தினம்.

"எல்லாம் என்னாலைதான் . . ." செய்தி கேட்டவுடன் வந்திருந்த ராமலிங்க மாமா தலையில் அடித்துக்கொண்டார், "தன்பாட்டிலை இருந்தவன்ரை மனதை நான்தான் குழப்பிப் போட்டன் . . . தன்ரை வைத்தியத்தோடையே அவன் சமாளிச்சுக் கொண்டிருந்திருக்கலாம் . . ." கண்கள் சிவந்துபோயிருந்தன.

"நீங்கள் ஏன் அப்பிடி நினைக்கிறீங்கள்?" சபாபதி மாமா எழுந்துபோய் அவர் கைகளைப் பிடித்துக்கொண்டார். "நீங்கள் நன்மைக்குத்தானே சொன்ன நீங்கள். வீணாக் கவலைப் படாதையுங்கோ."

வளவு கொள்ளாத சனம். ஒழுங்கை நீளம், வாகனங்கள். ஆலடி தாண்டி நின்றன. வந்துகொண்டிருந்த தந்திகளை மூத்தண்ணை பார்த்துப்பார்த்து, ஐயாவிடம் கொண்டுபோய்க் கொடுத்தார்.

"ரேடியோவில் மரண அறிவித்தல் கொடுத்ததால் பலருக்கும் உடனே தெரியவந்திருக்கிறது," என்றார் பண்டிதர்.

'சின்னம்மம்மானுக்கும் தெரிந்திருக்குமா? வருவாரா?' என்ற யோசனை இந்தக் கவலைக்குள்ளும் வந்தது, சித்தனுக்கு. யாரைக் கேட்பது?

❍

மாசியில் ஆச்சியின் மூச்சும் நின்றது. புருசன் செத்த நாளிலிருந்து பேய் பிடித்தமாதிரி, பேச்சு, சாப்பாடு என்று ஒன்றுமில்லாத நடைப் பிணமாய்த் திரிந்த ஆச்சி, அப்புவின் மூன்றாவது மாசிகத்தன்று படுக்கையால் எழும்பவேயில்லை.

"ஒண்டாய் வளர்ந்து, ஒண்டாய் வாழ்ந்த சீவன்கள். ஒண்டை விட்டு ஒண்டு இருக்காது, கூடவே போட்டுது," என்றார்கள், எல்லோரும்.

"எரிச்சல் பொறாமைக்காறர் ஏதோ செய்வினை, சூனியம் செய்திருக்கினம்." வந்தவர்கள் யாரோ சொன்னதைக் கேட்டதும் அம்மம்மான் கத்தினார்: "உந்த விசர்க் கதையெல்லாம் கதைச்சு மூளையைக் குழப்பாதையுங்கோ. செய்வினையாவது, சூனியமாவது! அப்பிடி ஏதேனும் இருந்தாலும், அது அவன் அருணாசலத்துக்குப் பலிக்காது!"

உலகமே வெறித்து, வெறுத்துப் போயிற்று சித்தனுக்கு. சித்தனுக்கு மட்டுமில்லை, வீட்டில் எல்லோருக்குமே.

❍

புது வருஷத்தில் பள்ளி தொடங்கியபோது புது வகுப்பு. ஒன்பது. என்.பி.ரி.ஏ. சோதனை மறுமொழி வந்திருந்தது. சித்தன் விரும்பிய மாதிரியே முதலாம் டிவிஷன்தான். வகுப்பில் வேறெவருக்கும் இல்லாத மாதிரி, கணிதம், விஞ்ஞானம், இரண்டிலுமே அதி விசேடசித்தி என்பதால் விஞ்ஞானப் பிரிவில் முதல் ஆளாக இடம் கிடைத்தது. இது எதுவுமே அவனுக்கு நியாயமாகத் தந்திருக்க வேண்டிய மகிழ்ச்சியைத் தரவில்லை. எட்டாம் வகுப்பு வரை இருந்த வாழ்வே அடிதலை மாறிப்போன மாதிரி இருந்தது.

"ஒன்பதாம் வகுப்பு. ஒரு முக்கியமான வகுப்பு," முதல் நாள் அவர்களின் வகுப்புக்கு வந்திருந்த பிறின்ஸிப்பல் சொன்னார். "முந்திய எஸ்.எஸ்.ஸி.க்குப் பதிலாக, இப்போது ஜி.ஸி.ஈ. அதுக்கு மூன்று வருஷம் படிக்க வேணும். இது முதல் வருஷம். பதினோராம் வகுப்பில் ஜி.ஸி.ஈ. – ஓ.எல். எக்ஸாம் எடுப்பீர்கள். அதுதான் உங்கள் வாழ்க்கையைத் தீர்மானிக்கும். நீங்கள் விஞ்ஞானப் பிரிவுக்கு வந்திருப்பதால் இப்போதிருந்தே கவனம் அவசியம்."

சற்றுப் பொறுத்து அவர் மீண்டும் சொன்னார், "இன்னும் இரண்டு வருசத்துக்குள்ளை எல்லாப் பள்ளிக்கூடங்களையும் அரசாங்கம் பொறுப்பேற்கக் கூடும். அதன் பிறகு நடைமுறைகள் மாறலாம், ஆசிரியர்கள் மாறலாம். அதுகளுக்கும் ஆயத்தமாய் இருக்க வேணும்."

எல்லாவற்றுக்கும் முதல் வீடே மாறிவிட்டிருந்தது. ஒழுங்கையின் பெயரும்.

பரியாரியார் வீட்டு ஒழுங்கை என்றும் சிப்பித்திட்டி ஒழுங்கை என்றும் வழங்கிய பெயரைக் கிராமசபையில் 'அருணாசலம் வீதி' என்று தீர்மானம் நிறைவேற்றி, பெயர் எழுதிய தூணும் நட்டு விட்டார்கள்.

❍❍❍

காளை

2.1

அருணாசலப் பரிகாரியாரின் காலத்திற்குப் பிறகு அவர் வீட்டில் முந்திய செந்தளிர்ப்பும் சுறுசுறுப்பும் இல்லாமல் போய்விட்டாலும் சாதாரணமான வேறெந்த வீட்டையும் போலப் புழக்கம் இருந்துதான் வந்தது. மகள் குடும்பத்தைப் புதுவீட்டில் விட்டுவிட்டு, நாகம்மை, தமையனுக்கும் மருமகளுக்கும் துணையாக வந்து இருந்து கொண்டா. மருந்துக் கொட்டில் வேலையாட்கள் எல்லாம் போனாலும், கண்ணுச்சாமியப்பா, சின்னமணி, இருவரும் வழமைபோல் இருந்தார்கள். நாட்கள் ஒவ்வொன்றாய் நகரவே கஷ்டப்பட்டன.

ஒரு பிற்பகல், வேலைகளையும் சாப்பாட்டையும் முடித்துவிட்டு வெளித் திண்ணையில் தனியே வந்திருந்து தன் பாக்குரலில் வெற்றிலை பாக்கு இடித்துக்கொண்டிருந்த கண்ணுச்சாமியப்பாவுடன் பேசலாமென்று போன தம்பிராசா, அவரின் கண்களிலிருந்து சொட்டிய நீர் பாக்குரலில் விழுந்ததைக் கண்டான்.

"என்ன கண்ணுச்சாமியண்ணை, என்ன நடந்தது? ஏன் அழுகிறீங்கள்?"

"ஒண்ணுமில்லை, தம்பிராசா." என்றபடி இடிப்பதை நிறுத்தி, தோளில் கிடந்த துண்டால் கண்களைத் துடைத்தபடி சொன்னார், கண்ணுச்சாமி. "எப்பிடியிருந்த இந்த வீடு இண்ணைக்கு இப்பிடி ஆயிடிச்சே ... அதை நினைக்கத்தான் ..."

தம்பிராசாவிற்கு என்ன சொல்வதென்று தெரியவில்லை. குறிஞ்சிலி – பழையபுலம் தெருவே சனங்களால் நிரம்பி வழிந்த பரியாரியாரின் சாவுச் சடங்கிலன்று அவரிடம் வேலை பார்த்த அத்தனை பேரும் கதறிய கதறலும், சின்னத்துரையரும் சின்னமணியும் சுவர்களில் தங்கள் மண்டைகளை மோதி உடைத்துக்கொண்டதும் அவனுக்கு நினைவு வந்தன.

"ஐயா இருந்தா, இந்த நேரத்துக்கு இந்த இடத்தில உக்காந்துகிட்டு நீயும் நானும் கதை பேசிக்கிட்டிருக்க இடமிருக்குமா? எத்தன பேர் நின்னுக்கிட்டிருப்பாங்க."

ஒரு நிமிஷம் ஒன்றும் பேசாமல் நின்ற தம்பிராசாவுக்கு, ஒரு வேளை கண்ணுச்சாமி தன்னுடைய எதிர்காலத்தைப் பற்றித்தான் பயப்படுகிறாரோ என்றுபட்டது. நேரேயே கேட்டுவிட்டான். "என்ன இப்பிடிக் கேட்டிட்டே தம்பிராசா?" என்றார், கண்ணுச்சாமி. "அந்தக் கவலையெல்லாம் ஆண்டவனும் அந்தப் புண்ணியவானும் எனக்கு வைக்கலைப்பா. ஐயாகிட்ட காரை ஓட்டிப் பழகிய சண்முகம் இப்ப லாறி பழகுறான். அதில்லைன்னாக்கூட காரோட்டிப் புழச்சுக்குவான். நானும் தங்கவேலுவும் நாலு வேலை செய்திடலாம். வீடு வாசல் பிரச்சினை கூட அவுரு வைக்கல்லையே. நாங்க இருக்கிற வீட்டையும் இரண்டு பரப்புக் காணியையும் ஐயா எம் பேருக்கு எப்பவோ எழுதிக் குடுத்திருக்காரு."

தம்பிராசாவிற்கு இது புதிய செய்தியாயிருந்தது.

❍

மைத்துனனும், தொடர்ந்து தங்கையும், என்ற இரட்டை இடிக்குப் பிறகும் செல்லத்துரை கிறங்கவில்லை. வயல் வேலைகளையெல்லாம் ஒதுக்கிவிட்டு மகளுக்கு ஏற்ற ஒருவனைத்தேடி அவனிடம் அவளை ஒப்படைப்பதுதான் தன் முதற்கடமை என்று உணர்ந்துகொண்டவராக அதே சிந்தனையுடன் அலைந்தார். தனக்கு அவர் ஒருமுறை சொன்னது தம்பிராசாவுக்கு நல்ல ஞாபகம். அப்போது அந்த ஆறடி மனிதரின் குரலில் கூடுதலாகத் தொனித்தது பயமா, கவலையா, எது என்று தெரியாமலிருந்தது.

"தம்பிராசா, மச்சானும் நல்லம்மாவும் போனதுபோலை எனக்கும் இருந்தாப்போலை ஒண்டு நடந்திட்டா, இந்தப் பிள்ளையின்ர கதி என்ன? நாகம்மாவும் மகளும் தனிய என்ன செய்யிறது?"

❍

எலெக்ஷன் வந்தது. அறுபதில் வருகிற இரண்டாவது தேர்தல் அது. மார்ச்சில் நடந்ததில் பயனில்லை என்று மீண்டும் ஜூலையில் வைக்கிறார்களாம். மார்ச்சில் போலவே இலங்கை முழுதும் ஒரே நாளிலேயே தேர்தல் நடத்தி அன்றிரவே முடிவுகளையும் உடனுக்குடன் ரேடியோ மூலம் அறிவிக்கப் போவதாய்ச் சொன்னார்கள். மார்ச்சில், மாணிக்கர் குடி எவருமே வாக்களிக்கப் போகவில்லை. இம்முறையும் அவர்கள் எல்லாரும் போவது ஐமிச்சம்.

தேர்தலுக்கு ஒரு கிழமை முந்தியே குஞ்சி அய்யா வந்து ஐயாவைக் கேட்டார்.

"அண்ணை, உங்கட கவலையான நேரத்திலை இப்பிடிக் கேட்கிறது சரியோ தெரியேல்லை. நீங்கள் லெக்சன் முடிவு கேப்பியளோ, ரேடியோவிலை? கேட்டால், நாங்களும் சிலபேர் வந்திருந்து கேட்கலாம் எண்டு தம்பிமுத்தர் சொன்னார். இல்லையெண்டால் பரவாயில்லை."

குஞ்சி அய்யா, புதுவீட்டிற்கு முன்னால், வட்டண்ணை வீட்டிற்குப் பக்கத்தில் இருந்தார். அதற்கு முதல் வருசந்தான் செயற்படத் தொடங்கியிருந்த கிராம சபையின் இந்த வட்டார உறுப்பினர். அரசியல் ஈடுபாடு அதிகம்.

ஐயா, ரேடியோ பற்றறியைக் கழற்றி, பட்டணத்தில் அரசரட்ணம் கொம்பனிக்கு அனுப்பினார். அஸிற் எல்லாம் மாற்றி, சார்ஜ் போட்டுக் கொடுத்தார்கள், அவர்கள். "நாள் முழுக்கப் பாவிச்சாலும், இரண்டு கிழமைக்கு அசையாது." ரேடியோ வடிவாய் வேலை செய்தது.

எலெக்ஷனும் வடிவாய் நடந்து முடிந்தது. அந்த அன்று, பொழுதுபட, ஐயா பெற்றோமக்ஸைக் கொளுத்தி விறாந்தை யில் மாட்டி ஸெற்றீக் கதிரை ஐந்து, சாதாரண மேசைக் கதிரை நாலு, எல்லாவற்றையும் எடுத்து அடுக்கினார். ரேடியோ, அருகில்தான், உள்ளே ஹோல் மூலையிலிருந்தது. போட்டால் விறாந்தையில் தெளிவாய்க் கேட்கும். இரவு, வீட்டில் எல்லோருமே சாப்பாட்டை நேரத்தோடு முடித்தாயிற்று. ஒன்பது மணிக்குக் குஞ்சி அய்யாவும் தம்பிமுத்தரும் வந்தார்கள். "எப்பிடி, ஏதேனும் சொன்னவங்களோ?"

"இன்னுமில்லை, எப்பிடியும் முதல் முடிவு வரப் பத்துப் பதினொரு மணியாகும்."

சந்திரசேகரம், ஆழ்வாப்பிள்ளையர், முகத்தாற்ர நடராசா, என்று ஒவ்வொருவர் இவ்விரண்டு பேராய் வந்தார்கள். ஆழ்வாப்பிள்ளையருக்கு அடுத்த வீட்டில், மகாலிங்க மாஸ்ரர்

வீட்டில் கூட ஒரு ரேடியோ இருந்தது. ஆனால், மாஸ்ரர் தானும் தன்பாடும். ஒரு சனத்தோடும் பேச்சுப் பறைச்சல் கிடையாது. அவர் பொல்லாதவரென்றோ, மற்றவர்களுடன் கோபமென்றோ இல்லை. ஆனால் தன்னளவில் ஒதுங்கியிருந்தார், மற்றவர்களும் ஒதுங்கியிருந்தார்கள்.

ரீப்போயைத் தூக்கி நடுவில் வைத்து, அதில் தண்ணீர்ச் சொம்புகளை வைத்தான், சித்தன். பத்து மணியாவதற்குள் போட்ட கதிரைகள் நிறைந்து, சாப்பாட்டு மேசையின் கதிரை களையும் எடுத்து வரவேண்டியிருந்தது. வெளி விறாந்தையில் சுருட்டுப்புகை படரத் தொடங்கிற்று. எல்லோரும் ரேடியோவிற்கே காது கொடுத்துக்கொண்டிருந்ததில் கதைகள் பெரிதாக இருக்க வில்லை. அதையும் மீறி, வாதவூரரும் சேனாதிராசரும் – இரண்டு பேருமே இந்தத் தொகுதி வேட்பாளர்கள் இரண்டு பேரினதும் தீவிர ஆதரவாளர்கள் – ஏதோ கதவளியில் இறங்கும் அசுமாத்தம் தெரிந்தபோது, குஞ்சியய்யா அதைத் தந்திரமாய்த் திசை மாற்றிவிட்டார். பதினொரு மணிக்கும் மூன்று, நாலு பேர் வந்தார்கள். படிகளில் உட்காரப் போனவர்களைத் தடுத்தார், ஐயா. “பாய் எடுத்தா, தம்பி,” என்றார் மகனிடம். கொண்டாட்ட நேரங்களுக்கென்று பத்திரமாய்ச் சுருட்டிக் கட்டிவைத்திருந்த மட்டக்களப்புப் புற்பாய்களில் இரண்டைக் கொண்டுவந்து கதிரைகளை கொஞ்சம் அரக்கிவிட்டு விரித்தான் சித்தன். ஐயா தன் கதிரையை விட்டிறங்கிப் புதிதாக வந்தவர்களுடன் பாயில் உட்கார்ந்தார். சித்தனுக்கு நித்திரை வரும் போலிருந்தது.

அம்மா, தம்பி முருகனுடன் ஏற்கெனவே தங்கள் அறையைச் சாத்திக்கொண்டு படுத்து விட்டா. எல்லா இடமும் ரேடியோ சத்தம் கேட்டுக்கொண்டிருந்தது. எங்கே படுக்கலாமென்று யோசித்தபடியே, சொம்புகளைத் தூக்கிப் போய்க் கழுவி, மீண்டும் குடத்திலிருந்த தண்ணீரை நிரப்பிக் கொண்டுவந்து ரீபோயில் வைத்தான். ஐயா அவன் கையைப் பற்றி, “நீ போய்ப் படு.” என்றார், மெல்ல.

நெல்லு மூட்டைகள் அடுக்கியிருந்த பின் அறைதான் சத்தங் குறைவாக இருக்கும் போலிருந்தது. சுருளிலிருந்த பாய்களில் இன்னொன்றை எடுத்துக்கொண்டு அங்கு போய்க் கதவைச் சாத்தினான். நெல் மணம், பக்கென்று வீசிற்று. ஜன்னலைத் திறந்து விட்டுப் பாயை விரித்தான்.

“எமக்குக் கிடைக்கப் பெற்றுள்ள முதலாவது தேர்தல் முடிவு. தொகுதி இலக்கம் . . .” என்று ரேடியோ தொடங்கியபோது, நெல்லு மூட்டையின் மேலிருந்த இரண்டு அந்துப் பூச்சிகள்

வந்து தன் மேல் உட்கார்ந்தது கூடத் தெரியாமல் அயர்ந்து போயிருந்தான், அவன்.

○

செல்லத்துரை தன் முயற்சியில் விரைவிலேயே வெற்றி பெற்றார். தகப்பன் வழியில் அவரின் ஒன்றுவிட்ட தமக்கை ராசசௌந்தரி, வேப்பங்குளத்தில் சரவணமுத்து சட்டம்பியாரைக் கலியாணங் கட்டியிருந்தா. ஒரேமகன். கமலநாதன். கொழும்பில் அரசாங்க உத்தியோகத்திலிருந்தான். சட்டம்பியார் பத்து வருசத்துக்கு முன்னமே மோசம் போய்விட்டார்.

“திறைசேரியில கிளார்க். நல்ல பெடியன். தண்ணி வென்னியில்லை, சைவம். முதுசக்காரன். ஆளையும் பாத்தன். கொஞ்சம் நிறம் மங்கல் எண்டாலும், உயரம் தோற்றமான ஆள். அமைதியான முகம்.” தங்கை நாகம்மை, மருமகள் லோகேஸ்வரி, இருவரையும் கூப்பிட்டு விபரம் சொன்னார் செல்லத்துரை.

“நீ ஒருக்கா உன்ர மச்சாளிட்ட இதுகளைச் சொல்லி, அவளின்ர சம்மதத்தை அறிஞ்சு சொல்லு.” லோகேஸ்வரியிடம் பொறுப்பை ஒப்படைத்தார் அம்மான்.

கண்ணகைக்கும் சம்மதமாயிருந்தது.

பரியாரியார், பெண்சாதி, இருவரின் ஆண்டுத் திதிகளும் கழிய, ஆவணியில் நாள் வைத்து, வேப்பங்குளம் அம்மன் கோவிலில் கல்யாணம் அடக்கமாக நடைபெற்றது. அதன் பின்தான் எதிர்பார்த்த பிரச்சினை. கண்ணகை புருசனுடன் கொழும்பில் போயிருக்க வேண்டும். கமலநாதன் வெள்ளவத்தையில் இரண்டு அறையோடு தனி அனெக்ஸ் பார்த்து வைத்துவிட்டுத்தான் வந்திருந்தார். ஆவணி முடிவதற்கிடையிலேயே ‘பொம்பிளை–மாப்பிளை’ கொழும்பிற்குப் புறப்பட்டார்கள்.

கண்ணுச்சாமியப்பா, சின்னமணி எல்லாரையும் “எனக்கேன் இனி ஆக்களை, மேனை? உங்களை நான் வீணா மினக்கெடுத்தப் படாது,” என்று சொல்லி அனுப்பினார் செல்லத்துரை. அதன் பிறகு அவர் மெய்மெய்யாகவே தனித்துப் போனார். ஆனால் அதைப் பெரிதாகக் காட்டிக்கொள்ளவில்லை. இவ்வளவு காலமும் வருஷத்தில் முக்கால்வாசி நாட்களை வயல்வாடிகளில் தன்பாட்டில் கழித்த மனிதர்.

தன் சமையலைத் தானே பார்த்துக்கொண்டார். நாகம்மை, “நான் அனுப்பி வைக்கிறேன்,” என்று எவ்வளவோ சொல்லியும் மறுத்துவிட்டார். அதொன்றும் பெரிய வேலை யில்லை. ஒரு நேரச் சமையல்தான். ஒரு சோறு, ஒரு கறி.

அநேகமாக முருங்கையிலை வதக்கல், நிறையத் தேங்காய்ப்பூ போட்டு. கிடைக்கிற காலத்திற்கேற்றபடி பலாக்காய் அல்லது மரவள்ளிக்கிழங்கு அவித்தால் ஒரு நாளைத் தாக்காட்டும். பத்தாயம் நிறைய நெல்லிருந்தது. சொன்னால், சமைத்துப்போட நாலு பேர் வருவார்கள். ஆனால் அவையெதுவும் அவருக்குத் தேவைப்படவில்லை.

தபால்கார ஆள் வருகிற அந்தப் பத்து மணியை அண்டிய வேளைகளில் தன் வேலைகளை முன் விறாந்தையில் வைத்துக் கொள்வார். அடுத்த நாளே மதவடியிலிருக்கும் உப – தபால் கந்தோரில் பதில் போட்டுவிடுவார்.

முருங்கையில், செல்லத்துரை சாப்பிடுவது இலை மட்டுந்தான். காய்களெல்லாம் அங்கு வந்து ஏதாவது தொட்டாட்டு வேலைகள் செய்கிறவர்கள், அல்லது வந்து கேட்டவர்கள், எடுத்துக் கொள்ளலாம். முருங்கை மட்டுமல்ல, மாங்காய், பலாக்காய், தேங்காய், தேசிக்காய், எதுவென்றாலும். "சொல்லி விட்டு, எதையெண்டாலும் கொண்டு போ," என்பது அவர் பேச்சு.

"தனிய இருக்கிறது கஷ்டமில்லையே, அண்ணை?" அதற்கிரங்கியவன் மாதிரியே பொழுதுபட வந்திருந்து கதைத்துவிட்டுப் போகிற தம்பிராசா ஒரு நாள் கேட்டான். "கதையோடை கதை, அப்ப இப்ப வயல்பாடெல்லாம் என்ன மாதிரி, அண்ணை? ஆர் பாக்கிறது?"

"எல்லாம் கண்ணகைக்குச் சீதனம். அவையள் வந்து பொறுப்பெடுக்கு மட்டும் வாரத்துக்குக் குடுத்திருக்கு. பூநகரி வயல் கதிரவேலனிட்டக் குடுத்திட்டன். அவன் நல்ல பெடியன், இவ்வளவு நாளும் விசுவாசமா நிண்டவன். அதேமாதிரி, மறவன்புலவு, ஆசைப்பிள்ளையிட்டைக் குடுத்திட்டன். வருசத்திலை 'தாறதைத் தாங்கோ,' எண்டு சொல்லியாச்சு."

○

செல்லத்துரையர், பட்டணம் சிவன் கோவில், தாமோதர விலாஸ், எல்லாம் விட்டு மூன்று வருஷம். பின்னேரங்களில், தங்கை வீட்டுக்குப் போய்வருவார். போகும்போது, பேரமக்களுக்கென்று, பகல் சமைத்த முருங்கையிலை வதக்கல், அல்லது அவித்த பலாச் சுளை, என்று ஏதோ ஒன்று, வாழையிலையில் சுற்றிக் கையில் இருக்கும்.

○○○

2.2

சித்தன், ஓ.எல். சோதனைக்குப் படித்துக் கொண்டிருந்தான். சுந்தரராமன்தான் இப்போது வகுப்பாசிரியர். அருமையான மனுசன், ஆனால் அதே அளவு கண்டிப்பு. இந்தியாவிலிருந்து பழையபுலம் இந்துப்பள்ளியில் படிப்பிக்கவென்று வந்தவர். அப்படி யாழ்ப்பாணம் வந்த பலர் பிறகு சொந்த ஊர் திரும்பிவிட்டாலும், இவர் இங்கே ஏதோ பிடிப்பு ஏற்பட்டு, குடும்பத்தையும் அழைத்து வந்து குடியேறிப் பல வருஷம். சுந்தரராமனுக்குப் பயந்தே சித்தனுடைய வகுப்பில் எல்லோரும் ஒழுங்காகப் படித்துக்கொண்டிருந்தார்கள்.

குறிஞ்சிலி – பழையபுலம் வீதி, அல்லிப்புலத்தின் பெருந்தெரு. கிராமசபையின் தவிசாளராக ஆகிவிட்டிருந்த குஞ்சிஐயாவின் முயற்சியால் அந்த வீதிக்கு மின்சாரம் வந்து ஆறு மாதமாகிவிட்டது. வீதியோடிருந்த வீடுகளுக்கும் மின் இணைப்புக் கொடுத்துவிட்டார்கள். பொழுதுபட 'லைற்றைப் போட்டால்', வீடே பளிச்சிட்டது. மின் வெளிச்சத்தில் படிப்பது சித்தனுக்குப் புதிய அநுபவம். தம்பி முருகன், பழையபுலம் இந்துப் பள்ளியில் ஆறாம் வகுப்பு.

ஓ.எல். சோதனைக்குப் போகும்போது தபால் அடையாள அட்டை கட்டாயம். வேளைக்கே விண்ணப்பித்தால்தான் சரி. அதற்காக எடுத்த புகைப்படத்தைப் பார்த்தபோது வியப்பாகவும் கொஞ்சம் சந்தோஷமாகவும் இருந்தது, சித்தனுக்கு.

மேலுதட்டுக்கு மேல் மீசை கறுத்திருந்தது. தலையெல்லாம் நெளி நெளியாய் வந்திருந்தது, ஐயாவைப் போல்.

என்னதான் பள்ளி, படிப்பு என்றாலும், சித்தன் சனி–ஞாயிறில் அல்லது நேரங் கிடைக்கிற போதுகளில், அம்மம்மானைப் பார்த்துவிட்டு வருவான். அப்பு வளவுக்குப் போகிற ஒவ்வொரு தடவையும் இன்னுந்தான் அவனுக்கு அழுகை வருவது போலிருக்கும். அங்கு போவது அவனுக்கு இன்பம் துன்பம் இரண்டும் கலந்த ஒன்றாயிருந்தது. போய் ஒவ்வோரிடமாக உட்காருகிற வேளைகளில், அந்த இடங்கள் பற்றிய பழைய நினைவுகள் வந்து அவனை மூழ்கடிக்கும்.

நந்தன் சிலவேளை வருவான். அவனுக்கு இம்முறை ஏ.எல். எக்ஸாம். மருத்துவ பீடத்தில் நுழைய வேண்டும் என்று கஷ்டப்பட்டுப் படித்துக்கொண்டிருந்தான். சாரதா, பத்தாம் வகுப்பு. புனிதா, எட்டு. சின்ன வயதிலேயே தகப்பன் தவறிப்போனதில், 'கைம்பெண்டாட்டி வளர்த்த பிள்ளைகள்,' என்ற பெயர் வந்து விடக்கூடாது என்று, தாய் அவர்கள் படிப்பிலும், பழக்கங்களிலும் வலு கவனம். மூன்று பேரும் அதற்கேற்றபடி படித்துக்கொண்டிருந்தார்கள்.

ஆனால், சின்ன வட்டண்ணையின் சூழலும் போக்கும் இதற்கு மாறாயிருந்தன. அவனும் நந்தனின் வகுப்புத்தான். ஆனால் நந்தனின் அக்கறை அவனிடம் இல்லை. அவனுடைய ஆர்வங்கள் வேறுவழியில் போய்க்கொண்டிருந்தன. அப்பு இல்லாமல் போன காலத்திலிருந்தே அவன் தன்வழி போகத் தொடங்கியிருந்தான் போலப்பட்டது. நிறைய நண்பர்கள். கால்பந்து, கைப்பந்து, ஊர்மணியம் என்று போய்விடுவான். பகல் வேளைகளில் ஆளைக் காணுவதே கஷ்டம். வயதுக்கு மீறிப் பெரிய மனுஷன்போல நடக்கத் தொடங்கியிருந்தான். தகப்பன், கொழும்பில் வேலை. தாய் அப்பாவி. தமையன் சொல்லைக் கேட்பதில்லை. மூத்தண்ணை எச்.எஸ்.ஸி. முடித்துவிட்டு, இனி என்ன செய்யலாமென்ற யோசனையில் இருக்கிறார். கைப்பந்தும் நாவல்களுந்தான் இன்னமும் அவர் சிநேகிதம்.

அப்புவின் அந்தியேட்டி, வீட்டுக் கிருத்தியம், எல்லாம் முடிந்ததும் முடியாததுமாக வட்டண்ணை ஒரு காரியம் பண்ணியிருந்தான். அதற்காக அவனைத் தன்னால் மன்னிக்கவே முடியாது என்றுபட்டது சித்தனுக்கு. ஒருநாள், பெரியவர்கள் எல்லோரிடமும் சொன்னான். "அப்புவின்ர காரை, அவற்ரை நினைவாகப் பழையபுலம் பள்ளிக்குக் குடுப்பம். அங்க 'மோட்டோ மெக்கானிசம்' படிக்கிற பிள்ளையளுக்குப் பிரயோசனமாயிருக்கும்."

பெரியவர்கள் யார் இதற்கு ஒப்புதல் கொடுத்தார்களென்று தெரியவில்லை. ஒரு கிழமைக்குள் கார் போய்விட்டது. பள்ளியில் சித்தன் 'மோட்டோ மெக்கானிசம்' படிக்கவில்லை என்றாலும், அந்தப் பயிற்சிக்கூடப் பக்கம் போய் அவனும் ஆறண்ணையும் எட்டிப் பார்ப்பார்கள். சில நாட்கள் கார் முழுமையாக நின்றுகொண்டிருந்தது. அப்பு இருக்கும்போது அவரின் அடையாளமாய் எப்படியிருந்த கார், இப்போது அநாதைபோல அங்கு நிற்பதாகப் பட்டது, பெரிய அந்தரமாயிருந்தது. ஒரு மாதத்திலேயே, சில்லு வேறு, ஸீற் வேறாக ஆகி, பிறகு ஒரு வருஷத்தில், எஞ்சினும் ஆணி வேறு, அக்கு வேறு ஆகி விட்டிருந்தது, கார். பிறகும் ஒரு வருஷம். அதை மீளப் பொருத்துகிற எண்ணம் எவருக்கும் இருந்ததாகத் தெரியவில்லை. "கறள் கட்டுதடா," என்றான், ஆறண்ணை. சித்தனுக்கு அழுகையும் ஆத்திரமுமாய் வந்தது. ஒரு பழுதுமில்லாமல் முழுதாக ஓடிக்கொண்டிருந்த காரை இப்படி அநியாயமாகக் கொலை பண்ணி . . . முன்னர் கொன்றைத்திட்டி வேள்விக்குப் போய்க்கொண்டிருந்த கிடாய்களின் நினைவு வந்தது அவனுக்கு. அம்மாவிடம் போய்ச் சொன்னான்.

"அப்பு, ஆச்சி, எல்லாருமே போயாச்சு ராசா. காரை நினைச்சு என்ன செய்யிறது?"

○

'எக்ஸாம்' எல்லாம் முடிந்தபோது, வருடமும் முடிவுக்கு வந்திருந்தது. நீண்ட நாட்களின் பின் கிடைத்திருக்கிற பெரிய லீவு!

ஐயாவுக்கு புது வருசத்திலிருந்து கண்டிக்கு மாற்றம். பொங்கலோடு வீட்டுக்கு வந்து திரும்பும்போது அவனையும் கூட்டிக்கொண்டு போவதாக எழுதியிருந்தார். அதுவரைக்கும் நேரத்தை எப்படிக் கழிக்கலாம்? 'கறன்ற்' வந்த கையோடு வெளிச்சம் மட்டுமில்லை, றேடியோவையும் மின்சாரத்திற்கு மாற்றி விட்டதில் 'எங்கே பற்றறி இறங்கிவிடுமோ' என்ற பயமில்லாமல் பாட்டுக் கேட்கலாம்.

பாட்டுப்பெட்டியைக் கூடத் துடைத்துத் தூசி தட்டிவைத்துப் பாட்டுப்போட வேண்டும். இந்த மூன்று வருஷத்தில், இடையில் ஒருதரம் எடுத்துவைத்துப் போட்டபோது, சித்தனால் கன நேரம் அது முடியவில்லை. றெக்கோட் பெட்டியைத் திறந்ததும் ஆக மேலேயிருந்ததே மூவர்ணக் கொடிப் படத்துடனிருந்த 'ரகுபதி ராகவ.' அடுத்த பக்கத்தில் 'வைஷ்ணவ ஜனதோ.' அப்பு, தான் எப்போவாவது கேட்பதானால் கேட்கிற, சுப்புலக்ஷ்மி பாடல்கள். வட்டன்களுக்கு அதிகம் விருப்பமில்லை என்றாலும், முதலாவது பாடல் முடிகிறபோது,

“சீதாராம், சீதாராம், சீதாராம், சீதாராம்” என்று சொல்லிச்சொல்லி முடிகிற விதம் பிடிக்கும்.

கடைசியாக வாங்கியவற்றில் ‘கல்யாண சமையல் சாதம்’ இருந்தது. ‘மாயா பஜார்’ பார்த்துவிட்டு. தேடிக் காத்திருந்து வாங்கிய றெக்கோட். ‘ஔவையா’ருக்குப் பிறகு, வட்டன்கள் இரண்டாவது தரம் பார்க்கவேண்டுமென்று கேட்டுப் பார்த்த படம். சாவித்திரியாக உருவம் மாறி வரும் ரங்காராவ், மீண்டும் கடோத்கஜனாகிக் கல்யாணச் சாப்பாடு முழுவதையும் சாப்பிடுகிறபோது ஒவ்வொரு கிடாரமும் சட்டியும் தானாகவே ஓடிவந்து கடோத்கஜன் முன்னால் நிற்கும், பலகாரங்கள் கடகடவென்று தாமாகவே அவர் வாய்க்குள் பறக்கும். சின்னப்பிள்ளையாயிருந்த தம்பி முருகன், தியேட்டரிலேயே ஐயாவின் மடியில் ஏறிநின்று துள்ளிக் குதித்தான்.

றெக்கோட்டைப் போட்டுவிட்டு, “அஹஹ்ஹ ஹஹ்ஹ, ஹஹ்ஹா” என்று வட்டன்கள் தாங்களும் சேர்ந்து பாடுவார்கள். பிறகு, “தம்பி பாத்தியா, அது தம்பி அபிமன்யுவுக்காக அண்ணன் கடோத்கஜன் பாடுற பாட்டு! நீ அபிமன்யு, நான் கடோத்கஜன்” என்று சொல்லித் தோளில் ஒரு தடியைச் சாத்தியவாறே கால்களைத் தூக்கித்தூக்கி அங்குமிங்கும் நடந்தபடி பாடிக் காட்டுவான், சித்தன். முருகன் சிரிசிரியென்று சிரிப்பான். ஒரு நாள் இவர்கள் விளையாடும்போது யாரோ பார்ப்பது போலிருந்தது, திரும்பினான். கதவடியில் சந்தோஷமாய்ப் பார்த்துச் சிரித்தபடி அப்பு நிற்கிறார். சித்தனுக்கு ஒரே வெட்கமாய்ப் போயிற்று.

தாங்க முடியாதிருந்தது. அன்றைக்கு அத்துடன் றெக்கோட்களை மீண்டும் அடுக்கி விட்டுப் பாட்டுப் பெட்டியையும் மூடிவைத்தான்.

❍

அப்புவிற்குப் பிறகு இதுவரையில் எந்த றெக்கோட்டும் வாங்கவில்லை. வாங்க முடியவுமில்லை, தேவையுமில்லை. படிப்பு ஒரு பக்கம், கவலைகள் மற்றப் பக்கம். கொஞ்சங் கொஞ்சமாய் இறுகிப்போயிருக்கிற மனதைப் பழைய பாட்டுக்கள் ஒரேயடியாய் இளக வைத்துவிடுகின்றன என்று பட்டது. அந்தப் பாட்டுக்களை சிலவேளை ரேடியோவில் கேட்க நேர்ந்தாலுங்கூட அப்படித்தான். ‘மண்ணுக்கு மரம் பாரமா,’ ‘நீலவண்ணக் கண்ணா வாடா,’ ‘சிட்டுக்குருவி, சிட்டுக்குருவி,’ ‘ஏர்முனைக்கு நேர் இங்கே,’ எல்லாம் ரேடியோ பாடும்போதே நிறுத்தியிருக்கிறான்.

“ஏதாவது புது றெக்கோட் வாங்கலாம்” என்று தோன்றியது. ஆறண்ணையையும் கூட்டிக்கொண்டு பட்டணம் வெளிக்கிட்டான்.

சைக்கிளில்தான் போனார்கள். சித்தனின் சைக்கிளுக்குக் ‘கரியர்’ இல்லை. ஆறண்ணை பாரில் பாய்ந்து தொற்றிக்கொண்டு, ‘டபிள் பெடல்’ போட்டான். எங்கேயாவது ‘றாலாமி’மார் நிற்கிறார்களா என்று பார்த்துக்கொண்டே போக வேண்டி யிருந்தது. பிடித்தால் சில்லுகளுக்குக் காற்றைக் கழற்றி விட்டுவிடுவார்கள். வெய்யிலையும் பாராமல் அந்த நேரம் வெளிக்கிட்டது அவர்களுக்குக்காகத்தான். வீட்டிலும் வடிவாய்ச் சொல்லவில்லை. சொல்லியிருந்தால், “இந்த வெய்யில்லை டபிளும் போட்டுக்கொண்டு பட்டணமோ?” என்று அம்மா பேசியிருப்பா.

ஏ.கே. மாமா கடையில் அவரில்லை. அவர் அங்கு இருந்திருந்தாலும் சித்தனை அடையாளம் பிடித்திருக்க மாட்டார். அவரைக் காணாதது நல்லதென்றும் பட்டது. லேசான ஏமாற்றமாயுமிருந்தது.

ஆனால், எக்கச்சக்கமாக நல்ல பாட்டுக்கள் இருந்தன. அப்புவென்றால் எல்லாமேகூட வாங்கியிருப்பார். இப்போது அது முடியாது. பரவாயில்லை, இப்போ எல்லாம் றேடியோவில் போடுகிறார்கள்.

“இரண்டு றெக்கோட் வாங்கு, போதும்,” என்றான் ஆறண்ணை.

“றேடியோவில அடிக்கடி போடாத பாட்டாக வாங்குவம்.”

‘வடிவுக்கு வளைகாப்’பில் ‘சீருலாவும் இன்ப நாதம்,’ ‘சாரதா’வில் ‘மெல்ல மெல்ல அருகில் வந்து,’ இரண்டும் வாங்கினார்கள். அடுத்தடுத்த பக்கங்களில் ‘இசை கேட்டு ஓடி வந்தாயா,’ ‘தட்டுத் தடுமாறி,’ இரண்டும்.

விலைகள் இப்போது இரட்டிப்பாகியிருந்தன. “பரவாயில்லை, நாலும் நல்ல பாட்டுகள்.”

திரும்பும்போது, நல்ல காலம், வெய்யிலில்லை. மந்தாரம் போட்டிருந்தது.

இந்துக்கல்லூரி தாண்டுகையில், “அடுத்த வருசம் இங்கதானே?” என்றான் சித்தன்.

❍

“சிப்பித்திட்டி ஒழுங்கையால் மின் கம்பி போகவேணுமென்றால், புளியை முழுக்க வெட்டியே தீர வேணும்” என்று நின்றார், கிராமசபைக்கு வந்திருந்த இ.எஸ். எத்தனையோ பேர் எத்தனையோ தரம் கொடுத்த விண்ணப்பங்களுக்குப் பலன் கிடைக்கப் போகிறது என்றிருக்கிற வேளையில், புதிதாய் இது ஒரு தடங்கல்.

"ஒழுங்கைக்கு வாற கொப்புகளை வெட்டத்தான் வேணும்," சித்தன் ஒப்புக்கொண்டான், "முழு மரத்தையும் ஏன் தறிக்க வேணும்? அடிமரம் ஆறடி உள்ள தள்ளி நிக்குது."

"உங்கட வளவுப் பக்கத்திலைதான் தூண் நட்டுக் கம்பி ஓடப்போகுது," இ.எஸ்.சொன்னார். "மரம் இரண்டு வருசத்திலை பழையபடி தழைச்சு வயரை மூடிப் போடும்."

ஐயாவுக்கு எழுதினான். 'வெட்ட வேண்டாமென்று இறுக்கிச் சொல்லு. அதுக்கு மிஞ்சி நிண்டால் என்ன செய்யிறது? ஊர்ச்சனமும் ஒருவேளை எங்களைக் குறை சொல்லும்," என்று மறுமொழி வந்தது.

"புளியங்காய் புடுங்கலாமா? புளியம்பழம் பொறுக்கலாமா?" எத்தனை பிள்ளைகள் வந்து கேட்பார்கள்! வருடத்தில் எப்படியும் இரண்டு வண்டில் சருகு வயலுக்குச் சேரும். ஆள் வைத்து உலுக்கும் போது பதினைந்து, இருபது சாக்குக்குக் குறையாமல் பழம் விழும். அடி வளவுக்கு எவ்வளவு நிழல், எவ்வளவு குளிர்ச்சி.

"நீ சொல்லுறது சரி, தம்பி. மரம் எங்கேயோ நிக்குது, வயர் எங்கேயோ போகுது," சித்தனைத் தேடிவந்த ஊரவர்கள் சொன்னார்கள். "ஆனால், அவன் ஒரு மொக்கன், தம்பி. பிடிச்சு ராவி. இதே சாட்டா விட்டிடுவான்," நாகரப்பு சொன்னார். "எங்களுக்காக ஓமெண்டு சொல்லிவிடு ராசா."

சொன்னான்.

சொன்னபின் தன்னை அமிழ்த்தியது கவலையா, குற்ற உணர்வா என்று தெரியாதிருந்தது. எப்படியோ, அந்த மரத்தை நிமிர்ந்து பார்க்கும் துணிவோ தகுதியோ தனக்கு இனி இல்லை.

ooo

2.3

"அம்மம்மானை இரண்டு நாளாக் காணேல்லை, நீயும் நேற்றுப் போகேல்லை. இப்ப ஒருக்காப் பாத்திட்டு வா" என்றா அம்மா.

அம்மம்மானின் சிலமனை ஒரு இடமும் காணவில்லை. சைக்கிள் மணிச் சத்தங் கேட்டாலோ, அல்லது இரண்டு தரம் குரல் காட்டினாலோ, "வாறன், மேனை." என்றபடி எங்கிருந்தாலும் குடங்கியபடி, இடுப்பில் ஒரு துண்டும் தோளில் ஒரு துண்டுமாய் விரைந்து வருகிறவர். ஒவ்வோரிடமாகக் கூப்பிட்டுப் பார்த்தான். எங்கேயாவது போய் விட்டாரா என்று கேட்கக்கூட ஆட்களில்லை. யாரைக் கேட்பது? கோடி வேலியடிக்குப் போய் – இப்போது தம்பிராசா படலையாக்கி விட்டிருக்கிற முந்திய கடப்படியில் – நின்று ஆறண்ணையைக் கூப்பிட்டுப் பார்த்தான். நல்ல காலம், ஆறண்ணை வீட்டிலிருந்தான்.

"டேய், அங்க பார், அது பூட்டேல்லை. சும்மா சாத்திக் கிடக்கிற மாதிரித் தானிருக்கு." சாமியறையின் கனத்த கட்டைக்கதவைத் தள்ளும்போது வந்த அந்தப் பழகிய உறுமல் தந்த வேதனை இரண்டு கணந்தான்.

கூரையின் கண்ணாடி ஓட்டால் வந்த வெளிச்சத்தில் அம்மம்மான், பாயுமில்லாமல் நிலத்தில் மல்லாந்த மாதிரிக் கிடந்தார். இடுப்பில் வழக்கமாக இருக்கும் நாலு முழம் அவிழ்ந்து கோவணம் மட்டும். வாய் மெல்ல ஆவென்றிருந்தது.

“என்னடா, இது?”

“கடவுளே . . .”

நல்லகாலம், மூச்சு வந்துகொண்டிருந்தது. குனிந்து பார்த்தவர்கள் சட்டென்று நிமிர்ந்து ஆளை ஆள் பார்த்தார்கள். இரண்டு பேருக்குமே வடிவாக மணத்தது. சுவர் மூலையோடு ஒரு போத்தல். எடுத்து மூக்கருகில் பிடித்துப் பார்த்துவிட்டு ஆறண்ணையிடம் நீட்டினான், “இதென்னடா, அம்மம்மானுக்கு இந்தப் பழக்கமில்லையே?”

“இல்லாமலிருந்திருக்கலாம்,” ஆறண்ணை போத்தலை வாங்கி மணந்துவிட்டு அது இருந்த இடத்தில் வைத்தான். “வா, வெளியாலை போவம்.”

“குஞ்சக்காவின் தாய் மோசம் போன மூட்டம், இப்படித்தான் ஒரு நாள் அறிவு நினைவில்லாமல் கிடந்தவரை அப்பு எழுப்பிக் கிணற்றடியில் கொண்டுபோய் நல்லா அள்ளித் தோயவார்த்து, வெறி முறிய வைத்து விட்டுப் பேசின பேச்சில், “இனி மேல் மாணிக்கர் குடியின்ர மரியாதையைக் கெடுக்கிற மாதிரி உந்த இழவைத் தொட மாட்டன் எண்டு சத்தியம் பண்ணிக் குடுத்தவர்.” என்று அம்மா ஒரு தரம் சொன்னது சித்தனுக்கு நினைவு வந்தது. அவன் அறிவுக்கெட்டின வரையில் அந்தச் சத்தியத்தை அவர் பிறகொரு நாளும் மீறியதாயுமில்லை. இப்போது, இன்றைக்கு இது என்ன, புதிதாய்?

அம்மம்மானை நினைக்கப் பாவமாய் இருந்தது. “என்னெண்டெடா இவருக்குக் கிடைச்சிருக்கும்? எத்தினை நாளாப் பாவிக்கிறாரோ?”

“கிடைக்கிறது கஷ்டமில்லை,” என்றான் ஆறண்ணை. “இங்கை கிட்டடியிலை இருக்குதுதானே, தெரியாதே உனக்கு?”

“எங்கையடா? பொன்னுவோ?”

“வேறை ஆர்?”

பொன்னு வீடு, சிப்பித்திட்டி ஒழுங்கையில் மயிலுச்சாமி கோவிலடி தாண்டி இருந்தது. அப்பு வளவிலிருந்து இரு நூறு யார் வரும். பொன்னு இந்த வியாபாரம் தொடங்கிக் கனகாலம் இல்லை. எல்லுப்போலை இருந்தவரை எவ்வளவு மரியாதையாய் இருந்த குடும்பம். என்றாலும், இப்போ இரண்டு வருசமாக அடிக்கடி வந்துபோகத் தொடங்கிய புது வாடிக்கைக்காரர்களாலும், கையும் களவுமாகப் பிடிக்கவென்று திடீர்திடீரென்று வருகிற பொலிஸ் ஜீப்புகளாலும் எல்லோருக்கும் பொன்னு என்ற பெயர் தெரிய வந்திருந்தது. எல்லாம் இந்தக்

குருவன் வந்தபின்தான். ஆனால் பொன்னுவைப் பார்த்தவர்கள் வலு குறைவு. ஒன்றிரண்டு தரம் ஜீப்பில் அள்ளிக்கொண்டு போகும்போது மனுசி தலையில் புத்தியாக மொட்டாக்குப் போட்டுக்கொண்டது. ஆனால் அவன் குருவன், தானும் ஒரு பொலிஸ்காரன்போல் சிரித்த முகத்துடன் ஸ்ரைலாகப் போவதையும் பலர் கண்டிருக்கிறார்கள். "உந்த அறுவானாலைதான் பொன்னுவுக்கு விறுமசத்தி பிடிச்சது," என்று பொன்னுவின் ஆட்கள் திட்டுவார்கள். உண்மையும் அது போலத்தான் பட்டது. குருவன் வந்து பொன்னுவோடு அணைந்த பிறகுதான் அவர்கள் எல்லோரும் விலகிக்கொண்டார்கள். பொன்னுவின் புருசன் எல்லுப்போலையும் பொன்னுவை விட்டுப் போனதும் அதற்குப் பிறகுதான்.

எல்லுப்போலை, நல்ல அமைதியான பயபக்தியான மனுசன். மயிலுச்சாமி கோவிலடியை ஒரு தரமாவது சுற்றி வராமல் காலில் தளைநார் போடுவதில்லை. ஒரு பெரிய சந்தனப் பொட்டில்லாமல் ஆளை எவரும் பார்த்ததில்லை. உரத்துக் கதைத்துக் கேட்டவர் இல்லை. "தான் இவ்வளவு சீவியும் ஒரு சொட்டு வாயிலை வைக்கிறதாத் தெரியேல்லை," என்று எல்லாரும் வியப்பார்கள். நல்ல பிரயாசி. சீவுகிற கள்ளெல்லாம் லைஸென்ஸ் எடுத்துத்தான் வீட்டில் வைத்து விற்றார். தூர இடங்களிலிருந்தும் ஆட்கள் தேடி வருவார்கள். "வந்தால் அயலட்டைக்கு உபத்திரவம் இல்லாமல், சத்தம் போடாமல், குடிச்சிட்டுப் போயிட வேணும்" என்பது அவரிட்ட சட்டம்.

முன்பு, சின்னத்துரை மாமா வேலை முடித்து இரவில் அள்ளித் தோய்ந்தபின், எல்லுப்போலையிடம் ஒரு நடை வந்து போய் வந்துதான் கண்ணுச்சாமியப்பா முன் நிற்பார். "போய்ட்டு வந்திட்டியா?" என்றபடி சாப்பாட்டைப் போடுவார், கண்ணுச்சாமியப்பா.

வீட்டில் அப்பஞ் சுடுவதற்கு முந்திய நாட்களில், பொழுதுபட, கையில் ஒரு சின்னப் போத்தலோடு எல்லுப்போலை வீட்டுக்குத்தான் சின்னமணி அண்ணையை அனுப்புவார்கள். அப்பத்துக்கு மாப் புளிக்க அந்தக் கள்ளு இரண்டு சொட்டு விட்டால் போதும். கனக்க ஏன், சித்தன் ஆறாம் வகுப்புப் படிக்கும்போது 'பொக்குளிப்பான்' வந்தது – கொப்புளிப்பான். கண்ணெல்லாம் சிவந்து, காய்ச்சல். படுக்கவும் ஏலாமல், இருக்கவும் ஏலாமல், ஒரு இடம் மிச்சமில்லாமல் மேலெல்லாம் பொக்களம். கட்டிலில் பருத்தி வேட்டியை விரித்துத்தான் படுக்கை. விசிறிக் கொள்ள வேப்பிலைக் கொத்து. அம்மாவும் பக்கத்திலிருந்து பனையோலை விசிறியால் விசிறி விடுவா. மருந்து கிடையாது. சாப்பாடு கிடையாது. பால், மோர்,

தேத்தண்ணி ஒன்றும் ஆகாது. தனிய 'உடன் கள்ளு' மட்டுந்தான் சாப்பாடு. காலைமை, பின்னேரம் மரத்தால் இறங்கிய கையோடு, எல்லுப்போலை தானே கொண்டுவந்து தந்துவிட்டுப் போவார் . . .

குருவன் கள்ளுக்கு வந்துதான் பொன்னுவோடு பழக்கம் ஏற்பட்டதாம். ஆனால் எல்லுப்போலை விட்டுவிட்டுப் போனபிறகு எதை விற்பது? கசிப்பு கைகொடுத்தது. குருவனுக்கு ஏற்கெனவே அது பழக்கமான தொழிலாயிருக்க வேணுமென்று சொன்னார்கள். எல்லுப்போலையின் குடியைக் கெடுத்ததோடு அயலையும் கெடுத்துப்போட்டான் குருவன் என்று கோபம். "பொலிசுக்காறன் அள்ளிக்கொண்டு போனாலாவது துலஞ்சு போவான்," என்று அவர்கள் முயற்சிகள் செய்துபார்த்தார்கள். ஆனால் போகிற ஒவ்வொரு தரமும் குருவன் திரும்பி வந்து கொண்டேயிருந்தான்.

அந்தத் தொடர்பு எல்லாருக்கும் அதிசயமாயிருந்தது. பொன்னுவின் மூத்த மகனிலும் குருவனுக்கு வயது குறைவு. குருவன் நல்ல சிவலை, நல்ல உயரம், தோற்றம். பொன்னுவும், கறுப்பு எண்டாலும் நல்ல உயரம், மொத்தம். அசைந்து அசைந்து நடக்கும்.

"நல்லகாலம், இந்த இழவெடுத்த வேலைக்கு முதலே பிள்ளைகள் எல்லாம் தன்தன் பாடு பார்த்துக்கொண்டு போய்விட்டுதுகள். இதுக்குப் பிறகு தாயிட்ட வரத்துப்போக்கு ஒண்டும் கிடையாது."

"எல்லுப்போல எங்க?"

"தன்ர ஆக்களோட போயிட்டுது."

"இப்ப பொன்னுவோட குருவன் மட்டுந்தான். இராவிலை சில நேரம் இரண்டு பேரும் சண்டை பிடிக்கிறது எங்கட வீடு வரை கேட்கும். 'டேய் வடுவா, என்னை விட்டிட்டுப் போற எண்ணமும் உமக்கிருக்கோ?' எண்டு பொன்னு கத்தும். சிலவேளை அந்த ஆறடி மல்லனுக்கு அம்பிட்டதாலை அடிச்சும் போடுமாம்."

வியப்பு, சிரிப்பு, இரண்டும் ஒன்றாய் வந்தன.

"பகலிலை அல்லது சண்டை இல்லாத நேரங்களிலை எல்லாம், பொன்னு, 'பெடி,' 'டேய் பெடியா,' எண்டெல்லாம் குருவனைச் செல்லமாகக் கூப்பிட்டுக் கேட்கும்."

"சரி, அதுகள் எக்கேடும் கெட்டுப் போகட்டும். அம்மம்மானுக்கு எப்பிடிக் குருவன்ர தயாரிப்புக் கிடைச்சிருக்கும்?"

"குருவன் தானே கொண்டுவந்தும் குடுப்பான்."

"அது சரி."

அம்மம்மானின் மாறுதல் புதிய பிரச்சினையாகி விட்டது. பெத்தாச்சியும் சித்தனும் ஒவ்வொரு நாளும் போய்ப் பார்த்துவந்தார்கள். குஞ்சக்காவுக்கு அடுத்த நாளே டெலிஃபோனில் சொல்லியாயிற்று. ஒரு கிழமைக்குள் வந்தார்கள். அம்மம்மானுடனேயே தங்கினார்கள். அவர்களுக்கு இப்போது ஒரு பெண் குழந்தை இருந்தது. ஒரு வயதாகிறது. அந்தப் பிள்ளைப் பேற்றுக்காக அவர்கள் வந்து நின்றபோதுகூட அம்மம்மான் பிரச்சினையில்லாமல்தான் இருந்தார். இப்போதுங்கூட மகள், மருமகன், பேத்தி எல்லோரும் வந்து நிற்கும்போது அவர் எல்லாவற்றையும் விட்டுவிட்டதாகத் தோன்றியது. எல்லோருக்கும் வலு சந்தோஷம். வளவு மூலையில் தானே ஒரு கிடங்கு வெட்டி, கிடந்த வெறும் போத்தல்கள் எல்லாவற்றையும் தேடிப் போட்டு மூடினார், கமலநாதன். பேத்தியோடு கொஞ்சி விளையாடிக்கொண்டிருந்ததில் அம்மம்மானுக்கு நேரம் போனதே தெரியாமலிருந்தது. குஞ்சக்கா வந்த சேதி கேட்டு ஆட்கள் வரத்தும் போக்குமாய் அப்பு வீடு பழைய கலகலப்பில் பாதியை அடைந்துவிட்டிருந்தது. எல்லாருக்கும் போலவே சித்தனுக்கும் சந்தோஷம். திருப்தியோடு குஞ்சக்கா குடும்பம் ஒரு ஞாயிறு காலை 'யாழ்தேவி'யில் கொழும்புக்குப் புறப்பட்டார்கள்.

ooo

2.4

புதன் கிழமை, வேதாளம் பழையபடி முருங்கை மரத்தில் ஏறியிருந்தது. ஆனால் அன்று, அம்மம்மானைத் தேட வேண்டி இருக்கவில்லை. தலைவாசல் ஈஸிச்செயரில் படுத்துக் கிடந்தார். அறிவு நினைவில்லை. கதவுகளும் திறந்தபடியே கிடந்தன.

வெளி விறாந்தைக்கு வந்த சித்தன் திடுக்கிட்டான். சுவர்கள் எல்லாம் வெறிச்சிட்டுப் போய்க் கிடந்தன. மாட்டியிருந்த படம் ஒன்றுமில்லை. கிருஷ்ணர் கோபிகைகளோடு ஜலக்கிரீடை செய்கிற இரண்டு பெரிய படங்கள். ஒன்றில் ஆற்றங்கரையும் நிலவும், மற்றதில் ஒரு மாளிகையின் தடாகம். இரண்டுமே ரவிவர்மா படங்கள். கொழும்பிலிருந்து வரும்போது கொண்டுவந்தவை என்று அம்மா சொல்லியிருக்கிறா. தலைவாசலுக்குப் போகிற வாசல் கதவின் இருபுறங்களிலும் மாட்டப்பட்டிருந்தவை. குஞ்சக்கா பூத் தையல் பழகியபோது தைத்து, ஃப்ரேம் போட்டு, மாட்டப்பட்டிருந்த கறுப்பும் வெள்ளையுமான அழகிய சடைநாய்க்குட்டிப் படம்... மருத்துவ சாலையாயிருந்த வெளி மண்டபங்களைப் பார்த்தான். உயர உயர மாட்டப்பட்டிருந்த ராமலிங்க சுவாமிகள், ராமகிருஷ்ணர், விவேகானந்தர், காந்தி, நேரு, சுபாஷ் சந்திரபோஸ், ஆறுமுக நாவலர், பொன். இராமநாதன் படங்களைக்கூட!

"எளிய வாழ்வு, உயர்ந்த உள்ளம், பரந்த அன்பு, ஆழ்ந்த அறிவு, இந் நான்குமே இம்மண்ணுலகிலேயே ஒருவருக்கு விண்ணுலக வாழ்வை அளிக்க வல்லன"

என்று அழகாய்ப் பெரிதாய் அச்சிட்டிருந்ததைக் கண்ணாடி போட்டு நடு நாயகமாய் மாட்டியிருந்தது. அதுகூட இல்லை! அழுவதா சிரிப்பதா என்று தெரியவில்லை. ஆத்திரமாய் வந்தது. யார் எடுத்திருப்பார்கள்? எப்போ?

ஆறணையைப் பார்க்கலாமென்றிருந்தபோது, "வந்திட்டியா?" என்று கேட்டபடி அவனே வந்தான்.

"நீ வராட்டி, நானே உன்னட்டை வர இருந்த நான்," என்றான்.

"ஏனடா, என்ன சங்கதி?"

"உன்ர அம்மம்மானை நாசமாக்கிறது, வேறை ஒருதருமில்லை . . ."

"ஆரடா? குருவன்தானே?"

"குருவனுமில்லைக் கோதாரியுமில்லை . . ."

"அப்ப ஆரடா?"

"எனக்கு அம்மான் எண்டு ஒண்டு வாய்ச்சிருக்கே, அதுதான்."

○

அம்மம்மான் பிறகு கனகாலம் இருக்கவில்லை.

மாமனின் மரணச் சடங்குக்கு வந்தபோது மனைவியையும் பிள்ளையையும் விட்டுவிட்டுப்போன கமலநாதன், எப்படியோ இரண்டு மாதத்திற்குள்ளாகவே இடமாற்றம் பெற்றுக்கொண்டு ஊரோடு வந்துவிட்டார். வேப்பங்குளத்தை விட்டு அப்பு வீட்டிலேயே அவர்கள் வந்திருந்ததில் எல்லோருக்கும் ஆறுதல்.

"நான் இதைப் போன வருசமே செய்திருந்தால், ஐயா இன்னுங் கொஞ்சக் காலம் இருந்திருப்பார்," குஞ்சக்கா எல்லோரிடமும் சொல்லிக் கவலைப்பட்டா.

ஒரு நாள் அங்கு போய்விட்டு வெளிக்கிட்டபோது படலையடியில் குருவன் வந்து கொண்டிருந்தான். சித்தனைக் கண்டதும் சைக்கிளால் குதிக்காத குறையாக இறங்கி, "தம்பி, ஒரு கதை" என்று சிரித்தான்.

வேண்டாவெறுப்பாய்க் காலை ஊன்றித் திரும்பினான், சித்தன். குருவனின் முகத்தைப் பார்க்கவே மனமில்லை.

"தம்பி என்னைக் கண்டால் கதைக்கிறது சிரிக்கிறதும் இல்லை . . ." குருவன் சைக்கிளை உருட்டிக்கொண்டு கிட்ட வந்தான், "என்னிலை ஏதோ கோபம் போல?"

அது விளங்கியிருக்கிற உனக்கு அந்த 'ஏதோ'வும் விளங்கி யிருக்க வேணுமே? சித்தன் ஒன்றும் பேசவில்லை.

"அண்டைக்குப் பெரியவற்றை செத்த வீட்டுக்கு வந்த நான். தம்பி கவனிக்காத மாதிரிப் போட்டீர்."

"அவர் இப்பிடிச் செத்ததே, உம்மாலைதானே?"

"தம்பியவை இப்பிடி நினைப்பியள் எண்டு தெரியும். ஆனா பெரியவர் எங்களிட்ட ஒரு நாளும் வந்ததுமில்லை, நாங்களும் இந்தப் படலை தாண்டினதுமில்லை."

குழப்பமும் எரிச்சலுமாய் வந்தன, சித்தனுக்கு.

"உவர் தம்பிராசாண்ணை இருக்கிறாரெல்லோ? அவர்தான் வந்து வந்து . . ."

ஆறண்ணை அன்றைக்குச் சொன்னது சரிதான்!

"ஆர் வந்தாலென்ன? நீங்கள் ஏன் இந்த நஞ்சை ஊர்ச் சனத்துக்கு விக்கிறியள்?"

". . . . ."

சித்தன் சைக்கிள் பெடலை அழுத்தியபோது குருவன் சொன்னான், "இன்னுமொண்டு சொல்ல வேணும் தம்பி, கோபிக்கக் குடாது?"

இனி என்ன சொல்லப் போகிறான், அதுவும் கோபிக்கிற அளவுக்கு? திரும்பி குருவனின் முகத்தை ஏறிட்டான்.

"நான் உங்கட சொந்தக்காரன், தம்பி."

குருவனுக்கு விசர் என்பது ஏன் ஆறண்ணைக்குத் தெரிந்திருக்கவில்லை?

"வெத்திலைக் கனகரத்தினத்தின்ர மகன், நான். சிவகுரு எண்டால் தெரியும்."

சட்டென்று பிரேக்கை இளக்கி, சைக்கிளை இறுக்கி மிதித்தான் சித்தன்.

○

"வெத்திலைக் கனகரத்தினம் எண்டு கேள்விப்பட்ட மாதிரிக் கிடக்கு, ஆனா, ஆரெண்டு தெரியேல்லை" என்றான் ஆறண்ணை. "நீ அவனிட்டைக் கசிப்புக் கதையைக் கேட்ட மாதிரி, எல்லுப்போலையின்ர கதையையும் கேட்டிருக்க வேணும்."

"அதை எப்பிடி நான் கேட்கிறது?"

"ஏன்?"

"இது அம்மம்மான் சம்பந்தப்பட்ட விஷயம், ஊர் சம்பந்தப் பட்ட விஷயம். இரண்டும் நான் கேட்கலாம். கேட்டன்!"

"அது?"

"சரியோ பிழையோ, அது அவங்கட தனிப்பட்ட விஷயம்! அதை என்னெண்டு நான் கேட்கிறது?"

வீட்டுக்கு வந்ததும் அம்மாவிடம் போனான். "இந்த வெத்திலைக் கனகரத்தினம் எண்டது ஆரம்மா?"

அம்மா திரும்பிப் பார்த்தா. "ஏன் அவன் அந்தக் குருவன் சொன்னவனோ, அல்லது வேற ஆர்?"

"குருவன்தான்," சித்தன் நடந்ததைச் சொன்னான்.

"அவன் மறிச்சா, நீ ஏன் நிண்ட நீ? பேசாமல் உன் பாட்டுக்கு வாறதுக்கென்ன?" அம்மாவுக்குக் கோபம் வந்தது.

"அந்தாள் ஆரெண்டு ஐயாவுக்கே தெரியாது. இப்ப விசாரிக்கத்தான், அது அவற்ர ஒண்டுவிட்ட தமையன் பெண்சாதிக்கு ஒண்டுவிட்ட தமையன் எண்டு சொல்லுகினம்!" சித்தனுக்குச் சிரிப்பு வந்தது.

"எந்த ஊரிலை இருக்கினம் எண்டுந் தெரியாது. அந்தாளோடை ஒருதரும் புழக்கமுமில்லை, கண்டதுமில்லை, கதைச்சதுமில்லை. இவன் ஏன் இப்பிடி இல்லாத சொந்தமெல்லாம் கொண்டுவாறான்?"

"இனி உந்தக் கதை கதைச்சா, பொலிசுக்கு அறிவிக்க வேணும்."

"பொலிசும் வேண்டாம், ஒண்டும் வேண்டாம். நீ அவனைக் கண்டால் காணாத மாதிரி வா, போதும்."

○○○

2.5

ஆறண்ணை, ஜி.ஸி.ஈ. உயர்தரம் வரைக்கும் நன்றாய்த்தான் படித்தான். பல்கலைக்கழகம் போவதற்குக்கூட அவனால் முடியும் என்று எல்லோரும் நினைத்தார்கள். ஆனால் அவன் போகவில்லை. உயிரியல் பிரிவு. வடிவாகப் படங்கள் கீறுவான். தாவரவியல், பிராணியியல் பாடங்களில் நிறையப் படங்கள் வரும். அதனால் அவை அவனுக்கு வாலாயமாயின.

ஆறண்ணையைப்போல் அந்தமாதிரிப்படங்கள் கீறக்கூடிய இன்னும் ஒரேயொருவனைத்தான் சித்தனுக்குத் தெரியும். அவன், திருவல்லம். மலையாளத்து ஆட்கள். மூன்று, நாலு பரம்பரையாக யாழ்ப்பாணத்திலேயே வசிக்கிற குடும்பம். கேரளத்திலுள்ள தங்கள் சொந்த ஊரின் பெயர் அது என்று திரு எப்போதும் சொல்வான். திரு, நல்ல சிவலை, மெல்லிய உடம்பு, சுருள்த் தலை.

கல்லூரியின் ஆண்டுவிழாவின் போது ஜி.ஸி.ஈ. உயர்தர வகுப்பு மாணவர்கள் நாடகம் போட்டார்கள். திருதான் கதாநாயகி கலாவாக நடித்தான். “ஆர் அந்தப் பொம்பிளைப் பிள்ளை?” என்று எல்லோரும் கேட்கிற மாதிரித் தோற்றமும் நடிப்பும். சித்தன், வில்லன். மனேஜர் மோகன். நாடகம் முடிய ‘மனேஜர் சித்தன்’ என்று பெயர் வந்தது. கதாநாயகன் குமாரின் நண்பன் ரவியாக ஆறண்ணை. நாடகம் நல்லாய்த்தான் நடந்து, நல்ல பெயரையும் வாங்கியது. பகிடி என்னவென்றால், நாயகன், நாயகி, வில்லன் எல்லோரும் நாடகம் முடிய

அவரவர் மேற்படிப்பைப் பார்த்துக்கொண்டு போக, நாயகனின் நண்பன் மட்டும் நாடகமே உலகம் என்று தங்கிவிட்டதுதான்.

"இரண்டாம் தடவை எக்ஸாம் எடுக்க மாட்டேன்" என்று சொல்லிவிட்டான். தானும் நாடகம் ஒன்று போட்டான். குறிஞ்சிலி, அல்லிப்புலம், பழையபுலம் இரட்டைக்குளம், பகுதிகளில் இவனுக்கு முன்னோடியாகி விட்டிருந்த கலைக்குரிசில் க.மு. தங்கராசாவின் நாடகங்களிலும் தீவிர பங்கெடுத்தான். இதற்கிடையில், நடிகர் ஜெய்சங்கர் கொழும்பிற்கு வருகிறார் என்று அவரைப் 'பார்த்துவிட்டு' வரவென்று, ரயிலேறிப்போய் வந்தான். போகும்போது அவருக்காக அவன் மினக்கெட்டு எழுதி, அச்சிட்டு, அலங்கார ஃப்ரேம் போட்டுக் கொண்டுபோன பெரிய 'வாழ்த்துப் பா'வையும் திரும்ப வரும்போது பத்திரமாகச் சுற்றி மறைத்துக் கொண்டு வரவேண்டியிருந்தது.

எது எப்படியிருந்தாலும், அவனுடைய தாவரவியல் ஆசிரியர் பேராயிரவர் அவனை விடுவதாயில்லை. பேராயிரவர் என்பதிலும் 'நம்பியார்' என்பதே அவர் பெயராக மாணவர் மத்தியில் அறியப்பட்டிருந்தது. அச்சு அசல் நம்பியார் மாதிரியே இருப்பார். ஆனால் படங்களில் நம்பியார் ஏற்கும் பாத்திரங்களுக்கு எதிர்மாறான மனிதர். பல்கலைக்கழகப் புகுமுக வகுப்புக்கென்று தான் தமிழில் எழுதிக்கொண்டிருந்த 'தாவரவியல்' புத்தகத்திற்குப் படங்கள் வரைந்து தரும் வேலையை பேராயிரவர் ஒப்படைத்தபோது ஆறண்ணையால் மறுதலிக்க முடியவில்லை. நன்றாய்த்தான் செய்துகொடுத்தான். அவரும் மறக்காமல், நூலின் முன்னுரையில், தனது 'அன்பிற்குரிய மாணவன், செல்வன். தி. ஆறுமுகநாதனுக்கும்' ஒரு பெரிய நன்றி சொன்னார். அதுதான் ஆறண்ணைக்கும் விஞ்ஞானத்திற்குமிருந்த கடைசித் தொடர்பு. அதன்பின் அவன் ஒரு முழுக் கலைஞன் ஆகிவிட்டான்.

எப்படியோ, அவனுக்குள் கலையார்வமும் இன்னொரு இதயம் போல் இடைவிடாமல் துடித்துக்கொண்டிருந்தது என்பதற்கடையாளமாய் அவன் இன்னொன்று செய்தான். மில்க்வைற், ஸன்லைற், லைஃப்போய், லக்ஸ் என்று கலர் கலரான புதுச் சவர்க்காரக் கட்டிகளை வாங்கி, ஊசியையும், பிளேடையும், பழைய பேனை நிப்புக்களையும் ஆயுதங்களாக்கி, அந்தச் சவர்க்காரக் கட்டிகளில் சின்னச்சின்னச் சிற்பங்கள் செய்தான். மாடு, கன்று, குருவி, கொக்கு, கடவுள், மனிதர், காந்தி, புத்தர் என்று எதுவும், எவரும், மிச்சமில்லை. வஞ்சகத்துக்குச் சொல்லக் கூடாது, அவை அந்த நேரத்தில் புது விஷயங்களாக இருந்ததுடன், மெய்மெய்யாக நல்ல வடிவாகவும் இருந்தன. ஆர்ட் மாஸ்ரர் சிவசுப்பிரமணியத்திடம் காட்டியபோது, அந்நாள்

வலு சந்தோஷப்பட்டார். "ஒரு எக்ஸிபிஷன் ஒண்டு வைப்பம்," என்றார். ஆறண்ணை பிறகு அவரிடம் போகவில்லை.

சித்தனுடனான நட்பு மட்டும் எந்தக் குறையுமில்லாமல் தொடர்ந்தது. சித்தன் மொறட்டுவை உயர்தொழில்நுட்பக் கல்லூரிக்குத் தெரிவான பின் அங்கே வகுப்புகள் தொடங்கு வதற்கு ஆறு மாதமாவது ஆகுமென்றிருந்த வேளையில். அத்தனை நாட்களையும் அலுப்பின்றிக் கழிக்க உதவியவனும் ஆறண்ணைதான்.

இவர்களோடு கார்த்திகைக்குமரன், மணிவாசகம், நளன் என்றொரு குழு சேரும். அவர்களும் அல்லிப்புலந்தான். பழையபுலம் இந்துப் பள்ளியிலேயே தொடர்ந்து படித்துக் கொண்டிருந்தவர்கள். கார்த்தியின் வீடுகூட வலு கிட்ட, கொன்றைத்திட்டிப் பாதையில் இருந்தது. நளனின் உண்மை யான பெயர் நம்பியாரூரன். அவன் அந்தக் காலத்தில் பைத்தியமாகிச் 'சுழட்டி'க் கொண்டு திரிந்த பிள்ளையின் பெயர் தமயந்தி என்பதால் இவன் நளன் ஆனான். ஐவரும் கீரிமலை, மண்கும்பான் என்று திரிந்தார்கள்.

எத்தனை நாட்கள்தான் தூரமெல்லாம் திரிவது? டபிள் போவதும் கஷ்டம். ஆளுக்கொரு சைக்கிள் கிடைக்கா விட்டால், அரசடிச் சந்தியிலிருந்த 'ராசா சைக்கிள் வேர்க்ஸ்'ஸில் ஒன்றிரண்டு சைக்கிள் வாடகைக்கு எடுக்க வேண்டி வரும். மணித்தியாலத்திற்கு ஐம்பது சதம். நாள் கணக்கில் எடுத்தால்தான் லாபம். ஐந்து ரூபா.

போதாக்குறைக்கு ஒரு நாள், காரைநகர் 'கஷூறினா' கடற்கரையில் கார்த்தியை ஆமிக்காறன் பிடித்தான். கார்த்தி, ஆள் நல்ல கறுவல். அன்றைக்கென்று லோங்ஸை விட்டுவிட்டு ஏனோ வேட்டியுடன் வந்திருந்தான். மணலில் நடக்க வசதியாகச் சண்டிக்கட்டு, வெய்யில் படாமல் தலையில் கட்டியிருந்த துவாய். எங்கிருந்தோ ஒரு விசில் சத்தம் கேட்டது. பனைக்குப் பின்னாலிருந்து ஒருவனும், ஈச்சம்பற்றைக்குப் பின்னாலிருந்து ஒருவனுமாய் இரண்டு ஆமிக்காறர், பெடித் தரவளிகள்தான். மற்ற நாலு பேரையும் ஏதோ அரைகுறையாய்க் கேட்டுவிட்டு விட்டவர்கள், கார்த்தியைப் பிடித்துக்கொண்டார்கள். இவர்களுக்குச் சிங்களம் தெரியாது, அவர்களுக்குத் தமிழ் தெரியாது. இவர்களுக்குத் தெரிந்த அரைகுறை இங்லீஷும்கூட அவர்களுக்கு இல்லை. கடலைக் காட்டி, அதைக் கடப்பது போல் கையைக் காட்டிக்காட்டி, என்னவோ சொன்னார்கள். 'இந்தியா' என்ற ஒரு சொல்லு வந்தபோதுதான் வெளித்தது. "நோ, நோ, வீ ஆர் ஃப்ரொம் சிலோன், ஜஃப்னா, அல்லிப்புலம் . . .

ஸ்ருடன்ற்ஸ் . . ." என்று சொல்லக்கூடியதெல்லாம் திருப்பித் திருப்பிச் சொல்லி எல்லோரையும் சேர்த்து ஒரு வட்டம் கையால் காட்டி, "ஃபிரெண்ட்ஸ், ஃபிரெண்ட்ஸ்," என்று கெஞ்சாக் குறையாய்க் கத்தி, விடுபடுவதற்கு அரை மணித்தியாலமாயிற்று.

அன்றோடு, கடற்கரைப் பயணங்கள் சரி.

இனி என்ன செய்யலாமென்று யோசித்தபோது, 'நேரமிருந்தால் மனமில்லை, மனமிருந்தால் நேரமில்லை' என்று நாயும் கல்லுமாயிருந்த ஒரு விஷயம் நினைவு வந்தது. இப்போது இரண்டும் இருந்தன. ஆறண்ணையிடம் சொன்னான். "நல்ல வேலை," என்றான், அவன். உடனேயே தொடங்கினார்கள். ஒரு பெரிய பழைய அலுமாரி முழுக்க அடைத்திருந்த *கல்கி, விகடன், கலைமகள், சுதேசமித்திரன்* எல்லாம் வெளியே வந்தன. "எல்லாம் ஒழுங்கா இருக்குமா எண்டதுதான் கேள்வி," என்றான் ஆறண்ணை. "இருக்கும். இதுக்குள்ளைதான் எல்லாம் போடுறது." சித்தனுக்கு நம்பிக்கை இருந்தது. சஞ்சிகை வாரியாகப் பிரித்து, பிறகு அவற்றை ஆண்டுவாரியாக அடுக்கி, தேதிப்படி ஒழுங்காக்கி . . . எல்லாமாக எண்ணூறுக்குக் கிட்டமுட்ட இருந்தன பிரதிகள். கிழித்துச் சேர்க்கிற வேலை அடுத்த நாள் தொடங்கிற்று. ஒவ்வொன்றாக எடுத்து, அவற்றைத் தைத்திருந்த கம்பி ஊசிகளைப் பத்திரமாகக் கழற்றி, ஒவ்வொரு தொடரையும் தனித்தனியாகக் கிழித்து அடுக்கி . . .

தொடர்கதைகள் என்று புறப்பட்டு, சிறுகதைகள், கட்டுரைகள், தகவல்கள் என்று எதையுமே எறிய மனமில்லாதிருந்தது. விளம்பரங்களை விட மற்றெல்லாமே ஏதோ ஒரு பிரிவில் அடங்கின. ஒவ்வொரு தொகுப்பையும் தனித்தனியாக அடுக்கி, சரி பார்த்து . . . அறுபத்தேழு புத்தகங்கள்! இப்போது ஒரு பிரச்சினை, இவ்வளவையும் எப்படிக் கட்டி முழுப் புத்தகமாக்குவது? முன்பு ஒருமுறை இப்படிக் கிழித்துச் சேர்த்த சிலவற்றை அச்சுக்கூடமொன்றில் கொடுத்து, மட்டை போட்டு 'பைன்ட்' செய்வித்து எடுத்திருந்தான் சித்தன்.

இம்முறை, "நாங்களே கட்டுவம்," என்றான் ஆறண்ணை.

"என்னெண்டடா? குத்திக் கட்டத் தெரியாதே, எங்களுக்கு?"

"எனக்குத் தெரியும்."

ஆறண்ணை வீட்டிற்குப் பக்கத்திலிருக்கும் செல்வராசா, அச்சுக்கூடத்தில்தான் வேலை செய்கிறார். அவர் வீட்டுக்குக் கொண்டுவந்து செய்யும் வேலைகளில் ஆறண்ணை உதவி செய்வானாம். அப்படியே பழகிவிட்டது. பிறகு கேட்டான், "அவர் எந்த அச்சுக்கூடத்திலை வேலை செய்யிறார்,

தெரியுமா?" கேட்டுவிட்டுச் சொன்னான். "தின்னவேலியிலை! அறுபத்தொண்டிலை, சத்தியாக்கிரக காலத்திலை தமிழரசு தனித் தபால் முத்திரை அச்சடிச்சது, அந்த அச்சுக்கூடத்திலைதான்!"

அடுத்த நாள் வரும்போது எழுத்தாணிபோல ஒரு பெரிய ஆணி, நூலைக் குத்தி இழுக்கத் தானே செய்த இன்னொரு நீள ஊசி, இரண்டும் கொண்டுவந்தான். ஒரு பெரிய நைலோன் நூல் பந்து, தட்டுப் பொல்லு, தட்டுப்பலகை – இவற்றை சித்தன் கொடுக்க வேண்டியிருந்தது. இரண்டு கிழமைகளில், அறுபத்துச் சொச்சம் புத்தகங்கள் அலுமாரியில் இடம் பிடிக்க ஆயத்தமாகின.

○

அந்த நாட்களில்தான் ஒரு பின்னேரம் சித்தனிடம் வந்தபோது கார்த்தி கேட்டான். "ஒரு நல்ல படம் வந்து ஓடுதாம்... போவமா? மலையாளப் படம்."

"மலையாளமா? எது, 'செம்மீ'னா? வந்திட்டுதா?" சித்தன் கேட்டான், "எங்கை ஓடுது?"

"அதுதான். இப்ப இரண்டு நாளாச்சாம். 'றீக'லிலை."

"நாளைக்குப் போவமாடா?"

"இல்லை," என்றான் ஆறண்ணை. "நாளையிண்டைக்குப் போவம். நாளைக்குத்தான் புத்தக வேலை முற்றாகும். முடிச்சிட்டுப் போவம்."

"அதுக்குள்ளை படம் போயிடும்," என்றான் கார்த்தி.

"போகாது."

அடுத்த நாளுக்கு அடுத்த நாள் மூவரும் போனார்கள். அதற்கடுத்த நாளும் போனார்கள். அப்போது நளனும் மணிவாசகமும் சேர்ந்துகொண்டார்கள். மூன்றாம் தடவை சித்தனும் ஆறண்ணையும் போனார்கள்.

"படமெண்டா, இதுதான்ரா படம்," வழமைபோல வரவர வழியெல்லாம் பேசிக்கொண்டே வந்தார்கள்.

"ஏதோ, எங்கட மட்டிக்குளிக் கடற்கரையிலை நடக்கிற மாதிரி இருக்கு."

"மலையாளம் விளங்குமோ எண்டு பயந்த நான், ஆனா, எங்கட தமிழ் மாதிரித்தானே இருக்கு!"

"ஆறண்ணை?" என்றான், சித்தன்.

“என்ன ?”

“எங்கட கிராமஃபோனைச் சரிப்பண்ண வேணும்.”

“என்ன இருந்தாப்போலை ?”

“எனக்கிந்தப் பாட்டெல்லாம் வாங்கி வைச்சிருக்க வேணும், போட்டுப் போட்டுக் கேக்க வேணும் எண்டு இருக்கடா” சித்தன் தொடர்ந்தான். “முக்கியமா அந்த ‘கடலின் அக்கரை போனோரே,’ ‘மானஸ மைனே வரூ,’ இரண்டும்.”

“நல்ல சோக்கான பாட்டுகள்தான்,” ஆறண்ணை ஒப்புக் கொண்டான்.

றெக்கோட் எடுப்பது எப்படி? கஸ்தூரியார் வீதியில் ஏ.கே. மாமா கடையைத் தேடிப்போனான். அவர் இல்லை, வேறு யாரோ இருந்தார்கள். அவர் எங்கே என்று கேட்கவும் தயக்கமாயிருந்தது. கடையில் இருந்த இளம் ஆளுக்கு ‘செம்மீன்’ என்ற பெயர் கேள்விப்பட்டதாயில்லை. ‘சுலைமான் கண்டு அன் கோ’விலும் யாரோ புது ஆட்கள்தான் நின்று கொண்டிருந்தார்கள். அவர்களுக்குச் ‘செம்மீ’னைத் தெரிந்திருந்தது. ஆனால் பாட்டில்லை.

“அதுகள், இங்கினை இராது. கொழும்பிலை சிலவேளை இருக்கும், அல்லது இந்தியாதான்.”

○○○

2.6

சிப்பித்திட்டி, சித்தனுக்கு வலு பழக்கமான இடம். அல்லிப்புலத்திற்குத் தெற்கே அடுத்த ஊர். தாண்டினால் மட்டிக்குளி. அமைதியான பரவைக் கடலும், கரையோடு தென்னந் தோப்புகளுமாய் அவனை எப்போதும் மட்டிக்குளி ஈர்த்திருக்கும். கரைக்குச் சமாந்தரமாக ஓடுகிற தார் கழன்ற றோட்டுக்கு இந்தப்பக்கம் வீடுகள். வெள்ளை மணலும் பூவரச வேலிகளுமான சிறிய காணிகளுக்குள் நறுக்கான வீடுகள். ஆங்காங்கே வேலிகளில் விரித்து உலர்த்திய வலைகள், தாண்டும்போது கடல் மணம் வீசும். பூவரசு நிழல்களின் கீழ், கட்டைகளின் மேல் கவிழ்த்தும் நிமிர்த்தியும் வைக்கப்பட்ட ஓரிரு சின்ன வள்ளங்கள், பராமரிப்பு வேலைகளைப் பார்த்திருக்கும்.

கிடுகோ, தகரமோ, தட்டை ஓடோ, அப்போதான் தலைகாட்டிய அஸ்பெஸ்ரேஸோ வேய்ந்த கூரைகளுடனான அந்தக் குடியிருப்பு, சிப்பித்திட்டி சந்தை வரை வந்திருந்தது.

சிப்பித்திட்டி, பெரிய சந்தை. நாலு பத்து ஊர்ச் சனங்கள் தேடிவருகிற இடம். பெரிய மரக்கறிச் சந்தையின் மறு புறம் மீன் சந்தை. அயலூர்களிலிருந்து தோட்டத்து விளைபொருட்கள் காலையில் மட்டும் வந்தாலும், சந்தை கலைய மாலையாகி விடும்.

சிப்பித்திட்டிச் சனங்கள் நல்ல சனங்கள். வம்பு தும்புக்குப் போகாத அப்பாவிகள். தாங்களும் தங்கள் தொழிலும் என்று இருக்கிறவர்கள். உயிரைப் பணயம் வைத்து உழைக்கிற பிரயாசிகள். ஊர்ப்

பெடியன்களிடை சித்தனுக்கு நல்ல கூட்டாளிகளிருந்தார்கள். வீரவாகு, ஆறிலிருந்து ஓ.எல். வரை பழையபுலம் பள்ளியில் ஒன்றாய்ப் படித்தவன். அமிர்தலிங்கம், அப்புத்துரை, மயிலு, நல்லநாதன் எல்லாரும் அவனின் சிநேகிதத்தால் நண்பர்களானவர்கள். இளம் வயதிலேயே தொழிலுக்குப் போனதில் உரமேறிவிட்ட உடம்பும் உள்ளமும்.

வியப்பான விஷயம் ஒன்றினையும் சிப்பித்திட்டியில் சித்தன் கண்டிருக்கிறான். அது எப்படி என்று மாரியப்புதான் ஒரு நாள் சொன்னார். வழுக்கை தட்டிய நடுமண்டையும், அதைச் சுற்றிய சிலுப்பாவின் வெண்மையும்தான் மாரியப்புவுக்கு அறுபதுக்கு மேலே என்பதை நம்பவைத்தன. கட்டை, தொக்கையான ஆள். இடுப்பில் வெள்ளை வேட்டியும், மேலே போர்த்த வெள்ளைத் துவாயும். துவாயை மீறித் தெரியும் மேலெல்லாம், படர்ந்து நரைத்த ரோமம். மாரியப்பு, அனுபவம் வாய்ந்த ஒரு ட்றைவர். அந்தக் காலத்தில் பெரிய பஸ் கொம்பனியாயிருந்த 'நொதேர்ண் லைன்ஸ்'ல் பஸ் ஓடியவர், என்று சொல்வார்கள். மாரிமுத்துவாக இருந்த அந்தக் காலத்தில் ஷேட் போட்டிருப்பாரோ தெரியாது. பிறகு வேலையை விட்டுவிட்டு, சொந்தமாக ஒரு பழைய 'ஒஸ்ரின் ரென்' காரை வாங்கி வைத்துக்கொண்டு, வாடகைக்கு ஓடத் தொடங்கினார். அல்லிப்புலத்தில் கூட, கதிரமலை, ராசரத்தினம், ஆட்களின் கார்களைப் பிடிக்க முடியாத நேரங்களில் மாரியப்புவின் காரைப் பிடிக்க அல்லிப்புலத்து ஆட்கள் தயங்கியதில்லை.

'ஹயறிங் கார்' ஓடியதற்கப்பால், மாரியப்பு இன்னுமொன்று செய்தார். 'ட்றைவிங் லைஸென்ஸ்' எடுக்க விரும்பியவர்களுக்கு காரோட்டப் பழக்கினார். அப்படித்தான் சித்தனுக்கும் மாரியப்புவுக்கும் அறிமுகம் ஏற்பட்டது. ஏ.எல். சோதனை எடுத்துவிட்டு இருந்த நாட்களில், 'கார் பழகலாம்' என்று சித்தன் முடிவெடுத்தான்.

நெற்றியில் திருநீறும் சந்தனப்பொட்டும் இல்லாமல் மாரியப்புவை ஒருபோதும் காணமுடியாது. அவர் காரினுள்ளுங்கூட 'டாஷ்போர்ட்'டின் மேலே, நட்ட நடுவில் ஒரு சின்னஞ்சிறிய வெள்ளி வேல் பொருத்தியிருக்கும். ஒவ்வொரு நாளும் காலையில் கார் துடைத்த பிறகு, அந்த வேலுக்கு ஒரு பூ வைத்து, அதன் முன்னால் ஒரு சந்தனக்குச்சி கொளுத்திச் சொருகிவைப்பார். அது புகைக்கிறதோ இல்லை புகைத்து முடித்துவிட்டதோ, மாரியப்புவின் காருக்குள் எப்போ ஏறினாலும் சந்தனக்குச்சி மணக்கும்.

சாந்தன்

மாரியப்புவுக்கு மட்டுமில்லை, சிப்பித்திட்டியார் எல்லோருக்குமே கடவுள் நம்பிக்கை அதிகம். “கடலிலை இறங்கினா, கரையைக் காணுமட்டும் கடவுளைத்தான் காணுவம், தம்பி. எங்கட பெண்சாதி பிள்ளையளும் நாங்கள் கரையேறும் மட்டும் அப்பிடித்தான்” என்று மாரியப்பு ஒரு நாள் சொன்னார். சின்ன வயதில், ‘ட்றைவிங்’ பழக முதல், அவரும் தகப்பன், சகோதரங்களோடு கனகாலம் கடற்தொழிலுக்குப் போய்வந்தவர்தான். “என்னைப்போல அப்ப தண்டு வலிக்க சிப்பித்திட்டியிலை ஆளில்லைத் தம்பி!” என்று அந்த நினைவில் ஒரு சிரிப்பு.

அம்மன் கோவில் கொடியேறித் திருவிழா நடக்கும்போது, சிப்பித்திட்டிக்கென்று ஒரு நாள் இருந்தது. எட்டாந் திருவிழா. மற்றெந்தத் திருவிழாவிற்கும் குறையாமல் தங்கள் திருவிழா நடக்க வேண்டுமென்பதில் ஊரின் ஆண்பெண், குஞ்சு குழந்தை எல்லாருக்கும் ஆர்வம். பகல் திருவிழா, இரவுத் திருவிழா, இரண்டிற்கும் எல்லோரும் குளித்து முழுகித் திருநீறும் சந்தனமுமாய் கோவிலே கதி என்று நிற்பார்கள். அன்றைக்குத் தொழிலுக்குப் போகிறவர் எவருமிராது. சமையல்கூட முற்றுமுழுதாய் ஆரதக்கறிதான்.

“உயிரை விட்டு உழைச்ச காசை இப்பிடி வாணம், வெடி, ஸ்பீக்கர், எண்டு செலவழிக்குதுகளே” என்று சித்தன் ஒருதரம் சொன்னபோது, ஆறண்ணை சொன்னான், “அப்பிடி வறட்டுத்தனமா நாங்கள் பாக்கக் கூடாதடா. இதுகளையும் விட்டா வேற என்னதான் இருக்கு வாழ்க்கையிலை? அந்தச் சனங்களுக்கு ஒரு நம்பிக்கை, திருப்தி, சந்தோஷம், சுயமரியாதை, எல்லாம் கிடைக்குது எண்டால், இதுகளிலை என்ன பிழை? செய்திட்டுப் போகட்டும். இனி, கோயில்களை அண்டிய மற்றத் தொழில்களை நம்பியிருக்கிறவங்களும் பிழைக்கத்தானே வேணும்!” ஆறண்ணையின் வாதங்களை ஒப்புக்கொள்வதா விடுவதா என்ற குழப்பம் நெடுநாட்கள் இருந்தது சித்தனுக்கு.

வருஷா வருஷம், சூரன் போருக்குச் ‘சாமி காவு’வது சிப்பித்திட்டி ஆட்கள்தான். அவர்களைப்போல் எவராலும் அது முடியாது. முருகன், சூரன் இரண்டு பேரையும் சுமக்க ஒவ்வொரு பக்கமும் ஒரு நேரத்தில் பத்துப் பேராவது தேவை. ஐந்தடிக்கும் குறையாமல் முறுகிய கொம்புகளுடன் மூர்க்கமாய் நிற்கும் ஆட்டுக்கடா மேல் அல்லது பாய்கிற பெரும் வெண்புரவி வாகனத்தின் மேல் ஆரோகணித்து வரும் சுப்பிரமணியர், அவரோடு வரும் ஐயர், இருவரும் ஒரு பக்கம். அதேபோல ஏழடிக்கும் குறையாமல் அதற்கேற்ற உடற்கட்டோடு

சூரபத்மனும், உருட்டும் பெரு விழிகளுடன் மாற்றிமாற்றி மாயங்காட்டுகிற அவன் தலைகளை ஆட்டவென்றே அருகில் ஏறி நிற்பவரும், மறுபக்கம். கனத்து நீண்ட வாகனக் கொம்புகள் இவ்விரண்டு, இவர்களைக் காவும். இரண்டு பக்கத்தாரையும் தூக்க வேண்டும், சுமக்க வேண்டும், வெளிவீதி சுற்றிவர வேண்டும். அதிலும் சண்டை உக்கிரங் கொள்ளக்கொள்ள சூரன் படும்பாடு சொல்லிமுடியாது. முன்னால் ஓடிவந்து, சட்டென்று பக்க வாட்டில் ஓடிப் பதிந்து, சரிந்து, குறி பார்த்து, மீண்டும் நிமிர்ந்து. இதெல்லாம் ஒரு தரம் அல்ல. சூரனின் போர் யுக்தியைப் பொறுத்துப் பல தடவைகள் இடம்பெறும். சூரனின் ஓட்ட சாட்டங்கள் இயல்பாய் அமைவதற்காக அவனை அப்படி முன்னும் பின்னும் பக்கவாட்டிலும் கொண்டு ஓடுபவர்கள் வேர்த்து விறுவிறுக்கப் படும் பாடு, அருகில் நின்றாலொழியத் தெரியாது. இவையெல்லாம் அவர்களுக்கு ஒரு வீர விளையாட்டே போல் சவாலாயும் சந்தோஷமாயும் இருந்தன என்பதும், குவிந்து போயிருக்கிற சனங்களின் நடுவில் மறைந்துபோயிருக்கும்.

அதிலும் சூரன் போர் நடக்கிற அந்தக் கார்த்திகை, யாழ்ப்பாணத்தில் அடைமழை மாதம். அம்மன் கோவிலடியின் பரந்த வெளிவீதியில்தான் ஊர் வெள்ளம் எல்லாம் சேருவது. வெள்ளம் நின்றாலும் கூடப் பரவாயில்லை, போரை ஆவேசமில்லாமல் அதற்குள் மெல்ல நடத்தி முடித்துவிடலாம். ஆனால் அப்படியில்லாவிட்டால்தான் ஆபத்து. எந்த இடத்தில் சேறிருக்கும், எதிர்பாராமல் சறுக்கும், என்றெல்லாம் சாமி காவுபவர்கள் பார்த்து ஓட முடியாது. "அதெல்லாம் அவனுக்குத் தெரியும்," என்றுவிட்டு, வேட்டியைக் கொடுக்காய் இறுக்கியபடி கொம்பைக் குனிந்து, "எங்கை, ம்ம்? . . . முருகா!" என்று தூக்கினால், அடுத்த ஒரு மணித்தியாலத்தில் ஒரு நொடியாவது அவர்கள் தரித்துவிட முடியாதிருக்கும். இவற்றை அவர்களால்தான் செய்ய முடிந்தது.

அடியில் ஒரு சூலமோ வேலோ இல்லாத பெருமரங்கள் எதுவும் சிப்பித்திட்டியிலிருக்கவில்லை. வைரவர், முருகன், முத்துமாரி, என்று காலை – மாலைகளில், சங்கோ சேமக்கலமோ, அல்லது இரண்டுமோ, உரத்தொலிக்க அந்தந்தத் தெய்வங்களை ஆதரிக்கிறவர்கள், கைமணி அடித்துப் பூசை செய்வார்கள். அயலட்டைச் சனமெல்லாம் கூடும். மாரியப்புகூட வீட்டின் முன்னால் ஒரு வேல் வைத்துப் பூசை செய்கிறவர்தான்.

மாரியப்பு கார் பழக்கும்போது இடையில் இரண்டு ஊர் தாண்டிக் கல்லு வெளிக்குத்தான் கூட்டிக்கொண்டு போவார். ஆனால், "அதெல்லாம் தெரிஞ்ச இடம், நெடுகப் பாக்கிறது.

மண்கும்பான் பக்கம் போவம், அந்தத் தூரத்துக்கான காசைத் தாறன்." என்று சொன்னான், சித்தன். சித்தனோடு ஆறண்ணை, கார்த்தி இருவரும் முஸ்பாத்தியாகச் சேர்ந்து போவார்கள். பட்டணந் தாண்டிப் பண்ணைத் தாம்போதியில் கார் இறங்கியதுமே, தன் இடத்தை மாற்றிக்கொண்டு 'ஸ்ரியறிங்'கை அவன் கையில் கொடுத்துவிடுவார் மாரியப்பு. "இதென்ன தம்பி, இந்தத் தாம்போதி கட்டி இப்ப ஒரு ஆறேழு வருசந்தானே. அதுக்கு முதல், அங்காலை ஆக்கள் போறதெண்டா மச்சுவாயிலைதான் போறது. வாகனங்களெண்டால், மிதக்கிற பெரிய 'பாதை'யிலைதான் போகவேணும். அப்பெல்லாம் மச்சுவாயிலை போறதெண்டா ஆயக்காசு ஒரு ஆளுக்கு இரண்டு சதமோ மூண்டு சதம். நாங்கள் இதாலை வாறேல்லை, எங்கட தோணியிலை அப்பிடியே போடுவம்."

போக்குவரத்து அதிகமில்லை. பரவைக் கடல்நீர் இரண்டு பக்கமும் மெல்லத் தளும்பிக் கரைகளின் கற்களில் மோதித் தெறித்தது. வானும் கடலுமாய் விரிந்துகிடந்த பெருவெளி. நடுவில் தெரு நீண்டு கிடந்தது.

"அண்டைக்குக் கேட்டியெல்லோ, தம்பி?" மாரியப்பு மடியிலிருந்த வெற்றிலைச் சரையை எடுத்துப் பிரித்தவாறே கேட்டார்.

"என்ன?" சித்தனுக்கு என்ன, எப்போ கேட்டேனென்று புரியவில்லை. "எங்கட ஊரிலை சில பேர் ஏன் அப்பிடி இருக்கினமெண்டு?"

"எப்பிடி?"

"செம்பட்டைத் தலை . . ."

செம்பட்டை மயிர், அல்லது பூனைக்கண், அல்லது நல்ல வெள்ளை நிறம் என்ற ஒவ்வொன்றோடும் சிற்சிலபேரை சிப்பித்திட்டியில் சித்தன் கண்டிருக்கிறான். "ஓ?"

"அது உனக்குச் சொன்னா என்ன, தம்பி? அந்தப் போத்துக்கீசப் பறங்கி . . . யள்தான் காரணம்! அந்த நாயள்!" சித்தனுக்குப் புரிந்தது. மாரியப்புவின் கோபத்தின் நியாயமும்.

"சில அப்பாவிப் பெண்புரசை வெருட்டி, வில்லங்கப் படுத்தி, அலங்கோலம் பண்ணி!" தலையை நீட்டி வெற்றிலைச் சாற்றை வெறுப்புடன் துப்பினார்.

"பண்ணாத பாவம் இன்னுந் தொடருது." ஒரு நிறுத்தலுடன் தொடர்ந்தார். "ஆனா வரவரக் குறையுது."

“குறைஞ்சிடும்,” என்றான் சித்தன். “போகப்போகத் தெரியாமல் போய்விடும்.”

என்றாலும், இருந்திருந்து விட்டு எப்போதோ ஓரொரு தரம் அது வெளிப்படக்கூடும் என்றது மரபியல் பற்றிய அவனுடைய அரைகுறை அறிவு. சித்தன் அதைச் சொல்லவில்லை. பிறகு ஒரு சின்னச் சிரிப்போடு மாரியப்பு சொன்னார், “அந்தச் சேட்டையையும் அவளொரு வீரி இல்லாமல் பண்ணிப் போட்டாள் எண்டு, எங்கட ஆக்கள் சொல்லுறவை.”

“எப்பிடி ?”

“ஒரு நாள் சேட்டைக்கு வந்த ஒருதனுக்கு வளமா எல்லாத்தையும் சேர்த்துப்பிடிச்சு நெரிச்ச நெரியோட பிறகு ஒருத்தனும் அந்தப் பக்கம் வரேல்லையாம்!” மாரியப்பு மெல்லச் சிரித்தார்.

ooo

2.7

குஞ்சர் வளவு வெறும் வெளி வளவு. ஆறு பரப்பு. எங்கும் மரங்களும் பனங்கூடல்களுமாய் மூடிக்கிடக்கிற இந்தச் சுற்றாடலில், குறிஞ்சிலித் தோட்ட வெளி போல் அது இருந்தது, உச்சி மயிரின் நடுவில் சின்னதாய் ஒரு நீள்சதுரத்தை வழித்துவிட்ட மாதிரி. புதுவீட்டுக் காணிக்குப் பின்னாலிருந்த இளையவியின் வளவு, அது. பெண்சாதி பிள்ளைகளோடு குடும்பமும், குறிஞ்சிலியில் தோட்டமும் என்று ஒழுங்காய் இங்கு தன்பாட்டிலிருந்த இளையவிக்கு, வன்னியில் காணி எடுத்துக்கொண்டு கமம் செய்கிற ஆசை வந்து விட்டிருந்தது. முத்தரையன்கட்டுக் குடியேற்றத் திட்டத்தில் அரசாங்கக் காணி கிடைத்ததும் அதற்குள் சின்னதாக ஒரு கல்வீடு கட்டுகிற யோசனை. காசு வேணும். ஊரில் காணியை விற்கலாம். 'அரசனுக்காகப் புருசனை விடாதை' என்று எல்லோரும் பேசினார்கள். இளையவி கேட்பதாயில்லை. காணியையும் யாரும் கேட்பதா யில்லை. கடைசியில் இளையவி பெத்தாச்சியிடம் வந்து, "நாச்சியார், இதிலை வேறை ஆரன் வந்தாலும் உங்களுக்கும் கரைச்சல்தானே? நீங்களே கடவுள் நியாயத்துக்கு ஒரு காசைத் தந்திட்டு எடுங்கோணை." என்று நின்றுகொண்டார். சீட்டுக்காசு, ஒருசோடிக் காப்பு விற்ற காசு, கொஞ்சம் கைமாற்று என்று உருட்டித் திரட்டி அதை வாங்கினா, பெத்தாச்சி.

அதில் 'மரம்' என்று பெயர் சொல்ல, நாலு கறி முருங்கைகள். வளவின் நடுவில், இளையவியின்

வீடாயிருந்த மண்பிட்டியின் முன்னால் சரிந்து படர்ந்தபடி நின்றன. 'உலாந்தாக்காய்' என்ற மதிப்பு அவற்றுக்கிருந்தது. காய்க் காலத்தில் காயும், மயிர்கொட்டிக் காலத்தில் மயிர்கொட்டிகளுமாய் விளைவித்துக்கொண்டிருந்த மரங்கள் அவை. மழை தொடங்கினால் பத்தே நாளைக்குள் முழங்கால் வரை மண்டிவிடும் பூடு. கஞ்சாங்கோரையும், காய்விளாயும், குப்பை மேனியுமாய் முளைத்து மூடிவிடும். என்றாலும், கோடைகளில் மைதானமாய் விரிந்துகிடக்கும்.

பள்ளிச் சோதனைகள் முடிந்த கோடைகால முன்நிலா நாட்களில் சித்தனுக்கும் நண்பர்களுக்கும் பிடித்த இடம் அது. நிலவின் முன், சோழகத்தின் வேகத்தில் ஒன்றையொன்று துரத்தி விரையும் மேகப் பிசிறுகளைப் பார்த்தபடி புற்தரையில் போவதே தெரியாமல் போகும் பொழுது. நிலாப்பாட்டுகள் ஒவ்வொன்றாய் நினைவில் வரும். 'அமுதைப் பொழியும் நிலவே,' 'ஆஹா இன்ப நிலாவினிலே,' 'வாராயோ வெண்ணிலாவே,' இந்த இசைத்தட்டுக்கள் எல்லாம் சித்தனிடம் இருக்கின்றன.

"பாட்டுப் பெட்டியைக் கொண்டுவந்து வைச்சுப் போடுவமா," என்று ஆறண்ணை ஒருநாள் கேட்டான். "போடா, ஒரு சத்தமும் இல்லாத இந்த இராவிருட்டிலை இதிலை வைச்சுப்போட்டால், சும்மா ஒலிபரப்பி மாதிரி ஊரெல்லாம் குளறும்!" கார்த்தி சொன்னது சரியாய்ப்பட்டது சித்தனுக்கும்.

ஆனால், இரண்டு மூன்று நாள் கழித்து, அதே நேரத்தில், அதே இடத்தில், அவர்கள் பேசிக்கொண்டிருக்கும்போது எங்கோ பாட்டுக் கேட்டது. ஒலிபெருக்கி அல்ல, கிட்டத்தான், யாரோ.

இந்த நேரத்தில் எந்த வானொலி நிலையத்திலும் படப்பாட்டுகள் இல்லை. கிராமஃபோனா?

"ஆரோ பாட்டுப்பெட்டி போடுறாங்களோடா?" கார்த்தியும் அதையே கேட்டான்.

"பாத்தீங்களா, நீங்கள் அண்டைக்குப் பயந்தீங்கள்! இப்ப ஆரோ போடுறாங்கள்." ஆறண்ணைக்குப் பதில் சொல்லாமல் சித்தன் கேட்டான், "இங்க கிட்டடியிலை ஆரிட்டையடா இருக்கு?"

"எங்கையாவது கலியாண வீடு, சாமத்திய வீடோ தெரியாது" என்றான் கார்த்தி. ஆனால், அது கலியாண வீடோ, சாமத்திய வீடோ, ஒன்றுமல்ல. தொடர்ந்தும் அடிக்கடி கேட்கலாயிற்று.

"தவத்தின்ர தமையன் ராசுதான் போடுறது" ஒரு கிழமைக்குள்ளாகவே கண்டுபிடித்துச் சொன்னான் ஆறண்ணை.

“எங்கட தவமோ?”

சின்னவயதில் இவர்களோடு படித்தவன் தவம். தமையன் ராசு இப்போது மேசன் வேலை பழகப் போய்வருகிறான். இந்தக் காணிக்குப் பின்னால், ஒழுங்கைக்கு அடுத்த பக்கந்தான் வீடு.

“அந்தாள் நல்ல புதுப் பாட்டெல்லாம் போடுது. ‘செம்மீன்’ எங்கையாவது எடுக்கலாமோ எண்டு, தவத்தைக் கேட்டால் தெரியும்.”

○

தவம், ஒரு கிழமையிலேயே ‘கடலின் அக்கரை’ எடுப்பித்துத் தந்தான்! பாட்டைக் கேட்டபின் கூட சித்தனுக்கும் நண்பர்களுக்கும் நம்பவே முடியாமலிருந்தது.

○

சித்தன் மொறட்டுவைக்குப் புறப்பட முன்பே கமலநாதன் மாமாவுக்கு மீண்டும் இடமாற்றம் வந்துவிட்டது. நீர்கொழும்பு. பரவாயில்லை. ஆனால் இங்கே இந்த வீட்டை என்ன செய்யிறது? வெறுமனே விடக்கூடாது. யாரையாவது இருத்திவிட்டுத்தான் போக வேண்டும் என்று குஞ்சக்காவும் அவரும் ஆட்களைத் தேடினார்கள்.

அப்படி வந்தவர்கள்தான் பஞ்சவர்ணம் குடும்பம்.

“நல்ல ஆக்களைத்தான் கொண்டு வந்து இருத்தி வைச்சிருக்கு,’ எண்டு கதைக்கினம்.” என்றான், கார்த்தி.

“ஏனடா?”

தன் பயண ஆயத்தங்கள், அமளிகளோடு ஓடித் திரிந்தபடி இருந்த சித்தனுக்கு விளங்கவில்லை. “ஏன்? ஆர், பஞ்சவர்ணம்?”

“உந்தச் சனத்தின்ர கதை!” ஆறண்ணை கோபமாய்ச் சொன்னான், “ஏன் பஞ்சவர்ணம் இருந்தா என்ன பிழை?”

“ஏனடா? ஆர் பஞ்சவர்ணம்?” சித்தன் திரும்பவும் கேட்டான்.

“அந்த ஆள் ஒரு பாட்டுக்காரன்.”

“சங்கீத வித்துவானோ?”

“அப்பிடிச் சொல்லேலாது . . . பாட்டுகள் . . .”

“உன்னைப் போலை ஒரு கலைஞன்!” கார்த்தி, ஆறண்ணையோடு பகிடி விட்டான். “அதுதான் உனக்குக் கோபம் வருகுது.”

“ஆந்த ஆள் இரட்டைக் குளத்து ஆள் எண்டு சொல்லினம். நான் கேள்விப் படேல்லையே?”

“ஆளை அதிகம் தெரியாதுதான், அதோட இப்ப அதிகம் பாடுறதும் இல்லை.”

“சரி, அந்த ஆள் வந்திருக்கிறதிலை என்ன பிழை?”

“அந்த ஆளிலை பிழை இல்லை.” ஆறண்ணை சொன்னான், “மனுசிக்குத்தான் நொட்டை சொல்லுதுகள், சனம்.”

“ஏன்? மனுசிக்கு என்ன?”

“மனுசி முந்தி டான்ஸ் ஆடினதாம்.”

ஒன்றுமாய் விளங்கவில்லை.

“வடிவாச் சொல்லனடா அவனுக்கு?” என்ற கார்த்தி, சித்தனைக்கேட்டான். “முந்தி, நாங்கள் சின்னதா இருக்கேக்குள்ளை, சில கோயிலுகளிலை சின்ன மேளம் ஆடினது எண்டு நீ கேள்விப்படேல்லையே?”

“ஓ . . .” விளங்கிய மாதிரி இருந்தது. “சின்ன மேளக்காரி, அவள் செக்கச் சிவந்த நாரி” சுப்புக் கிழவன் அந்தக் காலத்தில் தண்ணி போட்டுவிட்டு மாவடிச் சந்திப் பழங் கடைப்படியிலிருந்து கலவான் ஓட்டால் தாளந் தட்டித்தட்டிப் பாடுகிற பாட்டுகளில் ஒன்று சித்தனுக்கு நினைவு வந்தது.

“அதெல்லாம் அந்தக் காலம், எங்களுக்கே தெரியாது.”

“மேனகா எண்ட அந்த மனுசி, முந்தி ஆடினதாம்!”

“அதுக்கு இப்ப என்ன?”

“சரி, அப்ப ஆடினா என்ன?” என்றான் ஆறண்ணை, கோபந் தீராமலே. “இல்லை, இப்பவும் ஆடினாத்தான் என்ன?”

அடுத்த நாள் சைக்கிளில் வந்துகொண்டிருந்தபோது, தூரத்தில் வந்துகொண்டிருந்தவர்களைக் காட்டினான், ஆறண்ணை. “அங்கை பார், பஞ்சவர்ணமும் பெண்சாதியும்.” இரண்டு பேருக்குமே ஐம்பது வயதுக்கு மேல்தானிருக்கும். நல்ல வெள்ளை. இப்போது கஷ்டப்பட்டவர்களாய்த் தெரிவதற்கு முன்புங்கூட இரண்டு பேரும் மெல்லியவர்களாய்த்தான் இருந்திருக்க வேண்டும். அவருடைய சிலுப்பாதலை பாதி நரைத்திருந்தது. வேட்டி, வாலாமணிச் சட்டை, தோளில் சால்வை எல்லாமே வெள்ளையில். அவ ஒரு சாதாரண மஞ்சள் சேலை. முந்தானையால் போர்த்தபடி. எல்லாப் பெண்களையும்போல ஒரு கொண்டை, ஒரு குங்குமம். இவர்களைத் தாண்டியபோதும்

தலை நிமிரவில்லை. அவர் மட்டும் சித்தனை மட்டுக் கட்டியவராய் மரியாதையான ஒரு புன்சிரிப்புடன் தாண்டினார். சட்டெனச் சமாளித்துக்கொண்டு தலை ஆட்டிவிட்டு வந்தான்.

சற்றுத்தள்ளி வந்ததும், "நல்ல மரியாதையான ஆக்களாயிருக்கடாப்பா?" என்றான் ஆறண்ணையிடம்.

"நீ மகனைப் பார்க்க வேணும்!"

"ஏன்?"

"ஆள் ஒரு சாமிப் போக்கு. பழையகால முனிவர்கள் மாதிரி உச்சியிலை பெரிய குடும்பி. பய பக்தியான ஆள்போல கிடக்கு."

"உனக்குச் சட்டிச் சாமியாரை நினைவிருக்கோ?" சித்தன் கேட்டான்.

"ஓ... ஆனா, இவன் வலு இளம் ஆள். முப்பது மட்டிலைதான் இருக்கும். நல்ல அமைதி. நெடுக வேட்டிதான், சாரம், கழுசான் ஒண்டுமில்லை."

"அவனும் பாட்டோ?"

"இல்லை, ஒரு கடையிலை வேலையாம்."

"அப்ப, மூண்டு பேருந்தானோ?"

"மகன் சடங்கு முடிச்சிட்டான், அவன்ர பெண்சாதியும் ஒரு சின்னப் பிள்ளையும் இருக்குதுகள்."

"அப்ப ஏன் எங்கட சனங்கள் குத்தி முறியுதுகள்?"

ООО

2.8

மொறட்டுவைக்கு வந்து ஒரு வருஷமாகப் போகிறது. புதிய சூழல், புதிய வாழ்க்கை, புதிய நண்பர்கள். சித்தனுடைய தோற்றங்கூட மாறியிருந்தது. தலைமுடி அலையலையாய் அடர்ந்தபடி. மீசையை முழுதாக எடுத்துவிட்ட போது ஐயாவைப் போலிருந்தது. ஆளைப் பார்த்த எவரும் அவன் ஒரு 'தாவர பட்சணி' என்பதை நம்பத் தயாராயிருக்கவில்லை.

விரிவுரைகள் அநேகமாக நாலு, நாலரைக்கெல்லாம் முடிந்துவிடும். ஆய்வுக்கூட வேலை, களப்பயிற்சி என்றால் மட்டும் பிந்தும். எப்படியோ, எத்தனை மணியோ, கட்டுபெத்தை சந்தியில் அரை மணித்தியாலமாவது கழிக்காமல் போக முடிந்ததில்லை. அங்கேதான் 'விஜயா லொட்ஜ்' இருந்தது. தமிழ் மாணவர்கள் பேச்சில் சாப்பாட்டுக்கடை அல்லது 'விஜயா'. சிங்கள மாணவர்கள், உள்ளூர்ச்சனங்களின் பேச்சில், 'சைவர் கடை' அல்லது 'தோசைக்கடை'. கட்டுபெத்தை, குடுவமுல்ல, ரத்மலான, றாவத்தாவத்தை, மட்டுமன்றி, மோல்பே, லுணாவ, என்றெல்லாம் வாடகைக்கு அறை எடுத்துக்கொண்டிருந்து படிக்கும் தமிழ் மாணவர்கள் பலர் நம்பியிருந்த இடம். காலை, மதியம், இரண்டு வேளையும் கல்லூரிக்'கன்ரீன்'களை நாடலாமென்றாலும், இரவு உணவுக்குப் பாணுடனோ, மச்சக் கடைகளுடனோ சமாளிக்க முடியாதவர்கள் விஜயாவைத்தான் நம்ப வேண்டியிருந்தது.

இவர்களை விட, நாலுமணிக்குச் சந்தியெல்லாம் கமகமத்தபடி கண்ணாடி ஷோகேஸ்க்குள் பொன்னிறத்தில் மொறுமொறுவென்று காட்சி தர வருகிற உழுந்து வடைக்கென்று வருகிறவர்களும், "சாம்பாரு தியனவத?" என்று கேட்டு, அதற்காகவே தோசை சாப்பிட வருகிறவர்களும் இருந்தார்கள். எப்படியோ, அந்த நாலு மணிக்குத் தொடங்கினால், இரவு ஒன்பதரை, பத்து வரை கடையடியில் கலகலப்பிற்குக் குறைவில்லாமலிருந்தது.

சித்தன், லக்ஷபதியில் அறை எடுத்துத் தங்கியிருந்தான். லக்ஷபதி, இரண்டு கிலோமீற்றர் தொலைவு. இன்னும் ஒரு கிலோமீற்றர் போனால் அங்குலான. அங்கு ஒரு ரெயில்வே ஸ்ரேஷன் இருந்தது. கோட்டை, வெள்ளவத்தை, எங்கிருந்தென் றாலும் வந்து விட வசதி. ஊரிலிருந்து சைக்கிளை எடுத்து வைத்துக்கொண்டதால் தினசரி கல்லூரிப் போக்குவரத்து பிரச்சினையில்லாமலிருந்தது. அறையிருக்கும் வீட்டோடே சாப்பாடு. அதுவும் அவனுக்கு முட்டையோ, மாசிக் கருவாட்டுத்தூளோ கூடக் கண்ணிற் காட்டாத முழுச் சைவமாகத்தர ஒப்புக்கொண்டிருந்தார்கள். அப்படியே தந்தும் வந்தார்கள். காலையில் சாப்பிட்டுவிட்டுப் புறப்படும்போதே மதிய உணவையும் கொண்டு போய்விடலாம். யாழ்ப்பாணத்தில் வீட்டில் சாப்பிடுகிற மாதிரியே சுவை, சுதந்திரம் எல்லாம்.

விஜயாவிற்குப் போக வேணுமென்ற அவசியமேயில்லை, சித்தனுக்கு. அங்கு ஏதாவது சாப்பிட வேணுமென்றோ, தேநீராவது அருந்த வேணுமென்றோ தேவையோ ஆவலோ வருவதற்குக்குக்கூட அவனிருந்த வீட்டுக்காரர்கள் இடம் வைக்கவில்லை. என்றாலும், அவன் விஜயா அருகிற்குப் போகாமல் ஒரு நாளும் அறைக்குத் திரும்பியதில்லை. நேரே போனாலுங் கூட, திரும்பி ஒருதரம் வந்துதான் போனான்.

கடையின் முன்னால் தமிழ்ப் பெடியன்கள் கூட்டம் எப்போதுமே நிற்கும். அவர்களோடு நின்று முஸ்பாத்தி பண்ணுவதிலும் சித்தனுக்குப் பெரிய ஆர்வம் இருந்ததில்லை.

விஜயாவில் ஒரு ரேடியோ இருந்தது. 'குறுண்டிக்'. நாலு பாண்ட். அது முதலாளியின் மேசைக்குப் பின்னால், மேலே கைக்கெட்டுகிற உயரத்தில், எப்போதும் 'ஓம்' என மின்னும் ஒற்றை பல்பும், வாடாமலே தெரிகிற மல்லிகை மாலைகளும், நூராது புகைக்கும் ஊதுபத்திகளுமாய் இருக்கிற சாமிப் படத் தட்டிற்கு அடுத்த தட்டில், ஒருபோதும் துஞ்சாது, தன் பச்சைக் கண்ணை விழித்தபடி இருந்தது. 'முதலாளி' என்று மனதில் படிந்திருக்கிற உருவத்திற்குச் சற்றும் பொருந்தாதவராய் ஒரு

'பெடித் தரவளி' போல இருந்தார், முதலாளி. கன்ன உச்சி பிரித்து இழுத்த தலையும், நெற்றியில் சந்தனக் கீற்றுமாய், நட்புறவு மின்னுகிற முகம். பெடியன்கள் எல்லோரும் "அண்ணை," என்றுதான் அழைத்தார்கள். "ரவி அண்ணை." கறுவல் என்று சொல்லமுடியாத நிறம். மலை நாட்டுக்காரர். நாவில் தமிழும் சிங்களமும் ஒரே வாலாயத்துடன் நடமாடும்.

தின்பண்டங்கள் வைத்து மூடியிருந்த உயரமான கண்ணாடி அலுமாரியின் மேல் இருந்த ஒரு பளபளக்கிற அழகான சிறிய மரப்பெட்டியை முதலில் பார்த்தபோது, "இது 'றீடிஃப்யூஷ'னா?" என்று கேட்டான் சித்தன். நாலைந்து ஆண்டுகளுக்கு முன்னர் கண்டியில் அதைக் கண்டிருக்கிறான். அதற்கு முன்போ, பின்போ, வேறெங்குமோ கூட, அதைப் பார்த்ததில்லை. அப்போது ஐயா அங்கே வேலை பார்த்துக் கொண்டிருந்தார். ஜி.ஸி.ஈ. ஓ.எல். சோதனை முடிந்த கையோடு ஒருமாதம் 'ஊர் பார்க்கப்' போய் நின்றபோது, ஐயாவின் அறையில் மட்டுமல்ல, அங்கிருந்த வீடுகளெல்லாவற்றிலுங்கூட றீடிஃப்யூஷன் பெட்டிகள் இருந்தன. தெரு நீளம் போய்க்கொண் டிருந்த வயரில் தொடுத்திருந்தார்கள். ரேடியோபோல ஏரியல், அன்ரனா, டயல் என்றெதுவுமில்லாமல், ஒலிபரப்பைத் தெரிவு செய்ய ஒரேயொரு திருகு குமிழ் மாத்திரம்.

"இல்லை," கொஞ்சம் புரியாத பாவனை தெரிய, "இது ஸ்பீக்கர்," என்றார், விஜயா முதலாளி. ரேடியோவின் அந்த வெளிப்புற ஸ்பீக்கர் தெருவைப் பார்த்து இருந்தது. தெருவெல்லாம் தமிழ் முழங்கச் செய்கிற பெரும் பணி அதனுடையது என்பது மாலை நேரங்களில்தான் புரியும். மூன்று மணிக்கு 'இலங்கை ஒலிபரப்புக் கூட்டுத்தாபனம், வர்த்தக சேவை'யோடு, விஜயாவிலும் தொடங்குவார்கள் போலும். ஆறு மணிக்கு அது முடிந்ததும், மீற்றரை மாற்றிவிட்டால், ஆறிலிருந்து ஏழு வரை 'ஆசிய சேவை.' இரண்டிலுமே நல்ல படப் பாட்டுக்கள். அநேகமாய்ப் புதிய பாட்டுக்கள். பழசும் வரும். மாறிமாறிப் பரீட்சைகள், படிப்பு, வெளியூர் வாழ்வு என்று ஓடிக்கொண்டிருந்த ஓட்டத்தில், முன்புபோலப் பாட்டுக்களைக் கேட்பதற்கே முடிந்ததில்லை. பாட்டுத் தவண்டைதான் விஜயாவை நோக்கி அவனை இழுத்துக்கொண்டிருந்தது. சின்னதாய் ஒரு 'ற்றான்ஸிஸ்ரர்' வாங்கியிருக்கலாந்தான். ஆனால், 'அது படிப்பைக் குழப்பும்' என்று பலரும் சொன்னதுபோல சித்தன் தானும் நம்பினான். இதுவென்றால், ஒரு கட்டுப்பாடு. அரைமணித்தியாலத் தோடு சரி. ஆட்களைப் பார்க்கிறதாகவுமிருக்கும்.

அதற்கு முன் கேட்டிராத பல புதிய பாடல்களை சித்தன் விஜயாவில் கேட்டான். எந்தப்படம், யார் நடித்தது,

எப்போ வெளிவந்தது என்ற பின்னணித் தகவல்கள் ஒன்றுந் தெரியாமல் பாட்டுக்கள் அறிமுகமாகின. முன்பென்றால் படம் வரமுதலே, ‘பேசும் படம்’ பல தகவல்களைத் தந்துவிடும். மற்ற சஞ்சிகைகளிலும் பார்க்கச் சிறிய அளவில், பளபளக்கும் காகிதத்தில், பக்கமெல்லாம் படங்களோடு மாதாமாதம் சென்னையிலிருந்து சினிமாவுக்காகவே வந்துகொண்டிருந்தது, அது. பேப்பர்க்கார பரமகுரு மாமாதான் மற்ற சஞ்சிகைகளோடு அதையும் கொண்டுவந்து போடுவார். இதைவிட, உண்மையாகவே ‘பேசும்பட’மாகத் தங்கவேலும் இருந்தான். இப்போது பாட்டைப் பாட்டாகவேதான் கேட்க நேர்கிறது. நாளடைவில் விபரங்கள் பின்னணிகள் தெரியும்போது, பாட்டுப் பழசாகிவிடுகிறது.

கடையிலிருந்து சற்று விலகி, ஏதாவது பூட்டியிருக்கும் இன்னொரு கடை முன்னால் போய்நின்று சைக்கிளில் சாய்ந்தபடி அல்லது இன்னுங் கொஞ்சம் தள்ளிப்போய், டி ஸொய்ஸா பார்க்கின் கட்டை மதிலில் உட்கார்ந்து, ஆறுதலாகக் கேட்கலாம். என்ன, அந்த அரை மணித்தியாலத்தில் விளம்பரங்களைத் தவிர்த்து, ஆக மிஞ்சிப் போனால் ஐந்து பாடல்கள்தான் சந்திக்கும். ஒவ்வொரு தடவையும் போகிறபோது சித்தன் விஜயாவில் இரண்டு சொக்ளேற் வாங்கிக்கொள்வான். ஒரு ரூபாய். ஒரு ரீக்கும் வடைக்கும் உரிய காசு.

பாட்டுகள் மட்டுமல்ல, படங்களும் பார்த்துப் பலகாலம். அதற்கெல்லாம் எங்கே நேரமிருந்தது? நேரமிருக்கிற நேரங்களில் ஆர்வமிருப்பதில்லை. இரண்டுமிருந்தால் நல்ல படங்கள் ஓடிக் கொண்டிருப்பதில்லை. மூன்றும் ஒரே நேர்கோட்டில் சந்திப்பது ஓராண்டிற்கும் மேல் சாத்தியமின்றிப் போயிற்று. அதன்பின் ஒரு நாள், ‘பிரஜாசல’வில் ‘தேவதாஸ்’ ஓடுவதாகச் சொன்னார்கள்.

பிரஜாசல, கொத்தலாவலபுரவில் இருந்தது. கொத்தலாவலபுர, கட்டுபெத்தை சந்தியிலிருந்து வடக்கே, கொழும்புப் பக்கமாக ஒன்றரை – இரண்டு கிலோமீற்றர் வரும். காலி வீதியிலேயே, விமான நிலையச் சந்திக்கு முன்னால் இருந்தது, அது. பிரஜாசலவில் படங்களும் காட்டினார்கள். அனேகமாக சிங்களப் படங்கள். இப்போது தேவதாஸ் வந்திருக்கிறது.

தேவதாஸ் பழைய்ய படம். மிகச் சின்ன வயதில் அதைப் பார்த்த ஞாபகமும் புகையாய்த் தெரிந்தது. பாட்டுக்கள் எல்லாமே அப்போது வீட்டிலிருந்தன. ‘சந்தோஷம் தரும் சவாரி போவோம்.’ ‘ஓஓ, தேவதாஸ் . . . ஓஓ பார்வதி’ இரண்டுமே அவனுக்கு வலு விருப்பம்.

‘உலகே மாயம்...’ ‘உறவுமில்லை, பகையுமில்லை...’ இரண்டும் கேட்கும்போது நல்லாக இருந்தாலும், ஏதோ, என்னவென்றில்லாத, அந்தரமாகவும் இருக்கும். அப்போதெல்லாம் அந்த முதலிரண்டு பாட்டுக்களையும் திருப்பித்திருப்பிப் போடுவான்.

‘கட்டாயம் ஒருதரம் ‘தேவதாஸ்’ பார்க்க வேணும்.’

❍

அடுத்த நாள் இரவு, பார்த்துவிட்டு டி மெல் றோட்டில் திரும்பியபோது அந்த ஒன்பதரைக்கே கூடச் சன நடமாட்டங் குறைந்திருந்தது. என்னவென்றறியாத ஒரு பூண்டின் பூ வாசனை – இல்லை, அது பாம்பின் வாசம் என்றும் தர்மபால ஒரு நாள் சொன்னான் – சூழ்ந்துவர, சைக்கிளை மிதித்துக்கொண்டிருந்த அவனுள் டைனமோவின் “கிர்ர்.” ஒலிப் பின்னணியோடு பார்வதியும் தேவதாசும் பாடிக்கொண்டேயிருந்தார்கள்.

ஓஓஓ . . . தேவதாஸ் . . .
ஓஓ . . . பார்வதி . . .
படிப்பு இதானா ? . . .

தூரத்தூர மெல்லிய மஞ்சளாய் அனுங்கிக்கொண்டிருந்த தெரு விளக்குகளைத் தோற்கடித்த அரையிருளைப்போல் என்னவென்றில்லாத ஒரு சோகம் அவனைக் கப்பியிருந்தது. ‘வீட்டுக்காரரை மினைக்கெடுத்துகிறேனே,’ என்ற உறுத்தலுடன் அவசர அவசரமாய்க் குளித்துவிட்டு, சாப்பாட்டு மேசையின் முன், பத்துக்கு முதலே உட்கார்ந்தாயிற்று.

சற்றுத் தள்ளிப் பேப்பர் படித்துக்கொண்டிருந்த பீரிஸ் அங்கிள் “எப்படி மகனே, படம்?” என்று புன்னகைத்தார்.

“படிக்கிறவர்கள் இப்படிப் படம் பார்த்தால் நல்லாய்த்தானிருக்கும்.” சாப்பாடு எடுத்து வைத்தபடி சொன்ன அவர் மகளின் அந்தப் பெரிய கண்கள் குறும்புச் சிரிப்போடு அவன் கண்களில் நிலைத்து மீண்டன. இடுப்பைத் தாண்டி இறங்கிய பின்னலோடு தேவதைபோல் இருந்தாள், மதுரா.

‘படிப்பு இதானா?’ அவனுள் ஒலித்தது.

‘அந்தப் பாட்டும் கதையும்போல வேண்டாம்’ என்று மனதை உதறிக்கொண்டான். ‘இதென்ன ஒரு நாளுமில்லாத மூட நம்பிக்கை,’ என்றுமிருந்தது. இப்போது கொஞ்ச நாட்களாக மனம் பாடிக்கொள்கிற ஒன்றை மீட்க முனைந்தான். ‘பழகுந் தமிழே, பார்த்திபன் மகனே, அழகிய மேனி சுகமா?’ இரண்டு மாதங்களுக்கு முன் லேசான தடிமனும் காய்ச்சலும் வந்தபோது, இந்தப் பெண் மருந்தென்றும் கஷாயமென்றும்

தன்னைப்படுத்திய பாட்டைப் பார்த்து அதிசயித்ததிலிருந்து அவனுள் மீண்டும் மீண்டும் ஒலிக்கத் தொடங்கிய பாடல் அது.

சின்ன அம்மம்மானின் நினைவு இப்போது ஏன் வருகிறது? அவர் மனைவியின் ஊர்கூட மொறட்டுவ என்றுதான் அம்மா சொல்லியிருந்தா.

○

சின்ன அம்மம்மானை சித்தன் கண்டதில்லை என்றாலும், கொழும்பில் வேலைக்குச் சேர்ந்த புதிதில் அவர் எடுத்துக்கொண்ட புகைப்படத்தை அம்மா காட்டியிருக்கிறா. 'ஃபுல்ஸூட்'டில், கைகள் வைத்த ஒரு கதிரையில் காலுக்கு மேல் கால் போட்டபடி கம்பீரமாகச் சாய்ந்து, சிரித்தபடி இருக்கும் அந்த இளைஞனின் பரந்த முகம் அவனுக்கு வலு ஞாபகம். நல்லநாச்சிப் பூட்டியின் பிள்ளைகள் எல்லோருமே கிட்டத்தட்ட ஒரு சாங்கந்தான். பொது நிறந்தான். சின்னம்மம்மானுக்கு இப்போது அவ்வளவு வயதிராது. அம்மா சொன்னதன்படிக்கு அறுபத்து நாலு, அறுபத்தைந்துதான் இருக்கும். இங்கே வந்த நாள் தொட்டுத் தெருவில் போகிற வருகிறவர்கள், அல்லது கடைகளில் காணுகிறவர்கள் யாராவது, சின்ன அம்மம்மானின் சாயலோடு தென்படுகிறார்களா என்று அவன் கண்கள் தேடுவது ஒரு பழக்கமாகவே ஆகிவிட்டிருந்தது. சிலவேளை அது ஒரு முட்டாள் தனமாகவும் படும். மொறட்டுவ எந்தளவு பரந்த பிரதேசம். அதில் அவர் குடியேறியது எங்கென்று யாருக்குந் தெரியாது. அப்படிக் குடியேறியிருந்தாலும் இந்த இருபத்தைந்து முப்பது வருஷங்கள் இங்கேயேதான் இருப்பார்களென்று யாருக்குத் தெரியும்?

சின்ன அம்மம்மானுடைய பிள்ளைகளுக்கும் நாற்பதுக்குள்தானிருக்கும். அவர்களிலுங்கூட அவருடைய சாயல் எவ்வளவு இருக்கப்போகிறது ? அம்மா அறிந்தமட்டில் அவருக்கு இரண்டு பிள்ளைகள். அதுவும் ஐயா ஒருதரம் கொழும்புக்குப் போன சமயம், அங்கிருந்த அல்லிப்புலத்து ஆட்கள் யாரோ தற்செயலாக சின்ன அம்மம்மானை அறிமுகஞ்செய்து வைக்க நேர்ந்தபோது அவர் சொன்னது:

"அவர் வலு நல்ல மனுசன். தங்கட வீட்டை வந்திட்டுப் போகச் சொல்லி நாலஞ்சு தரம் சொன்னார். நான்தான் 'இன்னொரு வேளை வாறன்' எண்டு சொல்லிப் போட்டு வந்தன்."

"அவருக்கு விளங்கியிருக்கும், 'மாமியாருக்குப் பயந்த மருமகன்' எண்டும் நினைச்சிருப்பர்!" என்று அம்மா சொன்னபோது ஐயா சத்தமில்லாமல் வடிவாகச் சிரித்தார்.

அம்மாவும் கூடவே சிரித்தா. "உம்மட அம்மா," ஐயா மாமியாரைப் பற்றிச் சொன்னார், "அந்தச் சிங்களப் பிள்ளையை இன்னொரு மகள்போல வளர்த்தா. பிறகு இதுக்கேன் மாறு? அப்பிடித்தானே இதுவும்?"

"சின்னம்மம்மான் வேலையிலை சேர்ந்து கொழும்புக்கு வந்ததும் நான் பள்ளிக்கூடத்திலை சேர்ந்ததும் ஒரே வருசந்தான். அஞ்சாம் வகுப்பு வரை எங்களோடதான் இருந்தவர். பிறகொரு நாள் அம்மம்மான் யாழ்ப்பாணத்திலையிருந்து வந்தார். அவரும் பெத்தாச்சியும் சேர்ந்து, இரவு முழுக்கத் தம்பியாரோடை வாதம் பண்ணிக்கொண்டிருந்தினம். அடுத்த நாள் கந்தோராலை பாட்டா மாத்திரந்தான் வந்தார். ஒரு கிழமை முழுக்கப் பெத்தாச்சி நினைச்சு நினைச்சு அழுது கொண்டிருந்தா," என்று அம்மா சொல்லியிருக்கிறா, "சின்ன அம்மம்மான் பாவம். அவரை இப்பிடி எல்லாருமாக ஒதுக்கியிருக்கத் தேவையில்லை."

யார் ஒதுக்கியது?

பாட்டா கனகசபைக்கு இதெல்லாம் ஒரு பொருட்டாயிருந்திராது. கொழும்பிலேயே வெள்ளைக்காரன் கொம்பனியோடு இருபத்தைந்து வருசம் வேலை பார்த்தவர். இந்தப் பிரிவுகளைப் பெரிதாக எடுத்திருக்கமாட்டார். சின்ன மச்சான்காரனைத் தன் கொம்பனியிலேயே வேலைக்குக் கொண்டு போய்ச் சேர்த்தவரும் அவர்தான் என்றும், மச்சினன் உறவிலும் மேலாக, நண்பர்கள் மாதிரிப் பழகியவர்கள் இருவரும் என்றும் அம்மா சொல்லியிருக்கிறா. அப்பு, இதொன்றும் பார்க்காதவர். 'எல்லாம் கடந்த ஏகப் பெருவெளி' என்று சேதரம்மான் அப்புவைப் பற்றிப் பகிடி வெற்றியாகச் சொல்லுவார். ஆச்சியைப் பொறுத்தளவில் அப்பு சொல்வதை விட வேறு வேதவாக்கு ஒருபோதும் இருந்திருக்கப் போவதில்லை. அப்படியானால் மூத்த தமக்கையும் தமையனுந்தானே? ஏன்?

ஐயா கேட்டது போன்ற ஒரு கேள்வியை சபாபதி மாமா கேட்டபோது, அம்மம்மான் சொன்னது சித்தனுக்கு ஞாபகம் இருக்கிறது.

"அது வேறை சங்கதி, சபாபதி. என்னதானிருந்தாலும் பிஞ்சி எங்கட குடும்பத்துக்குள்ளை வரேல்லை. அதோடை, அவள் கிட்டத்தட்ட எங்களைப் போலதான், கண்டிப் பிள்ளை. புத்த சமயம். ஆனா இது, இனம், சமயம், சாதி, எல்லாம் மாறான ஒரு பொம்பிளையை குடும்பத்துக்குள்ளை சேர்க்கிறதெண்டா எண்டால், என்னெண்டு சபாபதி?" அவர் இழுத்த விதத்தைப் பார்த்தால், கொஞ்சம் நெருக்கியிருந்தால் தம்பியின் கல்யாணத்தை அவர் ஏற்றுக்கொண்டிருப்பார் போலவும் இருந்தது.

“அது மட்டுமில்லைக் காரணம்,” அம்மா, பிறகொருதரம், சொன்னா, “தங்கடை சொல்லைக் கேளாமல் இப்பிடி ஒரு காரியத்தைத் தன்பாட்டிலேயே செய்திட்டார் எண்டும் தமையனுக்குந் தமக்கைக்கும் வெப்பியாரம். சின்னம்மானும் வலு ரோசக்காரன். ‘தான் கட்டினவளை மதிக்காத இடத்திலை தனக்கும் அலுவலில்லை,’ எண்டு ஒதுங்கிக்கொண்டார்.”

“அதன் பிறகு ஒருதரும் அவரைச் சேர்க்க யோசிக்கேல் லையோ?”

“எல்லாம் தன்பாட்டிலை சரிவரும், சரிவரும், எண்டு எல்லாரும் இருந்தினம். எல்லாம் அப்பிடியே இறுகி, மறந்தும் போச்சு!”

❍

சின்னம்மம்மானை, அல்லது அவரது பிள்ளைகள் யாரை யாவது, எப்போதாவது, தான் சந்திக்க நேர்ந்து ...

பீரிஸ் அங்கிள் வீட்டில் தன் அறையில் உட்கார்ந்து, அந்தச் சணைத்துக் கவிந்திருக்கும் தென்னங் கூடல்களை ஜன்னலூடாகப் பார்த்தபடி ஓடவிடும் நினைவுகளில் இதுவும் ஒன்றாக இருந்தது. சினிமாத்தனமான அந்தக் கற்பனைகள் அவனுக்கே சிரிப்பைத் தந்தன.

ஆனால், அதுவரையில் எப்படியோ ஒரு விஷயத்தை அவனால் அறிய முடிந்திருந்தது. பீரிஸ் அங்கிளுக்குத் தெரிந்த எவரிலும் அப்படித் தமிழ் இரத்தமெதுவும் அண்மையில் கலந்திருக்கவில்லை!

❍

2.9

முதல் வருசம் முடிந்து விடுதலைக்கு வீட்டுக்கு வந்தபோது, தம்பி முருகனுக்கு ஜி.ஸி.ஈ. ஓ.எல். பரீட்சை வந்துகொண்டிருந்தது. படிப்பு மும்முரம். பள்ளி நேரங்களிலும் கூடுதல் நேரம் ரியூஷன் களில் கழிந்துகொண்டிருந்ததைப் பார்த்தபோது சித்தனுக்கு வியப்பாக இருந்தது. அம்மாவும் முருகனுந்தான் வீட்டில். ஐயா மட்டக்களப்பில் வேலை என்பதால் இரண்டு கிழமைக்கொரு தரம்தான் வந்துபோக முடிந்தது. பெத்தாச்சி நல்ல பலவீனமாகப் போயிருந்தா. சித்தனின் படிப்பு முடிகிற வரையில் அவ இருந்தால் பெரிய விஷயம்.

இவர்கள் குழுவில் எவனும் ஊரில் இல்லை. நந்தன் பேராதனை மருத்துவக் கல்லூரியில் மூன்றாவது வருசம். படிப்பு மும்முரம். அவனைக் கண்டே எவ்வளவு காலம்! வட்டண்ணை, சிலாபம், புத்தளம், பக்கங்களில் கட்டடக் கொன்ட்றாக்ற் எடுத்திருந்தான். இரண்டு இடங்களுக்குமிடையில் தன்னுடைய பி.எஸ்.ஏ. மோட்டார் சைக்கிளில் ஓடித் திரியவே அவனுக்கு நேரம் போதாது. தங்கவேலு, கிளிநொச்சியோடு போய்விட்டான். காணி எடுத்துக் கமம் செய்கிறான், கலியாணமும் முடித்து விட்டான் என்றும் கேள்வி. தமையன் சண்முக அண்ணைதான் வந்திருந்தபோது அதுகளைச் சொல்லியிருந்தார். அப்புவின் காலத்துக்குப் பிறகு, அந்தப் பழைய பிணைப்புகளெல்லாம் தளர்ந்து விடுபட்டுக் கொண்டிருந்த வேளையில், சண்முகம் 'லொறி பழகி,' லைஸென்ஸ் எடுத்திருந்தார். யாழ்ப்பாணம் ரவுணில் பெரிய கடைகளில் ஒன்றான

‘பட்டணம் ஸ்ரோர்’ஸில் அவர்களின் பெரிய லொறியைக் கொழும்புக்குக் கொண்டுபோய் சாமான்கள் ஏற்றி வருகிற வேலை. பிறகு, எப்படியோ, தானே ஒரு லொறி வாங்கிக்கொண்டு, பெண்சாதியின் ஊரான வவுனியாவில் குடியேறிவிட்டிருந்தார். மூத்தண்ணை, கல்வித் திணைக்களத்தில் கணக்காளர் பணியில்.

ஆறண்ணை குடும்பத்திற்கு, இங்கே மாமன் தம்பிராசா வீட்டாரின் பிரச்சினைகள் தாங்கமுடியாமல், அவர்களுடன் ‘அண்டளிக்க’ முடியாதென்று இரட்டைக் குளத்தோடு போய்விட்டிருந்தார்கள். அங்கே ஆறண்ணையின் தகப்பன் தில்லையம்பல மாமாவின் வீடு இருந்தது.

ஆறண்ணை, இவ்வளவு காலமும் ஊரோடு, வீட்டோடுதான் இருந்தாலும், ‘இந்தியாவுக்குப் படிக்கப் போக வேணும், போகப் போகிறேன்.’ என்று நெடுகச் சொல்லிக்கொண்டிருந்தவன். இப்போது திடீரென்று போய்விட்டிருந்தான். சித்தன் வந்தபோது ஆளில்லை! அவன் போகும்போது தனக்கு ஒரு போஸ்றகாட் கூடப் போடவில்லையே என்றிருந்தது, சித்தனுக்கு. ‘ரேடியோ மெக்கானிஸம் படிக்கிறதுக்காகச் சென்னைக்குப் போனான்,’ என்று அவன் வீட்டில் சொன்னார்கள்.

“அங்கேயிருந்து கோடம்பாக்கத்தின் கதவுகளைத் தட்டிப் பாக்கிறவங்கள் போதாதெண்டு, இங்கயிருந்து இந்த முட்டாள், தானும் போயிருக்கிறான்போல” என்று, சித்தன் பிறகு கார்த்தியிடம் சொன்னான். “அவன்ர றிஸல்ற்ஸோட அருமந்தாப்போல ஒரு நல்ல அரசாங்க வேலை எடுத்திருக்கலாம். பேயன்!”

“எத்தினை தரம் அப்ளிகேஷன் போடு, போடு எண்டு சொல்லியிருப்பம்?” ஆறண்ணையின் மேல் வந்தது கோபமா, பரிதாபமா என்று அவர்களுக்கே தெரியாமலிருந்தது. சாதாரணமான குடும்பந்தான். தில்லையம்பல மாமா தோட்டம் செய்தார். ஓழிந்த நேரங்களில் சுருட்டுக்கும் போவார். நல்ல பிரயாசைக்காரன். ‘சுருட்டுப் பத்துறது’ ஒன்றைவிட வேறெந்த வேண்டாத பழக்கமுமில்லை. நல்ல பயபக்தி. அவருடைய குடும்பமே காலையில் குளித்துத் தோய்ந்து ‘தீட்சை வைக்காமல்’ எந்த வேலைக்கும் வெளிக்கிடமாட்டார்கள். ஆறண்ணையின் தாயும் வலு நறுக்கு. ஒரு தம்பி. மூத்தபிள்ளையென்று இவனை நோகாமல் பார்த்தார்கள்.

‘பெரியராசா பிழை விடமாட்டான்’ என்ற அவர்கள் நம்பிக்கையை ஆறண்ணை இதுவரையில் பொய்யாக்கியதே யில்லை.

“உனக்கு அறிவிக்காமல் எப்பிடிப் போனவன்?” சித்தன் அவர்கள் வீட்டுக்குப் போயிருந்தபோது ஆறண்ணையின் தாய்க்கும் வியப்பாயிருந்தது.

“ஏதோ தலைமன்னார்க் கப்பலுக்கு அவசரமெண்டுதான் ஓடினவன். இனி ஆறுதலாக் கட்டாயம் கடிதம் போடுவான்” என்றான் கார்த்தி.

“உங்கட மகன், மலையாளத்து மருமகளோடதான் வந்திறங்கப் போறான்!’ எண்டு இஞ்ச சனமெல்லாம் பகிடி பண்ணுது,” ஆறண்ணையின் தாய் சொன்னா.

“அவ சொன்ன விதத்தைப் பாத்தா, அப்பிடி வந்தா அவவுக்குச் சந்தோஷம் போலதான் இருக்கு!” திரும்பிவரும்போது கார்த்தி சிரித்தான்.

❍

‘றிற்ஸ்’ பொரளையிலிருந்தது. அங்கேதான் ‘ஜான்வர்’ ஓடுவதாகச் சொன்னார்கள். சித்தன் அதிகம் ஹிந்திப் படங்கள் பார்த்ததில்லை. ‘ஜனக் ஜனக் பாஜல் பாஜே,’ ‘கங்கா ஜமுனா,’ இப்படி சில. ‘மொகலே ஆஸம்’ ஹிந்தியிலும் பிறகு தமிழில் ‘அக்பர்’ ஆகவும் பார்த்தான். ‘அக்பர்’ யாழ்ப்பாணத்தில் கனகாலம் ஓடிற்று. அதில் எல்லாமே மனதைப் பிசைந்த பாடல்கள். அதிலும் அந்த ‘உந்தன் சபையில் எந்தன் விதியை…’ பாட்டு நினைவை விட்டுப் போகவே மாட்டேனென்றது. நீண்ட நாட்கள் இரவோ பகலோ எந்த நேரமும் அவனைத் தட்டிக் கொண்டிருந்தது. ‘காதல் கொண்டாலே, பயமென்ன.’ கூட நல்லாய்த்தானிருந்தது. இவற்றைவிட, ஹிந்திப் படங்களில் அவன் மனதில் பதிந்தது, ‘கங்கா ஜமுனா’வில் குதிரைகளும் ரயிலும் போட்டிபோட்டு ஓடுவதும், கதாநாயகன், ‘முன்னா, முன்னா,’ என்று கத்தியதும்தான். ஹிந்திப் படங்கள் யாழ்ப்பாணத்திற்கு அதிகம் வருவதில்லை. அவ்வப்போது வந்தன. இரண்டு மூன்று நாட்கள் ஓடிவிட்டு ஓடின. ஆனால் இவற்றுக்காகக் காத்துக் கொண்டிருந்து பார்த்தவர்களும் இருந்தார்கள். சங்கரலிங்கம் வந்த எந்த ஹிந்திப் படத்தையும் தவற விட்டவனில்லை. சனி, ஞாயிறு ‘மெற்னி’ நேரம் கிடைக்கா விட்டால், தன் கூட்டாளி மாமேஸையும் இழுத்துக்கொண்டு போய் இரவிரவாக ‘ஸெக்கண்ட் ஷோ’ ஆவது பார்த்துவிட்டு வந்துவிடுவான். ஹிந்திப்படங்கள் வரும்போது அநேகமாகக் காலைக்காட்சி அல்லது நள்ளிரவுக் காட்சியாகத்தான் அவற்றைத் தியேட்டர்காரர்கள் போட்டார்கள்.

சங்கரலிங்கம், மாமேஸ் இரண்டு பேரும் அல்லிப்புலத்தின் வடக்கிலிருந்தார்கள். அரிவரியிலிருந்தே சித்தனுடன் ஒன்றாகப் படித்தவர்கள். பழையபுலம் பள்ளிக்குப்போன வேளை அவர்களும் வந்துசேர்ந்தார்கள். என்றாலும், மாமேஸின் பெயர் சித்தனை நீண்ட காலம் குழப்பிக்கொண்டிருந்தது. அது உண்மையில் 'உமாமகேஸ்வரன்' என்று புரிந்தபோது ஐந்தாம் வகுப்புத் தாண்டியிருந்தது. ஆனால் சங்கரலிங்கத்தின் பட்டப் பெயர் சித்தனுக்கு இன்னமுந்தான் விளங்கவில்லை. அதை யார், ஏன், எப்போது வைத்தார்கள் என்பது சங்கரலிங்கத்திற்கே கூடத் தெரியாமலிருந்தது. இத்தனைக்கும் 'சாய்ப்பன்,' என்கிற அந்தப் பெயராலேயே அவன் எங்கும் எப்போதும் அறியப்பட்டிருந்தான். பள்ளி டாப்பில் மட்டுந்தான் சங்கரலிங்கம்.

சங்கரலிங்கம் ஒரு நாள் சித்தனிடம் வந்தான். அப்போது ஜி.ஸி.ஈ. ஓ.எல். சோதனைக்கு ஒரு வருசங்கூட இல்லை.

"மச்சான், உனக்கு எங்கட முத்து ஐயரைத் தெரியுமெல்லே?"

"ஓ?" என்றான், சித்தன்.

முத்து ஐயரின் மெய்யான பெயர் சம்புநாதக் குருக்கள். அல்லிப்புலத்தவர் என்றாலும் அவருடைய தமையன் வைத்தி ஐயர் என்கிற வைத்தியநாதக் குருக்கள் அம்மன் கோவிலைப் பார்த்துக்கொண்டதில், இவர் பழையபுலம் கோவில்களில் பூசகராக இருந்தார். பழையபுலம் அரசடிப்பிள்ளையார், அதோடு பள்ளிக்குக் கிட்ட இருந்த மனோன்மணி அம்மன் கோவில் இரண்டுமே பெரிய கோவில்கள். இரண்டின் பாடு பார்க்கவுமே அவருக்கு நேரம் சரியாயிருந்தது. ஊரில் ஆளைக் காண்பது அருமை. இங்கே புழக்கம் குறைவு.

முத்து ஐயர் நல்ல செந்தளிர்ப்பான ஆள். சிவலை. எப்போதும் முகத்தில் சிரிப்பும் நெற்றியில் சந்தனக் குறியும் பளிச்சிடும். நல்ல உயரம், அதற்கேற்ற மொத்தம். கொஞ்சம் நீளமான தலையில் முன் பாதியை மழித்துப் பின்பாதியை வளர்த்துக் குடுமியாய்க் கட்டியிருப்பார். வெள்ளை வேட்டிக்கும் உடம்பைப் போர்த்த சால்வைக்குமிடையில் பூணூல் தெரியத் தனது 'லேடீஸ் சைக்கி'ளில் பழையபுலம் போய்வருவார். அவருக்கு மூன்று நாலு பிள்ளைகள். மூத்தவன் சத்தியோசாதம். நல்ல காலம், எல்லோரும் அவனை அவன் பெயரின் முன் பாதியாலேயே கூப்பிட்டுக்கொண்டிருந்தார்கள். பின்பாதியால் மட்டும் கிண்டல் பண்ணுவதற்கு எதிரிகளே இல்லாத நல்ல பிள்ளை. வலு அமைதி. இவர்களுக்கு இரண்டு வகுப்பு முன்னால் படித்துக் கொண்டிருந்தவனுக்குப் படிப்பை நிறுத்திப்

✲ 218 ✲ சித்தன் சரிதம்

பூணூல் சடங்கு நடத்தியிருந்தார், முத்து ஐயர். தகப்பனுக்கு உதவியாய்க் கோவில் காரியங்களைப் பார்த்துவந்தான் சத்தி. அவனைக் கோவிலில் சந்திக்கும்போது 'ஐயா' என்றும், வெளியே காணும் போது 'சத்தி' என்றும் கூட்டாளிகள் கூப்பிட்டுவந்தார்கள். முத்து ஐயர், முதல் தாரம் இந்தியாவில் போய் முடித்து வந்தவராம். சத்தி பிறந்த பிறகு அந்த அம்மா தவறிப்போக, முத்து ஐயர் பிறகும் இந்தியாவுக்குப்போய் இரண்டாம் தாரம் முடித்துவந்தார் என்று சொல்வார்கள்.

"ஏன்?" என்று சங்கரலிங்கத்தை மீண்டும் கேட்டான் சித்தன்.

"ஐயாட்டை ஒரு அலுவல் கேக்க வேணும் மச்சான்."

"என்ன அலுவலடா?"

"பாடம் சொல்லித் தருவரோ எண்டு கேக்க வேணும்."

"பாடமோ?" சித்தனுக்கு ஒன்றும் விளங்கவில்லை.

"என்ன பாடம், சாய்ப்பர்?"

"ஹிந்தி."

"ஹிந்தியோடா? அவருக்கு ஹிந்தி தெரியுமெண்டு உனக்கு ஆர் சொன்னது?"

"ஹிந்தியிலைதானேடா அவர் பூசை பண்ணுறார்?"

சித்தன் சிரித்த சிரிப்பில் சங்கரலிங்கம் பயந்தே விட்டான்.

"என்னடா? என்ன?"

"மடையா, அது ஹிந்தியில்லை, சமஸ்கிருதம்."

"இரண்டும் ஒண்டு தானேடா? அவருக்கு விளங்கும்!"

"போடா பேயா, வேணுமெண்டாப் போய்க் கேட்டுப்பார்!"

சங்கரலிங்கம், தான் படிப்பதற்கு ஏன் வைத்தி ஐயரை விட்டுவிட்டு முத்து ஐயரைத் தெரிவு செய்தானென்றும், பிறகு முத்து ஐயரிடம் போனானா என்றும் தெரியவில்லை. ஆனால் பிறகு, சித்தன் படிப்புக்கென மொறட்டுவைக்கு வந்த காலங்களில் சங்கரலிங்கம் இங்கிலண்டுக்குப் போய்விட்டான் என்று சொன்னார்கள்.

❍

கட்டுபெத்தையிலிருந்து பொரளைக்கு நேரே வர முடியாது. பம்பலப்பிட்டியில் வந்திறங்கி, கிரிபத்கொட பஸ் எடுத்து,

சித்தனும் பாலித்தவும் பொரளை சந்தியில் வந்திறங்கினார்கள். பாலித்த ஃபெர்னாண்டோ கூடப் படித்துக்கொண்டிருந்தான். சிலாபத்துப் பெடியன். சிங்களம் தாய்மொழி என்று சொன்னாலும், தமிழும் நன்றாகப் பேசினான். பாலித்தவோடு பேசுகையில் நீர்கொழும்பு வரை உள்ளவர்கள் மிகச் சமீபகாலம் வரை தமிழே பேசிக்கொண்டிருந்தார்கள் என்று கேள்விப்படுவதெல்லாம் சரியென்றே படும். "அங்கெல்லாம் பல ஊர்ப்பெயர்கள் வேறு, அழகான தமிழில்தானே இருக்கின்றன?" என்று பாலிதவை ஒரு தடவை கேட்டபோது, "யாழ்ப்பாணத்திலுந்தானே சிங்களப்பெயரோடு சில ஊர்கள் இருக்கின்றன?" என்று திருப்பிக் கேட்டான். உண்மைதான், இதெல்லாவற்றையும் யாராவது எந்தச் சாய்வுமின்றி ஆராய வேண்டியிருக்கிறது.

பாலித்தவே ஒரு ஹிந்திப்பட நாயகன்போல் தானிருந்தான். ஹிந்திப்படப் பாட்டுக்கள் எல்லாவற்றையுமே பாடமாக்கி வைத்திருப்பானோ என்பதுபோல், எப்போதும் ஏதோ ஒன்றைப் பாடிக்கொண்டிருப்பான். அன்று கடைசி விரிவுரையை எப்படியோ 'கட்' பண்ணிக்கொண்டு வந்துங்கூட இருவரும் பொரளைச் சந்தியில் இறங்கும்போது ஆறு மணியாகிக் கொண்டிருந்தது. ஐந்து தெருக்கள் கூடுகிற அந்தப் பெரிய சந்தியில், அவ்வளவு வாகன நெரிசல்களிலும், தெருக்களைக் கடந்து கொட்டா ரோட்டுக்குப்போக வேண்டும். 'றிற்ஸ்' நல்ல வேளையாகத் தெருத் தொடக்கத்துடனேயே இருந்தது.

"இண்டைக்கு அவ்வளவு சனமிராது," என்றான் பாலித்த. "கடைசி நாள். இல்லையா?"

அதனால்தான் சித்தன் விழுந்து கட்டி இன்றைக்கு ஓடிவர வேண்டியதாயிற்று. பாலித்த ஏற்கெனவே ஒருதரம் பார்த்துவிட்டிருந்தான். சாய்ப்பரின் சிங்களப் பதிப்பு என்று சொல்லக்கூடிய அவன் இன்று வந்தது, சித்தனுக்காக மட்டுமல்ல. முதல் தரம் பார்த்துவிட்டு, பாட்டுக்களைப் பற்றிப் பாலித்த புளுகிய புளுகில்தான் 'இந்தப் படத்தை எப்படியாவது பார்த்துவிட வேண்டும்' என்று சித்தனும் இன்று புறப்பட்டு வந்திருந்தான்.

படத்தில் ஒவ்வொரு பாட்டாகக் கேட்டுக்கொண்டிருக்கும் போதே, பாலித்த சொன்னதில் புளுகேதுமில்லை என்று விளங்கிற்று.

ஒன்பதரைக்கு வெளியே வந்ததும், அந்த வெக்கை கழன்று குளிர் தழுவிய மகிழ்வுடன் மகிழ்வாக சித்தன் சொன்னான், "தாங்க்ஸ், மச்சான்!"

சந்தியில் இடது புறம் திரும்பி நடந்தார்கள். "இனி நேரடி பஸ் கிடைக்காது" என்றான் பாலித்த.

பம்பலப்பிட்டியில் வந்திறங்கியபோது, மொறட்டுவ பஸ் ஒன்று புறப்பட்டுக்கொண்டிருந்தது. ஓடிப்போய் ஏறினார்கள். முக்கால்வாசி இருக்கைகள் வெறுமனே கிடந்தன. கடைசி வரிசையில் தாராளமாக உட்கார்ந்தார்கள். வழியிலும் அதிகம் தரிக்காமல் விரைந்தது பஸ். கட்டுபெத்த போயிறங்கும் வரை அந்த அரைமணி நேரமும் கையில் வைத்திருந்த நாணயக் குற்றியால் சீற் கைப்பிடியில் தாளம் போட்டவாறு பாலித்த பாடிக்கொண்டே வந்தான்.

ஓஓஓ, தும்ஸே அச்சா கோன்ஹேய் . . .

ஒவ்வொன்றாக வந்தன பாட்டுக்கள்.

மேரே மொஹாப்பத் ஜவான் றஹெகி . . .

முகத்தில் அடித்த குளிர் காற்றும் பாலித்தவின் பாட்டும் ஒத்துப்போயின.

இறங்கிய போது காலி வீதி தெரு விளக்குத் தோரணங் களோடு, அகன்று அமைதியாய்க் கிடந்தது. 'விஜயா லொட்ஜ்' கதவுகளை மூடிப் பலகை போட்டுக்கொண்டிருந்தார்கள். 'வெலோனா'வின் ஆலைச்சங்கு சட்டென்று ஊதி ஓய்ந்தது.

"பரவாயில்லை, பத்தரைக்கு வந்திட்டம்" என்றான் பாலித்த.

"குட் நைற்" சொல்லி விட்டுத் தன் பாதையில் திரும்பும்போது சித்தன் கேட்டான். "மச்சான், இந்தப் படத்தின்ர பாட்டு றெக்கோட்கள் இங்க வந்திருக்குமா?"

"இருக்கும்" என்றான் பாலித்த. "கோட்டை, புறக்கோட்டையில்தான் போய்த் தேடிப் பாக்க வேணும்."

ஆனால், கோட்டை, புறக்கோட்டையில் எங்குமே அவை கிடைப்பதாயில்லை. இரண்டு சனிக்கிழமைகள் அலைந்தாயிற்று. சிலவேளை, சித்தன் தேடிப்போன கடைகள்தான் இப்போது இவற்றுடன் ஈடுபடுவதில்லையோ தெரியாது. அனேகமாக எல்லோரும் கொஞ்சம் பழைய இசைத்தட்டுக்கள் பற்றியோ, அல்லது புதிய 'ஸ்பூல் ரேப்' பற்றியோதான் பேசினார்கள்.

○

அடுத்த விடுதலைக்கு வீட்டுக்கு வந்திருந்த நேரம், ஒரு பகல் பட்டணத்தால் திரும்பிக்கொண்டிருந்தபோது சட்டென்று பொறி தட்டியது.

'போற வழியிலை பாத்திட்டுப் போறதிலை என்ன நட்டம்?' சைக்கிளைத் திருப்பினான். ஏ.கே. மாமா கடையையே காணவில்லை. ஏமாற்றமாயிருந்தது. இறங்காமலே மிதித்தான்.

'வின்ஸர்' சந்தியில் திரும்பிப்போகிற போக்கில் பார்த்தால், 'சுலைமான் கண்டு' கடை இருந்தது. திறந்துமிருந்தது. சைக்கிளைப் படியில் சார்த்திப் பூட்டிவிட்டு மேலேறினான். அவனுக்குத் தெரியாத ஆட்கள்தான் இப்போதும் இருந்தார்கள்.

"இருக்கு" என்றார்கள்.

"ஜான்வர்?" திரும்பவுங் கேட்டான்." ஒருக்காப் போடுங்கோ, பாப்பம்?"

போட்டார்கள். முன்னிசையிலேயே தெரிந்துவிட்டது, அதேதான்!

அடுத்த பக்கத்திலேயே 'மேரே மொஹாப்பத்.' தும் இருந்தது.

உண்மையில், தவத்திடந்தான் சொல்ல வேண்டுமென்ற எண்ணத்துடன்தான் சித்தன் வந்திருந்தான். அதற்குத் தேவையே வரவில்லை.

ooo

2.10

'ஃபைனல் எக்ஸாம்' முடிந்து வீட்டுக்கு வந்தபோது, ஒரு கிழமையாவதற்கு முன்பே திரும்பிப் போகவேணும் போலிருந்தது.

"கொழும்பிலைதான் வேலை வரும். இப்ப இருக்கிற இடத்தை விட்டிட்டு இனி பம்பலப்பிட்டிப் பக்கம் அறை தேட வேணும். வேளைக்குப் போனால்தான் சரி" என்று அம்மாவுக்குச் சொன்னபோது, பொய்தானே சொல்கிறேன் என்று உறுத்தலாயிருந்தது. அறை தேட வேண்டும் என்பது உண்மைதான், ஆனால் அது பெரிய அவசரமில்லை, தனபால் பார்த்து வைப்பான். உண்மையில் மதுராவை இப்போது விட்டுவிட்டு வருவதே சித்தனுக்குக் கஷ்டமாயிருந்தது. இனி அறையையும் விட வேண்டும். அதற்கு முதல் முடிந்தளவு அவளருகில் இருந்துவிட வேண்டும்.

ஆனால், மகன் சொன்னது அம்மாவுக்குக் கொஞ்சம் நிம்மதியாயிருந்தது. 'அந்த இடத்தை விட்டிட்டு இங்காலை வா,' என்று, தான் அடிக்கடி சொன்னதை இப்போதாவது செய்கிறானே.'

"எக்ஸாம் எப்பிடி?" என்று லீவில் வந்து நின்ற ஐயா வழமை போல் கேட்டார். "வடிவாச் செய்த நான்" என்றான். முதலிலிருந்தே படிப்பில் கவனமாயிருக்க வேணும் என்ற ஓர்மம் மொறட்டுவைக்கு வந்தபோதே வந்திருந்தது. வந்த பின் இன்னுமொரு காரணமும் தோன்றியிருந்தது: மதுரா.

ஊரிலும் வீட்டிலும் நிறைய மாற்றங்கள்.

பெத்தாச்சி மோசம் போய்விட்டா. அந்த வேளையில் தவிர்க்க முடியாமல் நில அளவைப் பயிற்சி முகாமுக்குப் போக வேண்டியிருந்தது. அதன் பிறகு இப்போதான் வருகிறான். கவலைதான் என்றாலும் கடைசித் தடவை வந்தபோது அவவோடு வடிவாகக் கதைத்துப் பேசிப்போன நினைவு ஆறுதலாயிருந்தது. ஐயா அடுத்த வருசம் யாழ்ப்பாணம் வேலை இடமாற்றலாகி வருகிறார். முருகனுக்கு இந்த வருசம் ஏ.எல். எக்ஸாம் முடிந்திருந்தது.

ஆறண்ணையும் இந்தியாவிலிருந்து திரும்பிவிட்டானாம். இரட்டைக் குளத்தில் அவன் போட்டிருக்கிற ரேடியோக் கடையை நாளைக்குப் போய்ப் பார்க்க வேணும். கார்த்தியும் குறிஞ்சிலியில் தோட்ட வெளியோடு ஒரு அரிசி மில் போட்டிருப்ப தாக எழுதியவன்.

பழைய புலம் – அல்லிப்புலம் – குறிஞ்சிலி தெரு அகன்றிருந்தது. மின் இணைப்புக்கள் ஆலடிச் சந்தியிலிருந்து கிழக்கிலும் கிளைகள் விட்டிருந்தன. பழைய புலத்திலிருந்து பட்டணம் வரை ஓடுகிற பஸ்கள் இப்போது ‘டபிள்டெக்கர்’ பஸ்களாகியிருந்தன. கொழும்பில், ‘கிளச்’ மாற்றும்போது அடைத்த தும்மல் ஒலியும், தூரப்போகையில் ‘ஈஈஈய்ய்ய்’ என்று மறைகிற இரைச்சலுமாய்க் கால்லி வீதியில் இங்கும் அங்குமாக ஓடித்திரிகிற அவற்றை இப்போது தங்கள் வீட்டு முற்றத்திலிருந்தே பார்க்கவும், கேற்றுக்கு சற்றுத்தள்ளி இருந்த நிறுத்தத்தில் மறித்து ஏறவும் சந்தோஷமாய்த்தானிருந்தது. ஆனால் அந்த சந்தோஷமெல்லாம் வந்த முதல் நாள் மாலை சைக்கிளைத் தூக்கிக்கொண்டு அம்மன் கோவிலடிக்குப் போனபோது முக்கால்வாசி போய்விட்டது. தெருக்கரை மரங்களில் பாதி காணாமல்போயிருந்தன. தப்பியவற்றில் பாதி, கொப்புகளை இழந்து மூளியாக நின்றன. அரசடிச் சந்தி, மலைவேம்படி என்ற பெயர்கள் மட்டுமே மிஞ்சியிருந்தன. கனக்க ஏன், அவர்கள் வீட்டுக்கு முன்னால், அந்தச் சந்திக்குப் பெயர் வரவே காரணமாயிருந்த ஆல், அடையாளமே தெரியாமல் நின்றது. எட்டித்தொடலாம் போல் கூடாரமிட்டுக் கவிந்திருந்த கொப்புகள் இப்போதில்லை. ஒற்றைத்தட்டு பஸ்ஸே ஓடிக்கொண்டிருந்திருக்கலாம் என்றிருந்தது.

○

அடுத்த நாள் கார்த்தியும் அவனுமாய் ஆறண்ணையிடம் போனார்கள். ஆறண்ணை தனியாகத்தான் வந்திருந்தான்!

‘பெரியராசா பிழை விடமாட்டான்’ என்பதை மீண்டும் ஒருமுறை நிரூபித்திருந்தான், அவன். கேரளாப் பக்கமே போனதாய்த் தெரியவில்லை. ஆந்திராவைத்தான் சுற்றிப் பார்த்ததாகச் சொன்னான். அவனோடு ஒரு தெலுங்குப் பையன் படித்தானாம், அவனுடைய ஊரைப் பார்க்க மாட்டு வண்டிலிற்தான் போகவேண்டியிருந்தது. அந்த ஊர், சரியான வறண்ட ஊர். பிறகு திருப்பதிக்கும் போய் மொட்டை அடித்திருக்கிறான்.

“ஆந்திரா சாப்பாடு ரொம்ப காரமிண்ணு சொன்னாங்க, ஆனா, நம்ம சாப்பாட்டோட உறைப்புக்கு உறை போடமுடியாதுப்பா, அது,” என்று சொன்னான்.

“டேய், வீணா அடி வாங்காதை” என்றான் கார்த்தி, பகிடி வெற்றியாக. “இதென்ன அங்கத்தைய பாசையுமில்லை, இங்கத்திய பாசையுமில்லாம, இரண்டுங் கெட்டான் பாசை பேசிறாய்? இரண்டு வருசத்திலை, இருபது வருசப் பழக்கம் மறந்து போச்சோ, உமக்கு? மரியாதையா முன்னைய மாதிரிப் பேசு, அல்லது நடக்கிறது வேறை! எங்களுக்கு விலாசம் காட்டிறீரோ?” கார்த்தி, கோபம் வந்தவன்போலச் சொன்னான்.

மூவரும் சிரித்தார்கள். எப்படியோ, ஆறண்ணை அதன் பிறகு, முன்னர்போலச் சாதாரணமாகக் கதைக்க ஆரம்பித்தான்.

“இப்ப எண்டாலும் உண்மையைச் சொல்லு. என்னத்துக்கு அங்கை போன நீ? என்ன படிச்ச நீ ?” கார்த்தி மீண்டுங் கேட்டான்.

“ரேடியோ மெக்கானிஸம்.”

“டேய், எங்களுக்கு வண்டில் விடாதை. ரேடியோ மெக்கானிஸம் இஞ்ச படிக்க ஏலாமலா, அங்க போன நீர் ?”

“டேய், இப்ப வால்வ் ரேடியோக்களின்ர காலம் போய், இது ற்றான்ஸிஸ்ரர் ரேடியோக்களின்ர காலம். அதுதான் போய்ப் படிச்சன்.”

திரும்பிவந்த கொஞ்சக் காலத்திலேயே வீட்டோடு சேர்த்து ஒரு ‘வானொலி திருத்தகம்’ தொடங்கியிருந்தான். நன்றாய்த்தான் நடக்கிறது என்று சொன்னார்கள். ‘கடின உழைப்புக்கு நிகர் எதுவுமில்லை’ என்று அழகாகப் பொறித்திருந்த ஒரு அலங்காரத் தட்டை வாங்கிக்கொடுத்து வாழ்த்தினான் சித்தன். “சந்தோஷம், வடிவா நடத்து.”

ஒரு நாள் ஆறுதலாகப் பேசிக்கொண்டிருந்தபோது ஆறண்ணை தானாகவே உண்மையொன்றை ஒப்புக்கொண்டான். சென்னையில் ஒரு ஸ்ரூடியோவில் தான் ‘கொஞ்சம்’ சினிமா எடிட்டிங்கும் பழகியதாகச் சொன்னான்.

“உது, உண்மையின் எத்தனை வீதம்?” நளன் சிரித்தான்.

“படத்திலை நடிக்கச் சொல்லி உன்னை ஒருதரும் கேட்கேல்லையா? உன்னைக் கண்டவுடனை கட்டாயம் கேட்டிருப்பாங்களே?” எல்லோரும் ஆறண்ணையை ‘லோட்டி’ பண்ணினார்கள்.

“உங்களுக்கு இதைச் சொன்னது என்ர முட்டாள்தனம்.”

○

“குஞ்சக்கா குடும்பம் யாழ்ப்பாணம் வருகினம். கமலநாதன் மாமா ‘ரிட்டையர்’ பண்ணுறாராம்” என்றா அம்மா.

“ஏன், இந்த வயதிலை?”

“இனி இங்காலை மாற்றம் கிடையாது. அதோட, அவர் ‘ஓல்ட் என்றன்ற்’ எண்டபடியாலை சிங்களச் சட்டத்தாலை வேளைக்கே ‘றிட்டையர்’ பண்ணலாமாம். பண்ணிப்போட்டு, ஊரோடை வந்திருந்து வயல்களைப் பாக்கிற யோசினை எண்டு குஞ்சக்கா எழுதினவ.”

அரசாங்க வேலையில் சேர்வதானால் அல்லது தொடர்வதானால் சிங்கள மொழி எட்டாம் வகுப்புப் பாஸ் பண்ண வேண்டும்!

“கோழி மேய்ச்சாலும் கோறணமேந்திலை மேய்க்க வேணும்’ என்ற யாழ்ப்பாணிகளின் இலட்சியத்திற்குச் சவாலாய் வந்த சட்டம் அது” என்று முன்னர் மகேசன் மாஸ்ரர் அடிக்கடி சொல்வது நினைவு வந்தது.

ஐயா, கமலநாதன் மாமாவுக்கு மூத்தவர் என்றாலும் எப்போதோ அந்தத் தடையைத் தாண்டிவிட்டார்.

ஏன், இனித் தானுந்தான் பாஸ் பண்ண வேண்டி வரும்!

சித்தன் இப்போதே தன்பாட்டில் சிங்களம் படித்துக் கொண்டுதானிருக்கிறான். ஆனால், கட்டாயத்தின் கீழ் ‘படி’ என்று சொல்லும்போதுதான் படிக்க வெறுப்பு வருகிறது!

சரி, அதுதான் போகட்டும், இப்போது வந்திருக்கிற பல்கலைக்கழக அனுமதித் தரப்படுத்தல் சட்டத்தின்படி பல்கலைக்கழக அனுமதிக்குத் தமிழ் மாணவர்கள் மற்ற மாணவர்களை விடக் கூடுதல் புள்ளிகள் எடுக்க வேணும்!

அப்போதுதான் உருவாகிக்கொண்டிருந்த ‘தமிழ் மாணவர் பேரவை’யின் ஆதரவாளர் கூட்டம் ஒன்றிரண்டிற்கு

நண்பன் ஆனந்தன் போன வருசம் சித்தனை அழைத்துப் போயிருக்கிறான்.

“உது ஒரு வெக்கங் கெட்ட சட்டம். உந்த மாதிரிப் பல்கலைக் கழகத்துக்குள்ளை நுழையிறது எங்களுக்குத்தான் வெட்கக் கேடு, உது வேண்டாம்,’ என்று மற்றவர்கள்தான் எதிர்க்க வேணும்” என்று அப்போது ஆனந்தன் கசந்து சிரித்தது நினைவிருக்கிறது.

“இதுகளின்ர பின் விளைவுகள் எப்பிடியிருக்குமோ!”

முருகன்கூட இனி ஏ.எல். லில் இந்தத் தடையைத் தாண்டினால்தான் பல்கலைக் கழகத்திற்குள் நுழைய முடியும்!

“வரமுந்தி முத்துமாரியம்மன் கோவிலுக்குப் போன நீயா?” அம்மா, குறைப்பட்டா. “ஒரு நாளைக்கு அங்கை போய் வா எண்டு, நீ மொறட்டுவைக்குப் போன நாளிலையிருந்து எத்தினை தரம் சொல்லியிருப்பன்?”

“போட்டுத்தான் வந்த நான்” என்றான் சித்தன். “உங்கட ‘லஸ்கொறின் ஸ்றீற்’ றுக்கும் போய்ப் பார்த்தன். அதுக்கு இப்ப பெயர், ‘ஸ்ரீ சிவானந்த வீதி’”

“நாங்கள் அதை விட்டு வந்து இப்ப முப்பது வருசம்!” அம்மா சொன்னா, “அதுக்குப் பிறகு எத்தினையோ தரம் கொழும்புக்குப் போய்வந்தும், அந்த றோட்டையோ அந்த வீட்டையோ போய்ப் பாக்க முடியேல்லை!”

“அதெல்லாம் இப்ப இடிச்சுக் கட்டியிருப்பாங்கள்!”

சற்றுப் பொறுத்து சித்தன் கேட்டான், “அப்பு வீடு எப்பிடியிருக்கு?”

“இருக்குது. குஞ்சக்கா வந்து பாக்கட்டும்.”

“ஏன், அந்தப் பஞ்சவர்ணம் ஆக்கள்தானே இருக்கினம்?”

“இல்லை.”

“போட்டினமா? ஏன்?”

“இப்ப இரண்டு மணியாகப் போகுது, நீ குளிச்சிட்டு வா, சாப்பிட.”

❍

பின்னேரம் ஆறண்ணையிடம் போனபோதுதான் தெரிய வந்தது.

“அவன் மோகனகோபால் செத்துப் போனான்.”

“ஆரடா, மோகனகோபால்?”

"அவன்தான், பஞ்சவர்ணத்தின்ர மகன்."

"சாமியார் மாதிரி, அந்த ஆளா? அந்தாளுக்கு அதா பேர்?"

"ஓ."

"ஏன் செத்தது? என்னெண்டு?"

"தற்கொலை, உங்கட அப்பு வளவுக் கிணத்துக்கை குதிச்சு!"

"என்னடா சொல்லுறாய்? ஏன்? எதுக்கு?"

"ஏனெண்டு ஆண்டவனுக்குத்தான் தெரியும்."

அப்பு, தன் சின்ன வயதில் கிணற்றில் குதித்த யாரையோ இறங்கித் தூக்கியது நினைவு வந்தது. 'இந்த ஆளை ஏன் அப்படி ஒருவரும் காப்பாற்றியிருக்க முடியாது?'

ஆறண்ணையிடம் கேட்டான்.

"ஒருதருக்குந் தெரியாமல் சாமத்திலை குதிச்சிருக்க வேணும் எண்டு கதை."

"விசாரணை ஒண்டும் நடக்கேல்லையா?"

"நடந்ததாம். அவன் காயிதம் எழுதி வைச்சிட்டுத்தான் செத்தவனாம்."

"என்னடா, ஒண்டுமா விளங்குதில்லை?"

"எனக்குந்தான் விளங்கேல்லை... பல மாதிரியும் கதைகள் அடிபட்டுது."

"கதையள் அடிபடாமல் விடுமா? அதுகளைக் காதிலை விழுத்தேலுமா?"

"இனி இங்கை இருக்க மனமில்லாமல் அந்தக் குடும்பமே வெளிக்கிட்டுது, பாவம்" என்றான் ஆறண்ணை. "இனி இந்த மாதிரி வாடகையும் இல்லாமல் ஒரு நல்ல இடம் கிடைக்குமோ, தெரியாது."

"பாவந்தானடா, அந்தாளுக்கு ஒரு பிள்ளை எண்டும் சொன்ன நீ."

"இப்ப மூண்டு."

"இது எப்ப நடந்தது?"

"இரண்டு மாதமிருக்கும்."

“நாலு வருசம் ஒரு பிரச்சனையுமில்லாமல் இருந்துதுகள்.”

“எங்களோட ஒரு பிரச்சனையும் இல்லை, சரி… அவயளுக்கை என்னென்ன பிரச்சனையோ? வேறை ஆர் என்ன பிரச்சனை குடுத்தாங்களோ?”

அன்றிரவு நித்திரை வரக் கஷ்டப்பட்டது. அந்த மோகனகோபாலை சித்தன் ஓரிரண்டு தடவைதான் கண்டிருக்கிறான். ஆறண்ணை சொன்னது போல் ஒரு வித்தியாசமான ஆள்தான். உயரம், வெள்ளை, தாடிமீசை, உச்சிக் கொண்டை, நெற்றி நிறைய நீறு. முகத்தில் எந்த உணர்ச்சியுங் காட்டாத ஒரு அமைதி. ஏதோ மந்திரமோ பிரார்த்தனையோ முணுமுணுக்கிறமாதிரி எப்போதும் மெல்ல அசைந்து கொண்டிருக்கும் உதடுகள். எதிர்கொண்ட நேரங்களில் மிக மெல்லிய கீற்றுப் புன்னகையுடன் தலையசைத்துப் போவான்.

அவன்தான் போய்விட்டான், அந்தக் குடும்பம் இனி என்ன செய்யும்? எங்கே போயிருப்பார்கள்? மோகனகோபாலின் பெண்சாதி பிள்ளைகளைக்கூட ஒருபோதும் கண்டதில்லை. எப்படியும் மூன்றுக்குமே பத்துக்குள் தானிருக்கும். பெண்சாதி வடிவான மனுசியோ? அதனால்தான் பிரச்சினை ஏதும் வந்திருக்குமோ? என்ன நடந்திருக்கும்? ஆறண்ணைக்கும் தெரியவில்லை. தெரிந்தால் சொல்லியிருப்பான். இதெல்லா வற்றுக்கும் நாங்கள் என்ன செய்திருக்க முடியும்?

அப்பு வளவுக் கிணற்றுக்குள் ஒரு மனிதன் விழுந்து தற்கொலை செய்தான் என்பதே நினைக்க முடியாத ஒன்றாக இருந்தது.

எத்தனை வடிவும் எத்தனை வடிவான நினைவுகளுமாய் மனதில் பதிந்த இடம்! தென்னையும் கமுகும் இடையில் பூக்குலை தள்ளிச் சணைத்த சித்தரத்தைகளும் சூழ, சீரான வெள்ளைப் பொளிகல்லுக் கட்டோடு கிணறு. பள்ளமெல்லாம் அரிசிப் பொரி தூவியதே போல் சொரிந்திருக்கும் கமுகம் பூ. இரவு பகல் பாராமல் சித்தரத்தைப்பூ வாசமும், கமுகம் பூ வாசமும் போட்டி போடும். “சின்னப்பிள்ளையள் கிணத்தடிப்பக்கம் தனியப் போகக்கூடாது. அதுக்குள்ளை அஞ்சு தலைப் பூதம் இருக்கு. பிடிச்சுப்போடும்,” என்று அடிக்கடி அம்மா சொல்வதுதான் அதைப்பற்றி வருகிற முதல் ஞாபகம். ஒருதரம் கிணறு கலக்கி இறைத்தபோதுதான் சித்தன் கிணற்றை முதலில் எட்டிப் பார்த்தான். அப்போது ஐயா அவனைத் தூக்கிவைத்திருந்தார். எங்கும் பெற்றொல் புகையை மெல்லப் பரப்பியபடி பெரிய சத்தத்துடன்

மெஷின் இறைத்துத் தள்ளிக்கொண்டிருந்தது. "தண்ணியைக் குறைச்சு விடம்மான்... வாய்க்காலெல்லாம் உடைக்குது" மண்வெட்டியும் கையுமாய் நின்ற சின்னமணிஅண்ணை மெஷின் போட்ட சத்தத்திலும் பெரிதாய்க் கத்த வேண்டியிருந்தது. தண்ணீர் குறைந்ததும் கட்டோடு கட்டித் தொங்கவிட்டிருந்த மொத்தக் கயிற்றைப் பிடித்துக்கொண்டு ஒவ்வொரு படியாய் இறங்கிப்போன பெரிய கிட்ணரைப் பார்க்கப் பயமாயும் பாவமாயும் இருந்தது. கலக்கக் கலக்கத் தண்ணீர் மஞ்சளாயிற்று. பட்டைக் கிடங்கு வரை ஒட்ட இறைத்து... சாம்பிராணி காட்டி... அடிக்கிணற்றின் கரையோடு பாறைகளிலிருந்து சுறுசுறுவென்று வந்துகொண்டிருந்த ஊற்று... "இந்தா, இதை வாளியிலை விடு மேனை... கிட்ணரை ஊத்துத் தண்ணி பிடிக்கச் சொல்லு," அம்மம்மான் ஒரு பெரிய பித்தளைச் சொம்பையும் ஒழுங்காய்ப் பீலிபோல் நறுக்கிய இரண்டு பச்சைத் தென்னங் கீற்றுக்களையும் சின்னமணி அண்ணையிடம் கொடுத்தார்.

உண்மையில் அந்தத் தண்ணீர் நல்லாய்த்தானிருந்தது.

மோகனகோபாலின் உடம்பை எப்படித் தூக்கியிருப்பார்கள்? அதன் பிறகு எப்படி இறைத்திருப்பார்கள்? அன்றிரவு சித்தனுக்கு நித்திரையே ஒழுங்காக வரவில்லை.

ooo

2.11

மருதுக்கும் மேலே வந்திருந்த நிலவு, பரந்து கிடந்த வானையும் வயலையும் மாயாலோகமாய் மாற்றியிருந்தது. அடுத்த பக்கம் திரும்பினால் எல்லாம் போய்விடும் – தொலைவில் கோவில் வீதி நீளத்திற்கு மின்னும் வண்ணக் குழாய்களும், பகலைக் கொணரப் பாடுபடும் மெர்க்குரி பல்புகளும் சேர்ந்து இந்த அழகெல்லாவற்றையும் மழுங்கடித்து விடும்.

இந்த நிலவுக்காகத்தானே அவற்றை விட்டு விலகி இங்கு வந்தார்கள்.

ஒவ்வோரடியாய்ப் பத்துப்படி. அகன்று விரிந்து மேலே கூரையுமின்றி நிலாப் பார்க்கவென்றே வெளி நடுவில் அமைந்தது போல் இருந்தது, தேர்முட்டி. பக்கத்தில் தேர்க்கொட்டகை திறந்தாயிற்று. நாளை சப்பரம், அடுத்த நாள் தேர். முழு நிலாவன்று தீர்த்தம். காற்று முழு உற்சாகத்துடன் வீசிக்கொண் டிருந்தது.

உச்சிப்படியில் ஏறி மல்லாந்து படுத்துக் கொண்டான்.

கோவில் முன் மண்டபத்தில் மேளச் சமா நடந்துகொண்டிருப்பது கேட்டது. இன்று மூன்று கூட்டம் மேளம் என்று நேற்றே அறிவித்திருந்தார்கள். இது முதலாவது. நல்ல காலம், இந்த இடத்தைக் குழப்புகிற மாதிரி சத்தம் இல்லை. நாதஸ்வரமும் தவிலும் காற்றோடு இதமாய் இசைந்துபோயிருந்தன.

“டேய், நித்திரையிலை உருண்டு கீழை விழுந்திடாதை” ஆறண்ணை பகிடி விட்டான்.

உயரமும் வெளியும் வானில் மிதப்பது போலவே உணர்வு தந்தன.

‘தண்ணொளி வெண்ணிலவோ’ மனம் பாடலாயிற்று.

அப்போதெல்லாம் பகல் திருவிழா பார்க்க மட்டுந்தான் வட்டன்களுக்கு அனுமதி. அதுவும் வட்டண்ணை, நந்தன் இருவரும் ஐந்தாம் வகுப்புக்கு வந்த பிறகுதான். ஒன்றாகப் போய்வரலாம், மூவரும் ஆளை ஆள் விட்டுப் போகக்கூடாது, சனமென்றால் கைகளைப் பிடித்துக்கொள்ள வேண்டும்; குளக்கரை, கேணிக்கரை, கிணற்றடி ஒன்றும் நினைத்தும் பார்க்கக்கூடாது; இருட்ட முதல் வீட்டில் நிற்க வேணும். ஆளுக்கு ஐம்பது சதம் சில்லறையாகக் கொடுத்திருப்பதில், போனவுடன் இருபத்தைந்து சதம் வாசல் உண்டியலில் போட்டுக் கும்பிட்டுவிட்டு, அப்படியே வெளி வீதி சுற்றிவருவார்கள். காற்று சுழன்றடிக்கும். வீட்டில் பெரியவர்கள் கட்டி அனுப்பிய வேட்டியைக் காற்று அவிழ்த்துவிடாமல் பிடித்துக் கொள்வது பெரும்பாடு. புழுதியையும் சுழற்றிச் சில வேளை கண்ணில் வீசும். என்றாலும், காற்று சந்தோஷம். கோவிலை ஒரு சுற்றுச் சுற்றிவந்ததும் அடுத்த வேலை முன்னால் வேப்ப மரங்களினடியில் வரிசையாய்ப் போட்டிருக்கும் கடைகளுக்குப் போவது.

“வாங்கோ, தம்பி . . .”

“இங்க வா, ராசா . . .”

ஐஞ்சு சதம் புளிக்கடலை, ஈர்க்கில் இனிப்பும் ஐஞ்சு சதம். சித்தன் வாங்கிக்கொள்வான். பதினைஞ்சு சதம் மிச்சம் பத்திரமாய் வேட்டி மடியில் இருக்கும். வருசப் பிறப்புக்குக் கிடைக்கிற ‘கைவியளக் காசு’களோடு இதையும் சல்லி முட்டியில் போட்டு வைத்தால் பிறகு நிற நிறமான சேமிப்பு முத்திரைகள் வாங்கி ஒட்டி, தபால் கந்தோர் ‘பாஸ் புத்தக’த்தில் போடலாம். வட்டண்ணை கச்சான் வாங்குவான். தும்பு மிட்டாசும் வாங்குவான். ஐஞ்சாம் வகுப்பிலும் மீசைதாடி போல் தும்பு மிட்டாஸ் ஒட்ட ஒட்டச் சாப்பிடுவான். நந்தன் என்ன வாங்குவானென்று சொல்ல முடியாது, ஒவ்வொரு நாளைக்கு ஒவ்வொன்று.

கூரை போட்ட வண்டில் போல் நின்று, ‘படபட’வென்று பெரிய இரைச்சல் போடுகிற ‘லைற் மெஷின்’ பக்கம் போகாமல் விலகி நடப்பார்கள். பக் பக் என்று அது தள்ளுகிற புகையைக் கனதூரம் அள்ளிப்போகும், பெருங் காற்று.

வாங்கிய கடலைச் சுருள்களுடன் போய் வெளிமண்டப விளிம்பிலிருந்து வேடிக்கை பார்த்துக்கொண்டு பேசியபடி

சாப்பிடலாம். எலுமிச்சம் புளியும் பொரிமாத் தூளும் கலந்திருக்கிற புளிக் கடலைச் சுருளை வாயில் கவிழ்க்கிற போதுதான் கவனமாய் இருக்க வேணும். காற்று, ஒருதரம் மிளகாய்த் தூளைக் கண்ணுக்குள் வீசிற்று.

ஓ.எல். சோதனை எடுத்த பிறகுதான் இரவுத் திருவிழா பார்க்க வீட்டில் அனுமதி கிடைத்தது. விடியவிடிய நடக்கும் திருவிழாக்கள் அவை. தீவட்டிக் கொழுந்தெல்லாம் காற்றில் படபடத்துப் பொறி பறக்க, சனஞ் சூழ, சாமி வெளிவீதி சுற்றி வரும். வடக்கேதான் மேளச் சமா. எல்லாம் முடிந்து, கோபுர வாசல் வரும்போது, எதிரே கீழ்வானில் விடிவெள்ளி காலித்துக் கன நேரமாகியிருக்கும். அப்படி இரவிரவாகப் பார்க்க என்னதான் இருந்தது என்று தெரியாவிட்டாலும் பெடியன்கள் வந்தார்கள். எத்தனை கூட்டம் மேளம், என்ன வாகனம், என்ன சாத்துப்படி, வாணம், வெடி, பக்தி, இவற்றில் எதிலுமே அவர்களுக்கு ஆர்வமோ அக்கறையோ இல்லாவிட்டாலும், வந்தார்கள். நல்ல பைம்பல், முஸ்பாத்தி, இவற்றோடு, முடிந்தால், அவரவர் இயலுமை – இயல்பு – இவற்றுக்கேற்ற சிலசில குழப்படிகள் செய்யலாம். என்றாலும், சண்டித்தனங்கள், சவால்கள், இவற்றில் அகப்பட்டுக்கொள்ளாமல், ‘நல்ல பிள்ளை’ப் பெயருக்கு எந்தப் பங்கமும் வந்துவிடாமல், விடிய வீட்டுக்குப் போய்விடுவதில்தான் கெட்டித்தனமிருந்தது.

சித்தனின் ஆர்வம் இவை எதிலும் இல்லை. அந்த வெளியில், அந்த நிலவில், அந்தக் காற்றில், நண்பர்களோடு சல்லாபிக்கிற சந்தோஷம். அது வேறெங்கு வரும்? சிலவேளை நல்ல பாட்டுகளையுங் கூடக் கேட்க வாய்க்கும்.

இது எப்போதும் கிட்டுவதில்லை. போனவருஷங்கூட, திருவிழா நேரம் மொறட்டுவையில் இருந்தான். பதிலுக்கு அங்கே, ‘வெசக்’ பார்க்க முடிந்தது என்றாலும், இந்தச் சந்தோஷம் இல்லை. எப்படியோ, இம்முறை திருவிழாவுக்குத் தோதாக வரமுடிந்திருக்கிறது.

“சோக்கான காத்தடா, இந்தக் காத்துக்கு நித்திரை வருந்தான். கவனம்” என்றான் கார்த்தி.

மேலைத் தடவிப்போன காற்று, சும்மா வராமல் மகிழம் பூ வாசனையையும் சுமந்தே வந்தது. இதைவிட இன்னொரு சொர்க்கம் எங்கே இருக்கும்?

‘மடல் பெரிது தாழை மகிழினிது கந்தம்.’ இந்தச் சூழலில் எல்லாமே பாட்டாக வருகின்றன. எப்போது மகிழ் மணத்தாலும் மனத்துள் மணக்கிற பாடல் அது.

“விக்கி வாறான்” என்றான் கார்த்தி.

சைக்கிள் நிறுத்தும் சத்தம்.

“எங்கை, சித்தன்?” விக்கியின் குரலில் கொஞ்சம் அவசரம் ஒலித்தது போலிருந்தது.

“அந்தா, மேலை... ஆள் நல்ல நித்திரை.”

சித்தன் எழுந்தான். “மச்சான், என்னோட வா,” ஏறிவந்த விக்கி, நின்ற நிலையிலேயே கையைப் பிடித்து இழுத்தான். அவன் முகத்தின் முறுவல் இந்த வெளிச்சத்திலும் வடிவாய்த் தெரிந்தது.

“என்னடா, இது?”

“வாவன், சொல்றன்.”

எழும்பி நடந்தார்கள்.

கோவில் கோபுரம், மண்டபம், மேடை, சகடை, மரங்கள், வழிக் கம்பங்கள், சற்றுத் தூரத்துக் கடை வரிசை என்று ஒரு இடமும் மிச்சமில்லாமல் மின்விளக்குகள். ஒலிபெருக்கி இப்போது வடிவாய்க் கேட்டது.

“மேளச் சமா நல்லாத்தானிருக்கு” கார்த்தி சொன்னான். மண்டபம் நிறைந்து, வீதி வழிய நிரம்பி நின்ற சனம்.

“உதுக்குள்ளை எப்பிடியடா போறது?”

“நீங்கள் நேரே வாங்கோ, நான் பின் வீதியாலை போய் இதை விட்டிட்டு வாறன்,” சைக்கிளில் ஏறியவாறே விக்கி சொன்னான்.

“எங்கை வாறது?”

“மேடைக்குப் பக்கத்து வேம்புக்கு வாங்கோ.”

விலக்கி நடப்பதும் கஷ்டந்தான். கற்பூரம், ஊதுபத்திப் புகை, பட்டுத் துணிகளும் வியர்வையும் கலந்த வாசம், கடலை வறுக்கும் மணம், எல்லாம் மாறிமாறி.

உயரமாய் நீண்டு விரிந்த திறந்த மண்டபம் நிரம்பி, கீழே வேம்பு வரையுங் கூடச் சனம் தான். தள்ளிப்போய் நின்றார்கள். செவ்வரளி சணைத்து நின்றது.

“என்னடா, விக்கிக்கு இருந்தாப் போலை சங்கீதத்திலை விருப்பம் வந்திருக்கு?”

“என்னத்திலை விருப்பம் எண்டது மேடையடிக்குப் போனால்தான் தெரியும்.”

ஒரு அமைதியைத் தொடர்ந்து மிருதங்க வித்துவான் சுருதி கூட்டிக்கொண்டிருந்தார். கூடவே சீவாளியைச் சரி பார்க்கும் சத்தம் வேம்பின் மேல் கட்டியிருந்த ஒலிபெருக்கியைக் கிழிப்பது போல் கிளம்பிற்று.

"டேய், அரளிக்குக் கிட்டப் போகாதை, பாம்பு கீம்பு ஏதாவது கிடக்கும்."

"இங்கேயா நிக்கிறீங்கள்?" விக்கி வந்துவிட்டான்.

"சிங்கார வேலனே' தொடங்குது போலை . . ."

சரிதான், கச்சேரி முக்கால்வாசி தாண்டிவிட்டது போலும். இனி சினிமாப் பாட்டுக்கள்தான். "ஆகா அருமை!" என்றான் கார்த்தி, "இப்பிடி நல்லதா நாலு பாட்டு வாசிச்சாக் கேட்கலாம்."

"கட்டாயம் வாசிப்பினம். வந்திருக்கிற ஆக்கள் அரைவாசிப்பேர் எங்களைப் போலதானே?" ஆறண்ணை சிரித்தான்.

"நாதஸ்வர ஓசையிலே . . .' வாசிப்பார்களா? வாசித்தால் எவ்வளவு நல்லாயிருக்கும்!' 'விஜயா' முன்னால் கேட்ட முதல் தடவையே சித்தனைக் கட்டிப்போட்ட பாட்டு அது பிறகு இன்னும் ஒரேஒரு முறைதான், அதுவும் அரைவாசி . . .

"நில், வாறன்." விக்கி கையை அழுத்திவிட்டு மீண்டும் புறப்பட்டான்.

"எங்கையடா போறாய்?"

அவன் மறுமொழி சொல்லாமல் மேடையை நோக்கி நடந்தான். சனத்துக்குள் மறைவது தெரிந்தது.

"இவனுக்கு என்னடா நடந்தது?"

செந்தூரில் நின்றாடும் தேவா . . . திருச்செந்தூரில்
நின்றாடும் தேவா . . .

இசைக்கு மனங்கள் வரி கொடுத்தன. முதலிலிருந்த லேசான சலசலப்புக்கூட சபையில் இப்போதில்லை. விக்கி திரும்பி வந்தான். "வாடா" சித்தனை இழுத்தான், "நில்லுங்கோ, வாறம்" என்றான் மற்றவர்களிடம்.

"நீ கூப்பிட்டாலும் உந்தச் சனத்துக்கை நாங்கள் வரேல்லை." விக்கியின் பின்னால் போனான் சித்தன். எத்தனையோ பேரின் பார்வைகளைத் தாண்டி மண்டபத்தில் ஏறச் சங்கடமாயிருந்தது. விக்கி விடுவதாயில்லை.

கோவில் வாசலுக்கு நேரே விரித்திருந்த கம்பளங்களில் வித்துவான்கள். முன்னால் இரண்டு மைக். கம்பளத்திலிருந்து

ஐந்தாறடி தள்ளி மூன்று பக்கமும் ஆட்கள் உட்கார்ந்திருந்தார்கள். இந்தப்பக்கம் ஆண்கள் எதிர்ப்பக்கம் பெண்கள். நடுவில் வெளிவாசல் வரை நாலடி அகலத்தில் வழி விட்டிருந்தது. ஆண்கள் கூட்டத்திற்குப் பின்னால் மெல்ல நடந்து, ஒரு பெரிய கற் தூணின் மறைவோடு நின்றான் விக்கி.

"அங்கை பார்," இவன் காதில் மெல்லச் சொன்னபடி தலையசைப்பால் எதிர்ப் பக்கங் காட்டினான். உலகத்து நிறங்களெல்லாம் பட்டாக மாறி அமர்ந்திருந்தன. நடு வழியில் ஒற்றைக்காலை மடித்துக் குந்தி வித்துவான்களைப் படமெடுத்துக்கொண்டிருந்தார் ஒருவர். அவர் கழற்றிய 'ஃப்ளாஷ்' பல்புகளை சுடச்சுட வாங்க இரண்டு சின்னப் பெடியன்கள் தயாராய் நின்றார்கள்.

"பாத்தியா?" என்று விக்கி கேட்டபோது 'சிங்கார வேலனே' முடிவடைந்தது.

"எதையடா?" இப்போது விக்கியின் மீது மெல்லிய கோபம் வந்தது.

"இந்தத் தூணுக்கு நேரே, வழி அருகோடு பார்."

'அந்தப் பிள்ளைதானா, இவள்!' அன்றைக்கு அந்த எட்டு மணித்தியாலப் பயணத்தை எட்டு நிமிஷம் போல் ஆக்கியவள். மூன்றாம் வகுப்புப் பெட்டியின் பிற்பகல் பயணத்து வெக்கையே தெரியாமல் போயிற்று. சித்தன் ஜன்னலோடு இருந்தான். நேர் எதிரே இவள். அருகில் தம்பியும் தாயும். ஒரு சொல் கூட ஒருவரும் பேசவில்லை. இருந்திருந்து விட்டு இருவரின் பார்வைகள் குறுக்கிட்டபோது மட்டும் ஒவ்வொரு பொறி. அவ்வளவுதான். அநுராதபுரத்தில் 'குறொஸிங்'குக்கான தாமதத்தில் இறங்கி உலவியபோது, "என்னடா பேசாம வாறாய்? அந்தப் பிள்ளை எத்தினை தரம் உன்னை உன்னைப் பாக்கிறது?" விக்கி ஏசினான். பொன்னையா பள்ளி, பழையபுலம் இந்துப்பள்ளி இரண்டிலும் கூடப் படித்தவன். ஒரு வேலை இன்ரவியூவுக்காகக் கொழும்பு வந்து திரும்பிக்கொண்டிருந்தபோது ஸ்ரேஷனில் சந்தித்திருந்தான்.

"பாவமடா, அது. படிக்கிற பிள்ளைபோல இருக்கு."

"இஞ்ச பார், இப்பகூட இங்கதான் பாக்குது."

"நீ ஏன் அங்கை பாக்கிறாய்? முதலிலை தள்ளி வா," அப்பால் கூட்டிப்போய்ச் சித்தன் சொன்னான், "இனி அங்கை பாராதையடா."

விக்கி பிறகு ரயிலால் இறங்குமட்டும் இதைப்பற்றிப் பேசவேயில்லை. மதவாச்சிக்குப் போகமுதலே அவன் தலை ஸீற்றில் சாய்ந்து ஆடிக்கொண்டிருந்தது. சித்தனுக்கு நித்திரை வரவில்லை. அவள் முன்னால் இருக்கிறாள் என்பதே போதுமா யிருந்தது. பார்க்கக்கூடத் தேவை இருக்கவில்லை.

"அப்பா," யாழ்ப்பாணத்தில் இறங்கியதும், காத்திருந்த ஒருவரைப் பார்த்துப் பையன் கத்துவது போல் கூப்பிட்டான். பஸ் நிலையத்துக்குப் போகிற பஸ்ஸில் ஏறப் போனபோது, "சரியான விடு பேயனடா, நீ." விக்கி திட்டாக் குறையாகச் சொன்னான். "என்ன மாதிரி, கே.ஆர். விஜயா மாதிரிப் பிள்ளை!"

அவர்களேதான்! அருகில், அன்று போலவே தாயும் தம்பியும். அந்த மற்றப் பெண்களும் அவர்களோடு வந்தவர்கள் போல்தானிருக்கிறது. "முன்னுக்கு வந்து பாரடா." விக்கி இப்போது கையைப் பிடித்து இழுத்தான், "இங்கதான் பாக்கிற மாதிரி இருக்கு, பார்."

அந்த நாதஸ்வர முன்னிசை! அவள் வித்துவான்கள் பக்கம் பார்த்துக்கொண்டிருந்தாள்.

நாதஸ்வர ஓசையிலே... தேவன் வந்து பாடுகிறான்...

சோழகம் தழுவிக்கொண்டு போனது. மனம் முழுக்க மதுரா நிரம்பியிராவிட்டால் இந்தப் பெண்ணுடன் ரயிலிலேயே பேச்சுக் கொடுத்திருக்கலாம்.

சேர்ந்து வரும் மேளத்திலே, தேவி நடம் ஆடுகின்றாள்...

எப்போ முடிந்ததென்று தெரியவில்லை.

○

"குதிரையை நாங்கள் குளத்துக்குக் கொண்டுபோனாலும், குதிரைதான் தண்ணி குடிக்க வேணும்" கச்சேரி முடிந்து தேர்முட்டிக்குத் திரும்பிப் போகும்போது சொல்லிக்கொண்டே வந்தான், விக்கி. அவனுக்கு வெறுத்துப் போயிருக்கும்!

"ஸொறி, மச்சான்" சித்தன் சிரித்தபடி விக்கியின் முதுகைத் தட்டிக்கொண்டே, ஆறண்ணையிடம் சொன்னான், "தவத்தை ஒருக்கால் கண்டுபிடிக்க வேணும்."

○○○

2.12

சோழகம் சுழன்றடித்தது. கலைகொண்டு ஆடும் மரந்தடிகள். கடலாய் இரையும் காற்று. மேலின் கசகசப்பெல்லாம் துடைத்துச் சிலிர்க்கவைக்கிற தென்காற்று. கற்பூரச் சுடர் சிவந்தெழுந்து காற்றோடு இணைந்தாடிச் சுழன்று, தன்னை அதிற் கரைத்துக் கலக்கிறது.

கற்பூரவாசம் எப்போதுமே கதிர்காமத்து நினைவுகளைக் கிளர்த்த வல்லதாயிருந்தது. அதுவும் இத்தனை ஆண்டுகளாகியும். அதே மாறாத புதுமையும் புனிதமுமாய்.

அவன் வாழ்வின் ஆக முந்திய நினைவென சித்தன் மனதில் பதிந்துபோனதே கதிர்காமத்திற் கான முதற் பயணந்தான். பிறகு எல்லாமே கனவாகிப் போய் விட்டமைதான் மெய் என்றாலும், அப்போது கண்விழித்தபோது அதுவே கனவு மாதிரித்தானிருந்தது.

○

மாய இருளொன்றில் அவன் நழுவிக்கொண்டருந் தான். இது எந்த உலகம்? வண்டிலின் தடக்கென்ற குலுக்கலுடன் சரிந்து படுத்தபோது, "ராசா, முழிச்சிட்டியா?" என்ற அம்மாவின் குரல் மெல்லக் கேட்டது. வரிவரியாய் வளைத்த மூங்கில் தெரிகிற வண்டிக் கூடாரம். வண்டிலுக்குள் விரித்திருந்த வழுவழுவென்ற பாயிலிருந்து கோரைப்புல் மணம் மெலிதாய் வருகிறது. இருந்தாற் போல் அதையும் மேவி மூக்கை நிறைத்த கற்பூர வாசம். குப்புறத் திரும்பி, கண்களைக் கசக்கியபடி தலையை உயர்த்திப் பார்த்தபோது, ஐயா வண்டிலின்

பலகையைப் பிடித்தபடி நடந்துவருகிறார். வண்டில் மீண்டும் ஒரு பள்ளத்தில் விழுந்து தடக்கிட்டபோது அவன் நித்திரை முற்றாகவே முறிந்துவிட்டது.

“ஓவ் ஓவ் . . .” வண்டில்காரர் மாடுகளை அதட்டும் குரல் தலைமாட்டில் வலு கிட்டவாகக் இருந்தது. வைக்கோல் மணமும் மாட்டு வாடையுங்கூட இப்போ வந்தன. தெரு நிறையச் சனங்கள். இருபுறமும் கடைகளில் விளக்குகள் எரியத் தொடங்கியிருந்தன. தீவட்டிபோலக் கொழுந்து விட்டெரிந்த காடா விளக்குகள். அது ஒரு சரித்திரக் காலம் போல் இப்போது தெரிகிறது. பிறகு சரித்திரக் கதைகளையும் பழைய இலக்கியங்களையும் படிக்க நேர்ந்த வேளைகளில் அல்லங்காடி களை வலு சுகமாய் மனதில் தீட்ட உதவிய தெரு அது. அதுவும் பின்னால்தான் புரிந்தது. ஆனால் அப்படி உதவுமென்று அந்த வயதில் தெரியாதிருந்தது ஒன்றும் அதிசயமில்லை. அந்தத் தீவட்டி விளக்குகளுக்கு அந்நியமாய் இடைக்கிடை ஒன்றிரண்டு அரிக்கன் லாம்புகள் தொங்கின. எங்கோ ஓரிடத்தில், வீட்டில் எரிவதுபோல் ஒரு பெற்றோமக்ஸ் கண்ணைக் கூசப் பண்ணியதோடு, அந்த இடத்தின் ஒருமையையும் குழப்பிக் கொண்டிருந்தது.

வண்டில் கடைகளைத் தாண்டிப்போனது. ஆடுஞ் சுடர்களில் வண்ண மயமாய் மின்னிய காப்புக்கடை. வரிசை வரிசையாய் அடுக்கியிருந்த வளையல்கள். சரஞ் சரமாய்த் தொங்கிய மணிமாலைகள். பிறகும் கடைகள், பூக்கள், பழங்கள், பாத்திரங்கள், பொம்மைகள். தடக், படக்கென்று வண்டிலும் தன்பாட்டில். வண்டில் தட்டைப் பிடித்தபடி நடந்துவருகிற ஐயா. அவர் பின்னால் வருகிற மற்றவர்கள். முற்றாக இருட்டாத மைம்மல் தானென்றாலும் விளக்குகள் வீழ்த்திய நீண்ட நிழல்கள் குறுக்கு மறுக்காய் மோதி விரைந்தபடி.

“சட்டிச் சாமியாற்ர மடத்துக்குத்தானே?” பின்னால் வெள்ளைச் சால்வையால் போர்த்தபடி வருகிற மயில்வாகனம் மாமா, ஐயாவைக் கூப்பிட்டுக் கேட்கிறார்.

கற்பூர வாசம் மட்டும் தொடர்ந்து கூடவே வந்து கொண்டேயிருக்கிறது.

○

எது முதல் நினைவென்று தோண்டித்தோண்டிக் கொண்டு போனாலும், ஆக அடியில் கிடந்தது இந்தக் கதிர்காம நினைவுதான். இதற்கு அப்பால் தோண்டினால், இருட்டாய்த் தெரிந்தது, அடி மனக்குகையில் தீட்டிய சித்திரங்கள் வேறெதுவும் பதிந்திருக்கிறதா என்று பார்க்க முடியாமல். எப்போது என்றாலும்,

இதுவே முதலென்று கெம்புகிறது. தெண்டினாலும், அதனோடு சேர்ந்தவைதான் கூடவருகின்றன.

ஆற்றில் ஆனை சரிந்து கிடந்தது. ஆற்றைப் பார்த்தது அதுதான் முதல் முறை. ஆனையைப் பார்த்ததும். முந்திய நாளின் கற்பூர வாசம் போல் அந்த ஆற்றின் ஓயிலும், ஓடுவதே தெரியாமல் நகரும் நளினமும், அந்தக் குளிர்ச்சியும் இன்னுந்தான் மனதில் சிலுசிலுத்தோடியபடி இருக்கின்றன.

"ஆனை ஆனை, அழகர் ஆனை ..." அம்மா சோறு தீற்றும் போது, அல்லது அவன் பாட்டோ கதையோ கேட்கும்போது, பாடுவா. திரும்பிப்பார்த்தான், அம்மா கரையில் நிற்கிறா.

"குளி ராசா, குளிராது."

அசையாமல் அப்படியே ஆற்றில் சரிந்த பாட்டில் கிடக்கிற யானை. ஆனை எழும்பாதா? ஏன் இப்படியே கிடக்கிறது?

"ஆனை சாகப்போகுதோ?"

"இல்லை, குளிக்குது," அதற்கு அந்தப் பக்கமிருந்து தேய்த்துக்கொண்டிருந்த ஆளின் தலை லேசாய்த் தெரிந்ததைக் காட்டினார் ஐயா. ஆனை கிடந்த கிடையிலேயே வாலை மெல்லத் தூக்கி பெரிது பெரிதாய் சாணம் போட்டது.

"இந்தத் தண்ணியிலை குளிக்க மாட்டேன்," கத்தினான், "யானை சாணாகம் போடுது!"

"அது எவ்வளவு தூரம்," ஐயா சிரித்தார், "அது இங்க வராது. தண்ணி அந்தப் பக்கம் ஓடுது, பார்."

'அழகரும் சொக்கரும் ஏறும் ஆனை.

குட்டிக் கரும்பை

முறிக்குமாம், காணக்காண இனிக்குமாம்!'

"குளிப்பம், ராசா?" ஐயா மீண்டும் கேட்கிறார்.

"ம்ஹூம்." தண்ணீரின் நடுவே தூக்கிவைத்திருந்தவரின் இடுப்பைக் கால்களாலும், கழுத்தைக் கைகளாலும், இறுக்கிக் கொள்கிறான். ஐயாவின் கன்னம் சொரசொரவென்று அவன் முகத்தில் குத்துகிறது. காலை வெய்யில் நீரில் பட்டு ஐயாவின் முகத்தில் மஞ்சளாய் மின்னுகிறது. லேசான தெற்றுப்பல் தெரிய வடிவாகச் சிரித்தார், ஐயா. மகனின் கைகால்கள் ஏற்படுத்திய குறுகுறுப்பில் விளைந்ததோ, அல்லது தான் செய்யவிருந்த குறும்பை நினைத்து வந்ததோ, அந்தச் சிரிப்பு. வலது கன்னச் சதைக்கு மேல் கடைக்கண்ணின் கீழ், ஐந்து சதக் குற்றியை அழுத்தி எடுத்ததுபோல் தெரிந்த அந்த அடையாளத்தை அவன் அப்போதும் பார்த்துத் தன் சிணுங்கலை மறந்த கணத்தில்,

அவனையும் அணைத்தபடி படாரென்று தண்ணீரில் முழுகி எழுந்தார் ஐயா.

❍

கதிர்காமத்துக்கு இரண்டாம் தடவை வந்தது, இருபத்தாறு ஆண்டுகளுக்குப் பிறகு. 1977.

அரசுப்பணியில் சேர்ந்தபின் ஆற்ற வேண்டி வந்த முதலாவது தேர்தல் கடமை. தென் மாகாணத்தில். திஸ்ஸமஹாராமவுக்குக் கிட்டியதாக ஓரிடம்.

கல்யாணம் ஆன பிறகு கொழும்பை விட்டுப் போகவேண்டி வந்ததும் அதுதான் முதல் தரம். எப்படியும் இரண்டு நாட்கள் வெளியே நிற்க வேண்டும். எலெக்ஷன் முடிந்ததும், இரவே புறப்பட்டு அடுத்த நாள் காலையில் வீட்டுக்கு வந்துவிடலாம். நிலையத்தின் இரண்டாம் நிலைப் பொறுப்பு என்பதால் வாக்குப் பெட்டியுடன் கச்சேரிக்குப் போகவேண்டியிராது. பெட்டியை எஸ்.பி.ஓ. கொண்டுசென்றதும் புறப்பட்டு விடலாம். "இரண்டு நாட்கள்தானே, ஒரு பயமுமில்லை, நீங்கள் போட்டுவாங்கோ." என்று சொல்லியிருந்தா, சாரதா.

வாக்களிப்பு நிலையம், ஒரு அழகான கிராமத்தின் சிறிய பாடசாலையில் அமைந்திருந்தது. மனத்தை ஈர்க்கிற அமைதி. தேர்தல் தினத்தன்று வாக்காளர் பட்டியலில் பெயர்களைப் படிக்கப்படிக்க சித்தனுக்கு வியப்பு வியப்பாய் வந்தது. பெரும்புலி, வேங்கப்புலி, சிங்கப்புலி, இளம்புலி, வீரப்புலி என்று பாதிக்கு மேல் பெயர்கள்! இந்த ரோஹண தேசத்தின் இந்த மூலையில் எப்படி இப்பெயர்கள் வந்திருக்கும் என்ற வியப்போடு கூடவே, மகேசன் மாஸ்ரர் சரித்திரப் பாட வகுப்பில் இரண்டு மூன்று தடவைகள் குறிப்பிட்ட விஷயமும் நினைவு வந்தது.

"அந்தக் காலத்தில் சோழர்களுக்கும் சிங்கள அரசர்களுக்குமிடையில்தான் பகை. ஆனால், சிங்கள அரசர்களுக்கும் பாண்டியர்களுக்கும் நெருங்கிய தொடர்புகளிருந்தன. இருவரும் சோழர்களுக்கெதிராகப் பல நேரங்களில் சேர்ந்திருந்தார்கள்."

"அதுக்கு முதல், 'வங்காளத்திலிருந்து வந்த விஜயன்தான் சிங்கள இனத்தை உருவாக்கியவன், அந்த விஜயனும் அவனுடைய கூட்டாளிகளும் பாண்டிய நாட்டிலிருந்துதான் பெண்களை வரவழைத்து மணமுடித்தார்கள்,' எண்டு சொன்னால், சிங்களவர்களும் அரைத் தமிழர்கள்தானே, ஸேர்?" சித்தன் கேட்டான். "உஸ்ஸ்..." மகேசன் மாஸ்ரர் வாயில் சுட்டுவிரலை வைத்துப் பகடியாய் எச்சரித்தபடி சிரித்தார். "உதெல்லாம் நீ கேக்கக் கூடாது!".

அந்த இடத்திலிருந்து கதிர்காமம் போவதற்கு அரைமணித்தியாலந்தான் ஆகுமென்றும், அடிக்கடி பஸ் இருக்கிறதென்றும் சொன்னார்கள். வேலை முடிந்ததும் கதிர்காமம் போய்விட்டு, அங்கிருந்தே கொழும்பு திரும்பலாம் என்று எண்ணம் வந்தது. விடிய வெளிக்கிட்டால் பத்து மணிக்குக் கொழும்பு. சித்தனுடைய திட்டம் பரமானந்தருக்கும் பிடித்துக்கொண்டது. அவரும் இதே கடமைக்காக இதே நிலையத்திற்கு வந்திருந்தவர். கொழும்பில் கல்வித் திணைக்களத்தில் வேலை. ஐம்பதுக்குக் கிட்டிய வயது.

"நல்ல யோசனை, தம்பி. நானும் வாறன். ஆறுதலா ஆத்திலை குளிச்சிட்டுக் கும்பிடலாம். இரவு ராமகிருஷ்ண மிஷன் மடத்திலை சாப்பிட்டுட்டுப் படுத்தெழும்பி, விடிய வெளிக்கிடலாம்."

பஸ்ஸில் போகும்போதே வித்தியாசம் தெரிந்தது. பயணிகள் எல்லோர் முகத்திலும் ஒரு பதற்றம். தேர்தல் முடிவுகளோடு ஒரு கலவரம் வருமென்று பேசிக்கொண்டார்கள். இரண்டு இருக்கைகளுக்கு முன்னாலிருந்த ஒரு மீசைக்கார ஆள், "ஊண்ட ஹொந்த பாடமக் உகன்னன்ன ஓன . . ." என்பதுபோல ஏதோ சொல்லிக்கொண்டிருந்தது வேறு அதை உறுதிப்படுத்துகிற மாதிரி இருந்தது.

"நாங்கள் நேரே திரும்பிக் கொழும்புக்கே போயிருக்கலாமோ?" பஸ்ஸால் இறங்கியதுமே பரமானந்தரிடம் பகடி வெற்றியாய்க் கேட்டான்.

"சேசே, கதிராமத்தானிட்ட வந்திட்டு, இதென்ன யோசினை?" என்றார் அவர் கண்டிப்பதுபோல.

மரங்களும் தெருக்களுமாய், கடந்த தடவை பார்த்ததிலும் பார்க்க, இம்முறை நகர் கூடுதல் அழகும் அமைப்பும் கொண்டிருந்ததாய்ப் பட்டது.

ஆற்றுக் குளியலை அந்த வேளையில் அதிகம் அனுபவிக்க முடியாது போலிருந்தது. மைம்மல் பொழுதா, மனநிலையா அல்லது இரண்டுமேதானா காரணம் என்று தெரியவில்லை. கோவிலுக்குப் போகும்போது, மரங்களுக்கு மேலே பிறை நிலா தெரிந்தது. "இங்க சரியாப் பூசை நேரத்துக்கு வந்திட்டம். ஆனா, செல்லக் கதிர்காமத்துக்கோ, மலைக்கோ போகச் சரிவராது," என்றார் பரமானந்தர்.

பூசை முடிந்து போனபோது, மிஷன் விடுதி மண்டபத்தில் இரவுப் பந்தி தொடங்கியிருந்தது. கை கழுவப்போகிற இடத்தில் ஆட்கள் தெல்லுத் தெல்லாக நின்று பேசிக்கொண் டிருந்தார்கள். பேச்சுக்கள் சாதாரணமாகப் படவில்லை.

“ஏதேனும் பிரச்சனையா?” பரமானந்தர் அருகில் வந்த ஒருவரைக் கேட்டார்.

“இன்னும் தொடங்கேல்லை. இரவுக்குள்ளை தொடங்கும் போலை கிடக்கு.”

“தமிழரோடையோ?”

“இல்லை, இப்போதைக்கு அவங்கள் இரண்டு பகுதிக்குள்ளையுந்தான். ஆனாக் கடைசியில தமிழங்கட தலையிலதானே வந்து முடியிறது!” அந்த மனிதர் போகிற போக்கில் சொல்லிக்கொண்டே போனார்.

தம்பி முருகனும் கண்டியில்...

சோறும் பருப்பும் சுடச்சுட இருந்தன. என்றாலும் வடிவாகச் சாப்பிட முடியாமலிருந்தது. ‘இந்த நேரம் பார்த்து சாரதாவையும் தனியே விட்டுவிட்டு வந்தேனே’ என்று தன்னிலேயே கோபம் வந்தது.

‘எப்போ அது தமிழர் தலையில் இறங்கப்போகிறது? இண்டைக்கு இரவே? இங்கு வராமல் நேரே கொழும்பு போயிருக்கலாமோ?’

“இப்பவே புறப்பட்டாலென்ன?” பரமானந்தரைக் கேட்டான்.

“இப்ப பஸ் இருக்குமோ தெரியாது” என்றார் அவர். “ஊரடங்கு போட்டாங்கள் எண்டா, கொழும்புக்கும் போக முடியாது. வழியிலதான் நிக்கவேணும்!”

அவருக்கு எங்கேயிருந்தாலும் ஒன்றுதான். குடும்பம் ஊரில். இங்கே கொட்டாஞ்சேனையில் ‘ச்சமறி’ ஒன்றில் இருக்கிறவர்.

“ஒன்பது மணி நியூஸைக் கேட்டுப் பாப்பம்,” உள் விறாந்தையொன்றின் வழுவழுவென்று சுத்தமாயிருந்த ரெறாசோ தரையில் இருவரும் உட்கார்ந்ததும் தன் தோள் பைக்குள்ளிருந்து ட்ரான்ஸிஸ்ரர் ரேடியோவை எடுத்தான் சித்தன்.

செய்தி, எப்படியெப்படி எங்கெங்கெல்லாம் வாக்களிப்பு உற்சாகத்துடன் நடைபெற்றது என்று சொல்லி, தேர்தல் முடிவுகளை அறிவிக்கும் விசேட ஒலிபரப்பு இதே அலை வரிசையில் தொடரும் என்பதையும் கூறிக்கொண்டிருந்தது.

சித்தன் மெல்ல எழும்பினான்.

“ஐயா, குறை நினையாதையுங்கோ. நான் போய் பஸ் இருக்காவெண்டு விசர்ரிக்கப் போறன்.”

பரமானந்தருடைய மெல்லிய குறட்டை ஒலி கேட்கலாயிற்று.

அவரை மெல்லத்தட்டி மீண்டும் சொன்னான். "ம்ம்?" என்றார்.

"போறன், ஐயா."

விறுவிறென்று நடந்துகொண்டிருந்த வேளையில், 'பரமானந்தர் உண்மையான பக்தி விசுவாசத்தோடு வந்தவர், நான் வந்துவிட்டுப் போகலாமென்பதற்காக வந்தவன்' என்று நினைத்தான். பஸ் நிலையத்தில் நாலைந்து பஸ்கள் நின்று கொண்டிருந்தன. "கொழும்பிற்குப் போகிற பஸ் ஒருமணிக்கு" கூண்டுக்குள்ளிருந்தவர், ரேடியோ சத்தத்தைக் குறைத்துவிட்டு, சற்றுத்தள்ளி உள்ளே மங்கல் வெளிச்சத்துடன் நின்ற ஒன்றைக் காட்டினார்.

"இப்பவே ஏறலாமா?"

'ஆட்சேபணையில்லை,' என்பதுபோல் தலையசைத்தார்.

போய், வண்டி முகப்பின் மேலே இருந்த பெயர்ப் பலகையை வடிவாகப் பார்த்துவிட்டு, உள்ளே அவன் ஏறியபோது இருக்கைகள் எல்லாம் எதிர்பார்த்ததுபோல் காலியாகவே யிருந்தன. இடதுபக்கத்தில், நடுக் கொள்ள, ஜன்னலருகோடு போய் உட்கார்ந்தான், இடது பக்கந்தான் கடல் வரும். "எப்பிடியும் விடிய ஏழு மணிக்குள்ளை வீட்டுக்குப் போயிடலாம்" என்று மனம் கணக்குப் போட்டது.

முதல் முறை வந்துபோன ஞாபகங்கள் கிளர்ந்தன. சட்டிச்சாமியாரின் நினைவும் கூடவே வந்தது. அவர் எப்போதோ சமாதியாகிவிட்டிருந்தார் என்று கேள்விப்பட்டிருந்தான். அவர் தந்திருந்த உருத்திராட்சம் மட்டும் வீட்டில் சாமிப்படங்களினடியில் பத்திரமாக இருந்தது.

பன்னிரண்டு பன்னிரண்டரைக்குள், தொலைவில் எங்கோ வெடிகள் அமர்க்களமாக ஒலிக்கத் தொடங்கின. முதலாவது முடிவு வந்திருக்க வேண்டும். பஸ் ஒரு மணிக்கு வெளிக்கிடுவதாயில்லை. அந்தரமாயிருந்தது.

ஒன்றரைக்குப் புறப்பட்டபோது, யாரோ அவசரமாய் ஓடிவந்து ஏறுவது தெரிந்தது. பரமானந்தர்!

சிரித்தபடி அவனருகில் வந்து உட்கார்ந்தார். "வாங்கோ, ஐயா." என்றபடி அரக்கி இருந்தான்.

ООО

2.13

“என்னதானிருந்தாலும் நாங்களுந் தமிழர்கள் தானே?” என்று றொஷாந்தி சொன்னபோது சித்தனுக்கு வந்தது வெறுமனே ஒரு உணர்ச்சியல்ல. வியப்பு, பரிவு, அன்பு, இரக்கம், ஓரளவு மகிழ்ச்சி, பெருமை எல்லாம் சேர்ந்த கலவை. எப்போதும் சேலையும் பொட்டுமெனத் தமிழ்ப் பெண்ணாகவே தெரிகிற றொஷாந்தியின் நெற்றி இன்று வெறுமை யாய் இருந்தது. குறும்பும் கவர்ச்சியும் மிளிரும் முகத்தில் வாட்டம்.

அவனும் நம்பிய விஷயந்தான் அது, என்றாலும், ‘தமிழ்நாட்டிலிருந்து வந்த முந்நூறு, நாநூறு வருஷங்களில் முகங்கொடுக்க நேர்ந்த மாற்றங்களால் அவர்கள் ஒரு தனி இனக்குழுவாகி விட்டிருக்கலாம்,’ என்றும் எண்ணிக்கொண்டிருந்தான்.

“கொழும்புச் செட்டிகள்’ என்கிற தமிழ் அடையாளத்தை மறைத்து, தாங்கள் வட இந்திய ‘செத்தி’கள் என்று இப்போது சொல்லமுயல்கிற எங்களில் பலருக்கு அவர்கள் யாரென்பதை நினைவூட்ட இப்படியான கலவரங்கள்தான் தேவைப்படுகின்றன,” என்று றொஷாந்தி அசரப்பா இப்போது சொன்னது எதிர்பாராத ஒன்றாக இருந்தது.“பாருங்கள்,அரசப்பா என்றிருக்கவேண்டிய என் பெயர்கூட அசரப்பா ஆகிவிட்டிருக்கிறது.”

“சிலவேளை இப்படியான பாதுகாப்பின்மைகள் தான் அவர்களை அவ்வாறு மாறவும் நடக்கவும் செய்திருக்கலாம், இல்லையா? அப்படியென்றால் அது உண்மையில் எவ்வளவு அனுதாபத்திற்குரிய விஷயம்?” சித்தன் நினைத்ததைக் கேட்டான்.

“ஓரளவு உண்மைதான். ஆனால், அப்படி மாறி நடந்தும் கூடப் பயனில்லையே?” றொஷாந்தியின் சிரிப்பில் கவலையும் கேலியுந்தானிருந்தன.

இனி அடுத்த வகுப்பு எப்போது என்று தெரியாத குழப்பமும் அதற்கு மேலாக, வரப்போகும் நாட்களில் நிலை எப்படியிருக்குமென்று தெரியாத பதற்றமுமாய், பதினைந்து மாடிகளுடன் நகரின் மிக உயர்ந்த கட்டடம் என்று அறியப்படுகிற அக் கட்டடத்தின் ஏழாம் மாடியிலிருந்து இருவரும் இறங்கி வந்துகொண்டிருந்தார்கள். இருந்தாற்போல் மின்சாரம் கூடத் தடைப்பட்டுப் போய்விட்டிருந்தது. அது இருந்திருந்தாலுங்கூட ஐந்து மணிக்கு முடிகிற வகுப்பு முந்தியேதான் முடிந்திருக்கும். ‘நிலைமைகள் அவ்வளவு சரியில்லை’ என்று அறிந்ததாக விமல் பெரெரா சொன்னார்.

‘கொம்ப்யூட்டர் பயிற்சி நெறி’ என்று சமூக சேவை அமைப்பொன்று அறிவித்திருந்தது. முதன்முறையாக இலங்கையில் அப்படி ஒன்று! அதுவும் இலவசமாய். எத்தனை ஆயிரம் விண்ணப்பங்கள் வந்தனவோ, ஒன்றன் பின் ஒன்றாய் இரண்டு தேர்வுகளும், ஒரு நேர்முகமும் வைத்து, இருபத்தைந்து பேரை வடிகட்டி எடுத்திருந்தார்கள். கிழமைக்கு மூன்று நாள், சனி, செவ்வாய், வியாழன். இரண்டிலிருந்து ஐந்துவரை. கொம்ப்யூட்டர், கட்டடப் படங்கள் எல்லாம் வரையும் என்று அறிந்திருந்தான் சித்தன். இடங் கிடைத்ததில் வலு புளுகம். ஆனால், அந்தப் பெரிய இயந்திரம், அட்டைகளில் துளையிட்டுக் கொடுக்கிற உள்ளீடுகளைப் பார்த்து அனுமார் வால்போல் நீள நீளமாய்ப் பெரிய பட்டியல்களையும் அட்டவணைகளையுந்தான் அடித்துத் தள்ளிக்கொண்டிருந்தது. தாங்கள் படிப்பது, அதற்கான ஆர்.பி.ஜி. புரோகிராமிங் என்று அறிந்தபோது ஆர்வம் அரைவாசியாகி விட்டது.

“பொறியியல் படங்கள் வரைகிற விஷயமெல்லாம் இங்கு வர நாளாகும்,” விமல் பெரேரா விளக்கினார். சித்தனைப் போன்ற அதே நம்பிக்கையுடன் இணைந்திருந்த சகா, சுரேந்திரன், “இது ஒரு நாளும் பிளான் கீறப் போவதில்லை. நான் ‘ட்றாஃப்ரிங் மெஷி’னிடமே போகிறேன்,” என்று சொல்லிவிட்டு இரண்டாவது மாதமே நின்றுகொண்டான். “எப்படியோ சேர்ந்துவிட்டேன், எத்தனையோ பேருக்குக் கிடைக்காத வாய்ப்பு கிடைத்திருக்கிறது. அதை முடித்துத்தான் பார்ப்போமே” என்றிருந்தது சித்தனுக்கு. யாழ்ப்பாணம் போகவேண்டிய பயணங்களைக்கூட ஒத்தி வைத்துவிட்டு வந்துகொண்டிருந்தான். ஐந்து மாதம் முடிந்து, இன்னும் ஒரு மாதமே மீதமிருக்கிற நிலையில் இப்படி ஒரு குழப்பம் வந்திருக்கிறது.

"ஸொறி, அடுத்த இரண்டு வாரங்களுக்கு வகுப்புகளை நிறுத்தி விட்டு, எப்போ தொடங்கும் என்பதைப் பிறகு அறிவிக்கிறோம்" என்றார் விமல் பெரேரா, சற்று முன்பு.

○

கீழ்த் தளத்திற்கு வந்ததும் கடற் காற்று முகத்தில் அடித்தது.

பாவம் றொஷாந்தி, கூடுதலாகக் குழம்பிப் போயிருக்கிறாளா? 'ஐம்பதெட்டாம் ஆண்டுக் கலவரத்தின்போது ஆறேழு வயதுக் குழந்தையாய்த்தான் இருந்திருப்பாள். அந்தப் பழைய பயங்கள் ஏதாவது இன்னும் நினைவிருக்கிறதோ, என்னவோ...'

"நல்ல காற்று, இல்லையா?" என்றான்.

தலையைச் சரித்து அவனைப் பார்த்தபடி, நெற்றியில் அலைந்த மயிர்க்கற்றையை ஒதுக்கினாள்.

"என்ன?"

"நல்ல காற்று என்றேன்."

"ஓமோம், நல்ல காற்று."

"றொஷாந்தி, இதைப்பற்றி அதிகம் யோசிக்காதையுங்கோ, இதிலை பல 'ஆல்'கள் இருக்கு..."

"என்னென்ன 'ஆல்'?"

"கலவரம் வந்தால், அப்போது உங்களைத் தமிழர்கள் என்று யாராவது நினைத்தால், அப்படி நினைக்கிற யாராவது தாக்க வந்தால்... எல்லா 'ஆல்'களையும் கணக்கிலெடுக்கும்போது, நீங்கள் பயப்படுவதற்கான சாத்தியம் ஒரு வீதம்கூட இல்லை."

"அப்பிடி நம்புறீங்களா?"

"அதேதான்."

றொஷாந்தியின் முகம் கொஞ்சம் வெளித்தது.

"அதோடு, உங்கள் நிறத்தைப் பார்த்தால், அல்லது நீங்கள் சிங்களத்தில் பேசினால், 'தமிழ்ப் பெண்' என்று சொல்லவே முடியாது. ஆனபடியா, அதிகம் பயப்படாதையுங்கோ."

வெளியே வந்தபோது நல்ல வெய்யில். காற்றும் கட்டடங் களின் ஒடுங்கிய நிழல்களும் ஆறுதலாயிருந்தன. தெருவை நோக்கி நடந்தார்கள்.

"எங்களுக்குப் பக்கத்திலையிருக்கே, இந்தச் சின்னக் காவற் கூண்டு மாதிரி, இது என்ன தெரியுமா?"

“கண்டியின் கடைசி அரசன் விக்கிரம ராஜசிங்கனை இங்லீஷ்காரங்கள் சிறைப் பிடிச்சுக் கொண்டுவந்து, தமிழ்நாட்டுக்குக் கப்பலிலை அனுப்ப முதல் வைச்சிருந்த இடம்,’ என்று சொல்வாங்கள்.”

“நீங்கள் அதை நம்புறீங்களா?”

“எதை? சிறைப் பிடிச்சதையா? இந்தியாவுக்கு அனுப்பினதையா?” அவளின் பகடி அவனுக்கு ஆறுதலாயிருந்தது.

“இரண்டுமில்லை, இதுக்குள்ளை வைச்சிருந்தாங்கள் என்றதை?”

“ஏன் இல்லை?”

“எனக்கு அதை ஒப்புக்கொள்ள முடியேல்லை” என்றான்.

தெருவுக்கு வந்திருந்தார்கள். “சரி, அது போகட்டும். உங்கட அண்ணாவுக்கு இன்றைக்கு இப்படி வேளைக்கு வகுப்பு முடிஞ்சது தெரியாதுதானே? அவர் வழமைபோல ஐந்து மணிக்குத்தானே வருவார்?”

“நான் அவருடைய ஓஃபிஸுக்குப் போய்விடுகிறேன்.”

“தனியாகவா?”

“பக்கத்தில்தானே?”

“இல்லை, நான் உங்களை அங்கு விட்டுவிட்டு, அங்கிருந்தே பஸ் எடுக்கலாம்.”

“தாங்க்ஸ், வாருங்கள்.”

எதிரே, பழைய கலங்கரை விளக்குக் கோபுர மணிக்கூட்டில் மூன்றரை ஆகவில்லை.

வலப் பக்கம் திரும்பி சதாம் வீதியால் நடந்தார்கள்.

இப்படியான வேளைகளில் பேசிக்கொண்டு நடப்பதிலும் பேசாமலே அருகருகே நடப்பது சந்தோஷமானது.

எதிரே, யோர்க் வீதி வாகனப் போக்குவரத்தில் வித்தியாசம் தெரியவில்லை. இடது பக்கம் திரும்பினால் நூறு யாரில் க்ருஷானின் அலுவலகம்.

“நீங்கள் உள்ளே போய்க் காத்திருக்கலாந்தானே?”

“ஓ,” என்றாள் றொஷாந்தி, “ஆனால், நீங்கள் பஸ் ஏறுமட்டும் இதில் நின்று பார்த்துவிட்டுப் பிறகு போகிறேன்.”

"சரி, விரைவில் சந்திப்போம். கவனம். ஆனால் வீணாகப் பயப்பட வேண்டாம்."

"ம்ம், ஓகே . . . நீங்களும் கவனம் . . ." அவன் கண்களைப் பார்த்தபடி சொன்னாள்.

'இந்த றொஷாந்தியை மூன்று வருஷம் முந்திச் சந்தித்திருக்கக் கூடாதா,' என்று இப்போதும் வந்த நினைவை நிறுத்தினான்.

தெருவைத் தாண்டி எதிர்ப்பக்கம் போனான். அவள் நின்றுகொண்டிருந்த இடத்திற்கு நேர் எதிரே இருந்தது நிறுத்தம். இன்றைக்கென்று போனதும் போகாததுமாய் வந்துகொண்டிருந்தது பஸ். றொஷாந்தி இங்கேயே பார்த்துக் கொண்டு நிற்கிறாள். அவளுக்குக் கை அசைத்துவிட்டு பஸ்ஸில் ஏறிக்கொண்டான்.

❍

ஒரேயொரு ஸீற் வெறுமையாயிருந்தது. போய் உட்கார்ந்தான். வெளி இரைச்சல் போதாதென்று உள்ளேயும் ஓட்டுநருக்கு முன்னால் தொங்கிக்கொண்டிருந்த ற்றான்ஸிஸ்ரரில் பாட்டென்று ஏதோ. பஸ் இடதுபுறம் திரும்பிற்று வேகங் குறைந்ததில் வெக்கை தெரிந்தது. றொஷாந்தியோடு இன்னுங் கொஞ்ச நேரம் நின்றுவிட்டு வந்திருக்கலாமோ? "கொஹேட்டத?" என்று வந்த கொண்டக்ரரிடம், "தெஹிவல," என்றான். உண்மையில், இறங்க வேண்டியது அதற்கு முதலில். 'வெள்ளவத்தை என்று சொன்னால், தமிழன் என்று எல்லோரும் ஊகித்துவிடுவார்களோ' என்றிருந்தது.

தெருவில் பதற்றமேதும் தெரியவில்லை. இப்படித்தான் அன்றைக்கு எலெக்ஷன் டியூட்டியால் கதிர்காமத்திலிருந்து வரும்போதும் கலவரம் வருகிறது என்று பயந்தது! எப்படியோ அன்றைக்குக் காலையில், ஏழு மணிக்கு முதலே வெள்ளவத்தைக்கு வந்தாயிற்று. வீட்டின் அழைப்பு மணியை அழுத்தியதும் ஜன்னலால் பார்த்த சாரதாவின் முகத்தில் நிரம்பியிருந்த பதற்றமும் எதிர்பார்ப்பும் அவனுக்கு இன்னமும் நினைவிருக் கின்றன.

பஸ், 'ரீகல்' தியேட்டர் சுற்றுவட்டத்தைத் தாண்டிக் காலி முகம் நோக்கி விரையத் தொடங்கியதில் காற்று தாராளமாகவே நுழையலாயிற்று. கரகரத்துக்கொண் டிருந்த ரேடியோவிலும் இப்போது தொடங்கிய எம்.எஸ். ஃபெர்னாண்டோவின் பைலா பலரை ஸீற்றில் தாளம் போட வைத்திருந்தது. "கெக்கிரி பலென டிக்கிரி சினாவய்..."

எதிர் வெய்யிலில் குளித்துக்கொண்டிருந்த நாடாளுமன்றக் கட்டடம். முன்னால்தான் – தெருவின் அடுத்த பக்கத்து மைதானத்தில் – இலங்கையில் தமிழர்களுக்கெதிரான முதல் வன்முறை அரங்கேறியது. தனிச் சிங்களச் சட்டத்துக்கெதிராகச் சத்தியாக்கிரகம் செய்த தமிழர்களை ஈன இரக்கம் இல்லாமல் தாக்கிய இடம். அது, ஐம்பத்தாறு! கிட்டத்தட்ட இருபது வருஷங்களில் மூன்றாவது இனக் கலவரம் தொடங்கப் போகிறதா?

பண்டாரநாயக்க சற்றுத் தள்ளி வெண்கல வடிவில் நிற்கிறார்! ரஷ்யாக்காரர்கள் செய்துகொடுத்துப் போனவருஷந்தான் திறந்துவைத்த சிலை. நாடாளுமன்ற முகப்பிலிருந்த சிலைகளெல்லாவற்றையும் குள்ளமாக்கி விட்டிருந்தாலும், ஏழெட்டு வருசத்துக்கு முன்பு போய்ப் பார்த்த அவுக்கண புத்தர் சிலையின் உயரத்தில் பாதிதான் வரும்போலிருக்கிறது. அது நாற்பதடி என்று ஞாபகம். மொறட்டுவையில் படித்துக் கொண்டிருந்த காலத்தில் பொறியியல் கட்டுமானங் களைப் பார்க்கவென்று மாணவர்கள் போய்வந்த பயணத்தில் பார்த்தது. ஆயிரம் ஆண்டுகட்கு முன்னால் ஒற்றைக் கருங்கல்லில் செதுக்கிய அற்புதம் அது! அந்தப் பயணமும் ஒரு அருமையான பயணம். ராஜாங்கன, மிஹிந்தல, கல்கமுவ என்று அநுரதபுரத்தையே சுற்றி வந்தபோது, ஏதோ சரித்திர காலத்தில் சஞ்சரிக்கிற மாதிரி இருந்தது. எல்லா நெடும் பாதைகளிலுமே ஒவ்வொரு மைலுக்கு ஒன்று, இரண்டாவது இருந்த பிள்ளையார் சிலைகளும், 'குளம்,' 'குளம்' என்று முடிகிற ஊர்ப்பெயர்களும், அந்த வட்டார வரலாற்றின் சான்றுகளாய் நின்றன.

இரண்டாம் நாள் இரவு, கல்கமுவ நீர்ப்பாசனப் பயிற்சிக் கல்லூரியில் முகாம் போட்டபோது ஒரு பெரிய கொண்டாட்டமே நடந்தது. அன்றைய இசை நிகழ்ச்சியின் போதுதான் ஒரு கையில் பிடித்த மைக்கோடு மெல்ல மெல்ல ஆடிஆடி, கோலித அந்த அருமையான பாடலைப் பாடினான். "ஹிப்பி ஸ்ரை'லில் திரிகிறான்,' என்று சொல்லப்பட்ட கோலிதவையும், பைலாவையும் நன்கு அறிமுகம் கொண்டதும் அன்றுதான். '. . .*மொகத மே தரம் பய . . .? பிரிமின்ட கேனு மொகத மே தரம் பய? அபி கொட்டி வலஸ்ஸுத . . . அபித் மினிஸ்ஸு நேத . . .?*'

கொழும்பு வந்தபின் பைலா இசைத்தட்டுக்கள் கிடைக்குமா என்று தேடத் தொடங்கினான், சித்தன். எம்.எஸ்., ஸி.ரி., எல்லோருடைய பாட்டுக்களும் 'ஸ்பூல் ற்ரேப்'பில்தான் இருந்தன. ஆக, ஒரேயொரு பைலா றெக்கோட்

புறக்கோட்டைக் கடையொன்றில் கிடைத்தது. அது, பைலா முன்னோடி வொலி பஸ்டியன் பாடிய பழைய பாடல். 'சுரங்கனாவியே ...' மறு பக்கத்தில் 'ரட்டக் வட்டினவா ...' என்று ஒன்று. இரண்டுமே அவ்வளவு பிடிக்கவில்லைதான் என்றாலும், தான் கேட்ட அத்தனை கேள்விகளுக்கும் கடைக்காரர் பொறுமை இழக்காமல் இருந்ததற்காகவும், பைலா றெக்கோட் ஒன்று இருக்கட்டுமே என்பதற்காகவும், அதை வாங்கினான்.

பஸ் 'ஒபரோய்' ஹோட்டலைத் தாண்டி பிரிட்டிஷ் கௌன்ஸிலை நெருங்கிக்கொண்டிருந்தது. நேரே, தொலைவில் 'அலரி மாளிகை', பிரதம மந்திரியின் உத்தியோகபூர்வ வாசஸ்தலம். அந்த வாசல்கூட வழமைபோல்தான் இருக்கிறது, கூடுதல் பரபரப்பெதுவுமில்லை. "எல்லாம் தேவையில்லாத பயங்களும் பதற்றமும், எந்தப் பிரச்சினையும் வரப் போறதில்லை" என்று மனம் ஆறுதல் பட்டது. வெள்ளவத்தையிலேயே இறங்கினான். எல்லாமே வழமை போல்தான் தெரிகின்றன. தம்பிக்கும், கண்டி இப்படித்தானிருக்கும். வீட்டை நோக்கி நடந்தபோது மனம் லேசாக இருந்தது.

சரியாக ஒரு கிழமையில், சாரதாவும் தானும் இந்தக் கலவரங்களிருந்து தப்பி, உயிரைப் பணயம் வைத்து, விழுந்து கட்டி யாழ்ப்பாணம் ஓடப்போகிறார்கள் என்பது அவனுக்கு அப்போது தெரிந்திருக்கவில்லை.

○○○

முது மகன்

3.1

சித்தன், முழுவீட்டுக்கும் அஸ்பெஸ்ரஸ் கூரைதான் போட்டிருந்தார். அதொன்றும் பெரிய வீடுமில்லை, இரண்டு அறை, ஒரு குசினி, நடுவில் ஒரு சின்னக்கூடம். முன்னும் பின்னும் குட்டிக் குட்டி விறாந்தைகள், ஒவ்வொன்று வீட்டோடு இணைந்தும் இணையாமலும் ஒரு குளியலறை– கக்கூஸ். அவர் சின்னதாகக் கட்டிக்கொண்டதற்குக் கன காரணங்கள். கொழும்பில், இவ்வளவு காலமும் ஒரு அறை, இரண்டறை அனெக்ஸ்களில்தானே குடித்தனம் பண்ணினோம்? யாழ்ப்பாணத்திலுங்கூட எல்லோரும் கல்வீடுகளைக் கட்டிவிட்டு, வருசத்தில் முக்கால்வாசிக் காலம் வெக்கைக்குப் பயந்து வெளிக் கொட்டில்களில்தானே காலந் தள்ளுகிறார்கள்? எங்களில் யாருக்காகப் பெரிய வீடு? இதுவரையில் அவரும் சாரதாவுந்தான், இனிப் பிள்ளைகள் பிறந்தால் பார்த்துக்கொள்ளலாம். தேவைக்கதிகமான பெரிய கட்டடங்களைக் கட்டும்போது, கல், மணல், சீமேந்து என்று எல்லாவற்றையும் வீணாக்குகிறோம் என்று அவர் படிப்பும் அநுபவமும் சொல்லியிருக்கின்றன. இப்படிப் பொருட்களைச் செலவழிக்கும்போது காசும் அநியாயமாகச் செலவாகும். அவரிடம் அவ்வளவு பணமுமில்லை, வங்கிக் கடன், அது, இது, எல்லாம் பிடிப்பதுமில்லை.

எழுபத்தேழு கலவரத்தோடு வந்து நின்றுவிட்டு, ஆறுமாதம் கழித்துத் திரும்பிப்போய், அங்கிருந்து இடமாற்றலுக்குப் போராடி, அதைப் பெற்று மீண்டும் ஊரோடு வர முடிந்தபோது எழுபத்தொன்பது

முடிந்துவிட்டிருந்தது. எண்பது தொடக்கத்திலிருந்து இடமாற்றம் நிச்சயமென்று தெரிந்துவிட்டபோதே யாழ்ப்பாணம் போனதும் உடனடியாக இரண்டு அலுவல்கள் செய்துவிட வேண்டும் என்கிற தீர்மானத்தோடுதான் வந்திருந்தார். பஸ்களோடு மினைக்கெடவும், பஸ்காரரோடு மல்லுக்கட்டாமல் பயணஞ் செய்யவும் அவரால் முடியாது – ஒரு மோட்டார் சைக்கிள் வாங்கிவிட வேண்டும்.

வேலையில் இணைந்து அடுத்துவந்த சனிக்கிழமையே பட்டணத்தில் ஒவ்வொரு டீலராகப் பார்த்து ஒரு புத்தம்புது 'ஹொண்டா ஸீ–90' வாங்கினார். நன்றாகப் பெற்றொல் வேலை செய்கிற மொடல் என்றும், பிரச்சனையே தராத ஜப்பான் தயாரிப்பு என்றும் எல்லோரும் சொல்லியிருந்தார்கள். நீலமும் வெள்ளையுமாய் வடிவாயிருந்தது. பத்தாயிரத்தை எண்ணிக் கொடுத்துவிட்டு மீதி இருநூறு வாங்கியபோது, பழையபுலம் இந்துப் பள்ளியில் படித்துக்கொண்டிருந்த காலத்தில் ராசநாயகம் மாஸ்ரர் கொண்டுவந்த பளபளவென்ற புத்தம்புது 'மொறிஸ் மைனர்' கார் நினைவு வந்தது. அது மூவாயிரம் ரூபாய் என்றபோது பெடியன்கள் அப்போதே மூக்கில் விரலை வைத்தார்கள்.

மோட்டார் சைக்கிள் வேலை முடிந்தது. அடுத்தது வீடுதான். சித்தன் வரும்போது வீடு கட்டவேண்டுமென்ற திட்டம் மட்டுமன்றி, வீட்டுக்கும் திட்டம் போட்டுப் பிளானோடுதான் வந்திருந்தார். எளிமையும் வசதியுமாக. அவரே கைப்பட வரைந்த படம். கிடைப்படம், முன்தோற்றம், பக்கத் தோற்றங்கள், முப்பரிமாணப் படங்கள் என்று பார்த்துப்பார்த்து ஆசைப்படி வரைந்தது.

ஆனால், சித்தன் ஊரோடு வந்து அடுத்த மாதமே முருகனுக்கு சிங்கப்பூரில் வேலை கிடைத்து, அவன் உடனேயே புறப்பட வேண்டியும் வந்தது. சித்தனும் சாரதாவும் தங்களோடு இருக்கலாமென்றார்கள், அம்மாவும் ஐயாவும். "அந்தப் பெரிய வீட்டிலை நாங்கள் இரண்டு பேருந்தானே இருக்கிறம்?"

"முருகன் திரும்பிவந்து அங்கதானே இருக்க வேணும்? அப்ப என்ன செய்கிறது?" என்றார்கள், சாரதா வீட்டார். "அதோட, சாரதாவும் புருசனும் சீதனக் காணியிலை இருக்கிறதுதானே தேசவழமை?"

புனிதாவும் தாயுந்தான் அப்போது அவர்கள் வீட்டில். நந்தன் வேலையை விட்டுவிட்டுப் பெண்சாதி பிள்ளைகளுடன் இங்கிலாந்துபோய் ஒரு வருசமாகிவிட்டது. எழுபத்தேழு

இனக்கலவரம் அவனையும் விட்டு வைக்கவில்லை. "டொக்ரர் எண்டாலுந் தமிழன்தானே!"

புனிதாவுக்குக் கல்யாணப் பேச்சுக்கால் நடந்து கொண்டிருந்தது. அந்த வீடு புனிதாவுக்குத்தான் சீதனம் என்று எப்போதோ தீர்மானித்திருந்தார்கள். பெரிய வீடு. இரண்டு கட்டு, நடைகூடம், முற்றம் என்று. நூற்றாண்டை நெருங்கினாலும் கல்லும் காரையும் மரங்களும் இன்னும் வலு பலமாகத்தான் இருந்தன. நந்தனின் பூட்டன் மூத்ததம்பியர் கட்டிய வீடு. அவர் நாகப்பட்டினத்திற்குப் போய்வந்தபோது செய்வித்துக் கொண்டுவந்த பிள்ளையார், லக்ஷ்மி, வள்ளி – தெய்வானையுடன் முருகன், இருக்கும் அழகான மரச் சிற்பம் இன்னமும் சாமியறை வாசற் கதவின் மேல் பொருத்தியிருந்தது. அந்த வீட்டுக்குப் பக்கத்தில் வடக்கே இருக்கிற காணிதான் சாரதாவுக்கு. வீடு இல்லையென்பதால் புனிதாவின் காணியைவிட அது இரண்டு மடங்கு பெரிதாயிருந்தது.

சாரதாவின் காணியில் புது வீட்டைக் கட்டுவது என்று தீர்மானமாயிற்று. பங்குனி பிறக்க வேலை தொடங்கலாம்.

நல்லநாள் பார்த்து, வீட்டுக்கு நிலையமெடுக்கிறதில் கெட்டிக்காரன் என்று பெயரெடுத்த வடிவேல் சாத்திரியாரை இரட்டைக் குளத்திலிருந்து ஐயா கூட்டிவந்து நிலையமெடுப்பித்த போது, சித்தன் போட்டுவந்த பிளானில் முதல் மாற்றம் செய்ய வேண்டி நேர்ந்தது. தாய் மனையிலிருந்து பத்தடி தள்ளித்தான் சாத்திரியார் எடுத்த இடம். ஆனால் கட்டுமான நியதிகளின்படி இரண்டு வீட்டுக்குமிடையில் பதினைந்து அடியாவது இருக்க வேண்டும் என்று சித்தன் வலியுறுத்தினார். சாத்திரத்தையும் சட்டத்தையும் சமரசப்படுத்துவதற்காகச் செய்ய நேரிட்டது அந்த மாற்றம்.

நிலம் போட்ட பின்தான் உண்மையான பிரச்சனையே தொடங்கியது.

கட்டுமானச் சாமான்கள் தேடுவது முன்னெப்போதுமில்லாத கஷ்டமாக ஆகிவிட்டிருந்தது. சீமேந்துக்கு 'பேமிற்' எடுக்க வேண்டும். சித்தனின் அலுவலகம் குடாநாட்டின் தெற்கு விளிம்போடு, கடற்கரை வீதியில். 'பேமிற்' எடுக்க வேண்டியிருந்த சீமேந்துக் கூட்டுத்தாபனக் கந்தோர் வடக்குக் கடற்கரையை ஒட்டினாற் போல்! குடாநாட்டைக் குறுக்கறுத்து எத்தனை தரம் அலைவது?

வீட்டு வேலை பத்திரிப்பு மட்டத்திற்கு வந்துவிட்டது. சுவர்களுக்காகக் கல் அரிந்துகொண்டிருந்த வேளை. ஓடியாடித்

திரிந்துகொண்டிருந்த ஐயா, இருந்தாற்போலச் சுகமில்லை என்று சொன்னார். இரண்டே மாதந்தான், 'என்ன வருத்தம்' என்று வைத்தியர்கள் கண்டுபிடிக்கவும் முதலே அவர் காலம் முடிந்துவிட்டது. சித்தனால் நம்பவே முடியவில்லை. கனவு போலிருந்தது. அதிர்ச்சி நீங்க ஆறுமாதம் போதவில்லை.

சித்தனிலும் பார்க்கக் கலங்கிப்போனவர் பெரியையாதான். "நான் தூக்கிவளர்த்த பிள்ளையடா அவன், என்னிலும் பார்க்க அஞ்சு வயதுக்கு இளையவன். அறுபத்து மூண்டு வயது, ஒரு வயதா? எங்கட குஞ்சிப் பாட்டா மாதிரி நூறு தாண்டி இருப்பான் எண்டு நினைச்சிருந்தன்."

○

அவர்களுடைய சின்னப் பாட்டன் கணபதியப்புவைச் சித்தனுக்குக்கூட நினைவிருக்கிறது. வேட்டியால் போர்த்தபடி குடங்கிப்போய், வெள்ளைத் தாடிமீசையும் என்னவென்றில்லாமல் நிரந்தரமாகிவிட்ட ஒரு பரவசப் புன்னகையும் படர்ந்த முகத்தோடு, கட்டில் விளிம்பில் உட்கார்ந்திருக்கிற கோலத்தில். அப்போது நூற்று இரண்டு வயது என்று சொன்னார்கள்.

கணபதியர் குடி, அடியடியாய் இரட்டைக் குளந்தான். குறிஞ்சிலியிலும் இரட்டைக் குளத்திலும் இருந்த காணிகளில் குரக்கன், சாமி, பயறு, மரவள்ளி, மரக்கறிகள் என்று பரம்பரையாய்ப் பிழைத்த பிரயாசிகள். வசதியும் மரியாதையும் தேடிவந்திருந்தன. பயபக்தியான குடும்பம். சிவதீட்சை கேட்டவர்கள். இரட்டைக்குளம் பிள்ளையார்தான் குலதெய்வம். யாழ்ப்பாணத்து ராசா ஒருவன் கட்டிய கோவில் குளக்கரையோடு இடிந்துகிடந்ததில் ஊர்ச் சனமெல்லாரும் சேர்ந்து, ஓடும் ஓலையுமென்று பேணிவைத்திருந்த கோவில்.

கணபதியரின் தமையன் வாணருடைய மகன் சின்னத்தம்பிக்கு மூன்று பிள்ளைகள். மூத்தது பொம்பிளைப் பிள்ளை, அடுத்த இரண்டு ஆம்பிளை. சிவமுருகேசு, சிவகணேசன். இரண்டு பேரையும் வடிவாய்ப் படிப்பிக்க வேணுமென்று ஆசை சின்னத்தம்பியருக்கு. கடைக்குட்டி, பிள்ளையாரடிப் பள்ளிக்கூடத்தில் ஐந்தாம் வகுப்பில் இருந்தபோதுதான், சின்னத்தம்பி பெண்சாதி பவளம் கண்ணை மூடினா. தாயில்லாப் பிள்ளைகளை வைத்துக்கொண்டு என்ன செய்வது? பெடியன்கள் இரண்டு பேரையும் கொண்டுபோய் இந்துக் கல்லூரிப் 'போர்டிங்'கில் சேர்த்துவிட்டார் சின்னத்தம்பி.

"ஆச்சியின்ர – நீங்கள் இப்ப சொல்லுறது போல அப்ப நாங்கள் அம்மா, ஐயா எண்டு சொல்லுறதில்லை, ஆச்சி, அப்பு,

எண்டுதான் சொல்லுறது – அந்திரட்டிக்கு கீரிமலைக்கு வண்டில் கட்டிக்கொண்டு போனம். அந்தச் சின்ன வயதிலேயே தாய்க்குக் கிரியை எல்லாம் உன்ர ஐயாதான் செய்தான்." பெரியையாவுக்குக் குரல் கம்மியது. "அந்திரட்டி மடத்திலை குருக்கள் ஏதோ செய்யச் சொன்னார். "யெஸ், சேர்," எண்டான். தம்பியாரின் குழந்தைத்தன நினைவில், முகத்தில் இருளையும் மீறி ஒரு புன்னகை படர்ந்தது.

அந்தப் புன்னகைக்குப் பின், இத்தனை ஆண்டுகள் கழித்தும் கண்கலங்கினார், பெரியையா. தாயில்லா அப்பாவிச் சிறுவனாகத் தன் தந்தையை நினைத்துப்பார்த்தபோது சித்தனுக்கும் அந்தரமாயிருந்தது.

"பிறகு?"

"பிறகென்ன? இந்துக் கல்லூரியிலையே படிச்சு 'ஸீனியர் கேம்பிறிட்ஜ்' சோதினை பாஸ் பண்ணினம். அது அப்ப எஸ்.எஸ்.சி. க்குச் சரி."

❍

மாவட்ட அபிவிருத்திச் சபைத் தேர்தல் நெருங்கிக் கொண்டிருந்தது. வடக்கில் தன் அதிகாரத்தைக் காட்டவும், யாழ்ப்பாண மாவட்ட அபிவிருத்திச் சபையைக் கைப்பற்றவும், எது வேண்டுமானாலும் செய்யத் தயாராயிருந்தது அரசாங்கம். தேர்தலுக்கு நாலு நாட்கள் முன்பு, யாழ்ப்பாண நூலகமும் *ஈழநாடு* பத்திரிகை அலுவலகமும் எரிபட்டன. நூலகத்தில் இரவல் வாங்கிய அம்புறோஸ் பியஸின் 'கருஞ் சிறுத்தையின் கண்கள்', எரிக் மாறியா ரிமார்க்கின் 'அகதி', இரண்டும் சித்தனிடம் இருந்தன. இனி, எப்போது, எங்கே, கொண்டுபோய்க் கொடுப்பது என்று தெரியவில்லை.

சித்தனுக்குத் தேர்தல் பணி சரசாலையில். கிட்டத்தான். கிட்டவோ தூரவோ, தேர்தல் கடமையென்று புறப்பட்டால், எப்படியும் மூன்று நாளாகிவிடும். போன முறை திஸ்ஸமஹாராம கடமையின்போது, திரும்பிவரும்போதுதான் பயம். இந்த முறை – சொந்த ஊர் என்றாலும் – வீட்டை விட்டுப் புறப்பட்டுத் திரும்பி வரும்வரைக்கும் உயிரைக் கையில் பிடித்துக்கொண்டுதான் இருக்க வேண்டிய நிலைமை. "இயக்கங்கள் எலெக்ஷனுக்கு மாறு . . . எப்ப எங்கை குண்டு எறிவாங்கள் எண்டு தெரியாது . . ."

அடுத்த ஆண்டும் ஜனாதிபதித் தேர்தல், சர்வஜன வாக்கெடுப்பு என்று, காரைநகருக்கும் பூநகரிக்கும் அடுத்தடுத்துப் போய் வர வேண்டியிருந்தது.

❍

அதற்கடுத்த வருஷம். 1983.

இவற்றுக்குள் வீட்டுக்கட்டாவது, ஒன்றாவது! ஏதோ கிடைத்த சாமான்களுடன் சமாளித்து, முடிந்தளவுக்கு ஒப்பேற்றியாயிற்று. வெள்ளைகூட அடிக்கவில்லை. முழுதாக ஒரு லட்சம் முடிந்தது. சித்தன், தானாகப் பார்த்துப்பார்த்துச் செய்ததில் அவ்வளவு. வேறு யாரென்றாலும் அதைப்போல் இரண்டு மடங்கு ஆகியிருக்கும்.

அப்போதெல்லாம் அஸ்பெஸ்ரஸ் நுரையீரலைப் பாதிக்கும் என்ற கதை பெரிதாக வந்திருக்கவில்லை. வந்திருந்தாலும் வேறு எதைத்தான் போட்டிருக்க முடியும்? போட்டிருந்தாலும் பிறகு விழுந்த குண்டுகளையும் ஷெல்களையும் எதுதான் தாங்கியிருக்கும்?

இந்த வீட்டில் குடிபுகுந்த உடனேயே ஒரு நல்ல நாளில் அம்மாவையும் கூட்டிவந்துவிட்டார். அவவுடைய பெட்டகம், அலுமாரிகள், தட்டுமுட்டுச் சாமான்கள் எல்லாம், அங்கே இரண்டு அறைகளில் வைத்துப் பூட்டிவிட்டு, மீதி முழு வீட்டையும் சிற்றம்பலம் மாஸ்ரருக்கு, “ஏதோ நீங்கள் நினைக்கிற வாடகையைத் தாங்கோ, வீட்டை வடிவாப் பார்த்துக் கொண்டால் சரி,” என்று கொடுத்து விட்டாயிற்று. வரும்போது கொண்டுவர அவவுக்கு ஒரு பெரிய சூட்கேஸ் மட்டுமே இருந்தது.

அந்த சூட்கேசுடன் கூடவே கிராமஃபோனையும் றெக்கோட்களிருந்த பெட்டியையும் சித்தன் மறக்கவில்லை. அவையெல்லாவற்றையும் சாமி அறையில் வைத்துவிட்டு, “இது எனக்குப் போதும்,” என்றா அம்மா, கூடத்துக் கட்டிலைக் காட்டி.

❍

எண்பத்துமூன்றின் பின் பழைய வேலையில் தொடரவே சித்தனுக்கு மனமில்லாது போயிற்று. “தம்பிக்கு இந்த உணர்வு எழுபத்தேழிலேயே வந்திருக்கிறது!” போதாக்குறைக்கு இந்த வேலையோடு இருந்தால் மீண்டும் இடமாற்றம் வந்து யாழ்ப்பாணத்தை விட்டுப்போக வேண்டியும் வரும்.

“வேலையை விடப்போகிறேன்,” என்று சொன்னபோது, சாரதாவோ அம்மாவோ மறுப்புச் சொல்லவில்லை. சித்தனுக்கு வெளிநாட்டு யோசனை ஒன்றும் வராது என்றும் அவர்களுக்குத் தெரியும். எதிர்பார்த்தது போலவே, தனியார் துறையில் சேர்ந்துகொண்டார். எப்படியோ, எல்லோரும் வெளிநாடு என்று ஓடிக்கொண்டிருக்கிற நிலையில் ஊரோடு இருந்து செய்வதற்கும் நிறையவே இருந்தன.

❍

❋ 260 ❋ சித்தன் சரிதம்

அந்தக் காலங்களில்தான் அந்த அழைப்பிதழ் வந்தது. திருமண அழைப்பிதழ். மணமக்கள் பெயர்கள் கடித உறையிலேயே அச்சிடப்பட்டிருந்தன..

றொஷாந்தி! எழுபத்தேழு ஆடிக்கலவரத்துடன் யாழ்ப்பாணம் வந்து ஆறு மாதத்தின் பிறகுதான் சித்தன் மீண்டும் கொழும்பிற்குப் போனார். அனெக்ஸ், வேலை, விஷயங்கள் எல்லாம் ஒழுங்குக்கு வந்தபின், அந்தக் கொம்பியூட்டர் பயிற்சி நெறியைப் பூர்த்தி செய்ய முடியுமா, என்ற எண்ணம் வந்தது. போய் விசாரித்தார். "முடியும். உங்களுக்கு அந்த ஆர்வமிருப்பது மகிழ்ச்சி," என்றார் விமல் பெரெரா. மற்றவர்கள் மூன்று மாதத்திற்கு முன்னரே முடித்திருந்தார்கள். விடுபட்ட விஷயங்களை விளங்கிக் கொள்ளவும், ப்ரோகிராமை எழுதி முடிக்கவும் றொஷாந்தியின் உதவி இல்லாமல் முடிந்திராது.

அழைப்பிதழைப் பிரித்துப் படித்தார். மணமகன் லக்ஷ்மண் குணநாயகம். தமிழ்ப் பெயர்! மகிழ்ச்சியாயிருந்தது. அடுத்த நாளே ஒரு நல்ல வாழ்த்து அட்டை வாங்கி அனுப்பினார், சித்தன்.

○○○

3.2

கனகு இப்படிச் செய்வான் என்று நினைக்க முடிந்ததில்லை. ஆள் இப்போது கொஞ்சக் காலமாக அடிக்கடி கண்ணில் படாமல் – அப்படிப்பட்டாலும், மசுந்தி மசுந்தித் – திரிந்து கொண்டிருந்ததில் எல்லோருக்கும் அவனோடு ஒரு தொலைவு இருந்தது. அவனுக்கு வேறு தொடர்புகள் இருக்க வேண்டுமென ஐமிச்சப் பட்டார்கள். அது இப்போது சரியாகத்தானிருக் கிறது. ஆனால் சித்தனுடன் கனகு அப்படி அல்ல. ஊர்ப்பக்கம் வருகிற வேளைகளில் அல்லது காணுகிற வேளைகளில் சித்தனோடு வடிவாகத்தான் – வழமை போல – கதைப்பான். அன்றைக்குப் பொழுதுபட, கனகுவை அப்பு வளவுப் படலையடியில் சித்தன் கண்டபோது இருவருமே தலையசைத்துப் புன்னகைத்து விட்டுத்தான் ஆளை ஆள் தாண்டிப்போயிருந்தார்கள். சித்தன் சைக்கிளில் போய்க்கொண்டிருந்தார். கனகு நடந்து வந்துகொண்டிருந்த மாதிரி இருந்தது. உண்மையில் கனகு அப்போது அதிலேயே தான் நின்றுகொண்டிருந்திருக்கிறான். கொஞ்சம் இருட்டியதும் அவர்கள் வருவார்களென்று பார்த்துக்கொண்டிருந்திருக்க வேண்டும். எவ்வளவு பழக்கம், எவ்வளவு காலப் பழக்கம். மறைமுகமாகவாவது ஒரு சொல்லுச் சொல்லி யிருக்கலாம், "அண்ணை, நான் இப்பிடிச் செய்ய யோசிக்கிறன்," என்று. நானோ மற்றவர்களோ தடுத்துவிடுவோம் என்று பயம். யார்தான் வீட்டை அப்பிடிக் கொடுத்துவிடுவார்கள்? அதுவும் ஊர்மனைக்குள்? சுற்றிவர வீடுகள், இவ்வளவு

கிட்டக்கிட்ட இருக்கிற இடத்தில்? அவன் பயந்தது சரி. ஆனால் அவன் செய்த வேலைதான் சரியில்லை. ஆமி கோட்டைக்குள் இருக்கிறது, ஐந்து மைல்கூட இல்லை.

கனகுவைக் கண்டு அடுத்த நாள். பகல். பத்து மணியிருக்கும். அதொரு சனிக்கிழமை. கேற்றை யாரோ மெல்லத் திறந்துகொண்டு வருகிற சத்தங் கேட்டது. தம்பிராசாவும் சிவக்கொழுந்துவும் உள்ளே வந்தார்கள்.

"உன்னோட ஒரு கதை . . ." தம்பிராசா இரகசியம் பேசுவதுபோலச் சொன்னார்.

"ஓமோம், வாங்கோ வந்திருந்து சொல்லுங்கோ."

இருவரும் வந்து விறாந்தைக் கதிரைகளில் இருந்த பிறகும் தம்பிராசா ஒரு நிமிஷம் ஒன்றும் பேசவில்லை. சிவக்கொழுந்தர் தம்பிராசாவின் முகத்தைப் பார்த்தார். சித்தன் இரண்டு பேரையும் பார்த்தார். இந்த மௌனம் அவர் புருவங்களைச் சுருக்க வைத்தது.

"உனக்குத் தெரியாதே சங்கதி?" இருந்தவாறே உடம்பையுந் தலையையும் முன்னால் நீட்டி மெல்லக் கேட்டார், தம்பிராசா.

"என்ன?"

"அப்ப, உனக்குத் தெரியாது!"

"என்ன?"

"உங்கட வீட்டிலையெல்லே பெடியள் வந்து இருக்கிறாங்கள்?"

"பெடியளா? எங்கை?"

"இயக்கந்தான்! அப்பு வீட்டிலை! தெரியாதே?"

"இயக்கமா? எது? எப்ப?"

"ஆரெண்டு தெரியாது, நேற்று ராத்திரி!"

"இவர் காலமை பழுத்தல் பொறுக்கப் போனவராம். கண்டிட்டுப் பழுத்தலும் வேண்டாம், ஒண்டும் வேண்டாமெண்டு வந்திட்டார்," சிவக்கொழுந்து முகத்தில் பயம், பரிதாபம், தம்பிராசாவுக்கு ஆதரவு தருகிற திருப்தி, எல்லாம் தெரிந்தன.

"பத்துப் பதினஞ்சு இளந்தாரியள்!" தம்பிராசா உண்மையிலேயே பயந்த மாதிரித்தானிருந்தது.

மாணிக்கர் அத்திவாரம் போட்ட கட்டடத்தின் அழிவு தொடங்கியது இப்படித்தான்.

❍

சித்தனுக்குப் பைத்தியம் பிடித்த மாதிரி இருந்தது.

கமலநாதன் மாமாவின் தாய்க்கு ஏதோ வைத்தியம் என்று குஞ்சக்கா குடும்பமும் மீண்டும் கொழும்பில். சித்தனைத்தான் 'பார்த்துக்கொள்' என்று சொல்லியிருந்தார்கள். அவர்தான் இப்போது பொறுப்பு! என்ன செய்வது? அரசாங்கத்திற்கெதிராகப் போராடும் ஆயுதக் குழுவுக்கு அடைக்கலம் கொடுப்பது எந்தளவு பெரிய ஆபத்து? அதுவும் இப்போது வந்துள்ள பயங்கரவாதத் தடைச் சட்டங்களின் கீழ்?

தம்பிராசாவுக்கும் சிவக்கொழுந்துவுக்கும் பிறகு, ஒவ்வொருவர் இவ்விரண்டு பேராய் அந்த வட்டாரச் சனம் எல்லோரும் வந்து போய்விட்டார்கள். பொன்னுத்துரைச் சட்டம்பியார், நமசிவாயத்தார், செல்லரப்பாவின் மகன், மயிலுச்சாமி . . . குருவன் கூட! அவர்கள் சொல்வதிலும் – அவர்கள் பயத்திலும் – நியாயமிருந்தது. "ஆமிக்குத் தெரிஞ்சு அவங்கள் வந்தால், எல்லார் பாடும் சரி!" அது பயமாக மட்டுமன்றி, 'உன் பாடுந்தான்', என்று பயமுறுத்தலாகவும் இருந்தது.

"போராளிகள்தான், சரி, ஆனால் இதிலை சரி–பிழை அல்ல, அப்பாவிச் சனத்தின்ரை பாதுகாப்புத்தான் முக்கியம்," நமசிவாயத்தாரின் குரல் நிதானமாக ஒலித்தது. "அவங்கள் மணந்து பிடிச்சு வந்தால் எண்டது ஒரு பக்கம், இவங்களுக்குள்ளையே ஆயிரம் பிரிவு, ஆயிரம் பிடுங்குப்பாடு. ஒரு பிரிவு இருக்கிறாங்களெண்டு இன்னொரு பிரிவு அடிக்க வந்தாலும் இடையிலை அகப்பிடப்போறது சனங்கள்தான்."

"எப்பிடியோ, எல்லாருமாக் கெஞ்சி மண்டாடியாவது ஆக்களைக் கிளப்பிப்போட வேணும்" என்று சட்டம்பியார் சொன்னதை ஒருவரும் மறுக்கவில்லை. ஆனால் பூனைக்கு மணி கட்டுவது யார்?

கமலநாதன் மாமாவுக்கும் வர முடியவில்லை. 'நீயே பார்த்துச் சமாளித்துக்கொள், தம்பி,' என்கிற மாதிரித் தகவல் வந்துவிட்டது. எதிர்பார்த்ததுதான். போர்க்காலத்தில் யாரையுமே குறை சொல்ல முடியாது, எல்லோருமே ஏதேதோ விதத்தில் பாதிக்கப்பட்டுக் கொண்டுதானிருக்கிறார்கள்.

கடைசியில் சிங்கர்தான் உதவிக்கு வந்தார். நாலாம் நாள் அவனும் சிங்கருமாய், சட்டம்பியார், நமசிவாயத்தார் தொடர, ஒரு தூதுக் கோஷ்டியாகப் புறப்பட்டார்கள். பொன்னாத்தை தானும் வருகிறேனென்று சொன்னபோது ஒருதரும் மறுக்கவில்லை. "மெத்த நல்லது," என்றார் சிங்கர். தூதுக் கோஷ்டி உச்ச சாணக்கியத்தைக் கையாண்டு பேசவேண்டியிருந்தது. நாலு

தடவை போய்வர வேண்டியிருந்தது. கடைசியில் அவர்கள் வந்த பத்தாம் நாள், இவர்களின் ராஜதந்திர வெற்றியோ, அல்லது அவர்களுக்குத்தான் வேறு காரணங்கள் இருந்தனவோ, இரவோடிரவாக மறைந்து விட்டிருந்தார்கள்.

அடுத்த நாளே, அயற் சனம் சேர்ந்து வைரவருக்குப் பொங்கல் நேர்த்தியை நிறைவு செய்தார்கள்.

கனகு இன்னுமொரு இழிந்த வேலையும் செய்ததை சோமர் கண்டிருக்கிறார் 'அருணாசலம் வீதி' என்றிருந்த பெயர்த் தூணையும் தள்ளி விழுத்தினானாம். "ராணுவம் வந்து தேடினால் இடத்தை இலேசில் கண்டுபிடித்து விடுமென்று நினைத்திருப்பான்."

'றொக்கி' என்று அவர்களாலும், கனகு என்று இவர்களாலும் அழைக்கப்படுகிற கனகேஸ்வரன்தான் அவர்களைக் கொண்டு வந்து இருத்தியது என்ற விஷயமும் பேச்சுவார்த்தையின் போது வெளித்திருந்தது.

இது எல்லாம் முடிந்து ஒரு மாதத்திற்குள் குஞ்சக்கா குடும்பம் யாழ்ப்பாணம் வந்தார்கள். அவர்களைப் பார்க்க வேப்பங்குளம் போனபோது குஞ்சக்கா சொன்னா, "தம்பி, அந்த வீட்டை இடிப்பம் எண்டு யோசிக்கிறம் . . ."

"என்னது ? எதை ?" சித்தன் திடுக்கிட்டார்.

"பழைய வீட்டை."

"அப்பு வீட்டையோ ? ஏன் ?"

"ஓ, 'அதைக் காவல் பார்க்க ஆக்களுக்கு எங்கை போறது, வீடும் பழசாப் போச்சு,' எண்டு மாமா சொல்லுறார் . . ."

என்ன சொல்வதென்று தெரியாமலிருந்தது. குஞ்சக்கா பிறகும் சொன்னா.

"உப்பிடியே வைச்சிருந்தா, பிரச்சனைகளும், ஊர்ப் பகையுந்தான் வரும்."

வீட்டுக்கு வந்ததும் அம்மாவிடம் போனான்.

"நாங்கள் என்ன செய்யிறது ராசா ? அது குஞ்சக்காவுக்கு எழுதின சொத்து. இப்ப கமலநாதனுக்குச் சீதனம்," அம்மாவுக்கும் முகம் இருண்டுதான் விட்டது என்றாலும் இதைத் தெளிவாகத்தான் சொன்னா.

"இப்பிடிச் செய்வினம் எண்டது முதலே தெரிஞ்சிருந்தா, நான் புது வீடு கட்டின காசுக்கு அதை வாங்கியிருப்பன்."

நாலு நாட்களுக்குப் பிறகு ஒரு நாள் வேலை முடிந்து வருகிறபோது அப்பு வளவு மதிலுக்கு மேல் பெரிய வெளிப்பாய்த் தெரிந்தது. முற்றத்துக் கோறைப் பலாவுக்கும் கோடியில் நின்ற செம்பாட்டான் மாவுக்கும் சவாலாய் அவற்றுக்கு இடையில் உயர்ந்து எழுந்துநின்ற ஓட்டுக்கூரை அங்கே இல்லை.

கொஞ்ச நேரத்தில் கமலநாதன் மாமா வந்தார், "என்ன நடக்குது எண்டு வந்து பாருமன், தம்பி."

"இண்டைக்கு எனக்கும் நல்ல வேலை, நல்ல அலைச்சல். களைச்சுப் போனன், மாமா."

அடுத்த நாள் மாலை திரும்பியபோது, பெரிய பெரிய சுண்ணாம்புக் கற்களை நிரப்பிய ஒரு ட்றாக்ரர், அப்பு வளவுக் கேற்றைத் தாண்டித் தெருவில் திரும்பிக்கொண்டிருந்தது.

உடுப்பைக் கழற்றவோ குளிக்கவோகூட முடியாமல் இருந்தது. அன்றிரவு படுத்த பிறகும் இதே நினைவு. அந்த மொத்த மொத்தச் சுவர்கள், 'அண்டாக்கா கசம்' சொல்கிற கதவுகள், கதவு நிலைகளுக்கு மேலிருந்த மர வேலைப்பாடுகள், மழை வேளைகளில் கோடுகோடாய்த் தண்ணீர் வழிவதைக் காட்டுகிற கண்ணாடி ஓடுகள், பெரிய வாசலுக்கு நேரே இருந்த வெள்ளைச் சந்திர வட்டக்கல், தொங்கி விளையாடிய தீராந்திகள், ஏன், 'மாணிக்க மனை' பொறித்த சீமேந்துத் தூண்...

எல்லாம் இப்போ என்னாகியிருக்கும்? நித்திரை வரவில்லை, அழுகைதான் வந்தது.

○

அடுத்த வருசமே ஏதோ வேலை கிடைத்து, கனகு மாலைதீவுக்குப் போய்விட்டான் என்று சொன்னார்கள். பிறகு கனகாலம், எவர் கண்ணிலும் ஆள் படவுமில்லை.

அவனைப் பொறுத்தளவில் அவன் செய்தது சரி.

○○○

3.3

தம்பிராசாவிற்கு எல்லாம் கனவு மாதிரியிருந்தது. ஆனால் இது கனவல்ல. ராத்திரி படுத்த நேரத்திலிருந்து அவர் ஒரு கண் அயரவில்லை. வழமையான நாட்களென்றால் இவ்வளவு நேரத்திற்கு ஒரு பாட்டம் நித்திரை கொண்டெழும்பி, இரவு தலைமாட்டில் நூர்த்து வைத்துவிட்டுப் படுத்த 'குறைச் சுத்'தைப் பற்றவைத்துக் கொண்டு ஒருதரம் ஒண்டுக்குப் போய்வந்து, 'சுத்துக் கட்டை'யை எறிந்து, உரத்துக் காறித் துப்பிவிட்டு அடுத்தாட்டம் படுத்துமிருப்பார். அரிக்கன் லாம்போடு கொல்லை வேலிவரை போய்விட்டு அப்படியே வீட்டைச் சுற்றி வருகிறவரின் பின்னோடு தொடர்கிற வீரனும் கட்டிலின் கால்மாட்டோடு வந்து முடங்கியிருக்கும்.

அந்தக்காலம் போய் இரண்டு கிழமையாகி விட்டது.

○

ஐந்து வருஷமாவதற்குள் அடுத்த பேரிடி இது. அவருடைய இரண்டாவது மகன் மயூரனுக்கு அப்போது பதினேழு வயதுகூட ஆகியிருக்கவில்லை. படிப்பு ஓடவில்லை, அவர் மக்கள் எவருக்குமே படிப்பில் அக்கறையோ ஆர்வமோ இருந்ததில்லை. பத்தாம் ஆண்டுடன் யாருக்குஞ் சொல்லாமலே பள்ளியை விட்டுவிட்டுத் தோட்டம், ஆடுமாடு, கோழி வளர்ப்பு என்று தொடங்கினான் மயூரன். 'அவன் ஆர்வம் அது, எப்பிடியோ முன்னுக்கு வந்தால் சரி' என்று தம்பிராசாவும் தடுக்கவில்லை. நமசிவாயம் தன் கடைக்கு ஒரு நம்பிக்கையான ஆள் வேண்டுமென்றபோது, மயூரன் தன் மற்ற

வேலைகளைக் குறைத்துக்கொண்டு அதற்குச் சந்தோஷமாய் ஒப்புக்கொண்டான். ஒரு கடை போட்டு வியாபாரத்தில் முன்னுக்கு வருகிற ஆசை அவனுக்கும் இருந்தது. நமசி கடை, தொழில் பழக வலு தோது.

ஆனால், நமசி கடைச் சிநேகிதங்கள்தான் மயூரனின் விதியையும் குறுக்கால் திருப்பியிருக்க வேண்டும் என்று படுகிறது, தம்பிராசாவுக்கு. ஒரு வருஷமாகியிராது, வீட்டில் வந்து சொன்னான், "நான் இந்தியாவுக்குப் போகப் போறன்."

தம்பிராசாவுக்கு ஒன்றும் விளங்கவில்லை. "இந்தியாவுக்கோ? ஏன்? எதுக்கு? எப்பிடி?" என்றார்.

"இங்க நிலைமை வரவர மோசமாகிக்கொண்டு போகுது, இருக்கேலாது. அங்க போனா, ஒருமாதிரித் தப்பிப் பிழைக்கலாம்."

"அப்ப, நாங்கள் தப்பிப் பிழைக்கத் தேவையில்லையோ?" தம்பிராசாவுக்கு வந்த குழப்பத்திலும் கோபத்திலும் வேறென்ன கேட்பதென்று புரியவில்லை.

"அங்கயிருந்து நான் வெளியாலை எங்கயும் போவன், போய் உங்களெல்லாரையும் கூப்பிடலாம்."

தம்பிராசாவுக்கு அதில் நம்பிக்கையில்லை. அவனும் யார் என்ன சொல்லியும் கேட்கிறவனாக இல்லை.

நமசிவாயம் ஒரு நாள் தேடிவந்தார். "தம்பிராசா, என்னைக் குறை சொல்லாதை. உனக்குத் தெரியுமோ தெரியாது, உன்ர மகனுக்கு இப்ப சிநேகிதங்கள் வலு கனக்க. ஆனா, அவங்கள் கூடாத பெடியங்கள் அல்ல, மற்ற ஆக்கள்! விளங்குதுதானே? எந்த 'குறூப்' எண்டு தெரியேல்லை, ஆனா 'றெயினிங்'குக்குத்தான் வெளிக்கிடப் போகினம் எண்டும் ஒரு கதை. வடிவாத் தெரியேல்லை. பாத்துக்கொள்."

மகன் வந்ததும் தம்பிராசா கேட்டார், "ஆரோடை போறாய்?"

"கூட்டாளிமாரோடதான்."

"றெயினிங்குக்குத்தானே?" நேரேயே கேட்டுவிட்டார்.

"சத்தியமா இல்லை!"

"உதை என்னெண்டெடா நம்புறது?"

"உன்னாணை, அம்மாவாணை!" என்றவன், இன்னமும் ஐயந் தீராமல் ஊடுருவும் அப்பர் கண்களைப் பார்த்தவாறே சொன்னான், "வைரவராணை!"

பரிகாரியார் வளவு வைரவர் மேல் எவரும் பொய்ச் சத்தியம் பண்ணுவதுமில்லை, இதுவரை பண்ணியதுமில்லை.

"அப்ப ஏன் போறாய்?"

"இப்பிடியே எவ்வளவு காலம் பயந்துபயந்து இருக்கிறது?"

"என்னெண்டு போறாய்?"

"போட்."

"களவாயோ?"

"வேறையெப்பிடிப் போறது?"

ஒரு கணத்திலேயே தம்பிராசாவின் தலையில் யாரோ மண்வெட்டிப்பிடியால் அடித்த மாதிரி இருந்தது.

'அது எப்ப சொன்ன கதை! 'கள்ளத்தோணி!' இப்ப முப்பத்தஞ்சு வருசத்துக்குப் பிறகு கடவுள் எனக்குக் காட்டுது!'

சண்முகத்தின் மேல் தம்பிராசாவுக்கு எப்பவும் ஒரு காட்டமிருந்தது. தன்னிலும் வயது குறைய என்றாலும், ஆமான ஆளாயிருக்கிறான், பரிகாரியார் வீடு வளவில் சொந்தப்பிள்ளை போல் திரிகிறான். ஆறுமுகநாதனின் கொடி முருக்கமரத்தில் சிக்கிக் கிழிந்தது தம்பிராசாவுக்கு நல்ல வாய்ப்பாகிவிட்டது. ஆனால், தான் அன்றைக்குச் சண்முகத்தின் மேல் எய்த இரண்டு நச்சம்புகளில் ஒன்றுதான் அருணாசலத்தாரின் காதில் விழுந்திருக்கிறது! மற்றது எப்படி விழாமல் போயிற்று? சண்முகம் கண்ணுச்சாமிக்குச் சொல்லாமல் விட்டுவிட்டானா, அல்லது கண்ணுச்சாமிதான் மறைத்துவிட்டாரோ? மற்றதும் விழுந்திருந்தால் அருணாசலம் என்ன செய்திருப்பாரோ தெரியாது. ஆனால், இன்றைக்குக் கடவுள் செய்திருக்கிறது!

தம்பிராசா பிறகு தடுக்கவில்லை. தடுக்கவுமெதுவுமிருக்கவில்லை.

மயூரன் புறப்பட்டு நாலைந்து நாளைக்குள்ளேயே படகொன்று கவிழ்ந்த சேதி ஊரெங்கும் பரவியது. ஒரு கிழமைக்குள் நிச்சயமாய்த் தெரிந்து போயிற்று! ஆனால், உடம்புதான் கிடைக்கவில்லை.

○

ஒரு பெரு மூச்சுடன் எழுந்த தம்பிராசா வெளியே போய்விட்டு வந்து மீண்டும் தன் கவிச்சில் சரிந்தார். 'சுத்துப் பத்த வைக்கிற' எண்ணமே வரவில்லை.

பரியாரியார் வளவு புழக்கமாயிருந்த காலத்தில் தம்பிராசாவிற்கு இந்தக் காவல் கவலையெல்லாம் இருந்ததில்லை. அதெல்லாம் கிட்டத்தட்ட முப்பது வருசத்துக்கு முந்தின கதை. அப்போது அந்த வளவு எப்படி வீட்டு ஆட்கள், வேலைக்காரர்

என்று கலகலப்பாயிருக்கும்! பரியாரியார் வரவே ஒன்பது, பத்துமணியாகும். முன் விறாந்தையில் எரிகிற பெற்றோமக்ஸை சின்னமணி நூர்க்கப் பதினொன்றாகும். அந்த விளக்கு எரிகிறவரை, வேலிக் குழைகளுக்கும் மேலாக ஊடுருவி வருகிற அந்தப் பிரகாசமான வெளிச்சம், தம்பிராசா வீட்டுச் சுவரிலும் முற்றத்து மரங்களிலும்கூட நிலவு போல் திட்டுத்திட்டாய்ப் படிந்து கிடக்கும். காற்றுக்குக் குழைகள் ஆடஆட, சுவரே உயிர் வந்து அசைகிற மாதிரியிருக்கும்.

பரியாரியார் இருந்தவரை தம்பிராசாவின் பிழைப்புக்கூட நன்றாய்த்தானிருந்தது. அவருடைய அடையாத படலையை அடுத்தாற்போல் ஒரு கடை போட்டிருந்தான். மருந்துக்கு வருகிறவர்கள் கொண்டுவர மறந்துவிட்ட போத்தல்கள், சீசாக்களோடு, சோடா, வெற்றிலை பாக்கு என்று தொடங்கிய கடை விறுவிறென்று வளர்ந்தது. ஒரு ஆளை வைத்து தேத்தண்ணிக் கடையும் போட்டான்.

ஆனால், பரியாரியார் காலம் முடிந்து வைத்தியமும் மறைய, தம்பிராசாவின் கடையும் திக்குமுக்காடியது. ஊர்ச்சனம் வாங்குமென்று கொஞ்சம் பலசரக்கு வாங்கிப் போட்டான். ஆனால், ஆலடியில் நர்றாசன் கடையில் வாங்கிப் பழகிய சனம், லேசில் தம்பிராசாவின் கடைப்பக்கம் திரும்புவதாயில்லை. நர்றாசா, ஐந்து சதத்திற்குச் சீனி, மூண்டு சதம் மா, இரண்டு சதம் தேயிலை, கால் போத்தல் மண்ணெண்ணை என்றெல்லாம் கொடுத்தான். அதோடு கனபேருக்குக் கணக்குக் கொப்பியில் சாமான் கொடுத்துப் பழக்கியுமிருந்தான். உடன் காசு இல்லாவிட்டாலும் வாங்கிவிட்டு, மாதம் முடியக் காசு கொடுத்தால் போதும். அப்படியெல்லாம் கொடுக்க தம்பிராசாவிற்குக் கட்டாது. விளாத்திமடையிலும் நாவலடியிலும் இருக்கிற சனங்கள் தோட்ட வேலை, வேலி அடைப்பது, வீடு வேய்வது என்று அன்றாடம் பிழைக்கிறவர்கள். அவர்களின் பிள்ளைகள்கூடப் பின்னேரங்களில், கிட்ட இருக்கும் தம்பிராசாவின் கடையை நாடுவதாயில்லை. நல்ல செக்கல் பொழுதென்றாலும் எல்லாப் பிள்ளைகளும் சேர்ந்து கூட்டமாக தம்பிராசா கடையைத் தாண்டி ஆலடிக்குத்தான் போவார்கள். திரும்பும்போது அந்த இருட்டில் பயந்தெரியாமல் எல்லோருமாய்ப் பாடிக்கொண்டு வருவார்கள். நர்றாசா கடைக்கு அந்தப் பக்கந்தான் சங்கக் கடையும் இருந்தது. பகலில் கூப்பன் சாமான் எடுக்க அங்கு போகிறவர்களுக்கும் நர்றாசா கடைதான் வசதியாயிருந்தது.

வலு கெதியில் தம்பிராசாவிற்குக் கடை வெறுத்துவிட்டது. அதை மூடிவிட்டு, வீட்டுக்குப் பின்னால் ஒரு கொட்டில்

போட்டு, இரண்டு மூன்று பேரை வைத்துச் சுருட்டு விற்கத் தொடங்கினான். தொழில் பரவாயில்லாமல் ஓடியது. தாய் தகப்பன் பார்த்து, மருதனார்மடத்தில் ஒரு பெண்ணெடுத்துக் கல்யாணமும் கட்டிவைத்தார்கள். தம்பிராசாவிற்கு இப்போது இருப்பது, மூன்று பெடியன்களும் ஒரு பெட்டையும். மூத்தவனுக்கு அடுத்த மாசி இருபத்து நாலு முடியும். மயூரன் இருந்திருந்தால், இருபத்திரண்டு. பிறகு அடுத்தவர்கள் எல்லாமே இரண்டிரண்டு வருஷ இடைவெளியில் பிறந்தவர்கள். இந்தப் பிரச்சினைக் காலத்தில் வயிற்றில் நெருப்பைக் கட்டிக்கொண்டிருக்க வேண்டிய வயது, எல்லாருக்குமே.

"ஆருக்கெண்டு பயப்பிடுறது? ஆமிக்கெண்டு பயப்பிடுறதா, இல்லை, இயக்கங்களுக்கெண்டு பயப்பிடுறதா? பிள்ளையளை ஆர் கண்டாலும், பிராந்து கோழிக்குஞ்சை றாஞ்சிற மாதிரி றாஞ்சிக் கொண்டுபோறதெண்டு திரியிறாங்கள்! எத்தினை நாளைக்கு எப்பிடியெப்பிடியெண்டு பொத்திப்பொத்திக் கொண்டு திரியிறது? எதோ அந்த வைரவப் பெருமான்தான் பாக்க வேணும்," என்று வாய்க்குவாய் புலம்பிக்கொண்டு திரிகிற தம்பிராசாவின் பெண்சாதி இப்போது புலம்பலை நிறுத்தி இரண்டு கிழமையாகி விட்டது. இயலாமல் கொள்ளாமல், பேச்சுப் பறைதல் இல்லாமல், நெடுக மொய்த்துக்கொண்டு கிடக்கிற மனுசி, தனக்கு என்ன வேணுமென்று சொல்லவே முடியாதபோது, வேறெதைச் சொல்லும்? ஏற்கெனவே இயலாவாளியான மனுசி. தொய்வு, இழுப்பு, இப்போது மாரிக்குளிர் வேறு.

அமைதிப் படை வந்த பிறகும் இப்படியெல்லாம் நடக்குமென்று யார் எதிர்பார்த்திருக்க முடியும்? நவராத்திரி கழிந்த பிறகு வந்த ஒரு பின்னேரம். உடுவில் 'றோஸ் பிராண்ட் ரொஃபி' கொம்பனிக் கட்டடத்திலிருந்து அவங்கள் சரமாரியாக ஷெல் அடிக்கத் தொடங்கியபோது, அந்த எறிகணைகள் எல்லாம் அல்லிப்புலத்து வானத்தை ஊடறுத்துச் சீறிக்கொண்டு போன சத்தத்தில் பயப்படாதவர்கள் எவருமில்லை. போதாக் குறைக்கு, தொலைவில் இயந்திரங்கள் அதிர்கிற சத்தம் வேறு வந்துகொண்டிருந்தது. "அவங்களுடைய 'செயின் புளொக்'குகள் வாற சத்தமாம்" என்றும் யாரோ போகிற அவசரத்தில் சொல்லிக்கொண்டு ஓடியதும் கேட்டிருந்தது. அன்றிரவு அயலட்டைச் சனமெல்லாம் வெளிக்கிட்டு, தெற்கே, கேணியடி, உயரப்புலம் என்று போயிருந்த போதும், மூச்சு விடவே கஷ்டப்பட்டுக்கொண்டிருந்த பெண்சாதியை விட்டு தம்பிராசா போகவில்லை. பிள்ளைகளும் போகவில்லை. இரவு அமைதியாயிருந்தது. அந்த அமைதியே பயமாயுமிருந்தது.

ஆனால், அடுத்த நாள் நிலம் வெளிக்க ஒவ்வொருவராய்த் திரும்பி வந்தார்கள்.

○

சாப்பிட்டுவிட்டு, இருட்டமுன் ஓர் எட்டு டொக்ரரைப் பார்த்துவிட்டு வர வேண்டுமென்று யோசித்தபடி, கிணற்றி லிருந்து அள்ளியள்ளித் தலையில் ஊற்றிக்கொண்டிருந்தார் தம்பிராசா. வாளியைத் தண்ணீருக்குள் குத்தி அமிழ்த்தி மேலே இரண்டு இழுவை இழுத்திருக்கமாட்டார், துலா மிண்டிக்கொண்டது. அடித்துலா, மேலே போக மறுத்தபடி நின்றது. வாய்க்குள்ளிருந்த தண்ணீரைக் கொப்புளித்து உமிழ்ந்துவிட்டு, "இதொரு சங்கடம்" என்று புறுபுறுத்தபடி ஆடுகால் பக்கம் போனபோது, 'மூத்தவனைக் கூப்பிடுவோமா' என்ற சிந்தனை வந்து மறைந்தது. 'பாவம், பகல் முழுக்க நல்ல வேலை, அடிவளவில் பட்டுப்போய் நின்ற பெரிய பூவரசைத் தறித்துப் பிளந்துவிட்டு இப்போதான் சாப்பிட்டான். சுருட்டுக் கொட்டிலிற் போய்ப் படுத்திருப்பான். ராவிலும் தாயைப் பார்த்துக்கொண்டிருக்கிற வேலை. சரியான நித்திரை இல்லை, ஒரு கண் உறங்கட்டும்.' நனைந்து கிடந்த இடுப்புத்துண்டை இறுக்கிவிட்டு, ஆடுகால் ஓதியில் கால்களை உதைந்தவாறு கீழ் முதுகை அடித் துலாவில் அண்டக் கொடுத்துத் தெண்டினார். அவ்வளவு லேசாயில்லை, கொஞ்சம் முக்க வேண்டித்தானிருந்தது. இரண்டாவது தள்ளில் அச்சுலக்கை நகர்ந்து கொடுத்தது. இன்னும் இரண்டு தள்ளில் நேராகி விடும்.

"அப்பா," செல்வியின் குரல் கலவரத்துடன் பின்னால் மெல்லக் கேட்டது. "என்ன பிள்ளை, அம்மாவுக்கு?" என்றபடி பதற்றமும் பயமுமாய்த் திரும்பினார்.

செல்வி இன்னுங் கிட்ட வந்தாள். பேயைக் கண்டவள் போல் முகம் மிரண்டிருந்தது. இடது கையால் வெளிவாசல் பக்கம் காட்டியவாறு, "ஆமி" என்றாள், இரகசியம்போல. வீரன் இப்போதுதான் கண்டிருக்க வேண்டும், படலையடியிலிருந்து மூச்சு விடாமல் ஆக்ரோஷமாய்க் குரைக்கத் தொடங்கி யிருந்தது. தம்பிராசாவிற்கு மேலெல்லாம் பதறத் தொடங்கியது. குரல் குழற, "நீ உள்ள போய்க் கதவைச் சாத்திப்போட்டு, சத்தம் போடாமலிரு!" என்றபடி கிணற்றடிக் கொடியில் துவைத்துக் காய்ந்து கிடந்த சாரத்தை இழுத்து, உதறவும் மறந்தவராய், இடுப்பில் சுற்றிக் கொண்டு படலையை நோக்கி ஓடாத குறையாக நடந்தார்.

"முருகா."

○○○

3.4

தம்பிராசா போய்ச் சேர்ந்தபோது அவர்கள் கேற்றைத் திறந்து முன் முற்றத்திற்கே வந்திருந்தார்கள். மூன்று பேர். உயரமாய்த் தலைப்பாகை, தாடிமீசையுடன் ஒருவன், நின்ற இடத்திலிருந்தே நோட்டம் விட்டுக்கொண்டிருந்தான். வாய்ஓயாமல் குரைத்துக்கொண்டிருந்த வீரனை அடக்கியபடியே, 'என்ன?' என்பதுபோல அவர்களை ஏறிட்டார் தம்பிராசா. நீட்டியபடியிருந்த துவக்குகளைப் பார்க்கவே என்னவோ போலிருந்தது. ஆட்களைப் பார்த்தால் ஒருவருக்குமே தமிழ் தெரிந்திராது போல என்ற தம்பிராசாவின் கணிப்பைத் தொப்பியுடனிருந்த சிவலைச் சிப்பாய் பொய்யாக்கினான். அவனுக்கு அரைகுறைத் தமிழ் தெரிந்திருந்தது. அவன் சொன்னது இது: "இன்னும் இரண்டு நாட்களுக்கு வீடுகளில் எவரும் தங்க முடியாது. ஆலடியில் சனங்களுக்கென்று ஏற்பாடு செய்யப்பட்டுள்ள முகாமில்தான் தங்க முடியும். மீறி வீடுகளில் தங்குபவர்கள் கடுமையான தண்டனை பெறுவார்கள். இன்னும் ஒரு மணித்தியாலத்திற்குள் ஊரிலுள்ள எல்லோரும் முகாமிற்கு வந்துவிட வேண்டும்."

தம்பிராசாவிற்குத் தலை சுற்றுகிற மாதிரியிருந்தது. இதற்கிடையில் வீட்டின் கோடிப் பக்கத்திலிருந்து இன்னுமிரண்டு பேர் வந்தார்கள். 'இவங்கள் எப்ப, எப்பிடி வந்தாங்கள்? சுருட்டுக் கொட்டிலுக்குப் போயிருந்தாங்களெண்டா,

பெடியளைக் கண்டிருப்பாங்களே ...' நெஞ்சு பதகளித்தது. ஆனால், அந்த இருவரும் பேசாமல் படலையைத் தாண்டித் தெருவில் போய் நின்றார்கள். மற்ற மூவரும் அவர்களைப் பின்தொடர்ந்து போவதை விறைத்தபடி பார்த்துக்கொண்டு நின்றார் தம்பிராசா.

'எங்க போறது? என்னெண்டு போறது, இந்த ஏலாத மனுசியைக் கொண்டு? பிள்ளையளையும் தனிய அனுப்பேலாது.' தலை, துவட்டாமலே காய்ந்துவிட்டிருந்தது.

படலை, கதவுகள், யன்னல், எல்லாவற்றையும் பூட்டிவிட்டு, 'ஏதாவது சாப்பிடாவிட்டால் பிள்ளையள் யோசிக்கும்' என்று வட்டிலுக்கு முன்னால் போய்க் குந்தியபோது, பிள்ளைகள் நால்வருமே வந்து அடுப்படியில் ஆளை ஆள் பார்த்தபடி நின்று கொண்டிருந்தார்கள். தனது முடிவை அவர்களிடம் சொன்னார்.

"பெரிய தம்பி, தங்கச்சியையும் சின்னவனையும் கூட்டிக் கொண்டு, போற சனத்தோட அவங்கள் சொன்ன முகாமுக்குப் போகட்டும். நானும் நடுவிலானும் அம்மாவோட வீட்டில நிப்பம்."

முடிக்க முதலே மூத்தவன் சீறினான், "அதென்னெண்டு உங்களை விட்டிட்டு நாங்கள் போறது? போறதெண்டா எல்லாரும் ஒண்டாப் போவம், நிக்கிறதெண்டா, எல்லாரும் ஒண்டா நிப்பம். இப்பிடிப் பிரிகிற வேலை வேண்டாம்."

"அதுதான், அதுதான்!" என்றார்கள், மற்ற மூவரும்.

"எது நடந்தாலும் எல்லாருக்கும் ஒண்டா நடக்கட்டும்" என்றாள், மகள்.

'இரண்டு கிழமைக்கு முதலும் உப்பிடித்தான் எல்லாரும் போனபிறகும் நாங்கள் தனிய இருந்த நாங்கள்' என்பது இப்போது நினைவு வந்தது, தம்பிராசாவிற்கு.

"சரி, என்னவெண்டாலும் வைரவர் பாத்துக்கொள்ளட்டும்," சாப்பிட முயன்றார்.

"உள்ள அரிசி, தேங்காய், ஒரு கிழமைக்குப் போதும். எந்த அசுமாத்தமும் காட்டாமலிருங்கோ. படலை, கதவு ஒண்டும் திறக்க வேண்டாம்."

அரைமணித்தியாலம் ஆகியிராது, கதவைத் திறக்க நேரிட்டது. "தம்பிராசா, தம்பிராசா," சிவக்கொழுந்துவின் குரல் போலிருக்கிறதேயென்று மெல்லக் கதவைத் திறந்துபோய், வேலிக்கு மேலால் பார்த்தார். சிவக்கொழுந்துதான்.

"கொழுந்தரோ?" என்றார், மெல்ல.

சித்தன் சரிதம்

“என்ன தம்பிராசா இது, எங்களைப் பிடிச்ச கெடுகாலமாக் கிடக்கு. நீங்கள் இன்னும் வெளிக்கிடேல்லையே?”

“வரத்தான் வேணும், நீங்கள் மினைக்கெடாம நடவுங்கோ.”

சிவக்கொழுந்து குடும்பத்தோடு இன்னும் இரண்டு மூன்று குடும்பங்கள் சேர்ந்து போகிறார்கள் போலும், மௌனமாய் நடக்கிற பலரின் காலடி ஓசைகள் கேட்டன. உள்ளே வந்து கதவைப் பூட்டியபோது, முழு உலகுமே தங்களை விட்டுவிட்டுப் போய்விட்ட தனிமை உணர்வு ஏற்பட்டது தம்பிராசாவிற்கு.

“இருட்ட முதல் மாடுகளுக்கு வைக்கலைப் போட்டு, உங்கட வேலைகளையும் முடிச்சுக்கொண்டு கதவுகளைப் பூட்டுங்கோ. வீரனையும் உள்ளுக்குத்தான் விடவேணும்.”

அன்றிரவு விளக்கும் இல்லாமல், வெளிச்சமும் இல்லாமல் கழிந்தது. நித்திரை இல்லாமல், அவரவர் படுக்கைகளில் புரண்டபடி. இருட்டில் முகட்டை வெறித்தபடி எவ்வளவு நேரம் கிடப்பது? அயலட்டையெல்லாம் ஓய்ந்துபோய், வாடைக் காற்றின் இரைச்சல் மட்டும் அவ்வப்போது. எங்காவது நாய் ஊளை கேட்டால் பரிதாபமாயிருந்தது, குரைப்புக் கேட்டால் பயமாயிருந்தது. தம்பிராசா மனைவியின் நிலை, முன்னும் போகாமல் பின்னும் போகாமல் அப்படியே இருந்தது. பரராசசேகரத்தாரின் மருந்து இன்னும் இரண்டு நாளைக்கு இருப்பது பெரிய ஆறுதல். அது முடிவதற்குள் சனங்கள் திரும்பி வந்துவிடுவார்கள், சிலவேளை, போனமுறை மாதிரி, நாளைக்கே கூடத் திரும்பி வந்துவிடலாம்.

ஆனால், காலையில் எவரும் திரும்பி வரவில்லை.

பத்துமணிவரை முகங்கூடக் கழுவாமல் இருந்தார்கள். வெளிக்குப் போக வேண்டிய அவதி வேறு! தண்ணி? பத்து முழத்துக்கு அந்தப் பக்கம் கிணறு, மாரிக்கிணறு. ஆளைத் தாழ்க்கிற ஆழத்துக்குத் தண்ணியோடு! ஆனால் அள்ளுவது எப்படி? மிண்டிய துலாவை அன்று நிமிர்த்திவிட்டார். ஆனால் அள்ளத்தான் முடியவில்லை. வாளி தண்ணீரில் மோதுகிற சத்தத்தைக்கூட ஒருவிதமாய்ச் சமாளிக்கலாம், ஆனால் துலாக்கொடியை இழுத்தால் அச்சுலக்கை கிறீச்சிடுவது இந்த அமைதியில் நாலு வளவு தாண்டிக் கேட்குமே! போதாக்குறைக்குத் தொலைவில் நிற்பவர்களுக்குக் கூடத் துலா ஏறி இறங்குவது தெரியும். ‘உந்த அமைதிப் படைக்காரன்கள், எந்த அசுமாத்தமும் இல்லாமல், சாரைப் பாம்பு அரைவது போல் வருவாங்கள்’ என்று தம்பிராசாவுக்குப் பலபேர் சொல்லியிருக்கிறார்கள். அதிலும் அந்தக் கட்டை கூர்க்காக்கள் பெரிய மோசம் எண்டு கேள்வி. ஆளாளுக்கு அரைமுழக் கத்தி இடுப்பிலை வைச்சிருப்பாங்களாம்.

அப்பிடித்தான் அண்டைக்கு அம்மன் கோவிலடிக்குப் பின்னாலை மரவள்ளித் தோட்டத்துக்குள்ளை ஒளிச்சுக் கிடந்து, பக்கத்துத் தெருவாலை போன இரண்டு, மூண்டு பேரை வெட்டினவங்கள் எண்டு கதை வந்தது.

தம்பிராசா மெல்ல எழுந்து பின்னால் போய்ப் புகையிலைக் குடிலின் இறப்பில் மாட்டியிருந்த கயிற்று வளையத்தை எடுத்தார். அப்பப்ப இளநீர், பலாக்காய் இறக்குகிற கயிறு அது. துலாக்கொடி மொத்தம் வராது என்றாலும் அது போதும். கயிற்றின் நுனியில் உருவு தடமொன்றைப் போட்டுச் சருவத்தின் கழுத்தில் மாட்டியபடி கிணற்றடிப் பக்கம் நடந்தார் தம்பிராசா.

அன்றைய பொழுது எப்படியோ கழிந்தது. சனங்கள் வரவில்லை.

அடுத்த நாளும்.

இரண்டு நாளுமே, பெரிய பானையில் அரிசியோடு முருங்கையிலையையும் பருப்பையும் போட்டு, இலைக்கஞ்சி போல ஒரு நேரம் காய்ச்சி வைத்துக்கொண்டார்கள். தேங்காய் துருவக்கூடப் பயமாயிருந்தது, சத்தம் வெளியே கேட்கும். புகை கிளம்பினாலோ, சமையல் மணத்தாலோ, அதைவிட ஆபத்தில்லை. "ஒவ்வொரு வீடாக வந்து தேடினால்தான் பிரச்சினை, கடவுளே..."

'நாங்களும் போனவர்களோடு போயிருக்கலாமோ' என்ற எண்ணம் வந்தது. 'போய் என்ன செய்யிறது? எங்களுக்கும் கஷ்டம், மற்றவர்களுக்கும் கஷ்டம்.' அறுபது வயதாகப் போகிற இந்த வாழ்நாளில் இதுவரை இல்லாத அனுபவம்! அயலோ, உறவோ, அருகில் இல்லாத அநாதரவு நிலை! இதற்கு முந்திய ஆமிப்பிரச்சினைகளின் போது கூட இப்படி இருந்ததில்லை, அப்போது, அயலட்டை, ஊர், எல்லாம் கூட இருந்தது.

இன்னொரு பொழுது இருட்டிக்கொண்டு வருகிறது. எப்படியும் இன்னும் பத்து மணித்தியாலமாவது இருளோடுதான். பொழுதை எப்படிக் கழிப்பது? போனகிழமை இரண்டு மணித்தியாலம் சங்கக்கடைக் கியூவில் தூங்கிக்கொண்டு நின்று வாங்கிய இரண்டு லீற்றர் மண்ணெண்ணையில் மிச்சம் இருக்கிறதுதான். ஆனால், ஒரு போத்தல் விளக்கையாவது கொளுத்திவைக்க முடியாது. பொழுதுபட முன் முகத்தைக் கழுவி, சாமிப்படத்தடி விளக்கையாவது மெல்ல ஒருக்கால் கொளுத்தலாம்.

கிணற்றடிப் பள்ளத்திற்குப் போகாமல், எதிர்ப்பக்கம், கட்டுக்கு வெளியே நின்று குடத்தை இறக்கினார். சத்தம்

வராமல் நீரைக் கோல முயன்றதில் வெற்றுக்குடம் சரிந்தபடி மிதந்ததேயொழியத் தண்ணீருக்குள் தாழ்வதாயில்லை. ஒருபடியாய் முதல் குடம் தண்ணீரை இழுத்துப் பெரிய வாளிக்குள் ஊற்றிவிட்டு இரண்டாம் தரம் இப்படி முயன்றுகொண்டிருந்தபோது பின்னால் யாரோ விரைந்து வருகிற அரவங்கேட்டது. கை நழுவப் பார்த்த கயிற்றை விட்டுவிடாமல் திடுக்கிட்டுத் திரும்பினார்.

செல்விதான் பாய்ந்தடித்தபடி வந்துகொண்டிருந்தாள். 'ஆமிக்காறங்கள் வந்திட்டாங்கள் போலை?' அவருக்குப் படபடவென்றது.

"ஐயா," என்று குழறாக் குறையாகக் குரல் கொடுத்தாள் செல்வி. முகஞ் சிவந்து கண்களில் நீர் முட்டி நின்றது. "ஓடிவந்து அம்மாவை ஒருக்கால் பாருங்கோ . . ."

○

ஒரேயொரு சுட்டி விளக்கைக் கொளுத்தித் தலைமாட்டில் வைத்துவிட்டுச் சுற்றியிருந்தார்கள். 'அழுது குளறி, அயலுக்குச் சொல்லி ஆறுதலடையக்கூட முடியாத விதி!' எதற்கு அழுவதென்று தெரியாதிருந்தது தம்பிராசாவுக்கு. துவாயால் வாயைப் பொத்தியபடி முகத்தையும் மூடிக்கொண்டு விம்மினார். கால்மாட்டில் உட்கார்ந்திருந்த செல்வியின் கேவல், அடக்கி அடக்கி ஆற்றாமல் இருந்தாற்போல் வெளிப்பட்டபோது தமையன் அதட்டினான். சின்னவன் சத்தம் வராமல் வீச்சல் எடுத்தபடியிருந்தான். நடுவிலான் கண்களைத் துடைத்தபடி எழுந்து தமையனிடம் வந்து அவன் கையைப்பிடித்து மெல்ல இழுத்தான். சற்றே விலகிப்போய் நின்றதும், "இனித்தான் இருக்குது பிரச்சினை," என்றான்.

"இப்ப என்ன செய்யிறது?"

மற்றவனுக்கும் புரிந்திருந்தது அது. "என்ன செய்யலாம்?" என்று அவன் குசுகுசுத்தபோதே தகப்பன் எழுந்து அவர்களருகில் வந்தார்.

"வெளியே கொண்டுபோறதை நினைக்கேலாது."

"உள்ளுக்கைதான் ஏதாவது செய்யவேணும், கொத்தின முழுப் பூவரசம் விறகும் கிடக்குத்தானே?"

"சீ, அது என்னத்தைப் போதும்?"

"இராவோட செய்யலாம், ஆனா, நெருப்பு மிளாசி எங்குந் தெரியும்."

“பகல்லையும் புகை தெரியும், அதோட மணக்கும்.”

“புகை மட்டுமில்லை, எரியேக்கை உடம்பே மணக்கும். அவங்கள் இந்தப் பக்கம் வந்தா அவ்வளவுதான்.”

“பரவாயில்லை,” மூத்தவன் சொன்னான், “இப்ப மாரிதானே, நிலம் நல்லா நனைஞ்சு போய்க்கிடக்கு. விடிய வெளிக்க முந்தி நாலுபேருமா வெட்டினா, வடிவா வெட்டலாம்.”

“எங்க வெட்டுறது? அடிவளவுக்கைதானே?”

“ஏன் அங்கை?” தகப்பன் இடைமறித்தார். “பரியாரியார் வளவு சும்மாதானே கிடக்கு!”

“ஓ, அது நல்ல இடம்.”

“அப்ப விடியப் பாப்பம். மம்பட்டியும் இரண்டு கிடக்குத்தானே?”

“பொறுங்கோ” என்றான் மூத்தவன், “அவசரப்பட் வேண்டாம், நாளைக்குப் பாப்பம்.”

“ஏன்? வைச்சிருந்து என்ன செய்யிறது?”

“தற்செயலா ஆக்கள் நாளைக்கு வந்திட்டா, எல்லாம் வழமைபோலச் செய்யலாமெல்லே?”

“அது சரிதான், அப்ப ஒரு நாளைக்கு வைச்சிருந்து பாப்பம்.”

ஆனால், அடுத்த நாளும் சனங்கள் வரவில்லை. அன்றிரவு இவர்கள் யாரும் அழவுமில்லை, அது முடியவுமில்லை.

விடிய மூன்று மணிக்கு எழுந்தார்கள்.

கிடங்கு வெட்டிக்கொண்டிருக்கும்போது எங்கோ தொலைவில் சடசட படபடவென்று துவக்குச் சத்தங்கள் கேட்டு அடங்கின.

இன்னும் மொட்டாயிருந்த பூக்களையும் கண்ணீரையும் மண்ணையும் போட்டு நிரவிச் சத்தமின்றி மொங்கான் போட்டு, வெளிக்க முன்னரே வேலையை முடித்தாயிற்று. திரும்பிப் போகும்போது நடுவிலான் ஏதோ நினைத்துக்கொண்டான். அண்ணனையும் தம்பியையும் கூப்பிட்டான். மூவருமாய், தறித்துவைத்திருந்த பூவரசம் விறகு எல்லாவற்றையும் தூக்கித் தூக்கிக்கொண்டு வந்து மூடிய இடத்தில் போட்டார்கள்.

“அது நல்ல வேலை,” தள்ளி மகளோடு நின்று பார்த்துக் கொண்டிருந்த தம்பிராசா சொன்னார். “வெளியாலையுந் தெரியாது, நாய் கீய் தோண்டவும் முடியாது.”

கண்களைத் துடைத்து மூக்கை உறிஞ்சியவாறே, "ம்ம்..." என்றாள் செல்வி. குரல் நல்லாய் அடைத்திருந்தது.

அன்று பகல் பத்து மணியிருக்கும், தெருவில் சந்தடி கேட்டது. பெரியவன், வீட்டுக்குள்ளிருந்தவாறே மெல்ல ஒரு ஜன்னலை நீக்கி, வேலிக்கு மேலால் பார்வையைக் கவனமாக ஓடவிட்டான்.

சனங்கள் தடுப்பு முகாமிலிருந்து வந்துகொண்டிருந்தார்கள்.

ooo

3.5

போர் மீண்டும் உச்சம் கொள்ளத் தொடங்கிய காலங்களில்தான் செகராசேஸ்வரனுடன் நெருக்கமேற்பட்டது. அமைதிப்படை போய் இயக்கம் வந்திருந்த காலம். இயக்கத்திடமிருந்து குடா நாட்டைக் கைப்பற்ற இலங்கை இராணுவம் முயன்றுகொண்டிருந்தது.

பலாலி படை முகாமில் இருந்து அடிக்கிற ஏவுகணைகள் அடிக்கடி வந்துவிழுகிற இடமாக செகராசேஸ்வரனின் சொந்த ஊர் இருந்தது. அல்லிப்புலம் வந்துவிட்டார். அல்லிப்புலத்தில் அவர் பெரியப்பா வீடு, பெரிய வீடு, சும்மா கிடந்தது. பெரியப்பா சிங்கப்பூர்ப் பென்சனியர் எப்போதோ காலமாகி விட்டார். நாலு பிள்ளைகள், படித்தார்களோ படிக்கவில்லையோ, எல்லோரும் வெளி நாடுகளில். திரைகடலோடித் திரவியம் தேடுகிற தகப்பனின் மரபணு அவர்களிடமுமிருந்திருக்க வேண்டும். கடைசி மகன், "அடியடியான வளவையும், அப்பா கட்டின வீட்டையும் விட்டுவிட்டு வரமாட்டேன்," என்று பிடிவாதமாய் நின்றவன், அண்ணன்மார், அக்கா, இவர்களின் அரியண்டம் தாங்காமலும், எந்தவிதத்திலும் குறைகிற அறிகுறிகளுக்குப் பதிலாகக் கூடிக்கொண்டே போன உக்கிரங்களாலும், எப்படியோ அலைந்து உலைந்து பாஸ் எடுத்துக்கொண்டு கனடாவுக்குப் போய்விட்டான். நல்லகாலம், அந்த நேரம் அவன் குடும்பத்தில் வயதுக் கட்டுப்பாட்டுக்குள் வருகிறவர்கள் எவருமிருக்கவில்லை. வீடு கொஞ்சக் காலம் சும்மா கிடந்தது. செகராசேஸ்வரன்தான்

வந்து வேலி, வளவு, மாங்காய், தேங்காய் என்று பார்த்துப் போய்க்கொண்டிருந்தார். இப்போது அவரே வந்துவிட்டார். அந்த வீடு, சித்தன் வீட்டிலிருந்து அரைமைல் தூரங்கூட வராது. றோட்டால் நேரே போய் ஒரு முடக்குத் திரும்பினால் சரி.

ஏற்கெனவே ஒரு 'லோயர்' என்ற முறையில் ஆளை ஆள் அறிந்துவைத்திருந்த பழக்கம், செகராசேஸ்வரன் அல்லிப்புலத்தோடு வந்ததிலிருந்து நட்பாகியிருந்தது. அறிஞர் அண்ணாவின் சாடையாயிருந்தார் செகராசேஸ்வரன். சாயல் மட்டுமில்லை, பேச்சாற்றல் கூட. இதை சித்தன் சொன்னபோது, "சட்டக் கல்லூரியிலும் நண்பர்கள் அப்பிடிச் சொன்னார்கள்" என்று ஒரு கூச்சத்துடன் புன்னகைத்தார்.

செகராசேஸ்வரன் ஒரு மூத்த சட்டத்தரணி. பிழையான கேசுகள் ஒருக்காலும் எடுக்காதவர், நியாயத்தோடு நிற்கிற மனுசன் என்ற மதிப்பிருந்தது. "மனச்சாட்சிக்கு மாறாகக் காசு சம்பாதிக்க வேண்டுமென்ற தேவை எனக்கில்லை. 'நொத்தாரிஸ்' வேலையில் வருகிற பணமே போதும்" என்று சொல்வார். செகராசேஸ்வரனுக்குச் சட்டத்தோடு அரசியல் விவகாரங்களிலுங்கூட ஆர்வமும் அறிவுமிருந்தன. பல்கலைக்கழக அனுமதியில் தமிழர்களின் எண்ணிக்கையைக் குறைக்கவென்றே எழுபதுகளில் கொண்டுவரப்பட்ட தரப்படுத்தல் அவரைப் பொறுத்தளவில் மூன்று காரியங்களைச் செய்தது. அவர் மருத்துவ பீடத்துள் நுழைவதைத் தடுத்தது; அவர் வாழ்வின் வழியைச் சட்டத்துறை நோக்கித் திருப்பியது; அவரை ஒரு தீவிர 'அரசியல் ஆர்வலன்' ஆக்கியது. அந்தக் காலங்கள், சூழல்களில், இந்த 'அரசியல் ஆர்வலன்' என்பதற்கு ஒரே ஒரு அர்த்தந்தான். 'தமிழ் மாணவர் பேரவை' காலந்தொட்டு அவர் வாழ்வு அப்படியாயிற்று. "மாணவர் பேரவை'க் காலத்திலை நான் மொறட்டுவையிலை," என்று அப்போது சொன்னார் சித்தன். செகராசேஸ்வரனின் இந்தப் பின்னணிகள் காரணமாக, 'இயக்க'த்திற்கு அவர் மேல் நல்ல மதிப்பு இருந்ததையும் சித்தன் அறியலானார். பிறகு, வடக்கில் அவர்களுடைய நீதி நிர்வாகம் என்று வந்தபோது, அந்த நீதி மன்றங்களிலும் செயற்பாடுகளிலும் அவர் பங்கெடுப்பது தவிர்க்க முடியாததேயாயிற்று.

செகராசேஸ்வரனை சித்தனுடன் நெருக்கமாக்கிய இன்னுமொன்று இருந்தது. முறையான அறிவில்லையென்றாலும், அவருக்குச் சங்கீத ஈடுபாடு கூடுதல். 'சங்கராபரணம்,' 'சிந்துபைரவி,' 'திருவிளையாடல்,' 'தெய்வம்,' இப்படிப் படங்களுடைய பாடல் ஒலி நாடாக்கள் சேர்த்துவைத்திருந்தார். சித்தனிடம் பழைய பாட்டுக்கள் இருக்கின்றன என்று கேள்விப்பட்டபோது, வருகிற நேரங்களில் டி.ஆர். மகாலிங்கத்தின்

'காயாத கானகத்தே,' பாகவதரின் 'சுட்டும் விழிச்சுடர்தான்,' தேசிகரின் 'இன்பக் கனாவொன்று கண்டேன்,' இப்படித் தேடித்தேடி எடுத்துப் போட்டுக் கேட்பார்.

செகராசேஸ்வரன் விரைவிலேயே ஒரு சகோதரன் போல் ஆகிவிட்டிருந்தார். இரண்டு வயது குறைந்தவர் என்பதால் "அண்ணை" என்று கூப்பிட்டார். போரின் நிட்டூரங்களும் கூடிக்கூடி, நம்பிக்கையான ஆட்களும் குறையக்குறைய, ஆளுக்கு ஆள் உதவி என்பது இயல்பாயிற்று. எங்காவது தூரந்தொலைவு அல்லது முக்கியமான வேலைகளுக்குப் போய்வருவதென்றால் ஒன்றாகவே சைக்கிள்களில் போய் வந்தார்கள். ஒன்று விட்டொரு நாளாவது பட்டணத்தில் பழைய புத்தகக் கடைகளுக்குப் போய் வந்தார்கள். ஊரடங்கும், மின்வெட்டுமாயிருந்த அந்த நாட்களில் வாசிப்பதைவிட வேறென்ன பிரயோசனமாகச் செய்யமுடிந்தது?

இடப்பெயர்வாலும் புலப்பெயர்வாலும் ஓடிக்கொண் டிருந்த சனங்கள் விட்டுவிட்டும், விற்றுவிட்டும் ஓடிய பொருட்களில் நிறையப் புத்தகங்களுமிருந்தன. விட்டுவிட்டுப் போனவற்றையும் வேறு யாரோ கொண்டுவந்து அந்தக் கடையில் விற்றிருப்பார்கள் போலும். 'அவற்றை வாங்கலாமா?' என்றொரு சங்கடம் தொடக்கத்தில் ஒரு நாள் சித்தனுள் மின்னியபோது செகம் சொன்னார், "அண்ணை, அது கவலைதான். எண்டாலும் விட்டிட்டுப் போனதுதானே? இனிச் சொந்தக்காறர் திரும்பி வந்தாலும் வீடிருக்குமா, கூரையிருக்குமா என்ற நிலையிலை புத்தகங்கள் என்னாகும்? இப்ப நாங்கள் வாங்காட்டி, வேற யாரும் வாங்குவினம். அல்லது கிடந்து, உக்கி உழுத்து, கறையான்தானே தின்னும்?" அதோடு அந்தக் குழப்பம் தீர்ந்தது. 'தமிழன்னை பழைய பொத்தக சாலை'யில் ஒவ்வொரு தடவையும் வந்திருக்கும் தமிழும் ஆங்கிலமுமான புத்தகக் குவியல்களைப் பார்க்கும்போது, 'இந்தக் குட்டி யாழ்ப்பாணத்தில் இவ்வளவற்றையும் படித்தார்களா' என்கிற பெருமிதமும், 'இவ்வளவையும் அவர்கள் விட்டுவிட்டுப் போக வேண்டி வந்ததே' என்ற வேதனையும் சித்தனை அலைக்கழிக்கும்.

ஒரு நாள் ஜானகிராமனின் 'அன்பே ஆரமுதே' சந்தித்தது. அது விஜயாவின் ஓவியங்களுடன் கல்கியில் தொடராக வந்தபோது சித்தன் படித்திருக்கிறார். ஆறண்ணையும் அவருமாகக் கட்டிவைத்த புத்தகத்தை இரவல் வாங்கிய யாரோ திருப்பித் தரவில்லை. இப்போ, இதைப்பார்த்ததும் சந்தோஷமாக இருந்தது. சொன்ன விலையைக் கொடுத்துவிட்டு வாங்கிவந்தார். வீட்டுககு வந்து வாங்கிய புத்தகங்களைத் தட்டித் துடைத்து ஆறுதலாக ஒவ்வொன்றாப் பார்த்தார். 'அன்பே ஆரமுதே' முன்

பக்கத்தைப் பிரித்தபோது யாரோ நெஞ்சிலடித்தது போலிருந்தது 'என்னில் பாதியான பாசமிகு என் மனைவிக்குப் பிறந்த நாள் வாழ்த்துக்களுடன்' என்று யாரோ ஒப்பமிட்டிருந்தார். கீழே, 1982 என்று மட்டுமிருந்தது. பக்கம் பக்கமாகப் புரட்டியும் வேறெந்த விபரமும் இல்லை. உலகில் எந்த மூலையில் அந்த இருவரும் இருந்தாலும் இந்தப் புத்தகத்தை அவர்களுக்கு அனுப்பிவைக்க வேண்டுமென்ற அவதி வந்தது சித்தனுக்கு. ஒரு கணவன் தன் மனைவிக்குக் கொடுத்த பரிசு! அதை நான் எடுப்பதா? எவ்வளவு அக்கறையாக அவவுடைய பிறந்த நாளை நினைவு வைத்து அவர் வாங்கிக் கொடுத்திருக்கிறார்! அதுவும் புத்தகம். ஜானகிராமனைப் படிக்கிற தம்பதிகள்; எத்தனை வயதிருக்கும் அவர்களுக்கு? அது, அவர் மனைவியின் எத்தனையாவது பிறந்த நாளாயிருக்கும்? இதை விட வேறு புத்தகங்களும் அன்று வாங்கிக் கொடுத்திருப்பாரா? ஒவ்வொரு பிறந்த நாளுக்கும் புத்தகங்கள்தான் வாங்கிக் கொடுப்பாரா? அந்த அவவும் அவருடைய பிறந்த நாளுக்குப் புத்தகங்கள் வாங்கிக் கொடுப்பாவா? பிள்ளைகள் இருப்பார்களா? பிள்ளைகளின் பிறந்த நாட்களுக்கும் புத்தகங்கள்தான் பரிசளிப்பார்களாயிருக்கும். எவ்வளவு உன்னதமான குடும்பம் அது! இப்படி எத்தனை பேர் எம்மண்ணில் வாழ்ந்திருப்பார்கள்? இந்த ஆட்கள் இப்போது?

கடவுளே, உலகில் எந்த மூலையிலாவது அவர்கள் நல்லாயிருக்கட்டும்! அந்தப் புத்தகத்தைப் படிக்கவே சித்தனுக்கு மனம் வரவில்லை. அது, கணவன் மனைவிக்கிடையிலானது. அவர்களின் புனிதமான அந்தரங்கத்தில் அவர் தலையிடலாகாது. புத்தக அலுமாரியில் அதனைப் புனைகதைகளோடோ, இலக்கியங்களோடோ வைக்க மனம் ஒப்பவில்லை. அதனை, இரண்டாவது தட்டில், அப்புவும் ஐயாவும் வாங்கித் தந்த புத்தகங்களோடு வைத்தார்.

○

"நேற்றைக்கு சூரன் போரும் முடிஞ்சுது! எங்கட சூரன் போர்தான் எப்ப முடியுமெண்டு தெரியாமல் தொடருது, அண்ணை!" அவரும் சித்தனும் பட்டணத்திலிருந்து திரும்பிக் கொண்டிருந்தபோது செகம் சொன்னார். இருவரின் சைக்கிள் கூடைகளிலும் புத்தகங்களிருந்தன. சித்தனுக்கு அன்று இரண்டே இரண்டுதான் சந்தித்தன. இக்னேஷியோ ஸிலனியின் 'ஃபொக்ஸ் அண்ட் த கமீலியாஸ்.' ஆங்கிலம். மற்றது, 'ஐக்கிய நாடுகள் மனித உரிமைகள் சாசனம்.' தமிழ். செகம் என்னென்ன எடுத்தார் என்று தெரியவில்லை.

புத்தகக் கடையிலிருந்து புறப்படும்போது இன்றைக்குத்தான் அது தோன்றியது. "இங்க பாருங்கோ, இந்த இதே கட்டிடத்தின்ர அந்தத் தொங்கலிலை இரண்டாவது கடைதான் நான் சொல்லுவேனே, றெக்கோட் கடை 'சுலைமான் கண்டு,' அதிலைதானிருந்துது" என்றார், "இப்ப அவையெல்லாரும் எங்கயிருக்கினமோ, தெரியாது." தொண்ணூறில் எத்தனை முஸ்லிம் சனங்கள் அப்படிப் போனார்கள்! மம்மதப்பாவுடைய மக்கள், மிஸ்டர் காதர். . .

மரியாதையாக 'அண்ணை' என்பதா, 'மாமா' என்பதா, என்று சொல்ல முடியாத ஒரு வயது மிஸ்டர் காதருக்கு. ஐயா யாழ்ப்பாணத்தில் வேலை செய்தபோது நாலு வருஷம் கூட வேலை செய்தவர். எத்தனை வருஷம் என்றாலும் அந்த அன்பும் நட்பும் அவர்களுக்கிடையில் அவ்வளவு காலம் நிலவி வந்திருக்கிறது. ஐயா கடைசியில் பெரியாஸ்பத்திரியில் இருந்தபோது ஒரு நாள் தவறாமல் வந்து பார்த்தார். "எனக்கு அப்ப அது முதல் நியமனம். உங்கட ஐயாட்டைத்தான் வேலை படிச்சன்" என்று ஒரு நாள் சொன்னார். பூதவுடலை வண்டியில் ஏற்றும்போது அவர் முகம் மேலும் சிவந்து, கண்கள் நன்றாய்க் கலங்கியிருந்தன.

"என்ன அண்ணை யோசினை?" என்றார் செகம்.

"பக்கத்திலை, பத்துக் கிலோமீற்றர்கூட இல்லை, பெரிய சண்டை நடக்குது! நாங்கள் இப்ப பின்னேரம் நாலு மணிக்குப் பட்டணம் போய்வாறம்!"

"போருக்குள்ளை வாழ்வு!" செகம் சிரித்தார்.

"இதுதான் உண்மையான வாழ்வு! இல்லையா?"

"வலு கெதியிலை ஒரு பெரிய பிரச்சனைக்கு இடமிருக்கு அண்ணை. 'பெரியாக்கள்' தங்கட தட்டுமுட்டு, தளபாடம் எல்லாம் எடுத்திட்டினம் . . ."

"அப்ப, நாங்கள்?"

"நாங்களும் எழும்ப வேண்டித்தான் வரும்போலக் கிடக்கு, எப்ப என்னமாதிரி எண்டுதான் தெரியேல்லை."

"ஏன், எல்லாரையும் போகச் சொல்லி இயக்கம் சொல்லுது?" என்று கேட்டார் சித்தன், "நான் போகமாட்டன். போகவும் ஏலாது. போறதெண்டாலும் தென்மராட்சி வரைதான்!"

"சரி அண்ணை, பாப்பம். தென்மராட்சிக்குப் போய் யோசிப்பம்."

"எதுக்கும் நுணாவில்லை ஒரு சொந்தக்கார ஆளிட்டை, ஒரு இடம் சொல்லி வைச்சிருக்கிறன். ஒரு குட்டி வீடு, சுவரும் கூரையும் இருக்கு. அது போதும். வாறதெண்டாலும், கட்டக் கடைசியிலைதான் – இனி எங்கட வீட்டிலை இருக்கேலாது எண்ட கட்டம் வந்தால்தான் – வருவேன், எண்டு சொல்லி அனுப்பியிருக்கு."

"நான் அங்கையும் உங்களுக்குக் கிட்டத்தான் இருப்பன், அண்ணை. மாமி வீடு மீசாலையிலைதானே," என்றார் செகம், "பாப்பம், எப்ப போக வேண்டி வருகுதோ!"

அன்றிரவே அது வந்தது.

ooo

3.6

பட்டணத்தால் வந்து குளித்துத் தோய்ந்து வரமுதலே முன்னிருட்டுத் தலை காட்டியிருந்தது.

சைக்கிளில் வந்த வெக்கைக்கு. இந்த நேரத்தில் சில்லிட்டிருக்க வேண்டிய மாரிக் கிணற்றுத் தண்ணீர் கூடக் குளிர் தெரியவில்லை. கூடத்து மேசையில் ஒன்றும் அடுப்படியில் ஒன்றுமாக அரிக்கன் லாம்புகள். 'இனிக் குறைத்தால் நூர்ந்து விடும்' என்ற மட்டில் எரிந்துகொண்டிருந்தன. அறையில் ஒரு போத்தல் விளக்கு, சாமியறையில் சின்னக் குத்துவிளக்கு, மினுங்கியபடி.

திருநீற்றைப் பூசிக்கொண்டு வந்தார். "எங்கை ஒருதரையும் காணேல்லை?" தேநீர் கொண்டுவந்த மனைவியைக் கேட்டார்.

"எல்லாரும் தங்கச்சி வீட்டிலை" என்றா, சாரதா.

கொண்டுவந்திருந்த புத்தகங்களைத் தட்டித் துடைத்துவிட்டுப் பார்க்கலாமென்று கூடத்து விளக்கருகில் போய் உட்கார்ந்தபோது தெருவில் அமளி கேட்டது.

"இண்டைக்கு இரவுக்கிடையிலை எல்லாரும் வெளிக்கிட வேணுமாம்."

யாரோ உரத்துச் சொல்லிக்கொண்டு ஓடினார்கள்.

என்னது?

எழுந்து முன்வாசலருகில் போய்க் கவனித்தார்.

"பகிடி விடாதையடா" என்றது இன்னொரு குரல்.

"சத்தியமா, உன்னாணை அண்ணை! இது பகிடி விடுகிற விஷயமே?"

"இப்ப இருந்தாப்போல எல்லாத்தையும் விட்டிட்டு வெளிக்கிடச் சொன்னா, என்ன செய்யிறது? ஆரடா உனக்குச் சொன்னது?"

"ரவுணிலை எல்லாம் அறிவிக்கிறாங்களாம்!" முதற்குரல் போகப்போகச் சொல்லிற்று. "அரைவாசிச் சனம் வெளிக்கிட்டிட்டுதாம்."

"நான் இப்பதானே அங்க நிண்டு வந்த நான், அப்ப அப்பிடி ஒரு கதையுமில்லை," பின்னால் வந்துநின்ற மனைவியிடம் சொன்னார் சித்தன்.

○

தெருவில் கொஞ்சம் கொஞ்சமாய்க் கேட்கத் தொடங்கிய பரபரப்பு, வரவர இரைச்சலாகியது.

சனங்கள் கும்பல் கும்பலாகப் போகத் தொடங்கி யிருந்தார்கள். கேற்றின் கீழ் வலையினூடே விரைகிற கால்கள்.

சாரம், வேட்டி, சேலை, காற்சட்டை, ஹவுஸ்கோட் . . . அவரவர் கைகளில் ஆடுகிற அரிக்கன் லாம்புகள், உருட்டுகிற சைக்கிள்கள். இடையில், 'டொகுடொகு' என்று, விளக்கு மில்லாத ஒரு லாண்ட் மாஸ்ரர். அதன் பெட்டிக்குள் மூட்டை முடிச்சுகளின் மேல் நிழல் போல் குந்தியிருந்த ஒரு பெடியன், "கெதியா வாங்கோ" என்று பின்னால் யாரையோ பார்த்துக் கத்தினான்.

சைக்கிள் மணிகள் அவசரமாய் ஒலித்தன. "அண்ணை விலத்துங்கோ, வழிவிடுங்கோ."

"இதுக்குள்ளை வழி விடெண்டா, என்னெண்டு விடுறது?"

நாயொன்று ஊளையிட்டபடி ஆட்களுக்கிடையால் புகுந்து ஓடிற்று. இந்த நேரத்திலும் அதை மிரட்டுகிற வேறு நாய்கள்.

இருந்தாற்போல எங்கும் ஏதோ பளிச்சென்று. மரங்களுக் கிடையால் நிலவாய் வருகிற வெளிச்சம்!

"ஆமி வெளிச்சக் குண்டு அடிக்குது, வெளிக்கிடப் போறாங்களோ?"

அண்ணாந்து பார்த்தார். ரசாயன ஆய்வுக் கூடத்தில் மக்னீஷியம் நாடா இப்படித்தான் எரியும். ஒரு நிமிஷந்தான், பளபளத்த பால்ஒளி. பொருபொருவென்று . . .

அது அணைய, இன்னொன்று, புதிதாய்.

ஆங்காங்கே குழந்தைகளின் அழுகை. பசி, தூக்கம், பயம், கோபம், ஏதோ ஒன்று, அல்லது எல்லாமோ? தூரத்தில் எங்கோ ஷெல்கள் விழுந்து வெடிக்கிற சத்தம், சளசளப்புகளை ஒரு நொடி அடக்கிற்று.

'இந்த ஒழுங்கையாலேயே இவ்வளவு சனமென்றால் பெரிய றோட்டுகள் எல்லாம் எப்படியிருக்கும்? இவ்வளவு பேரும் கடைசியிலை கண்டி றோட்டிலை போய்ச்சேர்ந்தால் எவ்வளவு நெருக்குவாரம்? நாவற்குழிப் பாலம் எப்பிடித் தாண்டுறது? இந்த மாதிரித் தென்மராட்சிக்குப் போறதெண்டா எவ்வளவு நேரம்? நாளைக்குப் பொழுது பட்டாலும் போய்ச் சேரேலாது. சாவகச்சேரி இங்கயிருந்து பதினஞ்சு கட்டை! நடக்கக் கூடியவர்கள் நடக்கலாம், மற்றவர்கள்?'

சித்தன் முடிவெடுத்தார். 'போறதில்லை, அப்பிடிப் போறதெண்டாலும் விடிய யோசிப்பம்.'

நடையே மறந்துவிட்ட இந்த வயதிலும், இந்த நேரத்திலும், நடக்க நிர்ப்பந்திக்கப்பட்ட பெரியவர்களின் முக்கல்கள், முறைப்பாடுகள், ஆண்டவனுக்கான அழைப்புக்கள்... சித்தன், தன் வீட்டு கேற் மறைவில் நின்று எல்லாவற்றையும் பார்த்துக்கொண்டு நின்றார். வெளியே போய் நின்று பார்ப்பதில் அவருக்கொன்றும் பிரச்சினைகள் இல்லை. ஆனால், கேட்கிறவர்களின் கேள்விகளுக்குப் பதில் சொல்லி மாளாது. "ஏன் ஐயா, வெளிக்கிடேல்லையே?" இதற்கு எப்படி மறுமொழி சொல்லுவது? சொன்னாலும் அதற்கு ஐந்து நிமிடமாகும். அது மட்டுமன்றிப் பதில் கேள்விகளும் வரும். அவற்றுக்கு விடை சொல்லப் போவது கேட்கிறவர்களைக் குழப்புவதாக, அல்லது குறைந்தபட்சம் மினைக்கெடுத்துவதாக அமையும். வேண்டாம், அவர்கள் தம்பாட்டில் போகட்டும். நம்பாட்டை நாம் பார்ப்போம். 'நமக்கும் அது வழியே! நாம் போம் அளவும் . . .' இந்த நேரத்திலும் ஔவையார் பாடல் இப்படி நினைவு வந்து முறுவலிக்க வைத்தது.

வீடுகளை விட்டுச் சனங்கள் புறப்பட்டு ஓடுவது இதுதான் முதல் தடவையல்ல. எல்லோரும், எப்போதும், அதற்குத் தயாராயிருந்தார்கள். ஒவ்வொருவரிடமும் ஒவ்வொரு நல்ல பை அல்லது சிறிய சூட்கேஸ். காணி உறுதி, வீட்டு

உறுதி, வங்கிக் கணக்குப் புத்தகங்கள், கல்விச் சான்றிதழ்கள், முக்கிய ஆவணங்கள், மருந்துகள் என்று ஒவ்வொருவருக்கும் என்னென்ன முக்கியமாக இருந்ததோ, அவையெல்லாம் அந்தப் பையில் பத்திரமாக இருக்கும். இவற்றைவிட கர்ணனின் கவச குண்டலம் போல், அவரவர் தேசிய அடையாள அட்டை எப்போதும் உடம்போடு ஒட்டியபடி சட்டைப்பையில் இருந்தது. நகை நட்டு எல்லாவற்றையும் கொண்டு போவது ஆபத்து. உள்ளதில் அரைவாசியை அடுப்புப் புகட்டில், அல்லது கிணற்றடியில், அல்லது தோட்டத்தில், ஓரிடத்தில் பொலித்தீன் பைகளில் சுற்றி யாருக்கும் தெரியாமல் புதைத்து வைத்திருப்பார்கள்.

அறிவித்தல் வந்தால் அல்லது அவசரம் வந்தால் படபட வென்று வீட்டுக் கதவுகள், ஜன்னல்களைப் பூட்டிக்கொண்டு புறப்பட இப்போதெல்லாம் அநேகர் பழகிவிட்டிருந்தார்கள். வயதாளிகள், நோயாளிகளை வைத்திருப்பவர்கள், மாடு – கன்று வளர்க்கிறவர்கள் பாடுதான் பிரச்சனையாயிருந்தது.

சித்தனுக்கு வயதாளிகள் மூன்று பேரைப் பார்க்க வேண்டிய பொறுப்பு. அவருடைய அம்மா, சாரதாவின் அம்மா, புனிதாவின் மாமனார். மூவருமே எழுபதைத் தாண்டியவர்கள். அமைதிப்படை காலத்தில் வட்டுக்கோட்டைக்கு இடம்பெயர்ந்து போனபோது ‘பேஜோ’ நின்றது. முன்னால் வெள்ளைக் கொடி கட்டியிருந்தார். தெருப் போக்குவரத்துகளும் அவ்வப்போது இருந்தன. வாங்கி வைத்த பெற்றோலும் கொஞ்சம் ‘ஜெர்ரிக் கா’னில் மிஞ்சி இருந்தது.

பிறகு, காரிருந்தாலும், ஓட அனுமதியோ எரிபொருளோ இல்லை. என்றாலும், இடம் பெயர்ந்து பிறகு போக நேர்ந்த மற்ற மூன்று இடங்களும் பெரிய தொலைவுமில்லை. பெரியவர்கள் நின்றுநின்று, மெல்லமெல்ல நடக்கக்கூடியதான தூரங்கள் அவை.

இப்போது?

காருமில்லை, இருந்தாலும் பயனிராது. இங்கிருந்து சாவகச்சேரிக்கு இப்ப ஒரு வண்டி வாகனம் பிடிக்க முடியாது. என்ன வாகனந்தான் ஊரில் இருக்கிறது? சைக்கிள், மண்ணெண்ணையில் ஓடுகிற மோட்டார் சைக்கிள், இவற்றை விட்டால் மாட்டுவண்டி, லொறி, லாண்ட் மாஸ்ரர், உழவு மெஷின் பெட்டி! எல்லாமே சாமான் ஏற்றி இறக்குகிற வாகனங்கள். இப்படியான நேரங்களில் அவனவன் தன்தன் குடும்பத்தை அவற்றில் ஏற்றிக்கொண்டு தப்பப் பார்ப்பானா? அல்லது பிறத்தியாரை ஏற்றிச்செல்லும் பிழைப்பைப் பார்ப்பானா?

நேர காலத்துடன் இது தெரிந்திருந்தால் ஏதாவது ஏற்பாடாவது செய்ய முடியுமா என்று பார்த்திருக்கலாம்.

உள்ளே போனார். எல்லோரும் இப்போது கூடத்தில் வந்து இருந்தார்கள். என்னதான் அடிக்கடி இடம்பெயர்ந்தாலும், ஒவ்வொன்றும் புதிய அதிர்ச்சிதான், பிரச்சனைதான். முகங்கள் எல்லாம் வாடி இருண்டிருந்தன.

"என்ன மாதிரி ராசா, நிலைமை?" லோகேஸ்வரி மகனைப் பார்த்தா. புனிதாவின் மாமனார் மூலைக் கதிரையில் இருந்து கண்ணை மூடிக்கொண்டு மெல்ல ஏதோ தேவாரம் சொல்லிக்கொண்டிருந்தார். வாழ்வு கொடுத்த வடுக்கள் எதையுமே வெளிக்காட்டாத முகம். சித்தன் பத்துப் பன்னிரண்டு வருடங்களுக்கு முன் கண்டபோது இருந்த உடல் இப்போது உறுதி குலைந்து தளர்ந்திருக்கிறது. முழுவதும் நரைத்துவிட்ட தலை.

"இதைப்போலை எத்தினையைக் கண்டிட்டம். கனக்க யோசியாமல், உங்கட உங்கட வேலையளைப் பாத்திட்டுப் படுங்கோ. போறதெண்டாலும் சிவராசாட்டை இடத்துக்குச் சொல்லியிருக்குத்தானே? அவசரப்படாமல் விடிய நிலைமையைப் பாத்துச் செய்வம்."

"எங்கையம்மா?" என்றான் புனிதாவின் மகன், தாயை நோக்கி.

குழந்தைகளிருவரும் பயந்து போய்விடக் கூடாது, என்றிருந்தது சித்தனுக்கு.

"போனமுறை வட்டுக்கோட்டை வீட்டுக்குப் போனது கோகுலனுக்கு நினைவிருக்கா?" என்று கேட்டார். அப்போது அவனுக்கு மூன்று வயது, தங்கை குந்தவைக்கு ஒன்றுகூட நிரம்பியிருக்கவில்லை. தகப்பன் காலமாகி நாலாம் மாதம் பிறந்தவள்.

"ஓ . . ." என்றான் கோகுலன்.

"எப்பிடி இடம், அது?"

'பெரியப்பா இப்ப இதெல்லாம் ஏன் கேட்கிறார்' என்று வியப்பாய் இருந்தது அவனுக்கு.

"ஒவ்வொரு நாளும் காலைமையிலை என்ன பொறுக்கிற நாங்கள் அங்கை?" திரும்பக் கேட்டார்.

"விளாம்பழம்!"

சித்தன் சரிதம்

விளாம்பழங்களும் ஓயாத ஷெல்லடியும் இருளே விலகாத மாரி மூட்டமும்தான் அந்தக் காலத்தை நினைத்தாலே அவருக்கு நினைவில் வந்துகொண்டிருந்தன. அது பெரிய நாற்சார் வீடு. புனிதாவின் கணவன் காண்டீபனின் பரவணி வீடு. புருசன் இறந்து, சண்டையும் மூர்க்கங்கொள்ள, வேறு வழியின்றி அவனின் வீட்டை விட்டுவிட்டு, பிள்ளைகளோடு மாமனாரையுங் கூட்டிக் கொண்டு தாய் வீட்டுக்கே வந்துவிட்டாள், புனிதா. ஆனால் அதே சண்டை, ஆறே மாதத்திற்குள் அங்கு திரும்பிப்போகச் செய்தது. அதுவும் வந்த வெள்ளம் இருந்த வெள்ளத்தையும் கொண்டுபோன மாதிரி, தாய், தமக்கை குடும்பம், எல்லோருடனும்.

காண்டீபன் வீட்டின் வளவும் பெரிது. வளவு முழுக்க மரங்கள். அடி வளவில் பெரிய விளாத்திகள் இரண்டு. அது விளாம்பழக் காலம். விளாத்தியை வெளவால், பறவைகள் ஒன்றும் எதுவுமே செய்ய முடியாது. காலையில் பார்த்தால் மரத்தடியெல்லாம் பழமாய்ச் சொரிந்து கிடக்கும்.

'அந்தப் பழங்களிலும் பார்க்க அதே இரவில் அமைதிப்படை அடித்த ஷெல்கள் நிச்சயம் கூடுதலாக இருக்கும்' என்று எண்ணிக்கொள்வார் சித்தன். அயலில் ஆட்களும் குறைவு. வந்து கேட்பவர்கள் எல்லாம் பொறுக்கியும், அரைவாசிக்கு மேல் மிஞ்சிக் கிடப்பதை எடுத்து ஒருபக்கமாகக் குவிப்பார் அவர்.

அந்தப் பழங்கள் அப்போது வலு பிரயோசனமாய் இருந்தன. இதைப்போல அதுவும் ஒரு கந்தசட்டி விரதக் காலந்தான். ஆறு நாளும் இரவு பால் – பழம் என்று விரதம் பிடித்தவர்கள் ஐந்தாறு பேர் வீட்டில் இருந்தார்கள். மகனின் ஆண்டுத் திவசம் முடிந்த பின் அம்முறைதான் வில்லவராயர் மீண்டும் விரதம் பிடிக்கத் தொடங்கியிருந்தார். "கதிர்காமத்தான் என்னைக் கைவிட்டாலும் நான் அவனை விடமாட்டன்" என்றார் அவர், "இந்த இரண்டு பேரக் குஞ்சுகளுக்குமாக நான் பிடிக்கத்தான் வேணும். உடம்பு இடங் குடுத்தா உபவாசமே இருந்திருப்பன்."

அவரை விட, அம்மா, சாரதா, சாரதாவின் தாயார், இவர்களுடன் அல்லிப்புலத்திலிருந்து கூடவே வந்திருந்த வெள்ளைப் பெரியம்மா, எல்லோருமே ஒரு நேரம் பாலும் பழமும் மட்டும். கடை கண்ணியோ போக்குவரத்தோ இல்லாத அந்த நாட்களில் பாலாவது பழமாவது? அயலட்டையில் யாரும் பால் விற்றதாயுந் தெரியவில்லை. விளாம்பழந்தான் எல்லோருக்கும் கை கொடுத்தது. விளாம்பழமும் சுட்டு ஆறிய வெறுந் தண்ணியும்.

"அங்கை என்னென்ன பிராணியள் பாத்த நாங்கள்?" என்று மீண்டுங் கேட்டார் சித்தன்.

"முயல் . . . கீரி . . . கொக்கு . . ."

"அதெல்லாம் ஏன் இங்கை இல்லை பெரியப்பா?" என்றாள் குந்தவை.

"அதுகள் இருக்கிறதுக்குப் பத்தையள் வேணும், மரங்கள் வேணும், குளங்கள் வேணும். அல்லிப்புலத்தில எல்லாம் அழிஞ்சு போச்சு . . ." என்றவர், தொடர்ந்து கேட்டார். "குரங்கு, தேவாங்கு எல்லாம் தெரியுமா? பாத்திருக்கிறீங்களா?"

"இல்லை" குந்தவை உரத்துச் சொன்னாள்.

கோகுலன் பெரிதாய்ச் சிரித்தபடி இடமும் வலமுமாய்த் தலையாட்டினான். "அதெல்லாம் அன்ராசபுரம் காட்டுக்குள்ளைதான் இருக்கும்!"

"இல்லை!" சித்தனும் சிரித்தார், "அங்கையெல்லாம் போகத் தேவையில்லை. இங்கை வலு கிட்ட இருக்கு?"

"எங்கை பெரியப்பா?" என்றார்கள் இருவரும்.

"சாவகச்சேரியிலை."

"சிவராசா மாமா வீட்டிலை இருக்குமா? போய்ப் பாப்பமா?"

"ஏலுமெண்டா, நாளைக்குப் போவம்."

"உண்மையாவோ? அங்கை புலி, சிங்கம், ஆனை, கரடி எல்லாம் இருக்குமோ?"

"அதுகள் இராது. குரங்கு, உடும்பு, முதலை அதுகளிருக்கும்." சித்தன் எழுந்தார். "சரி நீங்கள் போய் வேளைக்குச் சாப்பிட்டுப் படுங்கோ, நாளைக்குப் பாப்பம்."

தெருவில் இன்னமும் ஆட்கள் போனபடியிருந்தார்கள். 'எல்லாரும் எப்ப போய்ச் சேருவது? இதிலை வன்னிக்கு எத்தினை பேர், வடமராட்சி – தென்மராட்சிக்கு எத்தனை பேர்? தென்மராட்சி எத்தனை பேரைக் கொள்ளும்? எவ்வளவு காலத்துக்கு? இது, இதுவரையில்லாத வித்தியாசமான இடப்பெயர்வு!' நினைக்கவே பயமாயிருந்தது. போதாக்குறைக்கு, "உப்பிடியே எல்லாரையும் வன்னிக்குச் சாய்க்கிற எண்ணமும் அவங்களுக்கிருக்கு" என்று யாரோ எப்பவோ சொன்னதில் எவ்வளவு உண்மையிருக்கும்? 'வீடு, வாசல், கிணறு, காணி, சாமான் சக்கட்டு, எல்லாத்தையும் விட்டிட்டு, நடநடவென்று நடந்து, ஒரு காட்டுக்குள்ளை போய்க் குந்துறதுக்குக் கொட்டிலுமில்லாமல், குடிக்கிறதுக்குத் தண்ணியுமில்லாமல், இந்தக் குழந்தைகள் கிழவர்களோட, யாராலை அந்தரிக்க

முடியும்? ஏன் அந்தரிக்க வேணும்? இனி . . . உழைப்புப் பிழைப்பு, சாப்பாடு?' பயத்தோடு கூடவே ஆத்திரமும் அதிகரித்தது.

'இதுதானா விடுதலை? இதுக்காகத்தானா இப்ப பதினஞ்சு வருசமாப் போர் நடக்குது?' செகத்தாரைக் கேட்க வேணும்!

அவர் இப்ப என்ன செய்துகொண்டிருப்பார்? வெளிக்கிட்டிருப்பாரா? அவருக்கென்ன, இப்ப தனி ஆள்தானே? செகத்தாரின் தாய் தகப்பன், அவருடைய தம்பியாரோடு கொழும்பில். பெண்சாதி வீடு, தென்மராட்சி. எப்போ வேண்டுமானாலும் போய்க்கொள்ளலாம்.

செகம் எவ்வளவு ஒரு நல்ல மனிதர்! அவருடைய நட்பு இந்த இப்படி இக்கட்டான ஒரு காலத்தில் கிடைத்தது எவ்வளவு பெரிய ஆறுதல்! சட்டென்று உறைத்தது, சித்தனுக்கு. 'செகம் இப்போது புறப்பட்டிருந்தால்? இப்போது புறப்படாவிட்டாலும் நாளைக்காவது தென்மராட்சி போவார். நாங்கள் போனால் கட்டாயம் வந்து சந்திப்பார். சரி, நாங்கள் அங்கு போகாவிட்டால், அல்லது அவர் அங்கிருந்து தொடர்ந்து வன்னிக்குப் போய்விட்டால், பிறகு?'

இருக்கிற ஒரேயொரு உதவியையும் இழக்கவேண்டி வரும். நினைக்க அந்தரமாயும் இருந்தது. சாவகச்சேரி வரைக்குமாவது போய்ப் பிறகு நிலைமையைப் பார்த்து யோசித்தாலென்ன?

யாரோ கூப்பிட்டுக் கேட்டது. "சிங்கற்ற குரல் மாதிரிக் கிடக்கு" என்று சாரதாவிடம் சொன்னபடி கேற்றடிக்குப் போனார், சித்தன். சிங்கர்தான். அவரும் மனைவியும் நின்றார்கள். சிங்கர், கசங்கிய வேட்டியும் சட்டையும். வழமையான துண்டுகூட இல்லை. நரைத்த முடி கலைந்து கிடந்தது. தோளிலும் வலது கையிலுமாக இருந்த அந்த இரண்டு பைகளுக்குள்ளும் இப்போது அவர்களுடைய சொத்து முழுவதும் அடங்கிவிட்டிருக்கிறது. இடது கையில் ஒரு அரிக்கன் லாம்பு. அவர் மனைவி, ஹவுஸ்கோட்டும் ஊன்றுகோல்களுமாய் நின்றார். அழுதது போல் காய்ந்த முகம். இருவரையும் பார்க்க வேதனையாயிருந்தது. 'என்ன முட்டாள்தனமான இடப்பெயர்வு. . .!'

"வாங்கோ, வாங்கோ." கேற்றை அகலத் திறந்தார்.

"என்ன தம்பி, இது?" என்றபடி உள்ளே வந்தார் சிங்கர். "எங்களுக்கு விடிவு காலமே இல்லையோ?" குரல் அழுவார் போலிருந்தது.

"உள்ளுக்கு வாங்கோ."

சிங்கரின் மனைவிக்கு ஊன்றுகோலுடன் வரக் கஷ்டமாயிருந்தது. "கவனம், மெல்லப் பாத்து வாரும்." சிங்கர், வலது கையில் வைத்திருந்த பையை சித்தனிடம் நீட்டியபடி, அவவைப் பிடித்துக்கொண்டார்.

அம்மாவிலும் பார்க்க ஐந்து வயதுதான் இளையவராம் சிங்கர். அவரும் மனைவியுந்தான். பிள்ளைகளில்லையென்றாலும், நல்லாய் ஓடியாடி, உற்சாகமாய், ஊருக்குதவியாய்த்தா னிருந்தார்கள் அந்த வயதிலும். இரண்டு வருசத்துக்கு முதல் மாரியில், கிணற்றடியில் அவ சறுக்கி விழுந்து, நாரி எலும்பில் வெடிப்பு வந்ததுடன் எல்லாமே மாறிவிட்டது.

"வாங்கோ," சாரதா வந்து, அவவைப் பிடித்து அழைத்துப் போனா.

"எத்தினை நாளைக்குத் தம்பி இப்பிடிக் கிடந்து அல்லல் படுறது?" விறாந்தைக் கதிரையில் போய் உட்கார்ந்ததும் சிங்கர் கேட்டார்.

சிங்கர் இலேசில் தளர்ந்துவிடுகிறவர் அல்லர். இந்த வட்டாரத்துச் சனமெல்லாரையும் அமைதிப்படை கொண்டு போய் ஒரு கிழமையாய்க் கந்தர் வீட்டில் பணயம் வைத்தபோது, சனங்களைக் காபந்து பண்ணுவதில் சித்தனுடன் சேர்ந்து நின்றவர். சிங்கர். ஏன் – என்னவென்றில்லாமல் இருவரையும் கூட்டிக் கொண்டுபோய், ஒரு நாள் முழுக்கத் தங்கள் முகாமில் வைத்து விசாரித்தது அமைதிப்படை. அவர்களில் ஒருவன் சித்தனைச் சுட வந்தவேளையில் அருகில் இருந்தவரும் சிங்கர்தான்.

ooo

3.7

சுடத்தின் முடக்கில் அடுப்படிக்கு முன்னால் நடைகூடமிருந்தது. சின்னதாய் ஒரு அறைபோல. வந்த புதிதில், "சாமி அறைக்குள்ளை இருங்கோ" என்று மருமகளும் மகனும் எவ்வளவோ சொல்லியும், "எனக்கு இதுதான் வசதி" என்று தன் பெட்டிகளை மாத்திரம் சாமியறைக்குள் வைத்துவிட்டு, நடைகூடத்துக் கட்டிலையே தன் இடமாக்கிக் கொண்டா அம்மா. ஒரு விதத்தில் அது வசதியுந்தான். கட்டிலின் தலைமாட்டோடு ஒரு மேசை, அதனருகே ஒரு சாய்மனைக் கதிரை. அதோடு சேர்ந்தாற் போலிருக்கிற ஜன்னலைத் திறந்தால் நல்ல காற்று, வெளிச்சம் எல்லாம். நடைகூடத்துத் தொங்கல் கதவைத் திறந்தால் வெளியே, முன்னால் குளியலறை, கக்கூஸ்.

அம்மாவுக்கு இரவில் வழமையாகவே நித்திரை வருவதில்லை. நித்திரை வராதது அவவுக்கு ஒரு பிரச்சினையுமில்லை. அது வருகிற நேரம் வரட்டுமென்று சாய்மனைக் கதிரையில் சாய்ந்தபடி வாசித்துக்கொண்டிருப்பா. நித்திரை வந்தால் வாசிக்கிற புத்தகத்தை மூடிவைத்து விளக்கையும் நூர்த்துவிட்டுப் படுத்துக்கொள்ள வேண்டியது. எப்படியும் பன்னிரண்டுக்கு முன் படுத்ததாயில்லை. அயர்ந்துபோக எவ்வளவு நேரமாகுமோ, விடிய ஐந்து மணிக்கு அடுப்படியில் மருமகளோடு கதைக்கிற சத்தம் கேட்கும்.

தலைமாட்டு மேசையில் எப்போதும் ஒரு கட்டுப் புத்தகங்கள், சஞ்சிகைகள் இருக்கும்.

○

லோகேஸ்வரி பிறந்தது அல்லிப்புலத்தில் என்றாலும் நாலு வயதிலேயே மகளையும் நாகம்மையையும் கொழும்புக்குக் கூட்டிக்கொண்டு போய்விட்டார் கனகசபை. மகளைப் படிப்பிக்க வேண்டும், அவள் இங்லீஷ் படித்திருக்க வேணுமென்று ஆசைப்பட்டார். அதற்கேற்றாற்போல, அவர் இருந்த லஸ்கொறீன் வீதிக்குக் கிட்டவாகப் புதிதாய் ஒரு பள்ளிக்கூடத்தைச் சுவாமி விபுலானந்தரும் மற்றவர்களுமாக அப்போதுதான் தொடங்கியிருந்தார்கள். அம் முயற்சிக்கு உந்துதலாய் அமைந்த சுவாமி விவேகானந்தரின் பெயர்தான் அப்பள்ளிக்கு. கொழும்பிலேயே பெண்பிள்ளைகள் படிக்கக்கூடிய சைவப் பள்ளிக்கூடம். வீட்டிலிருந்து றிக்ஷோவில் பத்து நிமிஷந்தான் வரும். அல்லது நாகம்மையே கூடக் கூட்டிக்கொண்டு போய்வரலாம்.

எட்டாம் வகுப்பு வரை அங்கேயே படித்தாள் லோகேஸ்வரி. சித்திரைப் புது வருச விடுதலை, நத்தார் விடுதலை, இவைகளுக்கு யாழ்ப்பாணம் போய்வந்தார்கள். பள்ளிப் பாடங்களைவிட வயலின், ஹார்மொனியம் எல்லாம் வாங்கிக்கொடுத்து வீட்டிலேயே சங்கீதமும் படிப்பிக்க ஏற்பாடு செய்தார் தகப்பன். தான் வாங்கிவைத்திருந்த புத்தகங்களைவிட மகளுக்கென்றும் நிறைய வாங்கிக்கொடுத்தார். இந்தியாவில் வருகிற தமிழ்ப் புத்தகங்கள் எல்லாம் விரைவிலேயே பக்கத்தில் செட்டியார் தெரு, ‘சரஸ்வதி புத்தகசாலை’க்கு வந்துவிடும். சின்ன வயதிலிருந்தே *ஆனந்தவிகடனில்* வருகிற கொமிக்குகள் லோகேஸ்வரிக்குப் பிடிக்கும். அவள் வளர வளர, அந்த ஆர்வமும் கதைகள், தொடர்கதைகள், என்று வளரலாயிற்று. ஐந்தோ ஆறாம் வகுப்புப் படிக்கிற காலத்தில், மட்றாசிலிருந்து நாராயணசாமி ஐயர் வந்து தான் தொடங்கியிருக்கிற *கலைமகளைக்* கொழும்பில் அறிமுகம் செய்த பிறகு, *விகடனோடு* *கலைமகளும்* சேர்ந்து கொண்டது. *விகடனைப்* போலக் கிழமைக்குக் கிழமை வராமல், இது மாதத்திற்கு ஒன்று வந்தது.

மகள் ‘பெரிய பிள்ளை’யாகியதும் பள்ளிக்கூடத்திலிருந்து நிறுத்திவிடவேண்டும் என்ற நாகம்மையின் நச்சரிப்பும் தொடங்கியது. கொஞ்சக் காலத்தில் லோகேஸ்வரி எட்டாம் வகுப்பும் பாஸ் பண்ணிவிட்டதில், ‘பள்ளிப் படிப்புப் போதும்’ என்றாகிற்று. என்றாலும் கூட வேலை செய்யும் லீஸா லோறன்ஸின் ஆலோசனைகளையும் கேட்டு, இளம் பிள்ளைகளுக்கான ஆங்கிலப் புத்தகங்களையும் மகளுக்கு வாங்கிக் கொடுக்கலானார் கனகசபை. ‘பிளாக் அண்ட் கோ’ இங்கிலாந்திலிருந்து புத்தகங்களையும் இறக்குமதி செய்துகொண்டிருந்தது.

லோகேஸ்வரிக்குப் பிறகு வேறு பிள்ளைகள் பிறக்காததில் ஒரே மகள் என்கிற செல்லமாய்த்தானிருந்தாலும், நாகம்மையின்

கட்டுப்பாடுகளுக்குக் குறைவிருக்கவில்லை. “பொம்பிளைப் பிள்ளைகளுக்கு வீட்டு வேலை எல்லாம் தெரிய வேணும்.” தானும் பிஞ்சியுமிருந்தாலும் வீட்டு வேலைகளில் மூன்றிலொரு பங்கு மகள் செய்ய வேண்டுமென்பதில் எந்தச் சலுகையும் கொடுக்கவும் நாகம்மை தயாராயிருக்கவில்லை. வேலை நேரங்கள் போக, திங்கள், புதன், வீட்டுக்கு வருகிற லோர்ணா மிஸ்ஸின் தையல் வகுப்பு, சங்கீதம், வாசிப்பு, பிஞ்சியுடன் அரட்டை, வெள்ளி செவ்வாயில் முத்துமாரியம்மன் கோவில் என்று சண்டை தொடங்கும் வரை ஏழெட்டு வருசங்கள் ஓடியதே தெரியவில்லை.

கொழும்புத் துறைமுகக் குண்டுவீச்சுடன் எல்லாம் மாறின.

‘அன்று அந்த ஒரு அரைமணித்தியாலக் குண்டுவீச்சுக்கு எவ்வளவு பயந்தோம், ஆனால் இப்போ பத்துப் பன்னிரண்டு வருஷமாக வாழ்க்கையே குண்டுவீச்சுக்கு நடுவில்தான் கழிகிறது.’ யாழ்ப்பாணத்தில் எல்லா வீடுகளிலும் அடுப்படி இருக்கிறதோ இல்லையோ, பதுங்குகுழி இருக்கிறது. எப்போது எந்த விமானம் வரும், யார் தலையில் குண்டு போடும் என்று தெரியாது. வீடு வாசல், கோவில் குளம், பள்ளி, எதுதான் தப்பியது ? குண்டாவது பிளேன் சுற்றுவதை வைத்து ஒரு மட்டில் பங்கருக்கு ஓடலாம், ஆனால் ஷெல் ? எப்போது எங்கிருந்து வருமென்று தெரியாமல் . . .

இப்போது வீடு வாசல்களையும் விட்டுவிட்டு ஓட வேண்டிய நிலை. தனக்கு அன்றிரவு நித்திரையே வராது என்று அம்மாவுக்குத் தெரிந்தது. அது பரவாயில்லை. ஆனால், ஒரு கண் உறங்காமல் நாளைக்கு நடக்க வேண்டியும் வந்தால் ? எழுபது வயதுக்குப்பின் ஏன் இந்தக் கதி ? எந்தக் குறையுமில்லாமல் பார்க்கிற தகப்பனோ, புருஷனோ, ஏன் இப்போது மகனோ வாய்த்தும் இப்போது இப்படி அந்தரிக்க வேண்டிய விதி ! ‘இப்படியெல்லாம் கிடந்து கஷ்டப்படாமல் போய்ச் சேர்ந்தவர்களெல்லாம் புண்ணியம் செய்தவர்கள் ! ஐயா, அம்மா, குஞ்சியப்பு, சின்னம்மா, அம்மான், கடைசியாக இவர் . . .’

சிவகணேசன், தலையிடி காய்ச்சல் என்று படுத்தறியாத மனுசன். கட்டுப்பாடான வாழ்க்கை. இருந்தாற்போல் வந்த வருத்தம். நல்ல காலம், கடைசி நேரத்தில், கூடஇருந்து பார்த்துக்கொள்ள மூத்த மகன் அப்போதுதான் வேலை மாற்றம் பெற்று வந்திருந்தான். தானும் அவர் போன கையோடு போயிருக்கலாம் என்றும் இடைக்கிடை யோசனை வரும். தானும் போனால் மகனுக்கு யார் துணை என்று பயமும் வரும். நான் இருக்கிறது அவனுக்கு உதவியா, பாரமா என்ற குழப்பமும் வரும். எத்தனை பேருக்கு நடுவில் எவ்வளவு செல்லமாய் வளர்ந்த பிள்ளை. என்றாலும் இன்றைக்கு இவ்வளவுக்கும்

நின்றுபிடிக்கிறான். இடைக்கிடை வயதுக்கேற்ற குழப்படிகள் இருந்தாலும், வாழ்க்கையைத் தளம்பாமல் கொண்டு செல்ல முடிந்திருக்கிறது அவனுக்கு. தம்பியாரைப் போல், அல்லது மச்சான்காரனைப்போல் அப்போதே வெளிநாட்டுக்குப் போயிருக்கலாம், இந்தப் பிள்ளை! இரண்டு பேரும் எவ்வளவு வருந்திவருந்திக் கூப்பிட்டாங்கள்.

முருகனும் தமையன் வழியில் என்ஜினியரிங்தான் படித்தான், பேராதனையில். பாஸ் பண்ணிய உடனேயே வேலை கிடைத்தது. அந்த வருசம் வந்த இனக் கலவரத்தில் அவன் நேரடியாகப் பாதிக்கப்படவில்லையென்றாலும், வேலையை விட்டுவிட்டு வந்தான். "போர் என்றால் போர், சமாதானம் என்றால் சமாதானம்" என்று ஒரு பிரதம மந்திரி நாட்டு மக்களைப் பார்த்துப் பேசுவதா?" அம்மாவுக்கு அவன் கோபத்தைப் பார்த்தபோது அதற்கு முந்திய ஆண்டு காலமான தன் சித்தப்பா ராசசுந்தரத்தின் நினைவுதான் வந்தது. அதன் பிறகு தனியார்துறையில் வேறு பொறுப்பான உத்தியோகங் கிடைத்தாலும், முருகனின் போக்குக் கொஞ்சம் மாறிய மாதிரித்தானிருந்தது.

ஒரு நாள், சிவகணேசனைத் தேடி தமையன் சிவமுருகேசர் வந்தார். "தம்பி, உன்ர இளையவனை இங்க வைச்சுக் கொண்டிருக்கிறது அவ்வளவு புத்தியாத் தெரியேல்லை. இவ்வளவும் படிச்சுப் போட்டு அவனை இனி வழிமாற விட்டிடக் கூடாது."

ஒரு வருஷத்துக்குள்ளாகவே முருகனை வெளியே அனுப்புவதில் அண்ணனும் தம்பியும் வெற்றி பெற்றார்கள்.

மைத்துனர் எச்சரித்ததுபோல் முருகனை இங்கேயே நிற்க விட்டிருந்தால், நிச்சயம் அவன் ஏதோ ஒரு இயக்கத்தோடு சேர்ந்திருப்பான்! சிங்கப்பூர் போனவன், அங்கிருந்து ஒஸ்ற்றேலியா போய் இப்போது நல்லாய் இருக்கிறான். கல்யாணமும் அங்கேதான் நடந்தது. யாழ்ப்பாணத்துப் பிள்ளைதான், தொல்புரம். சிவமுருகேசர் பெண்சாதியின் சொந்தக்கார ஆட்கள். காதல் பாதி, பேச்சுப் பாதி என்று ஒப்பேறிய சம்பந்தம். சிவகணேசனின் ஆண்டுத் திவசம் கழித்து மூன்றாம் மாதம். இளைய மகனின் கல்யாணத்திற்குத் தான் போகமுடியவில்லையே என்ற கவலையெல்லாம் அம்மாவுக்கு வரவில்லை. எப்படியோ, முருகன் ஒருவிதத்தில் இதெல்லாவற்றுக்கும் தப்பிப் போய்விட்டான்.

ஆனால், சின்ன வட்டனை நினைக்க நினைக்க அம்மாவுக்கு என்னவென்றில்லாத கவலையும் பயமும் வரும். ஒன்றுவிட்ட அக்காவின் மகன் என்றாலும் "சின்னம்மா, சின்னம்மா" என்று சொந்தப்பிள்ளை போல் கைக்குள் வளர்ந்தவன்.

அவனுக்கு இரண்டு பெடியள். இண்டைக்கு இரண்டையும் போராட்டத்திற்கு அனுப்பிப் போட்டிருக்கிறான். சித்தனோடு படித்த நடேசலிங்கத்தின் மூத்த மகனும் – கமலாசனியின் பேரன் – இயக்கத்தில்தான். இப்பிடி எத்தனை பிள்ளைகள்...

லோகேஸ்வரிக்குச் சட்டென்று பிஞ்சியின் நினைவு வந்தது. பிஞ்சி ஊருக்குப்போன நாளிலிருந்து எப்படியும் வருசத்துக்கு ஒன்றிரண்டு தபாலாவது ஆளுக்கு ஆள் அனுப்பிக் கொண்டுதானிருந்தார்கள். எண்பத்துமூன்று கலவரத்துக்குப் பிறகு கூடக் கடிதத் தொடர்புகள் இருந்தன. பிஞ்சிக்கு இரண்டு ஆண், இரண்டு பெண் என்று நாலு பிள்ளைகள். கடைசியாக வந்த கடிதமொன்றில், ஊரோடு இருக்கிற மூத்த மகள்தான் இப்போது தங்களோடு இருப்பதாகவும் மற்ற இரண்டு பேரும் கொழும்பு, கண்டி என்று போய்விட்டதாகவும், கடைசிப் பெடியன் ராணுவத்தில் சேர்ந்திருப்பதாகவும் எழுதிய நினைவு.

பிஞ்சியின் மகனும் சின்ன வட்டனின் பிள்ளைகளும் ஆளுக்கு ஆள் எதிராகத் துவக்குத் தூக்குகிற காலமா? அது ஏன் வந்தது? கடவுளே!

வாசிக்கத் தொடங்கினால் இந்த யோசனைகள் அதிகம் வராது.

ஆனால், இப்போது மண்ணெண்ணைத் தட்டுப்பாட்டுக்குப் பிறகு கன நேரம் வாசிக்கும்போது மனம் குறுகுறுக்கப் பார்க்கிறது. அவ்வப்போது கூப்பனுக்கு மண்ணெண்ணை கிடைக்கிற வேளைகளில், அம்மாவின் கூப்பனுக்கானதைத் தனியாக வாங்கி, "இதை நீங்கள் வாசிக்க வைச்சிருங்கோ," என்று சித்தன் எடுத்துக் கொடுத்தாலுங்கூட, மனம் வருகிறதில்லை. பிற்பலில் வாசிப்பும் இரவுகளில் சிவகணேசன் எப்போதோ வாங்கிக் கொடுத்த அந்தக் காதோடு ஒலிக்கும் சின்ன, இரண்டு பற்றறி ற்றான்ஸிஸ்ரரும். அதற்குந்தான் பல தடவைகளில் பற்றறி கிடைக்காமல் போய்விடுகிறது. வீட்டுப் பெண்கள் நால்வரும் பத்து மணிவரை பேசிக்கொண்டிருந்தாலும், மற்றவர்கள் படுக்கப்போன பின்னும் அம்மாவின் நேரங்கள் ஈஸிச்செயரில் பழைய நினைவுகளுடன்தான் கழிகின்றன.

சித்தன்கூட, மொறட்டுவையில் படித்துக்கொண்டிருந்த காலங்களில் ஏதோ விதமாகத்தான் பேசிக்கொண்டிருந்ததாகப் பட்டது. அவன் இருந்த வீட்டுப் பிள்ளையைப்பற்றி இடைக்கிடை அவன் புளுகுகிறதைக் கேட்கும்போது 'இவனும் சின்னம்மான் மாதிரி ஆகி விடுவானோ' என்று லோகேஸ்வரிக்குப் பயமா யிருக்கும். அப்படியான வேளைகளின் பிறகு, "நீ வெள்ளவத்தைப் பக்கம் மாறி இருந்தா, சாப்பாடுகள் பிரச்சினை இராதெல்லோ?"

என்று லோகேஸ்வரி மெல்லச் சொல்லியும் பார்த்திருக்கிறா. படிப்பு முடிந்து கொழும்பிலேயே வேலையுமென்றாகி, அவன் பம்பலப்பிட்டியில் அறை பார்த்துக்கொண்டிருந்த இரண்டு வருசங்களின் பிறகு, அந்தக் கதையையே அவன் எடுக்கவில்லை. என்ன ஆகிற்றோ, அது எல்லாருக்கும் நல்லதுதான் என்று நினைத்தா அம்மா. இரட்டைப்பின்னலும், காதில் சிமிக்கிகளுமாய், பாவாடை – சட்டையோடு திரிந்த காலத்திலிருந்தே சாரதாவில் ஒரு கண்ணிருந்தது அம்மாவுக்கு.

சின்னம்மானின் சந்ததிகள் இப்போது முற்றுமுழுதாக மாறியிருப்பார்கள். அவருடைய பேரப்பிள்ளைகள்கூட யாராவது ராணுவத்தில் சேர்ந்திருப்பார்களோ!

இந்த ஒரு நூற்றாண்டுக்குள் இப்படி என்றால், ஆயிரம், இரண்டாயிரம் வருசங்களில் என்னென்ன நடந்திருக்கும்? அழகிய வண்ண, தென்னக்கோன், பொன்னம்பெரும, கரிய பெரும, அழகம்பெரும போன்ற அந்தப் பெயர்கள் எல்லாம்? முரட்டுப் பிடிவாதங்கள், குருட்டு நம்பிக்கைகள், இவற்றால் வீணாக ஆளோடு ஆள் அடிபட்டுச் சாகுதுகளோ, பிள்ளைகள்? பாரத யுத்தம்போலச் சகோதரர்கள் அடிபடும் காலம் வந்திருக்கிறது! சகோதரர்கள் என்றறியாமலே அடிபடுகிறார்கள்! இதெல்லாம் வெளியே சொன்னால் அறளை, விசர் என்ற பட்டங்கள்தான் கிடைக்கும். சித்தனுக்கு ஒரு தடவை சொன்ன போது, "நீங்கள் சொல்றது நியாயந்தானம்மா. ஆனா, உதுகளை வெளியே கதைக்கிறது பிரயோசனமில்லை." என்றான்.

எப்போது அயர்ந்து போனா என்று அம்மாவுக்குத் தெரியாது.

○○○

3.8

ஒன்பது மணிக்கு வெளிக்கிட்டார்கள்.

இரவு யாரும் பெரிதாய்த் தூங்கியதாய்த் தெரியவில்லை, புனிதாவின் பிள்ளைகளைவிட. ஏனையவர்கள் வழமையிலும் வேளைக்கே எழுந்து விட்டார்கள். சித்தன் கண்விழித்துப் பார்த்தபோது, ஆறே முக்கால். என்னதான் மற்றவர்களுக்கு ஆறுதல் சொன்னாலும், படுத்து ஐந்தே நிமிடத்தில் குறட்டை விடுகிற அவருக்கு இரவு முழுதும் ஒழுங்காய் நித்திரையே வரவில்லை. மெல்ல அயர்ந்தபோது தொலைவில் எங்கோ பறவைகள் ஒருதரம் குரலெழுப்பியது கேட்டது. விடியற் புறங்களில் கேட்கிற கோவில் மணிகள் எதுவும் கேட்டதாய் நினைவில்லை. கேட்டிருக்க முடியாது.

நேற்றிரவு புனிதா பிள்ளைகளோடு வந்து தமக்கையோடு படுத்துக்கொண்டா. அறையை அவர்களுக்குக் கொடுத்துவிட்டு, சித்தன் பாயைத் தூக்கிக்கொண்டு சாமியறைக்குப் போயிருந்தார். புனிதாவின் மாமனார் தங்கள் வீட்டில். அமளி, அந்தரம், எதிர்பார்ப்பு, எறிகணை ஓசை என்று வந்துவிடுகிற நேரங்களில் எப்போதும் உள்ள ஏற்பாடுதான் இது.

எங்கும் அமைதியாயிருந்தது. தெருவில் போகும் வாகனங்கள், மனிதக்குரல், நாலு வீடு தள்ளி ஓயாது ஒலித்துக்கொண்டிருக்கும் ரேடியோ, உலகர் வடலியில் இந்நேரம் கேட்கிற பாளை தட்டும் ஒலி ஒன்றும் இல்லை. இதுகூட அவருக்கு அவ்வப்போது அறிமுகமான அமைதிதான். வெறுமனே ஒலிகள்

அடங்கிய நிலை மட்டும் அல்ல. தனிமை, வெறுமை, பயம், எல்லாம் சேர்ந்து வயிற்றைப் பிசைகிற அமைதி. எழுபத்தேழு ஜூலையில் ஒரு காலை வேளை உயிரைப் பணயம் வைத்துக் கொழும்பிலிருந்து சாரதாவுடன் யாழ்ப்பாண ரயிலைப் பிடிக்கப் புறப்பட்டபோது, அமைதிப் படைக் காலத்தில் அந்தச் சிப்பாய்கள் தன்னையும் சிங்கரையும் பிடித்துத் துப்பாக்கி முனையில் விசாரணைக்குக் கொண்டுபோனபோது, முன்பு இப்படியான இடப் பெயர்வு வேளைகளில் . . .

இந்த அமைதியைக் குலைக்கிற விஷயம் ஒன்றுதானிருந்தது. எறிகணைகள் விழுந்து வெடிக்கிற சத்தம், அல்லது துவக்கு வெடி.

இப்போதும் இந்த அமைதியை ஷெல்தான் குலைத்தது. பல் துலக்கிக்கொண்டு நின்ற வேளை, தொலைவில் மருதனார்மடம் பக்கம் விடாமல் நாலு ஷெல்கள் கேட்டன. கிணற்றடியில் செம்பழுப்பு இறகுகளுடன் அசையாமல் நின்ற தும்பி ஹெலி போல் தெரிந்தது.

முகத்தைக் கழுவிக்கொண்டு வந்தபோது, அம்மாவும் புனிதாவும் அடுப்படியிலிருந்தார்கள். சாரதா முற்றம் கூட்டும் சத்தம் கேட்டது. திருநீற்றைப் பூசிக்கொண்டு, சாரதா நின்ற இடத்திற்குப் போனார்.

"என்ன மாதிரி?" கூட்டுவதை நிறுத்திவிட்டு அவரைப் பார்த்தா சாரதா.

"என்ன யோசிக்கினம், எல்லாரும்?" என்றார் மீண்டும்.

"எனக்கு எல்லாம் ஒண்டுதான். அம்மாவைக் கேளுங்கோ," வாளித் தண்ணீரில் கைகளை அலம்பிவிட்டு அடுப்படிப் பக்கம் நடந்தா சாரதா.

"நான் ஒருக்கா சிங்கர் மாமாவைப் பாத்திட்டு வாறன்" என்றபடி புனிதா வீட்டுப்பக்கம் போனார் சித்தன்.

"எல்லாம் விடிய யோசிப்பம்" என்று, இரவு அவர்களைப் புனிதா வீட்டில் படுக்க வைத்திருந்தார்கள்.

அவர்களின் அறை பூட்டியிருந்தது. 'எத்தினை மணிக்கு நித்திரை கொண்டார்களோ, குழப்ப வேண்டாம்' என்று திரும்பினார்.

"என்ன அம்மா, என்ன யோசிச்சீங்கள்?" தாயைப் போய்க் கேட்டார்.

"வெளிக்கிடுவம், அப்பு."

புனிதா தேங்காய் துருவுவதை நிறுத்திவிட்டு எழுந்தா. சாரதா தந்த கோப்பிக் கோப்பையை வாங்கிக்கொண்டார்.

"அயலட்டைச் சனம் எல்லாம் வெளிக்கிட்டினம்போலை. அக்கம் பக்கம், முன்னாலை, ஒரு இடமும் ஒரு சிலமனுமில்லை ..." அம்மா பிறகும் சொன்னா.

"அது ராத்திரியே தெரிஞ்ச விஷயந்தானே, வெளிக்கிடுவினம் எண்டு?"

"எல்லாருந் திரும்ப எத்தினை நாளாகுமோ . . ."

"நாங்கள் இருப்பம்!" என்றார் சித்தன். "நெல்லுக் கிடக்கு, தேங்காய் கிடக்கு, மரவள்ளிக்கட்டை இனி இழுக்கலாம், பனங்காய் இன்னும் விழுகுது, அதுகள் முடிய, மா, பிலா தொடங்கிவிடும் . . ."

சாரதா சிரிக்கத் தொடங்கினா.

"உது என்ன சொல்லுறாய்?" அம்மாவும் சிரித்துவிட்டுக் கேட்டா, "ஊரில்லாமல் வாழேலுமோ? சரி, அவங்கள் வந்து இடம் முழுக்கப் பிடிச்சிட்டா?"

சித்தன் பேசாமல் நின்றார். இவ்வளவும் அவர் இரவு முழுவதும் யோசித்தவைதான்.

"இனி இந்தப் பிள்ளையும்," அம்மா புனிதாவைக் காட்டினா, "குழந்தையளை வைச்சுக்கொண்டு, இஞ்சை என்ன செய்யிறது?"

"சரி," என்றார் சித்தன். "அப்ப வெளிக்கிடுவம்."

வெளிக்கிடுவதுதான் இரவு சிங்கரின் தெரிவாகவும் இருந்தது.

❍

அம்மா, அப்பு வளவு வைரவர் கோவிலின் நேரே, மதிலோடு தெருவில் வைத்திருந்த கல்லில் தேங்காய் உடைத்துக் கற்பூரம் கொளுத்திவிட்டு வந்தா. கும்பிட்டுவிட்டுப் புறப்பட்டார்கள். மெல்லிய வெய்யில், மந்தாரம் போல். தெருவெல்லாம் வெளித்துப் போய்க் கிடந்தது. எங்கோ ஒரு நாய் ஊளையிட்டது

"அந்தரப்படாமல் மெல்ல நடக்கலாம்.".

"பொழுது பட முந்திப்போயிடலாம், என்ன தம்பி?"

"றோட்டை மூடிப் போடுவாங்களோ?"

"ஒண்டுக்கும் பயப்பிடத் தேவையில்லை" என்றார் சித்தன்.

சிங்கருக்கும் வில்லவராயருக்கும் பின்னால், சிங்கரின் மனைவி. ஊன்றுகோலுடன் நடக்கவே கஷ்டப்படும் அவவைப் பார்க்க எல்லோருக்கும் பாவமாயிருந்தது. அவவின் இரண்டு பக்கங்களிலும் அம்மாவும் மாமியும் அணைவாக வந்தனர். தன் கஷ்டத்தை நினைத்தோ, மற்றவர்களையும் கஷ்டப்படுத்துகிறேன் என்று நினைத்தோ அவவின் முகம் காய்ந்துபோயிருந்தது. "நான் எங்கை போய் இனி என்னத்துக்கு? வீட்டிலையே இருந்திருப்பன். என்னாலை இவர்தான் தனிய நிண்டு கஷ்டப்பட வேணும்." இரவு, அவ இதைச் சொன்னபோது, மனைவி கணவன் இருவருக்குமே கண் கலங்கிற்று. "நாங்கள் எல்லாம் இருக்கிறந்தானே, நீங்கள் ஏன் இப்பிடி யோசிக்கிறிங்கள்?" என்று அப்போது சாரதாவின் தாய் ஆறுதல் சொல்லியிருந்தா.

சிங்கர் அடிக்கடி மனைவியைத் திரும்பித்திரும்பிப் பார்த்தபடி நடந்தார்.

தாய்க்குப் பின்னால் புனிதா. "நாங்கள் நடப்பம்" என்று சொல்லிக் கொண்டு புனிதாவின் கூடவே வந்தார்கள் பிள்ளைகள்.

பிள்ளைகளையும் சிங்கரின் மனைவியையுந் தவிர மற்றெல்லோர் கைகளிலும் சிறிதோ பெரிதோ, ஒன்றிரண்டு பைகள்.

சித்தனின் சைக்கிளை உருட்டியபடி சாரதா. சைக்கிளின் ஹாண்டிலில் ஒரு சிறிய பை மாட்டியிருந்தது. கரியரில் கட்டியபடி ஒரு பெரிய பை. எல்லோருக்கும் பின்னால் மோட்டார் சைக்கிளைத் தள்ளியபடி சித்தன் வந்தார்.

'நல்ல காலம், இதைத் தள்ளூறது பரவாயில்லை. அந்த நேரம் 125சிசி, 150சிசி எண்டு பெரிய உருப்படிகளை எடுத்திருந்தா, அதுகளை இப்ப இவ்வளவு தூரம் இப்பிடித் தள்ள ஏலுமோ?"

மோட்டார் சைக்கிள் பின்ஸீற்றில் காற்றடிக்கிற நீளமான பம்ப் ஒன்று கட்டியிருந்தது. ஹாண்டிலில் ஆறு லீற்றர் 'ஜெர்ரி கான்,' எப்போதோ வாங்கிப் பத்திரமாய் இறுக மூடிவைத்த மண்ணெண்ணெய் நிரம்பித் தொங்கிக்கொண்டிருந்தது.

"தெருவில ஒரு நரல் இல்லை."

ஆள் நடமாட்டம் கேட்டால் குரைக்கிற, துரத்துகிற நாய்கள் ஒன்றையுமே காணவில்லை. தூர இருந்தபடியே இவர்களைக் கவனித்துக்கொண்டிருந்த ஒரு பழுப்பு நாய் ஓடிவந்தது. பார்த்தாலே பொல்லாத கடியன் போலிருந்தது. சிங்கர் நின்று, விரித்திருந்த குடையைச் சுருக்கி ஆயத்தமாய்

வைத்துக்கொண்டார். வந்த நாய் ஒவ்வொருவராய் முகர்ந்து பார்த்துவிட்டுக் கொஞ்சத் தூரம் பின்னால் வந்துவிட்டு நின்றது.

அதைத் திரும்பித்திரும்பிப் பார்த்தபடி நடந்த கோகுலனின் கையைப் புனிதா பிடித்துக்கொண்டா.

"பாவம், ஆரோ விட்டிட்டுப் போன நாய்."

"பாவந்தான், ஆனா என்ன செய்யிறது?"

"இந்தச் சண்டை வந்ததோட ஆடு மாடு, நாய் எல்லாம் வளக்கிறதை நாங்கள் விட்டது உதுக்குத்தான்" என்றா சாரதா. "நாங்களே எப்ப வெளிக்கிடுவம் எண்டு தெரியாமல் இருக்கேக்கை அதுகளை வைச்சிருந்து என்ன செய்யிறது? பூனையெண்டால் தன்பாடு பாத்துக்கொள்ளும். இதுகள் பாவம், மனுசரையே நம்பியிருக்கப் பழகின பிராணிகள்."

சாரதா சொன்னது சரியென்பது போல் சந்தியில் மூன்று நாலு மாடுகள் நின்றன.

காகங்கள் தெருக்கரையில் எதையோ கொத்திக் கொண்டிருந்தன.

○

அல்லிப்புலம் தாண்டி, சிப்பித் திட்டிப் பக்கம் போகாமல், கொத்தி மூலைப் பக்கந் திரும்பி நடந்தார்கள். வெய்யில் எறிக்கவா, விடவா என்று இன்னமும் யோசித்துக்கொண்டிருந்தது.

"இப்பிடி மந்தாரம் போட்டால் நல்லது."

கல்லு, முள்ளு, மணல், இல்லாத குறுக்கு றோட்டுக்கள், குச்சொழுங்கைகள், சித்தனுக்குத் தெரியும். அவசரப்படாமல் நடந்தார்கள்.

சாரதா இப்போது குந்தவையைத் தூக்கி சைக்கிள் பாரில் வைத்திருந்தா. அவ வைத்திருந்த பை தாயிடம்.

"ஏதோ புகை மாதிரி மணக்குதுபோலக் கிடக்கு?"

"ஆரோ ராத்திரி அவதியிலை அடுப்பை வடிவா நூர்க்காமல் வெளிக்கிட்டிருப்பினம்?"

"பாவம், வீடு கீடு பத்தி விடுகுதோ?"

"நாங்களென்ன செய்யலாம்? ஆராவது சனப்புழக்கம் இருந்தால் கூப்பிட்டுச் சொல்லலாம். இப்ப என்ன செய்யிறது?"

"என்ன அநியாயமோ, எட்டி நடவுங்கோ."

மெயின் றோட்டுக்களையும் தவிர்க்க வேண்டியிருந்தது. இதுவரையில் வழியில் எவரையும், எந்தப் பிரச்சினையையும் சந்திக்கவில்லை. ஒரேயொரு இடத்தில் மட்டும் வீட்டு விறாந்தையில் நின்றபடி மதிலுக்கு மேலால் எட்டிப்பார்த்த நரைத்தலை ஒன்றை சித்தன் கண்டிருந்தார்.

பூநாறி மரத்தடியில், காங்கேசன்துறை வீதியைக் குறுக்கறுத்துத் தலையாழி ஒழுங்கையில் இறங்கியபோது, பதினொன்று ஆகிக்கொண்டிருந்தது. அமைதிப்படைக் காலத்தில் என்றால், இந்தத் தலையாழி ஒழுங்கையை நினைத்தும் பார்த்திருக்க முடியாது. அவர்களின் பயங்கர மான முகாம் ஒன்று இங்கே இருந்தது. இந்துக் கல்லூரியில் பன்னிரண்டாம் ஆண்டு படித்துக்கொண்டிருந்த அப்பாவிப் பெடியன் ஒருவனைச் சந்தேகத்தில் பிடித்துக்கொண்டு வந்து கைகாலை முறித்து அடித்தே கொன்ற முகாம் என்று அறியப்பட் டிருந்தது அது.

வைரவர் கோவிலடியைத் தாண்டி நடந்தபோது, பின்னால் காங்கேசன்துறை வீதியில் மோட்டார் சைக்கிள் ஒன்றின் சத்தம். வலு விரைவாகப் போய் வடக்கே மறைந்தது. நின்று ஆளாளுக்கு இரண்டு மிடறு தண்ணீர் குடித்துவிட்டு நடந்தார்கள். வழிப் பராக்காய்க் கதைத்துக்கொண்டு போகவும் பயமாயிருந்தது. யாரோ, எதுவோ, எங்கோ இருந்து தங்களைப் பார்த்தபடியே இருக்கிற மாதிரி ஓர் எச்சரிக்கை எல்லோருள்ளும் படிந்திருந்தது. ஏதோ அவ்வப்போது மெல்லமெல்ல, "எப்பிடி? நடக்கலாமோ? ஏதேன் செய்யுதே? எங்கையாவது இருக்க வேணுமே?" என்று ஆளை ஆள் விசாரித்தார்கள். "இல்லையில்லை. ஒண்டுமில்லை, நடப்பம். இருந்தால், பிறகு எழும்பேலாது" என்று பதில்களும் சொல்லிக்கொண்டார்கள்.

கலட்டிச் சந்தி தாண்டும்போது. "ஒரேயடியாக நடக்க மாட்டியள். இன்னுங் கொஞ்சம் போய்த் தின்னவேலிச் சிவன் கோவிலடியிலை இருந்து சாப்பிட்டு, ஆறிக்கொண்டு போவம்," என்றார் சித்தன்.

பலாலி வீதி தாண்டிச் சிவன் கோவிலடிக்கு வந்தபோது அந்த இடத்திலும் ஒரு சன நடமாட்டமுந் தெரியவில்லை.

பெரியவர்களெல்லோரும் நன்றாய்க் களைத்துப் போயிருந்தார்கள். பிள்ளைகளிலும் புனிதா, சாரதாவிலுங்கூட வாட்டந் தெரிந்தது.

"பரவாயில்லை, ஒரு மணிக்கு முதல் வந்திட்டம்."

முத்துமாரியம்மன் கோவில், சிவன் கோவில் இரண்டும் அருகருகே தெருவின் இரு புறத்திலும் இருந்தன. இரண்டுமே முன்னால் விசாலமான மண்டபங்களோடு இருந்த பெரிய கோவில்கள். முத்துமாரியம்மன் கோவில் மண்டபத்திற்குப் போனார்கள். அங்கே அருகெல்லாம், வேம்பும் மலைவேம்புமாகச் சணைத்து, நல்ல நிழலும் குளிர்ச்சியும்.

எதிர்பார்த்தது போல் கோவில் பூட்டியிருந்தது.

○

கிணற்றடியில் முகங்கால் கழுவிவிட்டு வந்தார்கள். கையோடு கொண்டுவந்திருந்த கற்பூரத்தைத் தேடியெடுத்துக் கொளுத்தினா, அம்மா. எல்லோரும் தொட்டுக் கும்பிட்டுக்கொண்டார்கள். புகை வாசம் காற்றில் பரவியது.

"அம்மா, தாயே, எங்கட சனத்துக்கேன் இந்த விதி?" என்று வில்லவராயர் நெடுஞ்சாண் கிடையாய் விழுந்தார்.

"எனக்கு சாடையாய்த் தலை இடிக்குது, இரண்டு பனடோல் போட்டிட்டுப் பிறகு சாப்பிடுறன்" என்றா அம்மா.

காலையில் அவசர அவசரமாகச் செய்த கட்டுச் சாதம்.

சேர்த்துக் கோலிப் பிடித்த கைகளில், அகப்பையால் எடுத்து எடுத்து வைத்தா மாமி. இன்றைக்குக் குழந்தைகளுக்குத் தீற்றுவது சாரதாவுக்குக் கஷ்டமாயிருக்கவில்லை.

கடைசியாக அவர்கள் மூன்று பேரும் சாப்பிட்ட பிறகும், பிளாஸ்டிக் பின்னல் பையின் பாரத்தில் பாதிதான் குறைந்திருந்தது.

"இரவுக்கும் போதும் . . ."

"கொண்டுவாற அரிசியை வைச்சு இரண்டு நாள் பாடு சமாளிக்கலாம்."

"அதுக்குப் பிறகு?"

வீட்டில் ஆறு மாதத்திற்கு நெல் இருக்கிறது.

"அம்மாளாச்சி பாத்துக்கொள்ளுவா."

"எப்பிடியும் சிவராசாட்டை வாங்கலாம். வயல் செய்யிறவர்தானே?"

"அதிலை ஒரு சங்கடமிருக்கு . . ."

"என்ன?"

"காசு வாங்குவரோ?"

சாந்தன்

"வில்லங்கப்படுத்தியாவது குடுக்கத்தான் வேணும்."

சிங்கரும் மனைவியும் இந்த உரையாடலில் கலந்து கொள்ளாமலிருந்தார்கள்.

அவர்கள் சரியாகச் சாப்பிட்டதாயுந் தெரியவில்லை.

"அதுகளுக்குக் கொஞ்சம் வை, ராசா." சற்றுத் தள்ளி வாலாட்டியபடி நின்ற நாய்களைக் காட்டினா அம்மா. வாங்கிக் கொண்டு போனார் சித்தன்.

"எல்லாரும் கொஞ்சம் சரிஞ்சு எழும்பிறது நல்லது" என்றபடி, வில்லவராயர் ஒருபக்கத்தில் துண்டை விரித்துச் சரிந்தார்.

"இரண்டரைக்கு எழும்பி வெளிக்கிட்டால் சரி." போத்தல்கள் எல்லாவற்றையும் கிணற்றடியில் நிரப்பிவந்து வைத்தார் சித்தன்.

எல்லோரும் சரிந்த பின்னரும் சிங்கரும் மனைவியும் பேசிக்கொண்டிருந்தார்கள்.

❍

"இரண்டரை ஆச்சு" என்று சாரதா அருட்டியபோது, எங்கிருக்கிறேன் என்று தெரியாமல் விழித்தார் சித்தன்.

முகத்தைக் கழுவிவிட்டுத் திரும்புகையில் சிங்கர் வந்தார், "தம்பி, ஒரு கதை . . ."

"சொல்லுங்கோ," அவருடைய முக வாட்டத்தைப் பார்த்துக் கூர்ந்து நோக்கினார் சித்தன், "ஏதும் பிரச்சினையோ?"

சிங்கர் ஒரு நிமிடம் தயங்கிய மாதிரியிருந்தது. பிறகு சொன்னார். "தம்பி, நாங்கள் இதிலை கோவிலடியிலையே நிப்பம் எண்டு யோசிக்கிறன்."

"என்ன?" சித்தனுக்கு அதிர்ச்சியாயிருந்தது. "ஏன் அப்பிடிச் சொல்லுறியள்?"

"அவவுக்கு நடக்கிறது கொஞ்சம் பிரச்சினையாய் இருக்குதாம்."

என்ன சொல்லியும் சிங்கர் கேட்பதாயில்லை. அவர் சொன்னதிலும் நியாயம் நிறைய இருந்தது. இவ்வளவு நேரமும் வந்தபோதுகூட அவருடைய மனைவியால் ஏழெட்டு இடங்களில் நின்றுநின்று, மெல்லமெல்லத்தான் நடக்க முடிந்திருந்தது. தன் கால் நோவோடு மற்றவர்களை மினைக்கெடுத்துகிறேனே என்கிற கவலையும் கூச்சமும் சேர்ந்தே அந்த முகத்தில் பிரதிபலித்ததை சித்தன் கவனித்திருந்தார்.

"உங்களை நடுவழியிலை விட்டிட்டுப் போக எங்களுக்கு மனம் வருமா, அதைச் சொல்லுங்கோ?" எல்லோரும் கேட்டார்கள்.

"இது நடுவழியில்லை, அம்மனடி. நாங்கள் பயமில்லாம இருக்கலாம்" என்றவர் சித்தனைப் பார்த்தார். "தம்பி, நீங்கள் எங்கையாவது, எப்பிடியாவது ஒரு வாகனம் இங்கை அனுப்ப ஏலுமோ எண்டு பாருங்கோ. அதுவரைக்கும் நாங்கள் இங்கயே இருக்கிறம்."

"கட்டாயம்" என்றார் சித்தன். "எவ்வளவு கெதியிலை கண்டு பிடிச்சு அனுப்பேலுமோ, அவ்வளவு கெதியிலை அனுப்புவன். அப்பிடியில்லையெண்டா இவயளைக் கொண்டுபோய் நுணாவில்லை விட்டிட்டு நானே வருவன்."

இரண்டு கோவில்களையும் கும்பிட்டுவிட்டு நடந்தார்கள்.

மூன்றே கால். முழுதாக மந்தாரம் போட்டிருந்தது.

ooo

3.9

"திருநெல்வேலி, நல்லூர் என்று வராமல், கொக்குவில், கள்ளியங்காடு என்று போயிருந்தால் நேரே செம்மணிப் பாலம். தூரம் குறைவாயிருந் திருக்கும்."

"உண்மைதான், ஆனால், அது அவங்கள் வந்து நிக்கிற இடத்துக்குக் கிட்ட... அது ஆபத்து."

கோவில் வீதியால் திரும்பி நேரே போனபோது, எதிரே கந்தசாமி கோவில் பின்மதில் தெரிந்தது.

"கடவுளை நினைச்சுக் கும்பிட்டுக்கொண்டு வாங்கோ" என்றா அம்மா.

"இதாலை திரும்புவம்" சித்தன் காட்டினார். சங்கிலியன் வீதி.

சிங்கரையும் மனைவியையும் விட்டுவிட்டு வந்தது எல்லோருக்கும் அந்தரமாக இருந்தது.

"தற்செயலாப் பெடியள் ஆராவது கண்டாலும் கொண்டுவந்து விட்டுடுவாங்கள்" என்றும் ஒரு ஆறுதல் வந்தது. நடந்தார்கள்.

"இந்த ஒழுங்கையாலை நேரே போனா, செட்டித்தெரு" என்று வலப்பக்கம் ஒரு சின்ன ஒழுங்கையைக் காட்டினா அம்மா. "என்ர ஐயா வீடு அங்கதான்."

"தான் பாடுபட்டுக் கட்டின வீட்டைத் தன்ர மகளுக்குக் குடுத்திருக்க வேணும் அவர். பிழை விட்டிட்டார்" என்றா மாமி.

"சொந்த மருமகளும் நல்லாயிருக்கட்டும் எண்டுதான் குடுத்தவர். ஆனா, என்ர மச்சாள்

இப்பிடிக் கோலங் கொள்ளும் எண்டு ஆருக்குத் தெரியும்?" அம்மா சொன்னா.

"போகட்டும் விடுங்கோ. எதோ சேருறதுதானே சேரும். இங்க பாருங்கோ, இப்ப இவ்வளவுமிருக்க, எல்லாத்தையும் விட்டிட்டு அகதியளா வெளிக்கிட்டிருக்கிறம்."

நாலைந்து பெருமூச்சுகள் ஒலித்தன.

"எங்கயோ நாய்க்குட்டி கத்திக் கேக்குது," சுற்றுமுற்றும் பார்த்தான் கோகுலன், "எங்கை?"

முன்னால், தெருக்கரை அரசமரத்தோடு அது நின்றது. சின்னக்குட்டி. கறுப்பில் ஓரிரு வெள்ளைப் பொட்டுக்கள்.

"பாவம், சின்னக்குட்டி" அதை நோக்கி ஓடினான்.

"நில் தம்பி . . . நில்லு."

"அதை அளையக்கூடாது கிட்டப் போகாதை." பெரிய தாயும் பேத்தியாரும் கத்தினார்கள்.

"தாய் நாய் அங்கினேக்கை நிக்கும், கடிக்கும்." புனிதா சொன்னதுடன் நின்று, திரும்பி அவளிடமே வந்தான்.

"அம்மா, அதைப் பிடிச்சுத் தாங்கோ, பாவம். நாங்கள் கொண்டுபோவம்."

"சீ,சீ. அது பிடிக்கேலாது, ஐயா."

"வடிவான குட்டியெல்லோ? பிடிச்சுக் கொண்டுபோவம்."

"கொண்டுபோய் என்ன செய்யிறது ராசா? நாங்களே இருக்க இடமில்லை. இதை என்ன செய்யிறது?"

கோகுலன் பெரியப்பாவிடம் வந்தான். "நீங்கள் சொல்லுங்கோ, பெரியப்பா."

"அதை நாங்கள் பிடிச்சுக்கொண்டு போகலாந்தான். ஆனா, தாய் நாய் வந்து தேடுமெல்லோ?"

"இப்ப அது எங்கை?"

"எங்கையாவது சாப்பாடு தேடப் போயிருக்கும். வந்து குட்டியைக் காணாட்டில் கத்தும், பாவம்."

கோகுலன் திரும்பித்திரும்பிப் பார்த்தவாறே நடந்தான்.

எதிரே பருத்தித்துறை வீதி அகன்று கிடந்தது. அங்கும் ஒரு அசுமாத்தமும் இல்லை.

ஒரு நாய் எங்கேயோ குரைத்தது, கோபக் குரைப்பு அல்லாமல் பயந்த குரைப்பு.

ஏதோ மந்திரம் போல் இவ்வளவு சனமும் எப்படித்தான் ஓரிரவுக்குள் மறைந்தது?

வலது புறம் திரும்பி நடந்தார்கள். எதிரே கையில் வாளோடு குதிரையில் சங்கிலியன் சிலை.

"அது ஆர் தெரியுமோ?" வில்லவர் பேர மக்களைக் கேட்டார். இப்போது இருவரும் அவர் இரண்டு கைகளையும் பிடித்தபடி வந்துகொண்டிருந்தார்கள்.

"சங்கிலியன்!"

"சங்கிலி மன்னன்."

"எங்கட கடைசி ராசா சங்கிலியன். அவரிட்டயிருந்துதான் யாழ்ப்பாணத்தைப் போத்துக்கேயர் பிடிச்சவங்கள்."

"அப்பவும் இப்பிடிப் பெரிய சண்டை நடந்ததோ?"

"ஓஓ..." என்றார் வில்லவர்.

"அது, இப்ப எவ்வளவு காலம் அப்பப்பா?"

"நாநூறு வருசத்துக்கு முந்தி."

நாயன்மார்கட்டுப் பக்கந் திரும்பியிருந்தார்கள்.

"இருட்டுறதுக்குள்ளை போயிடலாமே, ராசா?" அம்மா கேட்டா.

"மட்டுமட்டாகப் பாலந் தாண்டலாம். அங்காலை போய் விட்டால் பயமில்லை" என்றபோதே, தாண்டிய பிறகும் வேறு எத்தனை பயம் வருமோ என்று நினைவோடியது.

"மழை கிழை வராமல் விட்டாச் சரி."

கல்வித் திணைக்களம், வெய்யிலுகந்த பிள்ளையார் கோவில்...

"அதென்ன, ஹெலிச் சத்தமோ?" புனிதா சொன்னதும், கதைகளை நிறுத்திக் காது கொடுத்தார்கள்.

"அது எங்கேயோ தூர."

"இப்ப ஹெலிக்குப் பயப்பிடத் தேவையில்லை, ஷெல்லுக்குத்தான் யோசிக்க வேணும்."

வீட்டு வளவுகள் முடிந்து, வெளியும் வயலும், வலப்பக்கத் தொலைவில் சுடுகாடுமாய்த் தெரு மாறியது. சாம்பல் பூத்த வானம் கவிந்து எல்லாவற்றையும் மூடிய மாதிரி. தெருவின் இரு பக்கத்திலும் சின்னச்சின்ன வடலிகள். தாமாக முளைக்க

வில்லை, வைத்து உண்டாக்கிய வடலிகள் என்று அந்த நேரையும் சீரையும் பார்த்தவுடன் விளங்கிற்று. இந்த இடங்களில் நெடுந் தொலைவு வரை வெளியாய் நேராய்க் கிடக்கிறது தெரு.

தூரத்தில் ஒரு ஆள் சைக்கிளில் வலுவீச்சாக வந்து கொண்டிருந்தது தெரிந்தது. தனியேதான். லோங்க்ஸும் ஷேட்டும். கையிலோ சைக்கிளிலோ எதுவுமில்லை; இன்றைக்கு வெளிக்கிட்டதற்கு வழியில் காணுகிற முதல் ஆள்! ஒரு இளந்தாரி போலிருந்தது. சைக்கிள் இவர்களுக்குக் கிட்ட வந்ததும் வேகங்குறைந்து நின்றது.

இறங்கிய ஆள் இவர் அருகில் வந்தார், "ஐயா, உங்களிட்ட சைக்கிள் பம் இருக்கா?" குரலில் அவசரம் தொனித்தது.

"ஜெயசீலன்?"

"ஸேர்!"

"இருக்கிருக்கு . . ." மோட்டார் சைக்கிளை நிறுத்திவிட்டுப் பின் ஸீற்றில் கட்டியிருந்த பம்ப்பை அவிழ்த்துக் கொடுத்தார், சித்தன். "இந்தாங்கோ."

"இப்பதான் வாறீங்களோ?" என்றபடி அவசர அவசரமாகக் காற்றடிக்கலானார் ஜெயசீலன். "இது நல்ல வேலை, ஆறுதலா வாறிங்கள். நேற்று ராத்திரி வந்திருந்தா வலு கஷ்டப்பட்டிருப்பியள்."

"நீங்கள் ஏனிப்ப இங்காலை?"

"வீட்டிலை சில சாமான் விட்டிட்டு வந்திட்டன் அதுதான் போய் எடுத்துக்கொண்டு வரவேணும். வீடு கிட்டத்தான்."

"காத்து இனிப் போகாதோ?"

"ஒரு நாளைக்குப் போகாது." பம்மைக் கொடுத்தார். "தாங்க்ஸ். நான் வாறன் ஸேர்."

ஜெயசீலன் போனதும் சற்று முன்னால் காத்துக் கொண்டிருந்தவர்களருகில் போனார் சித்தன்.

அம்மா, மாமி இருவரும் தெருவோரத்தில் உட்கார்ந்திருந் தார்கள். பரவாயில்லை, நேற்றிரவும் பெய்த மழையால் தெரு சுத்தமாகத்தான் கிடந்தது.

குழந்தைகளும் இருக்கலாமா, விடலாமா என்பதுபோல் நின்றுகொண்டிருந்தார்கள். சித்தனுக்கு அதைப் பார்க்க அந்தரமாயிருந்தது.

டக்கென்று ஒரு யோசனை.

"நான் இப்ப ஒரு வேலை செய்யப்போறன்" என்றார்.

"என்ன வேலை?"

எழும்பப்போன அம்மாவையும் மாமியையும், "இருங்கோ, இருங்கோ," என்றபடி "உங்களெல்லாரையும் இதிலை கூட்டிக்கொண்டு போகப் போறன்," மோட்டார் சைக்கிளைத் தட்டினார்.

"அதெப்பிடி?"

"எல்லாரையுமோ?"

"எல்லாரையும்!" என்றவர் ஹாண்டிலில் கொழுவியிருந்த மண்ணெண்ணைக் கானைக் கழற்றி வைத்துவிட்டு, பைக்கில் ஏறி உட்கார்ந்தார். முன்னால் மாட்டியிருந்த 'சூப்பி'யை எடுத்து, தொங்கிக்கொண்டிருந்த ஸேலைன் குழாயில் நாலு சொட்டுப் பெற்றோலை விட்டுவிட்டு ஸ்ராட் செய்தார். "சித்தப்பா, நீங்கள் சைக்கிளைக் கொண்டாங்கோ," என்றார். வில்லவராயரைப் பார்த்து. "மற்ற ஆக்கள் காலாற இருங்கோ."

இருநூற்றைம்பது மீற்றர் போய் வில்லவராயரை நிற்க விட்டார். "இதிலையே நிண்டுகொள்ளுங்கோ."

பின்னால் மற்றவர்களை விட்டுவிட்டு வந்த இடம் வடிவாகத் தெரிந்தது. திரும்பிப்போய் முன்னால் குந்தவையும், பின்னால் கோகுலனும். மூன்றாந்தரம் புனிதா. பிறகு அம்மாவை இறக்கி விட்டு வில்லவரைத் திரும்ப ஏற்றிவந்தார். அடுத்த தடவை சாரதா. பிறகு மாமி. மாமிக்கும் அம்மாவுக்கும் மோட்டார் சைக்கிளில் போவது இதுதான் முதல் தடவை. சித்தனின் தோளிற் பிடித்த பிடியை இறங்கும்வரை விடவில்லை. மெல்லப் போகவும் வேண்டியிருந்தது. மாமியை விட்டுவிட்டு வந்து வில்லவரைத் திரும்பவும் கூட்டிக்கொண்டு, இன்னும் இருநூற்றைம்பது மீற்றர் போய் நிறுத்தினார். வில்லவருக்கு இந்தக் கஷ்டங்களுக்குள்ளும் சிரிப்பு வந்தது.

கோகுலனையும் குந்தவையையும் இரண்டாவது தடவை ஏற்றியபோது," இதென்ன மினைக்கெட்ட வேலை" என்றா சாரதா.

"ஒரு மினைக்கேடுமில்லை" சித்தன் சிரித்தார். "எல்லாரும் நல்லாக் களைச்சுப் போனியள். நானும் எவ்வளவு தூரம் இதைத் தள்ளுறது? அதோடை நேரம் கிட்டத்தட்ட ஒரே அளவுதான். இப்பிடி நாலு 'ட்றிப்' அடிச்சா, எல்லாருக்கும் ஒரு கிலோமீற்றர் நடை மிச்சம். அரை மணித்தியாலம் ஓய்வுமாச்சு!"

"இது, அந்த புலி, ஆடு, புல்லுக்கட்டு – புதிர் போல இருக்கு, பெரியப்பா!" என்றான் கோகுலன்.

"இங்கை எல்லாம் புல்லுக் கட்டுத்தான்!"

நாலாவது நிறுத்தம் கண்டி வீதிச் சந்தியிலிருந்த சிறிய பிள்ளையார் கோவிலுக்கு முன்னால் வந்தது. சித்தன் ஒவ்வொரு முறை மறவன்புலவு வயலுக்குப்போகும் போதும் இறங்கிப்போகிற கோவில் அது.

எல்லோரும் கும்பிட்டு விட்டுப் புறப்பட்டபோது, "அந்தா தெரியுது, பாலம்" என்று காட்டினார், "இனி நடந்து போவம்."

"எத்தினை மணி?"

"அஞ்சே காலாகுது."

"இருட்டைப் பார்த்தா ஆறரை மாதிரிக் கிடக்கு." வானம் அதே மூட்டம். திட்டுத்திட்டாய்க் கனத்த மேகங்கள் அடிவானில். இடது புறம் தொலைவில் நீர்ப்பரப்பைத் தாண்டி மெல்லிய விளிம்பாய் இருண்டுகிடந்த மரவரிசை. அதை ஊடறுத்து மெலிதாய் மினுங்கும் ஓரிரு ஒளிப்பொட்டுக்கள்.

தெருக்கரை வரை வந்திருந்த நீர் எந்த அசைவுமின்றி விரித்துவிட்ட துணிபோல் கிடந்தது. இடைக்கிடை கேட்டுக் கொண்டிருந்த ஷெல் சத்தங்கள், இப்போது அடிக்கடி கேட்கத் தொடங்கின.

தெற்கு வானில் நிழற்கோடாய் ஒரு பறவைக் கூட்டம்.

"இந்தா வந்திட்டம்... பாலந் தாண்டி விட்டால் பயமில்லை." எட்டி நடந்தார்கள்.

பாலத்தின் கீழ் அவ்வளவு தண்ணீர் இல்லை. அதுவும் இருட்ட ஆரம்பித்திருந்தது.

இந்தப் பாலத்தை எத்தனை தரம் சித்தன் கடக்க நேரிட்டிருக்கிறது. எல்லாமே நீரும் வானும் அமைதியும் சூழ்ந்திருந்த சந்தோஷமான பயணங்கள். அவருடைய கனவுகளில்கூட இந்தப் பாலம் வந்திருக்கிறது. அவையும் மிகச் சந்தோஷமான கனவுகள்.

ஆனால் இன்றைக்கு?

பாலத்தின் இரு கரைகளிலுமிருக்கிற சிவப்பு லாந்தர்கள் கூட இல்லை. வைக்கவும் முடியாது. வடக்கேயிருந்து வரும் ஷெல் சத்தங்கள் இப்போது அதிகரித்திருந்தன.

"கடவுளே, பொழுது படத் தொடங்கி விட்டான்களோ?"

இவர்கள் பாலந் தாண்டிய கையோடுதான் அது தொடங்கிற்று.

ooo

3.10

எல்லோரும் பயந்தடித்து “அடுத்த நாள் பிடிக்கப் போகிறான்” என்று இரவோடு இரவாக ஓடிவந்ததுபோல் அடுத்த நாள் எதுவும் நடந்ததாய்த் தெரியவில்லை. அதற்கடுத்த நாளும்.

இவ்வளவு காலமும் போல், இப்போதும் இருந்திருந்துவிட்டு ஷெல்கள் மட்டும் எங்கெங்கோ வெடித்துக்கொண்டுதான் இருந்தன.

அதற்காக, இனியும் எதுவும் வராது என்று எப்படிச் சொல்வது? இருந்தாற்போல் எந்த நிமிஷமும் இடியும் மின்னலுமாய்க் கொட்டுகிற கோடைமழைபோல் அது பொழிந்து தள்ளலாம்.

“இது சனத்தை வன்னிக்குக் கொண்டுபோற தந்திரமொழிய, சண்டை எதுவும் இப்போதைக்கு வராது.”

“இனிப் பாருங்கோவன் அவங்கட வேலயை, இவ்வளவு நாளும் சனத்துக்குப் பாதிப்பு வந்திடும் எண்டு பேசாமல் இருந்தவங்கள்; இனி எப்பிடிப் பூந்து விளையாடுவாங்களெண்டு பாருங்கோ.”

ஆளாளுக்கு விளங்கிய மட்டில், அல்லது விரும்பிய மட்டில் சொல்லிக்கொண்டிருந்தார்கள்.

முதல் இரண்டு நாட்கள் வரைக்குங்கூட வலிகாமத்திலிருந்து கொஞ்சம் கொஞ்சமாக ஆட்கள் வந்துகொண்டிருந்தது தெரிந்தது

“வராமல் நிண்ட ஆக்களும் வருகினம், திரும்பிப் போய்விட்டதுகளை எடுத்துவாற ஆக்களும் வருகினம்.”

அவர்களைப் பார்த்தபோது தானும் போய் வரலாமென்று நினைத்தார் சித்தன். கொண்டு வரக்கூடிய முக்கியமானதெல்லாம் கொண்டு வந்தாயிற்றுதான். விட்டுவிட்டு வந்தவற்றுள் பெறுமதியான சாமான்கள் இருந்தன என்றாலும் அவை கிடைக்க முடியாதவையல்ல. பிறகு நிலைமை திருந்தினால், எப்படியாவது எங்காவது வாங்கிக்கொள்ளலாம். காசு நட்டத்தோடு போகும். ஆனால், அவரைப் பொறுத்தளவில், பிறகு என்னதான் செலவழித்தாலும் எங்குதான் தேடினாலும் எடுக்கவே முடியாதவை அந்தப் பாட்டுப்பெட்டியும், சில புத்தகங்களும். அவற்றை யாராவது களவாடுகிறார்களோ இல்லையோ, ஒரு சண்டையில் அவை பாதிக்கப்படக்கூடிய சாத்தியம் மிக அதிகம். அவர்கள் வந்தபோதுதான் கொண்டுவர முடியாமல் போயிற்று. இனி முடிந்தவரை முயற்சி பண்ணிப் பார்த்தாலென்ன? எடுப்பதானால், என்னென்ன புத்தகங்கள், எந்தெந்த றெக்கோட்டுக்கள் என்று ஏற்கெனவே ஒரு பட்டியல் மனதில் போட்டுவைத்திருந்தார்.

புத்தகங்களையும் றெக்கோட்களையும் மோட்டார் சைக்கிளில் கொண்டு வந்துவிடலாம். ஆனால் பாட்டுப் பெட்டியை அப்படிக் கொண்டுவந்துவிட முடியாது. லாண்ட் மாஸ்ரர்தான் பிடிக்க வேணும். ஒன்றேகால் அடி கனம் கொண்ட பெட்டிக்கு மட்டும் லாண்ட் மாஸ்ரரா? ஆனால் வேறு வழியில்லை, வேண்டுமானால் நெல்லு மூட்டையில் ஒன்றையும் தூக்கிப் போட்டுக்கொண்டு வரலாம். நாவற்குழிக்குப் போய் ரங்கசாமியைக் கண்டு, அன்றைக்குப் பிடித்த லாண்ட் மாஸ்ரரையே கேட்டுப் பார்த்தாலென்ன?

○

அன்றைக்கு நடந்துவந்து நாவற்குழிப் பாலத்தில் ஏறியதுமே, ஏதோ இவர்களுக்காகத்தான் பார்த்திருந்த மாதிரி, ஷெல்லடி தொடங்கிற்று. திருவிழாவில் பார்க்கிற 'அவிட்டு வாண'ங்கள் போல நீர்ப் பரப்பையுந் தாண்டி வடக்கே அடிவான் இருளிலிருந்து கிளம்புகிற தீப்பந்துகள்.

"கடவுளே, இப்ப அடிக்கிறாங்கள்... இந்தக் குஞ்சு குருமன்களோடை என்ன செய்யிறது?" சாரதாவின் தாய் குளறாக் குறையாகச் சொன்னா.

"விழுந்து படுக்கவும் இடமில்லை."

"எட்டி நடவுங்கோ."

"குழந்தைகளைப் பயப்படுத்தக் கூடாது," சாரதா அருகில் போய்ச் சொன்னார் சித்தன்.

நல்ல காலம், அந்த எறிகணைகள் எல்லாம் மேற்கில் எங்கோ போய் விழுந்து வெடித்துக் கேட்டது. விரைந்து நடந்தார்கள்.

"சிங்கரும் பெண்சாதியும் என்ன பாடோ, பாவம்" என்றா, அம்மா.

"நாவற்குழியிலை ஒரு வாகனம் பிடிச்சு அனுப்பலாம் எண்டிருந்தன் . . ."

"உப்பிடி உவங்கள் ஷெல்லடிச்சா, ஒருதரும் வர மாட்டாங்கள்."

பாலந் தாண்டி அடுத்தாற் போலிருந்த வெளியுந் தாண்டுகிற நேரத்தில், எங்கோ பின்னால் கிட்டவாக விழுந்து வெடித்து, நிலம் அதிர்ந்தது.

"இங்கை ஓடி வாங்கோ," முன்னால் சற்றுத் தள்ளி வலப்புறத்தில் தெரிந்த தென்னங் காணியை நோக்கி விரைந்தார் சித்தன். வேலி பிய்ந்து விழுந்து கிடந்தது. யாரோ தென்னம்பிள்ளை வைத்திருந்தார்கள். பாளை தள்ளுகிற பருவங்கூட வராத பிள்ளைகள். இந்த நிலைமைகளால் சரியான கவனிப்புமில்லை போலும், கறாளை அடித்த மாதிரி நின்றன.

"படுங்கோ, படுங்கோ . . ." காய்ந்து விழுந்த ஓலைகள் அண்மைய மழை ஈரத்தில் சொத சொதத்திருந்தன. "படுங்கோ, படுங்கோ . . ."

குப்புறப் படுத்துத் தலையை மட்டும் மெல்ல உயர்த்திக் கைகளை முட்டுக் கொடுத்து, விரலால் காதைப்பொத்தி . . . எல்லோருக்கும் எப்படியென்று தெரியும்.

"இப்ப, ஈரம், சேறு, பூச்சி பூரான், ஒண்டும் பாக்கேலாது."

எறிகணைகள் சடபடவென்று கிட்டத்தில் விழுந்து வெடித்துக் கேட்கலாயின. எந்தப் பக்கம் என்றும் தெரியவில்லை.

விழுவது, வரவர நெருங்கிவருவது போலிருந்தது. 'நேற்றைக்கே மற்றவர்களோடு போயிருக்க வேண்டும் அல்லது வீட்டிலேயே நின்றிருக்க வேண்டும். இது இரண்டுங் கெட்டு, இப்போ வந்து இடைவழியில் அந்தரிக்க வேண்டியிருக்கிறது!'

சத்தங்கள் ஓய்ந்தபோது ஒரு யுகம்.

நல்ல இருட்டென்று இப்போதான் தெரிந்தது.

"அவசரப் படாமல் பார்த்து எழும்புங்கோ . . ."

எழுந்து ஆறுதலாய் நிற்கக் கூடப் பயமாயிருந்தது. திரும்பத் தொடங்கிவிட்டால்?

விரைந்து நடந்தார்கள்.

○

"இப்ப குத்து குத்தெண்ணு குத்தினாங்களே, அப்ப எங்க நிண்டீங், அண்ணை?" ரங்கசாமி இவர்களைக் கண்டதும் பரபரப்போடு கேட்டார். "இண்ணிக்குத்தான் புறப்பட்டீங்களா? என்னட்ட வராமல் போயிட்டீங்களோ எண்டு நினைச்சன். உள்ள வாங்கண்ணை. வாங்க அம்மா, வாங்க தங்கச்சி." அந்த அப்பாவித்தனமான முகத்திற்குப் பொருந்தாத பெரிய மீசை. ஆள், பொது நிறமென்றாலும் பீடி குடித்துக் குடித்துச் சொண்டுகள் கறுப்பேறியிருந்தன.

"இல்லை ரங்கர், ஆறுதலா இன்னொரு நேரம் வாறம். இப்ப எங்களுக்கு இரண்டு வாகனம் பிடிச்சுத் தருவீங்களா?"

"ஒண்ணே எல்லாருக்கும் போதும், அண்ணே?"

சித்தன் சிங்கரின் கதையைச் சொன்னார்.

"இரண்டு கொஞ்சம் கஷ்டந்தான், ஆனா நம்ம பெடியன் ஒருதன் இருக்கிறான். இந்தா பாத்திட்டு வாறன், நீங்க உக்காருங்க."

ரங்கசாமி வெளியே புறப்பட முதலே பாப்பம்மாவும் பிள்ளைகளும் வந்துவிட்டார்கள். "வாகனம் இல்லைண்ணா, நீங்க இங்கேயே நிண்ணிட்டுக் காலையில போகலாம்மா." பாப்பம்மா, ரங்கரின் உயரத்தில் பாதிதான் இருப்பா. நல்ல வெள்ளை. வெற்றிலையை எப்போதும் போல் கொடுப்பிற்குள் அதக்கிக் கொண்டிருந்தா.

சுசியும் ரவியும் வளர்ந்துவிட்டிருப்பது தெரிந்தது. தாயின் பின்னால் ஒளிந்துகொண்டு நின்று மெல்லச் சிரித்தார்கள்.

"எப்பிடி, வான்மதி எங்கையாம் இப்ப?" அம்மா கேட்டா.

"கிளிநொச்சிதாம்மா, போனமாசம் வந்திட்டுப் போனா."

"அவவுக்கு இயக்கத்திலை புதுப்பேர் வைச்சிருக்க வேண்டி வந்திராது, முதலிலேயே நல்ல தமிழ்ப் பெயர்."

பாப்பம்மா மெல்லச் சிரித்தா, "இல்லை அக்கா, அங்கை 'வெண்ணிலா'ண்ணு வைச்சிருக்காங்களாம்."

வான்மதி கெட்டிக்காரப் பிள்ளை, நல்ல அமைதி, நல்ல பழக்கவழக்கம் ஓ.எல். படித்துக்கொண்டிருந்தவள், ஒரு நாள் தன் முடிவைச் சொன்னபோது தாய் தகப்பனால் ஒன்றும் செய்ய முடியவில்லை. இரத்தினபுரியில் பிறந்து வளர்ந்த ரங்கசாமி

இங்கு வரவும் அவரது ஒரே மகள் போராட்டத்தில் சேரவும் நேர்ந்திருக்கிறது! அதுவும் மூத்த பிள்ளை.

எண்பத்தொன்றில் மலையகத் தமிழர்களுக்கெதிராக நடந்த அட்டூழியங்களோடு வடக்கே வந்தவர்களில் ஒருவர் ரங்கசாமி. அவருடைய சொந்தக்காரர்களில் பாதிப்பேர் எட்டுப் பத்து வருசங்களுக்கு முன்பே சிறிமா – சாத்திரி ஒப்பந்தத்தால் இந்தியாவுக்கு அனுப்பப்பட்டிருந்தார்கள். இடம்பெயர்ந்து வந்தவர்களில் பலர் வன்னியோடு இருந்துகொண்டாலும், ரங்கசாமி மனைவி, பிள்ளையுடன் நேரே யாழ்ப்பாணம் வந்துவிட்டார். இரட்டைக்குளம் கனகநாயகத்தின் அரிசி மில்லில் வேலை கிடைத்தது. இருக்க இடம் தேவைப்பட்டபோது, கனகநாயகம் ஒரு நாள் பெரியையாவையும் கூட்டிக்கொண்டு வந்தார். "தம்பி, உங்கட பின் வளவிலை ஒரு கொட்டிலைக் கட்டிக்கொண்டு இருக்கட்டும். நல்ல குடும்பம், உங்களுக்கும் துணையா இருக்கும்" என்றார் பெரியையா.

வீட்டுத் திட்டத்தில் காணி கிடைத்து, வீடு கட்டிக்கொண்டு போகுமட்டும், பத்து வருஷத்துக்கும் மேலே, குஞ்சர் வளவில்தான் இருந்தார்கள். சுசியும் ரவியும் பிறந்ததுகூட அங்குதான்.

❍

"சரிண்ணே ..." ரங்கசாமி உற்சாகமாக வந்தார், "ஒண்ணு இந்தா கையோட வந்திட்டுது. நீங்க புறப்படுங்க. மற்றது இப்ப வந்திடும், நான் பாத்து அனுப்பிவைக்கிறேன். நீங்க யோசிக்க வேணாம்."

ரங்கசாமி வீட்டை விட்டு அவர்கள் புறப்படும்போது ஒன்பதரை.

நாவற்குழியிலிருந்து வடக்கே கைதடிச் சந்தியை நோக்கிப் போனபோது தெரு அமைதியாயிருந்தது. இடது புற நீர்ப்பரப்பின் மெல்லிய ஒளிச் சலனங்களைத் தாண்டி, நேரே தொலைவான் அடியின் கருமையைப் பார்த்தபோது வந்த பயம்! எந்த நேரமும் உயிர் வாங்கும் ஒளிப்பந்துகள் அங்கிருந்து புறப்படலாம். கடவுளே. . . ஆனால், நல்ல காலம், அப்படி எதுவும் நேரவில்லை. கைதடிச் சந்திக்குப் பிறகு போக்குவரத்து நெரிசல் இன்னமுந்தான் இருந்தது. 'நேற்றிரவு வெளிக்கிடாதது நல்லதுதான்' என்று ஒரு திருப்தி.

எல்லாந் தாண்டிச் சிவராசா வீட்டுக்கு வந்துசேர்ந்த போது, பன்னிரண்டரை. இவர்கள் பயந்ததுபோல சிவராசா அப்போது நித்திரையாகி விட்டிருக்கவில்லை. அவரும்

பக்கத்து வீட்டுக்காரரும் படலையோடு கதிரை போட்டு உட்கார்ந்திருந்தார்கள். பக்கத்தில் ஒரு சின்ன மேசையில் தண்ணீர்க் குடமும் இரண்டு பேணிகளும்.

இவர்களைக் கண்டதும், "அப்பாடி" என்றார் சிவராசா நிம்மதி தொனிக்க. "நான் உங்களைக் காணேல்லையெண்டு யோசிச்சுக் கொண்டிருந்தன்." லாண்ட் மாஸ்ரரிலிருந்த பைகளை வாங்கிக்கொண்டு விரைந்து முன்னால் நடந்தார். "உள்ள வாங்கோ, உள்ள வாங்கோ ..." சிவராசா, சாரதாவின் பெரியப்பா மகன். நந்தனின் சாங்கம் அவரில் வடிவாகத் தெரிந்தது. சாய்வான பெரிய கண்கள், சற்றே நீண்ட மேலுதடு. குளிர் தொடங்கி விட்டிருந்தாலும், மேலில் சட்டைகூடப் போடாமல் சாரத்துடன் மட்டும் இருந்தார். "இண்டைக்கு விடிய நாவற்குழிப் பாலத்துக்கு இயக்கம் வெடிவைக்கப் போகுது எண்டும் கதையாயிருந்துது."

"அப்பிடியா?" என்றார் சித்தன். இது அவர் கேள்விப்படாதது.

"அப்பிடி வைச்சிருந்தா வந்திருக்கேலாது," சிவராசா குரலில் கவலை தெரிந்தது.

"அப்பிடி வைச்சிருந்தா, நல்லது. எல்லாரையும் கூட்டிக்கொண்டு திரும்பிப் போயிருப்பன்!" என்று சிரித்தார் சித்தன்.

○

அடுத்த நாட் காலை, எழும்பும்போது ஆறு மணி. பல்லுத் தீட்டிக்கொண்டிருக்கும் போதே சிங்கரிடமிருந்து தகவல் வந்துவிட்டது. "விடியப்புறம் நாலு மணிக்குப் பத்திரமா எங்க வீட்டை வந்திட்டினம், உங்களுக்குச் சொல்லிப்போட்டு வரச் சொன்னார்" என்றான், மோட்டார் சைக்கிளில் இடம் தேடிப் பிடித்து வந்திருந்த இளைஞன்.

○○○

3.11

ஏதோ ஒரு பயங்கரக் கனவே போல் வீட்டையும் ஊரையும் திடீரென்று விட்டுவிட்டு வேரிழந்து வந்த அதிர்ச்சியோடு வலிகாமத்திலிருந்து வந்ததும் இருக்கக்கூட இடமில்லாமல் சனம் வலு அந்தரப்பட்டது. உறவினர்கள், அறிந்தவர்கள் என்று இங்கே இருந்தவர்கள் பாடு பரவாயில்லை. மற்றவர்கள், கோவில் மண்டபங்கள், பள்ளிக்கூடங்கள் என்று தேடினார்கள். முதல் இரண்டு நாட்களிலும் கூட மரங்களின் கீழ் சமாளித்தார்கள்.

மூன்றாம் நாளுக்குள் தெருவில் ஒருவரையும் காணவில்லை. வெளிவளவுகள், கோவில் வீதிகள், தென்னங்காணிகள் என்று எங்கெல்லாம் போட முடிந்ததோ அங்கெல்லாம் அனுமதி பெற்றோ, பெறாமலோ தறப்பாளைக் கட்டிக்கொண்டு குடியேறினார்கள். வேறு என்னதான் செய்வது? வந்த இடத்து வளவுக்காரர்களும் இவ்வளவையும் பார்த்த பிறகு, 'எங்களுக்கும் எப்ப எப்ப, என்னென்னவோ?' என்று ஞானம் பெற்றிருந்ததாகப் பட்டது.

"அஞ்சு வருசத்துக்கு முதல் சோனகச் சனங்களை யாழ்ப்பாணத்தாலை அனுப்பின அதே நாளிலைதான் இப்ப நாங்களும் வெளிக்கிட்டது," என்று யாரோ கண்டுபிடித்துச் சொன்னார்கள்.

"அதுவும் நாங்கள் அனுப்பேல்லை, இதுவும் நாங்களாக வரேல்லை," இன்னும் யாரோ பதில் சொன்னார்கள்.

"எங்கட கையில என்ன இருக்கு? எல்லாம் அவன் செயல்!" 'அவன்' என்பது அழுத்தி வந்தது.

இப்போது சிரிப்பு! இந்த நேரத்தில் என்ன சிரிப்பு வரும்?

எப்படியோ, ஒரு கிழமைக்குள், புது மண்ணில் – என்னதான் தற்காலிகமாக என்றாலும் – குடியிருப்பு என்று ஒவ்வொன்று வேர்விடலாயிற்று. கூடாரங்கள் ஓரிரு வாரங்களுள் கிடுகுக் கொட்டில்களாயின, அவரவர் வசதிகேற்ப சின்னதோ பெரிதோ.

தண்ணீருக்காகத்தான் பலர் நடக்க வேண்டி வந்தது. அதையாவது தூரந் தொலைக் கிணறுகளைத் தேடிச் சமாளித்தார்கள். ஆனால் காலை வேளைகள்தான் பெரிதும் பாடுபடுத்தின. எங்கே போவது? ஊர்க்கரையில் எங்காவது பற்றைகள், பனைகளோடு இருந்தவர்களைவிட, மற்றவர்களில் வரும்போது மண்வெட்டி கொண்டு வராதவர்கள், ஒவ்வொரு மண்வெட்டி எப்படியோ தேடிக்கொண்டார்கள். இருட்டோடு எழும்பினார்கள். நல்ல காலம், வலிகாமத்து மண்போல் வலித்து இறுகாமல் தென்மராட்சி மண் மென்மையாய், மணற்பாங்காய் எங்கும் இருந்தது. கிணற்றடி, கக்கூஸ் வாய்த்தவர்கள் பயன்பாட்டு நேரங்களையும் நெருக்குவாரம் இல்லாத நேரங்களாக அமைத்துக் கொண்டாயிற்று. இந்தச் சூழலுக்கு எல்லோரும் இசைவாக்கம் அடைகிற மாதிரித் தெரிந்தது.

உற்றாரையும் ஊரவரையும் தேடிப்பிடித்தோ, தற்செயலாகச் சந்தித்தோ, உறவுகளைப் பின்னிக்கொள்ளவும் வாய்த்தது. வலிகாமத்தில் வெவ்வேறு ஊர்களிலிருந்த உறவினர்கள்கூட இடப்பிரச்சினைகளால் இங்கே கிட்டக்கிட்ட வந்திருந்தார்கள்.

ஏற்கெனவே இங்கேயிருந்த கடைகளுக்கு வியாபாரம் களை கட்டியது. காசு இருந்ததோ இல்லையோ, சாமான்கள் வேண்டியிருந்தன, சாப்பிட வேண்டியிருந்தது. இருந்தவர்கள் சிக்கனமாக வாங்கினார்கள். இல்லாதவர்கள், கடனோ உடனோ பட்டு வாங்கினார்கள். நகை நட்டை அடைவு வைத்தார்கள், அல்லது விற்றார்கள். தொழில் ஏதாவது கிடைக்குமா என்று தேடிப் பார்த்தார்கள். ஆங்காங்கே அகதிகளுக்கான நிறுவனங் களும், அற நிலையங்களும் முடிந்தவரை உதவிக்கொண்டிருந்தன. ஆமிப் பயம் இருந்த இடத்தை இப்போது அரிசி பருப்புக் கவலைகளும், அவை போன்றவையும் பிடித்துக்கொண்டன.

ஏற்கெனவே இருந்த கடைகளைவிடத் தெருவோர வியாபாரிகளும் கொட்டில் கடைக்காரர்களும் தோன்றினார்கள். சொந்த ஊர்களில் கடைகண்ணி வைத்திருந்தவர்கள் அத் தொழிலை மீண்டும் சிறிய அளவிலாவது தொடங்கினார்கள். லோண்ட்றி, சலூன், பேக்கறி, சைக்கிள் திருத்தகங்கள், தேத்தண்ணிக் கடைகள் என்று இருந்தவற்றுக்கு மேலதிகமாக இடம்பெயர்ந்து வந்தவர்களும் தங்கள் தொழில்களைத் தொடங்கி

விட்டிருந்தார்கள். தத்தம் ஊரின் பழைய வாடிக்கைகளைப் புதுப்பிக்கக்கூட முடிந்திருந்தது.

கூட்டுறவுச் சங்கங்கள், வங்கிகள், தனியார் வைத்திய நிலையங்கள், நிறுவனங்கள், அரசு அலுவலகங்கள் என்று ஒவ்வொன்றாக மெல்லமெல்ல வந்தன. செய்தித் தாள்கள்கூட வெளியாகத் தொடங்கின. உள்ளூர் நூலகங்கள் செயற்பட்டன. மினிபஸ், வான்காரர்கள், எரிபொருள் கிடைத்தமட்டில் ஓடினார்கள். வலிகாமத்திலேயே பழக்கப்பட்டிருந்த மாதிரி இங்கும் பெற்றொல், மண்ணெண்ணெய், டீசல் விற்பதற்கெனத் தோன்றிய கொட்டில் கடைகளில் விலை இரட்டிப்பு என்பதை எவரும் குறை சொல்லவில்லை. “கடைக்காரன்தான் என்ன செய்வான்?” கிடைப்பதே பெரிது என்றிருந்தார்கள். ஜெனெறேற்றர் போட்டு, மின்சார விநியோகங்கூட மட்டுப்படுத்தப்பட்ட அளவில் இருந்தது. இரவின் அமைதியில் அந்த மின் பிறப்பாக்கி போடுகிற ‘தக்தக், தக்தக்’ சத்தம் சிவராசா வீடுவரை வடிவாய்க் கேட்கும்.

வலிகாமத்தில் பரந்து கிடந்த எல்லாவற்றையும் இங்கே குவித்து விட்ட மாதிரி ஒரு வசதி. சாவகச்சேரி நகரமே கொழும்பைப் போல் வந்துவிட்டதாகச் சித்தனுக்குப் படும். தெருவில் இறங்கினால், நல்லூர்த் திருவிழாவில் அல்லது வெள்ளவத்தையில் இருக்கிற மாதிரிச் சன நெரிசலும் கடைகளுமாயிருந்தன. சாவகச்சேரி சந்தை, சுற்றாடல்கள் எல்லாம், எல்லா நாளும் எல்லா வேளையும் சுறுசுறுவென்று இயங்கின. அங்கிருந்து அரைக் கிலோமீற்றர் நடந்தாலே மரந்தடியும் செடிகொடியுமாய் . . . பெரு நகருள் கிராமமும், கிராமத்துள் பெரு நகரும், தத்தம் சுயமிழக்காது இணைந்திருப்பது ஒரு அழகு என்று பட்டது அவருக்கு.

❍

அவர்கள் வந்திருந்த கொட்டில் வீடு, சிவராசாவின் அடி வளவில் தனித்துண்டாய்த் தெரிந்த ஒரு அறுபதடிக்கு அறுபதடி காணியின் நடுவில், அளவாய், அமைதியாய், நன்றாய்த்தான் இருந்தது. சுற்றிவர, காட்டுக் கம்புகளால் வரிந்த ஆளுயர வேலி. வேலிகளுக்கப்பால் காடு போல் மண்டிக்கிடந்த மரங்கள். மழைக் காலம் தாண்டியும் தாண்டாமலுமிருந்ததில் இலைகுழை எல்லாம் பசுமை கொழித்து நின்றன. மா, பலாவுக்கு மேலதிகமாக, வலிகாமத்தில் அதிகம் காணக் கிடைக்காத இத்தியும் குருந்தும் மஞ்சள் உணாவும் நிறைந்து அடர்ந்திருந்தன.

அதை உண்மையில் கொட்டில் என்று முழுதாய்ச் சொல்லிவிட முடியாத ஒரு கலவன். நிலத்திலிருந்து இரண்டடி உயரத்திற்குக் கண்டகல்லும் சீமேந்துமாய்ப் போடப்பட்டிருந்த பத்திரிப்பின் மேல் மண்சுவர். சீமேந்துத் தரை. மேலே கிடுகுக் கூரை. அருகருகாக இரண்டு சின்ன அறைகள். இரண்டின் முன்னாலும் ஒரு பொதுவான விறாந்தை. அரைக்குந்து மட்டும் அதைச் சுற்றி இருக்காவிட்டால் திண்ணை என்றே சொல்லலாம். அறைகளுக்கும் விறாந்தைக்கும் இடையில் ஓடிய சுவரில் முகடு.

விறாந்தையின் முன்னால் வெள்ளை மணலாய் விரிந்து கிடந்த முற்றம்.

முற்றத்திலிருந்து வடக்கே சிவராசாவின் வீட்டுக்கும்; தெற்கே மாரியம்மன் கோவிலடிக்கும் போகிற ஒற்றையடிப் பாதைகள். சிவராசா வளவில் கிணறு, கக்கூஸ் இரண்டுமிருந்தன. கிணறு கொஞ்சம் சவர்த் தண்ணி. குளிக்க, உடுப்புத் தோய்க்கச் சரி, குடிக்கவும் சமையலுக்கும் பின் வளவு தாண்டியதும் இருக்கிற மாரியம்மன் கோவில் கிணறுதான். "அது சும்மா 'இளனி' மாதிரி," என்று சிவராசா சொல்வதில் பிழையில்லை.

மாரியம்மன் கோவிலடிக்குத் தண்ணீர் அள்ளப்போவது சந்தோஷமானது. டக் டக்கென்று குறுக்கிடுகிற முடக்குகளுடன் இருபுறமும் அலம்பல் வேலிகளுமாய்க் காட்டுப்பாதை மாதிரியிருக்கும். இருநூறு மீற்றர் வரும். ஒரு காணியின் வேலியோடு பெரிய கொக்கு மந்தாரை ஒன்று. வழியில் வளைந்து பூத்து நின்றது. அந்த நிறத்தில் கொக்கு மந்தாரையை அதற்கு முதல் சித்தன் கண்டதில்லை. திரும்பி வீட்டுக்குப் போக முடிந்தால், ஒழுங்கைக் கரையில் முளைத்து நிற்கிற கன்றுகளில் ஒன்றைப் பிடுங்கிக் கொண்டுபோகலாம்.

மாரியம்மன் கோவிலுக்கு முன்னால், நாற்புறமும் அகன்ற வீதிகள் சூழ, பின்னால் பெரிய தாமரைக் குளத்தோடு புராதனச் சிவன் கோவில். இப்படியான ஒரு சூழலிலும் வீட்டிலும் வாழ வேண்டும் என்ற தன் நெடுங்கால உள்மன ஆசை இப்போது நிறைவேறியதான உணர்வு சித்தனுக்கு வரும்.

சிவராசா கொடுத்திருந்த வீட்டின் ஒரு அறையைச் சாரதா குடும்பமும், மற்றதை புனிதா குடும்பமும் என்று வைத்துக் கொண்டார்கள். சித்தனுக்கும் வில்லவராயருக்கும் விறாந்தை போதுமாயிருந்தது. புலிகளின் காலத்தில் கள்ளர்–காடர் பிரச்சினைகள் எதுவுமில்லை, இரவு முழுவதும் முழு வீட்டையுந் திறந்தபடி விட்டுவிட்டுத் தூங்கினாலும் சரி. சுற்றிக் கட்டியிருந்த

படங்குச் சாக்கை அவிழ்த்துவிட்டால் இரவில் குளிரும் வராது, நுளம்பும் வராது.

காலையில் வேலைகளை முடித்துக்கொண்டு புறப்பட்டு, மாரியம்மன் கோவிலடி, சிவன் கோவிலடி வழியாகச் சுற்றிக் கொண்டு சந்தைக்குப் போய்த் தெரு வழியாகத் திரும்பினால் கோவில், சந்தை, நடை எல்லாமாயிற்று. இன்னும் முக்கியம், அறிந்தவர், தெரிந்தவர், ஊரவர் என்று சந்திக்க முடிந்தது.

ஆறண்ணை குடும்பத்தோடு நேரே வன்னிக்குப் போய் விட்டாரென்றும் பாண்டியன் குளத்தில் அவர் பெண்சாதியின் சொந்தக்காரரோடு ஒரு கொட்டில் கட்டி இருக்கிறார் என்றும், அச்சுக்கூடக்காரச் செல்வராசா ஒரு நாள் சாவகச்சேரிச் சந்தையில் சந்தித்தபோது சொன்னார். 'ஆறண்ணை இங்கேயே எங்காவது இருந்திருக்கலாமே' என்று கவலையாக இருந்தது.

ooo

3.12

வந்து ஒரு கிழமையாகி இருக்கும், ஒரு முற்பகல் சிவராசா வந்து சித்தனிடம் சொன்னார். "ஆரோ உங்களிட்ட வந்திருக்கினம்." அதுவும் ஒரு நன்மை, இந்த வீட்டுக்கு சிவராசா வீட்டைத் தாண்டாமல் எவரும் நேரடியாக வந்துவிட முடியாது.

போய்ப் பார்த்தால் குஞ்சக்காவும் புருஷனும் மகளும். கைகளில் பைகளோடு. இடப்பெயர்வு வரலாமென்று தான் ஊகித்தபோதே சித்தன் வேப்பங்குளத்தடிக்குப் போயிருந்தார். குஞ்சக்கா குடும்பம் அல்லிப்புலம் வருவது குறைந்திருந்தது. மாமாவின் தாயாரும் மோசம் போனதில், வேப்பங்குளத்து வீடு வாசலைப் பார்க்கவும் ஆட்களில்லை என்று சொல்லி அங்கேயே இருந்து கொண்டார்கள். மறவன்புலவு வயல்களுக்குப் போய்வரவும், ஒரே மகள் பட்டணத்தில் படிக்கவும் அப்போது அது வசதியாயிருந்தது.

எண்பத்தேழில் அமைதிப்படைக்குப் பயந்து நாலாவது தடவையாக வீட்டை விட்டு வெளிக்கிட்ட வேளையில், வேப்பங்குளத்துக்குத்தான் சித்தன் குடும்பத்தோடு வந்து இரண்டு மாதம் இருந்தார். மகள் ஏ.எல். பாஸ் பண்ணியதும், வயலில் கொஞ்சத்தை விற்றுவிட்டு சென்னைக்குப் போன குஞ்சக்கா குடும்பம், நாலைந்து வருசம் இருந்து, அவள் ஒரு பி.எஸ்சி. எடுத்தபின் இந்த ஆண்டுதான் திரும்பியிருந்தார்கள்.

அன்றைக்குப் போய், இடப்பெயர்வு வரலாமென்று அறிந்ததைச் சொல்லி, "நீங்களும்

வாருங்கோ, ஒரு பெரிய இடமாகத் தேடி எல்லாரும் ஒண்டா இருக்கலாம்" என்று சொன்னார் சித்தன்.

"தாங்க்ஸ் தம்பி, ஆனா அப்பிடி எல்லாம் வராது. அப்பிடி வந்தாலும் என்ர சினேகிதன் ஒருதன் 'தன்னோட வந்து இருக்கலாம்' எண்டு சொல்லியிருக்கிறான்" என்று கூறியிருந்தார் மாமா.

○

சாரதாவும் அம்மாவும் இருக்கிற அறையில் குஞ்சக்காவும் மகளும் இருந்துகொண்டார்கள். மாமா ஆண்களோடு வெளி விறாந்தையில்.

சமையலுக்கென்று, முற்றத்தின் ஒரு கரையோடு மேடாய்ப் பார்த்து ஒரு சின்னப் பத்தி போட்டு, சுற்றிவர மூரியால் வரிந்துவிட்டிருந்தார்கள். இவையெல்லாவற்றுக்கும் கூலிக்கு ஆள் எங்கே தேடுவது? தேடினாலும் அதற்கெல்லாம் செலவழிக்கக் காசு எங்கே? உள்ளதை எண்ணி எண்ணிச் செலவழிக்க வேண்டிய காலம். சம்பளம், வருமானம், எல்லாம் ஒழுங்குக்கு வரும்வரை கவனமாக இருக்க வேண்டும். அதோடு இந்தப் புது வாழ்க்கையில் உடலுழைப்பும் கட்டாயம்.

சித்தன்தான் மற்றவர்களின் உதவியுடன் செய்துமுடித்தார். "ஒரு வருசத்துக்கு அசையாது" என்றார் வில்லவராயர், வேலை முடிந்ததும். "அதுக்குப் பிறகும் இங்கேயே இருக்கிறதெண்டா வடிவாப் போடுவம்," சிரித்தபடி சொன்னாலும், சித்தனுக்கு அந்தரமாயிருந்தது. அடுத்த வருசம் இந்நேரம் எங்கே இருப்போம்? அடுத்த வருசம் என்பது கொஞ்சம் பேராசைதான். வாற மாதம் இருப்போமா என்றோ, இருந்தால் எங்கேயிருப்போமென்றோகூட யாருக்குந் தெரியாது! இப்படி ஒரு பேச்சு முந்தி வந்தபோது "நீங்கள் விரும்பினால் எவ்வளவு காலம் வேணுமெண்டாலும் இந்த வீட்டிலையே இருக்கலாம்" என்று சிவராசா சொல்லி யிருந்தார்.

இந்த வாழ்க்கை எவ்வளவு நல்லதென்று சித்தன் அடிக்கடி யோசிப்பார். 'ஆக இரண்டே இரண்டு விஷயம் தேவை, இப்படியே போகுமாக இருந்தால் ஒரு வேலை – என்ன வேலையாக இருந்தாலும் – தேடிக்கொள்ள வேண்டும். மற்றது 'அந்தப் புத்தகங்களையும் பாட்டுப் பெட்டியையும் எப்படியாவது எடுத்துக்கொண்டு வந்துவிட வேணும்.'

இடையில் ஒரு முப்பத்தைந்து வருசம் அவரவர் வீடு, அவரவர் பாடு என்று தனித்தனிச் சீவியம் நடத்திய பிறகு,

இப்படியான ஒரு கூட்டு வாழ்வு வாய்த்திருக்கிறது. அதுவும் அம்மா, குஞ்சக்காவோடு ஒன்றாய் ஒரே வீட்டில் இருக்கும்போது, சின்னவயதில் அப்பு வீட்டில் இருந்த மாதிரியே. அதுவும், இப்படி எல்லோரும் சேர்ந்து நிலவிலிருந்து பேசும் மகிழ்ச்சியை அவர் எவ்வளவு காலம் இழந்திருந்தார்? இப்போது நிலா முன்னிரவுகளில், சிவராசாவின் வெளி வளவில், இவர்கள், சிவராசா ஆட்கள் முன்வீட்டிலிருந்த மூர்த்தி ஆட்கள் என்று எல்லோருங் கூடிப்பேச முடிகிறது; குழந்தைகள் விளையாடுகிறார்கள்.

இதுகளெல்லாம் மகிழ்ச்சி என்றும், இவற்றை இழந்திருந் தோம் என்றும், எத்தனை பேர் ஒப்புக்கொள்வார்கள்? இப்போது எதையெதையோ விட்டுவிட்டு வந்ததாக அழுகிறார்களே? இயற்கை வாழ்வு, கூட்டு வாழ்வு, உடலுழைப்பு, சிக்கனம், பரபரப்பின்மை, இதெல்லாவற்றையும் நாங்கள் இப்போது அடைந்திருக்கவில்லையா? ஊர் திரும்பினால் இவையெல்லாவற்றையும் விட்டுவிட நேரும் என்று நினைக்கை யில் கவலையாயும் இருந்தது.

'எனக்கு எப்படியோ இருக்க ஒரு இடம் கிடைத்து விட்டதில் இப்படியெல்லாம் நினைக்க முடிகிறது. இதுவும் கிடைக்காதவர்கள் இந்தமாதிரி ஆறுதல் பட்டுக்கொள்ள முடியுமா?' என்றுமிருந்தது.

நவம்பர் முடிந்ததும் ஆயிரம் ரூபாயைக் கொண்டுபோய், "குறை விளங்காமல் இதைத் தயவுசெய்து வைச்சிருங்கோ" என்று கொடுத்தபோது சிவராசா வாங்க மறுத்துவிட்டார். எவ்வளவோ சொல்லியும் அவர் முதுகின் பின்னால் கட்டிக் கொண்ட கைகளை எடுப்பதாயில்லை. சித்தன் சொன்ன கடைசி வாதம் அவரை இறங்கவைத்தது. "இங்க பாருங்கோ, நாங்கள் இங்கேயே எவ்வளவு காலம் இருக்க வேண்டி வருகுதோ தெரியாது, அவ்வளவுக்கு நாங்களும் கூச்சமில்லாம இருக்க வேணுமெல்லே?"

மூத்தண்ணன், வட்டண்ணன் இருவருங்கூட இங்கேயே எங்காவது கிட்ட இருந்திருந்தால் நல்லதுதான். ஆனால் அதற்குச் சாத்தியமேயில்லாமல் போனது.

உண்மையில், மூத்தண்ணை குடும்பத்தோடு இங்கே கிட்டத்தான் வந்திருந்தார், மட்டுவிலில். நாலு பிள்ளைகள். வந்த புதிதில் அவர்களை ஆறுதலாகப் போய்ப் பார்க்க வேண்டுமென்றிருந்தபோது ஒரு நாள் அவரே தேடிவந்தார். மூத்த மகன் சைக்கிளில் கூட்டிவந்திருந்தான். அவர் வந்து

சாந்தன்

சொன்ன செய்திகளிரண்டுமே கவலை தருவனவாகத்தானிருந்தன. அதிலும் முதலாவதைக் கேட்டதும் அம்மா பலத்து அழவே தொடங்கிவிட்டா. சித்தனுக்குக் கண்கலங்கியது.

வட்டண்ணை மோசம் போய்விட்டாராம்!

போன வருசந்தான் ஐம்பது வயது.

சலரோகம் கூடிப் பிரச்சனை பண்ணியதில் பட்டணம் பெரியாஸ்பத்தியில் இருந்தாராம். ஒருவருக்குமே தெரிந்திராத செய்தி அது. வட்டண்ணை பொன்னாலையில் கல்யாணம் முடித்துப் போனதிலிருந்தே தொடர்புகள் குறைவுதான். அவருக்கு இரண்டு ஆண் பிள்ளைகள். இரண்டு பேருமே இயக்கத்தில். ஒருவன், போன வருசம் வீர மரணம். மற்றவன் வன்னியில்.

"பெரியாஸ்பத்திரியை யாழ்ப்பாணத்திலையிருந்து இடம் மாத்தினபோது, இவரைச் சாவகச்சேரி ஆஸ்பத்திரிக்கு அனுப்பினதாம். அப்பிடிக் கொண்டு வரேக்குள்ளை வழியிலையே முடிஞ்சுதாம்."

"நீ போகேல்லையே?" அம்மா கண்களைத் துடைத்துவிட்டுக் கேட்டா.

"எங்களுக்கும் நேற்றுத்தானே தெரியும்," மூத்தண்ணைக்குக் குரல் அடைத்தது. "எல்லாம் முடிஞ்ச பிறகு."

அவரவர் நினைவுகளில் ஆழ்ந்திருந்ததால் விளைந்த மௌனம். "அவன் அருமையான பிள்ளை. ஆனால் துடினம் பிடிச்சவன். மக்களும் அப்பிடித்தான் வாய்ச்சாங்கள்... அம்மா" பெருமூச்சு விட்டா.

இரண்டு நிமிஷம் கழித்து மூத்தண்ணை மீண்டும் தொடங்கினார், "மற்றது... சின்னம்மா..."

எல்லோரும் என்னவென்று அவரைப் பார்க்க முதலே அவர் சொன்னார்.

"நாங்களும் வன்னியோட போகப்போறம்."

"ஏன் அவசரப்படுறாய்?" அம்மா கேட்டா.

"இங்கை எப்ப என்ன ஆகுமெண்டு தெரியாது, இந்தப் பிள்ளையளை வைச்சுக்கொண்டு என்ன செய்ய?"

"அங்கை பயமில்லையே?"

"அங்கை போனா, கொழும்புப் பக்கம் எங்கையாவது போக முடியுமா எண்டாவது தெண்டிக்கலாம்."

“எப்ப வெளிக்கிடுறியள்?”

“நாளையிண்டைக்கு.”

“என்னவோ, பத்திரமாப் போட்டுக் கெதியா வீட்டை வரப் பாருங்கோ. அம்மாளாச்சி கைவிடமாட்டா . . .”

மூத்தண்ணையையும் மகனையும் படலையடியில் போய் வழியனுப்பி விட்டு, அவர்களின் சைக்கிள் போய் மறையும்வரை பார்த்துக்கொண்டே நின்றார் சித்தன்.

○

இரண்டு நாட்களுக்குப் பிறகு சந்தையடியில் தற்செயலாகச் சுப்பிரமணியத்தைச் சந்தித்தபோது, அவருக்கு வட்டண்ணையின் சேதி ஏற்கெனவே தெரிந்திருந்தது.

“சுப்புறு, சுப்புறு’ எண்டு அப்ப அவன் கூப்பிடுறது, இத்தினை வருசத்துக்குப் பிறகும் காதிலை கேட்குது” என்றார். “பாவம், கடைசி நேரம் அவன்ரை ஆட்களெண்டு ஒருதரும் கூட இருக்கேல்லை, அதுதான் கவலை.”

“என்ன செய்யிறது, அண்ணை, இதாவது ஆஸ்பத்தியிலை நடந்துது” என்றார் சித்தன். “அண்டைக்கு வரேக்கை, வழியிலை எத்தினை பேர் ஷெல்லடிச்சுச் செத்தினம் எண்டு சேதி வந்துது!”

பேசிவிட்டுப் புறப்பட்டபோது, “கதையோட கதை, எங்கட தங்கவேலுவின்ர புதினம் உனக்குத் தெரியுமோ?” என்றார், சுப்பிரமணியம்.

“நான் ஆளைக் கண்டே ஆறுமாதம்.”

“அவன் ஆள் இப்ப குடும்பத்தோட கிளிநொச்சியிலையாம். நேற்று இங்க ஏதோ அலுவலா வந்தவன்.”

“எப்பிடி நல்லாயிருக்கிறாரோ?”

“பரவாயில்லை, அவன்ர மூத்தவன் இப்ப இயக்கத்திலை ஒரு பிரிவுப் பொறுப்பாளன், தெரியுமெல்லே!”

“ஓமோம், தங்கவேலுவே அப்ப ஆள் ஒரு விண்ணன்.”

காய்கறிகளை வாங்கிக்கொண்டு திரும்பும்போது ஓரிடத்தில் ‘ரோச் பற்றறி’கள் விற்றுக்கொண்டிருந்தார்கள். ‘நல்லதாப் போச்சு,’ நாலு வாங்கிக்கொண்டார். ரேடியோவுக்கும் இரண்டு தேவை.

○○○

3.13

செகத்தாரைப் பார்த்து விட்டு மீசாலை யிலிருந்து திரும்பிக்கொண்டிருந்தார் சித்தன்.

நிதானமாக இப்படி மிதித்துக்கொண்டே போவதிலும் ஒரு சுகம். தெருவிலும் நிறைய சைக்கிள்கள். சண்டைக் காலம் என்றாலே சைக்கிள்தான். வீட்டுக்குப் போகிற வழியில் அதற்கும் சின்ன வேலைகள் இரண்டு பார்ப்பிக்க வேண்டும், செயின் கொஞ்சம் தொய்ந்து போய்விட்டது; முன் சில்லில் இலேசான 'பக்கிள்' இருக்கிறது.

வெய்யில் தாழ்ந்துவிட்டாலும் வெக்கை அடங்கவில்லை. இடைக்கிடை வீசும் இந்த மெல்லிய காற்றும் இல்லையென்றால் தாங்க முடியாது. தெருவோர மரத்தடிகளில் குட்டிக் குட்டிக் கடைகள். அவற்றைக் கடைகள் என்று சொல்லாமல் வேறெப்படி? தேங்காய், மாங்காயிலிருந்து, சவர்க்காரம், தீப்பெட்டி ஈறாக இருந்தன. அவ்வப்போது அவரவர்க்குக் கிடைப்பவை அங்கே வரும். எது கிடைக்கிறதோ அது! விற்கிற பொருட்களும் நிரந்தரமில்லை, கடைகளும் நிரந்தரமில்லை, அவர்கள் இங்கே இருப்பதும் நிரந்தரமில்லை. பலருக்கு இந்தத் தொழில் புதுசு. தங்கள் தங்கள் ஊர்களில் கடைகள் வைத்திருந்திருக்க மாட்டார்கள். வந்த இடத்தில் சும்மா இருக்காமல் ஒரு முயற்சி. இதில் கிடைக்கக்கூடிய கொஞ்ச மேலதிக வருமானத்தோடு இந்தப் பராக்கும் அவர்களுக்குப் பிடித்திருக்கலாம். இன்னுங் கொஞ்சத்தில், இருட்டத் தொடங்க, கட்டி வட்டு நாளைக் காலையில் மீண்டும் பரப்பப்படப் போகும் கடைகள். என்றாலும்,

பெற்றொமக்ஸ் அல்லது மின்கல விளக்குகளின் வெளிச்சத்தில் எட்டு ஒன்பது வரை தொடர்கிற சிலரும் இருப்பார்கள். இந்தக் காலங்களில் சனங்களுக்கும் ஒன்று தெரியும், ஒரு பொருளுக்குத் தேவை வரும்போது அதைத் தேடி அலைவதில் அர்த்தமில்லை, காணுகிறபோதே கொஞ்சமாவது வாங்கி வைத்துவிட வேண்டும்.

'லக்ஸ்' இரண்டு வாங்கிக்கொண்டு போகலாமென்று இறங்கினார்.

"தம்பி! எங்கை இருக்கிறியள்?"

பெரியகிளி!

"ஆ . . . எப்பிடி?" பெரியகிளியைக் கண்டதிலும் பார்க்க, அவர் கதைத்தது சந்தோஷமாக இருந்தது.

"இங்கதான், நுணாவில். நீங்கள்?"

"அல்லாரையிலை... மனுசியின்ரை சொந்தக்காறர் அங்க இருக்கிறதிலை வசதியாப் போச்சு."

"இருக்கிற இடங்கள் எல்லாம் எப்பிடி? வசதியோ?" பெரியகிளியின் குரலில் முன்னைய அன்பும் ஆர்வமும் தொனித்தன.

"ஓ . . . தாராளம்."

"எண்டாலும், அங்கை அப்பிடி மாலோகமான இடங்களிலை இருந்திட்டு. . ."

"என்ன மாலோகம், கிளியண்ணை? பூலோகந்தான் கதி எல்லாருக்கும்," சித்தன் சிரித்தார்.

"அம்மா எல்லாரும் இங்கை உங்களோடைதானே? சுகமாய் இருக்கினமோ?"

"ஓ! நல்ல சுகம்! உங்கட பாடுகள் எப்பிடி?"

கதைகள் முடிந்து வெளிக்கிட்டபோது, "நீங்கள் கட்டாயம் ஒரு நாளைக்கு வாங்கோ, அம்மா கண்டா சந்தோசப்படுவா." வீட்டுக் குறிப்புச் சொன்னார் சித்தன்.

"கட்டாயம் நாளை, அல்லது நாளையிண்டைக்கு வருவன், அம்மாட்டைச் சொல்லுங்கோ" என்றார் பெரியகிளி.

○

சவர்க்காரத்தை வாங்கிக் கொண்டு சைக்கிளில் ஏறினார் சித்தன். பெரியகிளி இப்பபடிப் பேசி எவ்வளவு காலம்! அண்ணன்

தம்பிபோலப் புழங்கிய மனுசன். பிறகு என்ன அநியாயமோ, முகத்தைத் திருப்பிக்கொண்டு போகத் தொடங்கினார்.

பெரியகிளியின் உண்மையான பெயர் முத்துராசா. வீட்டில் தம்பியார் சின்னக் கிளியிருந்ததில் இவர் பெரியகிளி ஆகிவிட்டிருந்தார். தகப்பன் வைத்தி, நல்ல சீவல்காரன் என்று பெயரெடுத்த மனுசன். சுருட்டைத் தலையும் லேசாகக் வளைந்த மாதிரித் தெரிகிற முதுகுமாய் எப்போதும் அப்பாவித்தனமாய்ச் சிரித்தபடி கதைக்கிற ஆள். சண்டிக்கட்டாய்க் கட்டியிருக்கும் சாரத்தில் நாரியோடு சொருகிய தடியில் மாட்டியிருக்கும் தளைநாரும், பொறி பறக்கத் தீட்டிப் பளபளக்கும் கொடுவாட் கத்தியுமான அவர் தோற்றம், நெஞ்சு வருத்தம் என்று ஆறு மாதம் மயிலிட்டி ஆஸ்பத்திரியில் இருந்துவிட்டு வந்தபிறகு பெரிதும் மாறியிருந்தது. உழைப்புப் பாடும் கஷ்டமாகியது. எங்காவது வேலி அடைப்பு என்றால் சரி. ஆனால் அது எப்போதும் வராது. கூப்பனை மட்டும் நம்பியிருக்க முடியுமா?

ஐந்தாம் வகுப்புக்குப் பிறகு பள்ளிக்குப் போக மாட்டேனேன்று குதியம் குத்திக்கொண்டு திரிந்த மூத்தவனுக்கு ஒரு பிழைப்புக் காட்டினால்தான் சரி என்று தீர்மானித்தார், வைத்தி. அவர்கள் குடியிருந்தது அப்புக்குட்டியருடைய காணி 'விதானை வளவு' என்று பெயர். பதினேழு பரப்பு முழுவதும் நெருங்கி உயர்ந்த பனைகள். வைத்திக்கு வீட்டைச் சுற்றியே மரங்களிருந்தும் பொசிப்பு நீடிக்கவில்லை. விதானை வளவிருக்கிற சிப்பித்திட்டி ஒழுங்கை முகப்பில் பரியாரியார் ஐயாவின் பெறாமகள் இப்போது வீடு கட்டிக்கொண்டு வந்திருக்கிறா. கூப்பிடு தொலைவு. 'அங்கை மரந்தடி, ஆடு மாடு பார்க்க, ஒரு ஆள் தேவையாம்' என்று கேள்விப்பட்டபோது வைத்திக்கு யோசிக்க ஒன்றுமேயிருக்கவில்லை.

பெரியகிளிக்கு வட்டண்ணையின் வயது. எல்லாரும் சொன்னது போல அவன் குழப்படிகாரனாய்த் தெரியவில்லை. நல்ல பிள்ளை, ஆனால் கொஞ்சம் துறுதுறுப்பு, அவ்வளவுதான். காலையில் ஆறரை மணிக்கு வந்து எட்டரைக்குப் போவான். பின்னேரம் நாலரையிலிருந்து ஆறரை. இது பள்ளி நாட்களில்தான் இப்படி. சனி, ஞாயிறு, பள்ளிக்கூட விடுதலையென்றால் முழு நாள் அங்கேதான். அப்பு வீட்டை விட்டுப் புது வீட்டோடு வந்துவிட்ட பிறகு, சித்தனுக்குப் பழைய கூட்டாளி வட்டம் இல்லாமல் போனதும் பெரிய மலாரிடியாகப் போய்விடும் என்று பயந்துகொண்டிருந்தா அம்மா. மகனுக்கு ஒரு கூட்டாளி யாகப் பெரியகிளி வந்தது பெரிய ஆறுதல்.

பெரியகிளியை சித்தன் முதலிலேயே கனதரம் கண்டிருக்கிறான். விடியற்காலையில் வைரவருக்குக் கற்பூரம்

கொளுத்திப் பூ வைத்து விட்டு நடராசாண்ணை கடை திறக்கிற நேரம் பெரியகிளி அங்கே நிற்க வேண்டும். அவன் இரண்டு சதமாவது கொடுத்து இனிப்போ, அரிசிப் பல்லிமுட்டையோ கைவியளத்திற்கு வாங்காமல், அவர் கடை வியாபாரம் தொடங்க மாட்டார். யார் போனாலும் ஒரு சாமானும் கிடைக்காது. ஒரு நாள் சித்தன் அவசரத்திற்குக் கொப்பி வாங்கப் போனபோது நடராசாண்ணை கடை வாசலுக்கு வந்து சிப்பித்திட்டி ஒழுங்கையில் தெற்கே பார்த்தபடி நின்றுகொண்டிருந்தார். "கொஞ்சம் பொறுக்க வேணும் தம்பி" என்று சிரித்தார், "உவன் பெரியகிளி இன்னும் வரேல்லை . . . இப்ப வந்திடுவன்." சித்தனுக்கு எரிச்சலாயிருந்தது. விட்டு விட்டுத் திரும்பினான். "இப்ப வந்திடுவன், தம்பி" என்று நடராசாண்ணையின் குரல் பின்னாலிருந்து கேட்டது. "பிறகு வாறன்."

அப்பு வீட்டிலிருந்து வட்டன்கள் எல்லாரும் முன்னர் கூட்டமாகக் கதைத்தபடி முஸ்பாத்தியாக நடந்து பழையபுலம் பள்ளிக்குப் போய் வந்ததுகூட அப்போது பழங்கதையாகி விட்டிருந்தது. கொன்றைத்திட்டி ஒழுங்கையால் போய்ப் பந்தியடி தாண்டினால், பள்ளி வந்துவிடும். இரண்டு மைல் நடப்பதே தெரியாது. மழையென்றால், அல்லது நேரம் பிந்திவிட்டால், அப்பு, தானே காரில் எல்லோரையும் கொண்டுபோய் விட்டுவிட்டு வந்துவிடுவார். அதெல்லாம் பிறகு இல்லை. எல்லோரும் அவரவர் பாடு. பள்ளியில் சந்தித்தால் சரி. சித்தனுக்கு வீட்டிலிருந்து குறிஞ்சிலி – பழையபுலம் தெருவால் போய்வருவது வசதி. சில வேளை வட்டண்ணை கூட வருவான் மற்றும்படி, தனியேதான் நடை. நடை கஷ்டமில்லை, தனியே என்பதுதான்.

நல்லகாலம், ஒன்பதாம் வகுப்புக்கு வந்தாயிற்று. இனி சைக்கிள் பழகலாம்! 'எட்டாம் வகுப்பு பாஸ் பண்ணினால் சைக்கிள் ஓடலாம், ஓ.எல். பாஸ் பண்ணினால் லோங்க்ஸ் போடலாம்' என்ற அந்தக்கால வழக்கின்படி அவன் சைக்கிள் ஓடலாம்!

ஐயா, அம்மா மறுப்புச் சொல்லவில்லை. ஆனால் இரண்டு விஷயங்கள் தேவையாயிருந்தன. அவனுக்கென்றொரு சைக்கிள், பிறகு அதை ஓடப் பழக வேணும். மருந்துக் கொட்டில் வேலைக்கென்று ஒவ்வொரு நாளும் புத்தூரிலிருந்து வந்துபோய்க் கொண்டிருந்த பெரிய கிட்ணர், 'இனி ஊரோடு இருந்து தோட்டத்தைப் பார்க்கப் போகிறேன், சைக்கிளை விற்கப் போகிறேன்' என்று சொன்னதாகச் சொன்னார்கள். "அந்தாள் இவ்வளவு தூரம் ஒவ்வொரு நாளும் வந்து போகவெண்டு நல்ல கொண்டிசனா வைச்சிருந்த சைக்கிள்" என்றார் செல்லரப்பா.

"கேட்ட விலையைத் தரலாம். வாங்கித் தாங்கோ, செல்லர்."

சைக்கிள் வந்தாயிற்று. ஓடிப் பழக வேணும்.

"பின்னாலை குஞ்சர் வளவு நல்ல வெளிதானே? அது போதும் தம்பி. நீ வா, நான் பழக்கி விடுறன்" என்று பெரியகிளி சொன்னான்.

இளையவி வீடாயிருந்த மண்பிட்டியருகில் நின்று சைக்கிளில் ஏறுவது வசதியாயிருந்தது. ஏறினால், "பயப்பிடாமல் உழக்கு, நான் பின்னாலை ஸீற்றைப் பிடிச்சுக்கொண்டு வாறன்" என்று சொல்கிற பெரியகிளி எப்போது கையை விடுவான் என்று தெரியாது. அடிவளவு ட்றெயினிங் முடிய, சிப்பித்திட்டி ஒழுங்கை அடுத்த கட்டம்.

இரண்டு கிழமையிலேயே சித்தன் சைக்கிளில் பள்ளிக்குப் போய்வரத் தொடங்கினான்.

ஒரு விதத்தில் தங்கவேலுவின் வெற்றிடத்தை நிரப்பக் கூடிய அளவுக்குப் பெரியகிளி படங்களும் பார்த்தான். "பெடியளோடை 'செக்கண்ட் ஷோ'வுக்குப் போய்ப் பாக்கிறது வலு வசதி தம்பி," என்பான். தங்கவேலுவையுந் தாண்டிய, நடிக, நடிகையர்களைப் பற்றிய அறிவுங்கூட அவனுக்கு இருந்தது.

"நீ ஏன் இந்தப் பாட்டுப்பெட்டி போடுறதில்லை தம்பி? இவ்வளவு றெக்கோட்டும் கிடக்கே?" ஒரு நாள் சித்தன் தன் அறையைத்துப்புரவு பண்ணிக்கொண்டு இருக்கும்போது பெரிய கிளி கேட்டான்.

"இரண்டு காரணம் . . ."

"அதென்ன?"

"ஒண்டு, சோதினை வருகுது, படிக்க வேணும். மற்றது, இப்ப ரேடியோ வந்திட்டுதுதானே?"

'போட மனமில்லை,' என்ற உண்மையான காரணத்தைச் சொல்ல முடியவில்லை.

"நீ எனக்கு ஒரு நாளைக்குப் போட்டுக் காட்டவேணும் தம்பி."

அடுத்த நாள் பின்னேரமே போட்டார்கள். கைக்குக் கிட்டிய தட்டுகள் இரண்டு மணித்தியாலம் பாடின.

'ஆசைக்கிளியை அழைத்து வாராய், தென்றலே, தென்றலே . . .' 'பிருந்தாவனமும் நந்த குமாரனும் . . .' இரண்டும் பெரியகிளிக்குப் பிடித்துப் போய்விட்டன.

"சோக்கான பாட்டுகள் தம்பி" இரண்டையும் திரும்பப் போட்டார்கள்.

அதன் பிறகு பெரியகிளி பாட்டுப் போடும்படி கேட்க வில்லை. அப்போது தவத்தின் தமையன் ராசு, கிராமஃபோன் வாங்கியிருக்க வேண்டும்.

ராசுவுடன் சேர்ந்து மேசன் வேலை பழகப் போகும்வரை, பெரியகிளி சித்தனுக்கு நல்லதொரு சகாவாகத்தானிருந்தான். பெரியகிளி போனது, சித்தன் ஏ.எல்.லுக்கு இந்துக் கல்லூரிக்குப் போகத் தொடங்கிய காலம்.

பிறகு சந்திக்க நேர்ந்த வேளை, இடையில் ஏறத்தாழ இருபது வருசங்கள் ஓடியிருந்தன.

❍

பெரியகிளி தேடிவந்தது ஒரு ஞாயிறு.

"கனகாலத்துக்குப் பிறகு, கிளியண்ணை ! இருங்கோ."

பெரியகிளி இப்போது தகப்பனின் சாயலுக்கு வந்திருந்தார். தகப்பனின் காலம் முடிந்திருந்தது. "என்ன மாதிரி வேலையள் எல்லாம் போகுது ?" என்றார் சித்தன்.

"அந்த அலுவலாத்தான் இப்ப தம்பீற்றை வந்த நான்" என்றார் பெரியகிளி. "இவ்வளவு காலமும் நல்லாத்தானிருந்துது. இப்ப இந்தச் சண்டைப் பிரச்சனையளோட ஆர் வீடு கட்டுகினம் ? உள்ளதுகளையே ஆமி இடிச்சுத் தள்ளுறாங்கள். . ."

"உண்மைதான்."

"உங்கட கந்தோர்தானே அரசாங்கக் கட்டிடமெல்லாம் கட்டுறது ?"

"ஓமோம், கட்டுறதுந்தான், சிலவேளை பார்த்துக் கட்டுவிக்கிறதுந்தான்."

"உங்கட கந்தோரிலை மேசன் வேலைக்கு ஆக்கள் எடுக்கிற நீங்களெல்லோ ?"

"ஓஓ"

"தம்பி எனக்கு அங்கை ஒரு வேலை எடுத்துத் தரவேணும்."

"கட்டாயமாத் தெண்டிக்கிறன் !"

"தெண்டிக்கிறதில்லைத் தம்பி, எடுத்துத் தரவேணும் !"

"உங்களுக்கில்லாமல் ஆருக்கு எடுத்துக் குடுக்கிறது, கிளியண்ணை ? ஆனா, அதிலை ஒரேயொரு சின்னப் பிரச்சனை."

'என்ன ?' என்பதாய் ஏறிட்டார் பெரியகிளி.

“இந்த வருசத்துக்கான ஆக்களைப் போன மாதந்தான் எடுத்தாச்சு. . .”

“அப்ப, இப்ப கஸ்ரமோ?” பெரியகிளியின் முகம் லேசாக வாடிய மாதிரி.

“கொஞ்சங் கஸ்ரந்தான். நீங்கள் ஒரு மாதம் முந்தி ஒரு சொல்லுச் சொல்லியிருந்தால் நிச்சயமாய் எடுத்துத் தந்திருப்பன் . . .” பெரியகிளியின் முகவாட்டம் சித்தனைப் பாதித்தது. “இப்பவும் முடிஞ்ச அளவு பாக்கிறன்.”

அப்படி எடுத்துக் கொடுக்க முடிந்தால், பெரியகிளிக்கு உதவி என்பதோடு அதில் தனக்கும் ஒரு சந்தோஷம் வந்திருக்குமே! இப்படித்தான், அப்பு வீட்டில் கண்ணுச்சாமியப்பாவுக்குத் துணையாய் வந்த சோமுவை ஐயா ஆஸ்பத்திரியில் ஒரு வேலையில் சேர்த்துவிட்டார். இன்றைக்கும், சோமு அந்த அன்பையும் நன்றியையும் மறக்காத ஒருவராகத்தான் இருக்கிறார். அவருடைய பிள்ளைகளும் படித்து நல்லாயிருக்கிறார்கள்.

நாலு நாள் கழித்து, சொன்னது போல் பெரியகிளி வந்தபோது, சித்தனுக்கு அந்தரமாயிருந்தது.

“பிந்தித்தான் போச்சு, கிளியண்ணை. குறை விளங்காதையுங்கோ. எடுத்த ஆக்களின்ர பெயர்ப் பட்டியல் அனுப்பியாச்சாம்,” மெல்லச் சொன்னார், “ஆனா, நீங்கள் வேணுமெண்டு சொன்னால் அடுத்த வருசம் நிச்சயம் எடுத்துத் தருவன். அது வரைக்கும் ஆராவது ஒரு நல்ல கொன்றாக்ற்ரரைக் கேட்டுப் பாக்கட்டோ?"

பெரியகிளியின் மௌனம் சங்கடமாயிருந்தது.

“வேலையள், சம்பளம் எல்லாம் ஒரே மாதிரித்தான். நீங்கள் ஓமெண்டால் நல்ல ஆக்களாய்க் கேட்டுப் பார்க்கிறன்.”

“அப்பிடியெண்டால் சரி.”

அலுவலகக் கட்டடக் கொன்றாக்ரர்களில் இருவருக்குப் புதிதாக ஒரு ஆளை எடுப்பதில் மனசாரப் பிரச்சனை இருந்தது புரிந்தது. அவர்களை வற்புறுத்துவதும் சரியில்லை. மூன்றாவது ஆளைக் கேட்டால் கிடைக்கும்தான், ஆனால் அதைவிட வேறு வில்லங்கம் தேவையில்லை. இப்போது ஒன்றுக்கு இரண்டு தரம் சரி பார்க்க வேண்டியிருக்கிற அந்தாளின் ‘பில்’களையெல் லாம், பிறகு பார்த்துப் பாராமல் கையெழுத்துப்போட வேண்டியிருக்கும்.

‘பெரியகிளியின் முகத்தில் எப்படி முழிப்பது?’

இரண்டு நாள் யோசனையின் பிறகுதான், ‘எட, குமாருவை எப்படி மறந்தேன்?’ என்றிருந்தது.

சித்தன் யாழ்ப்பாணம் வந்து தன் வீட்டைக் கட்டத் தொடங்கியபோது சந்தித்தவர்தான் குமாரு. கார்த்திதான் அறிமுகப்படுத்தி விட்டார். ஏதோ ஸ்பிறிங்கில் இயங்குபவர் போல் ஒரு நிமிஷம் நில்லாமல் ஓடியாடிக் கொண்டிருக்கிற அந்த மெல்லிய, கறுவல் மனிதன், நல்ல மேசன் என்று போகப் போகத் தெரிந்தது. ஒழுங்கான வேலை. வேலை தந்தவர்களிடமும், தன்னிடம் வேலை செய்பவர்களிடமும் அக்கறை, நேர்மை. சொன்னதைக் கேட்டு அல்லது தெரியாததைக் கேட்டு விளங்கிச் செய்கிற பக்குவம்.

“நீர் சொல்றபடி செய்யிறதுதான் சரியா இருக்கு தம்பி!” குமாருவுக்கும் சித்தனைப் பிடித்துத்தான் கொண்டது.

தன் வீட்டு வேலை முடிய, தன் கண்காணிப்பில் தொடங்கிய வேறிரு வேலைகளுக்கும் குமாருவையே ஏற்பாடு செய்திருந்தார் சித்தன். ஒரு ஒப்பந்தகாரர்போல வளர்ந்துகொண்டிருந்தார், குமாரு. சாதாரண மேசன் கூலியாகத் தொடங்கி, நாற்பது வயதுக்குள் இந்த வளர்ச்சி பெரிதுதான்.

“நீர் சொன்னாச் சரி தம்பி! பிறகென்ன?” பெரியகிளியின் விஷயத்தைச் சொன்னதுமே புன்னகைத்தார் குமாரு, “ஆளை நாளைக்கே வரச் சொல்லிவிடும்!”

பெரியகிளி வருமட்டும் பார்த்திருக்கப் பொறுமை இல்லாமல், அன்று பின்னேரம் தானே தேடிப்போனார் சித்தன். ஆளில்லை. சொல்லிவிட்டு வந்தார்.

“உங்கட அலுவல் சரி, கிளியண்ணை!” என்றார் பெரியகிளி வந்ததும்.

பெரியகிளியின் முகம் மலர்ந்தது. “நல்லது தம்பி” என்றார்.

“கேட்ட உடனை ஓமெண்டிட்டார். அவர் ஒரு திறமான ஆள். உங்களுக்கும் தெரிஞ்சிருக்கும்?”

“ஆர்?”

“குமாரு எண்டு . . .”

“பழையபுலமோ?”

“ஓ.”

“வெள்ளக் கிடங்கடி ஆள்?”

"இருக்கும் . . ."

பெரியகிளியின் முகம் சட்டென்று மாறியது. "இதென்ன தம்பி?" என்றார், சலிப்பும் மெல்லிய வெறுப்பும் தோய்ந்த குரல்.

"ஏன்?" சித்தனுக்கு விளங்கவில்லை.

"அவரிட்டை நான் போய் வேலை செய்யட்டே?" 'அவரிட்டை'யை அழுத்திய மாதிரி இருந்தது. பெரியகிளி திரும்பினார், "நான் வாறன்."

ஏதாவது கோபதாபம் மாதிரியில்லாமல் எதையோ மிண்டி விழுங்கிய மாதிரித்தான் இருந்தது.

அதன்பின் வழியில் எதிர்கொள்கிற வேளைகளிலும் காணாத மாதிரிப் போகத் தொடங்கினார் பெரியகிளி.

"ஓஓ," என்றார் கார்த்தி, இந்தக் கதையைப் பிறகு சித்தன் சொன்னபோது, "உமக்கு இது விளங்கேல்லையா?"

"என்ன?"

"குமாரு ஆரெண்டு தெரியாதே உமக்கு?"

"ஆர்?"

"எங்கட பொன்னு மூப்பரைத் தெரியாதே?"

"ஓ, தெரியும்?"

கடுக்கன் போட்ட காதுகளும், கைச் சதைகளும், நரைத்த குடுமியும் ஆடஆட, "டாண், டாண் . . . டுட், டுடு . . ." அவர் அடிக்கிற பறை ஒலி காதுகளில் கேட்கிற மாதிரி இருந்தது. அப்பு, ஆச்சி எல்லோருடைய இழவு வீட்டுக்கும் அவர்தான் வந்தார்.

"அந்தாளின்ர மகன்" என்றார் கார்த்தி.

"அதுக்கு?" ஏதோ விளங்கியது மாதிரியும் இருந்தது.

"அதுதான்."

○

எப்படியோ, அன்றைக்குப் பிறகு இன்றைக்குத்தான் கதைத்திருக்கிறார் பெரியகிளி.

○○○

3.14

சித்தன் இரண்டு அவசரக் கடிதங்கள் போட வேண்டியிருந்தது, முருகனுக்கும் நந்தனுக்கும்.

வடமராட்சி அதிகம் பாதிக்கப்படவில்லை. பருத்தித்துறைத் துறைமுகம் முன்னர்போல் ஓரளவுக்குச் செயற்பட்டது. யாழ்ப்பாணத்திற் கான தபால் சேவைகள்கூடக் கடல்வழிதான். சனங்கள், சாவகச்சேரியில் தங்கள் தங்கள் ஊர்த் தபால் நிலையங்கள் செயற்பட்ட இடங் களுக்குப் போய், வருகிற கடிதங்களை விசாரித்து வாங்கினார்கள். போடுகிறவற்றைப் போட்டார்கள். முக்கியமானவற்றை அல்லது அவசரமானவற்றை அனுப்புவதற்கு மட்டும் பருத்தித்துறைக்குப் போய் வர வேண்டியிருந்தது.

சாவகச்சேரியிலிருந்து பருத்தித்துறை இருபது கிலோமீற்றர். சரசாலை, அந்தணன் திடல், கரவெட்டி என்று விரிந்த வயல்கள். தாழம்புதர்களும், பறவைகளுமாயிருக்கிற சதுப்பு நிலங்கள். அந்தணன் திடல் தாண்டி வலப்பக்கம் தில்லையம்பலப் பிள்ளையார் கோவில். தொலைதூர மரக்கூடல்கள். அந்த அமைதியான பாதையால் சைக்கிளில் அல்லது மோட்டார் சைக்கிளில் ஆறுதலாகப் போய்வருவது சித்தனுக்கு மிகவும் பிடிக்கும். செகமும் சேர்ந்துகொள்வார். பேசிக்கொண்டு போவதில் தூரமே தெரியாது.

"நாளைக்குப் பறுவம், அண்ணை. திரும்பி வரேக்கை நல்ல நிலவாயிருக்கும்" செகம் நினைவூட்டினார். மதியம், சாப்பிட்டுவிட்டு

ஆறுதலாகப் புறப்பட்டார்கள். லேசாக மந்தாரம் போட்டிருந்தது. மெல்லிய எதிர்க் காற்று.

"எண்பத்தொண்டிலை எலெக்ஷன் டியூட்டிக்கு வந்து நான் வலு கஷ்டப்பட்டது இங்கதான்," கிழக்கே போன ஒரு ஒழுங்கையைக் காட்டினார் சித்தன். ஊர்மனைகள் தாண்டி விரிந்த வயல்கள். வயல்களோடு மருவித் தொடர்ந்த சதுப்பு வெளிகளில் கண்டல் செடிகள் காடாய்ப் பரந்திருந்தன. தெருக்கரையோடு தாழைகள். தாழம்பூ மணம் காற்றில் பரவி வரலாயிற்று. "பூ ஒண்டும் கண்ணில படுகுதில்லையே" என்றார் செகம்.

"கண்ணில் பட்டதுகளைச் சனம் பிடுங்கியிருக்கும்."

தப்புத் தண்ணீரில்கூடத் தவமிருந்த நாரைகள், ஆங்காங்கே அம்பெனப் பறந்த மீன் கொத்திகள் . . . குருவிக்காடு விரிந்து கிடந்தது.

தெருக்கரையோடு கிடந்த முதலைக் குட்டியொன்று இவர்கள் அசுமாத்தம் உணர்ந்ததும் தண்ணீரில் நழுவி மறைந்தது. 'குந்தவையையும் கோகுலனையும் ஒரு தரமாவது கூட்டிவந்து காட்டவில்லையே' என்று சித்தன் மனம் மெல்லக் குறுகுறுத்தது.

"எங்கட பக்கம் கொஞ்சம் இருட்டாயிருக்கு, அண்ணை" மேற்கே காட்டினார் செகம்.

மழை என்றதும் மனம் தவிக்கிறது. இயக்கமோ ஆமியோ தகரங்கள், கொங்கிறீற் கல்லுகள், அஸ்பெஸ்ரஸ் கூரை ஷீற்றுகள், எதையும் மிச்சம் வைக்காமல் கழற்றிக்கொண்டு போய்விடுவார்கள் என்று சனங்கள் சொல்லிக்கொண் டிருந்தார்கள். எதைக் கழற்றினாலும் பரவாயில்லை, கூரை ஷீற்றைக் கழற்றினால்? கூரை இல்லாவிட்டால், வீடு, வீடல்ல. 'கழற்றியிருந்தால் அல்லது குண்டு ஏதாவது விழுந்திருந்தால்? மழைத் தண்ணி முழுக்க ஊத்துண்டு வீட்டுச் சாமான்கள் எல்லாம் நனையும். எது நனைஞ்சாலும் பரவாயில்லை, வேறை வாங்கலாம், ஆனா, பாட்டுப்பெட்டி, றெக்கோட்கள், புத்தகங்கள் – மூண்டும் நனைஞ்சா அவ்வளவுதான்! கடவுளே!' நினைக்கப் பயமாக இருந்தது.

அவற்றை மட்டும் இங்கு கொண்டு வந்துவிட்டால் சீவியகாலம் முழுவதும் சாவகச்சேரியிலேயே கழிக்க சித்தன் தயாராயிருந்தார். அவர் வேலை செய்த நிறுவனம் ஜனவரி யிலிருந்து சாவகச்சேரியிலேயே தன் பணிகளை மீள ஆரம்பித்து விட்டதில் வருவாய்கூட இப்போ பிரச்சினையில்லை.

மழை மப்புப் போட்டிருக்கிற நாட்களில் மேற்கே இருண்டிருக்கிறதா, அந்தப் பக்கம் இடி ஏதாவது கேட்கிறதா என்று காது கொடுப்பதும் வழமையாகி விட்டது. என்றாலும் அடிக்கடி அதிர்ந்துகொண்டிருக்கிற குண்டுகள், எறிகணைகளுக்கிடையில் இடியை இனங்காண்பது இலேசான காரியமாயில்லை.

அன்றைக்கு ரங்கரிடம் சொல்லி அந்த லாண்ட் மாஸ்ரரில் போய் எடுத்து வராமல் விட்டது முட்டாள்த்தனம்.

“கனக்க யோசியாதையுங்கோ அண்ணை . . .” செகம் ஆறுதல் படுத்தினார். “இப்ப வீடுகளில விட்டுவிட்டு வந்த முக்கியமான பொருட்களை இயக்கத்தின்ர ‘மக்கள் தொடர்பகம்’ எடுத்துவந்து தருகிறதாக ஒரு கதை கேள்விப்பட்டன்.”

“அப்பிடி எடுக்கமுடிந்தால் அது பெரிய விஷயம். கேட்டுப் பாப்பமா?”

“வாங்கோ, நாளைக்கே போய்க் கதைச்சுப் பாப்பம்” என்றார் செகம்.

❍

பருத்தித்துறையிலிருந்து திரும்பப் புறப்படவே பொழுதுபட்டு விட்டது.

“இண்டைக்கு வரணிப் பாதையால் போய்ப் பாப்பம்.”

பாதை வெறிச்சிட்டுக் கிடந்தது. பயமாவது, ஒன்றாவது! துன்னாலை தாண்டவே நிலவு வந்துவிட்டது. ஒரு நிமிஷம் சைக்கிளை நிறுத்திக் காலை ஊன்றிய செகம், தன் தோள் பையிலிருந்த ‘வாக் ம’னை எடுத்துத் தட்டிவிட்டு மீள மிதித்தார்.

‘அச்சம் என்பது மடைமையடா. . .’, ‘உழைப்பதிலா, உழைப்பைப் பெறுவதிலா இன்பம் . . .’, ‘சத்தியமே லட்சியமாய்க் கொள்ளடா. . .’ நிலவொளியோடு சேர்ந்து ஒவ்வொன்றாய்ப் பரந்தன பாட்டுக்கள்.

அவசரப்படாமல் ஆறுதலாக சைக்கிள்களை மிதித்தபடி வீடு வந்துசேர ஒன்பது மணியாகிக்கொண்டிருந்தது.

❍

இலங்கை ஒலிபரப்புக் கூட்டுத்தாபனம், ஆகாஷ்வாணி – மாநிலச் செய்திகள், ஆகாஷ்வாணி – டில்லி, புலிகளின் குரல், பிபிஸி – தமிழோசை, வெரித்தாஸ் என்று பொழுதுபட்டால் சாமம் பதினொரு மணிவரை ஏதோ செய்திகள் இருந்துகொண்டே இருந்தன. பிரபாகரன், சந்திரிகா, ரத்வத்த இவர்களுக்கும்

அப்பால், நரசிம்மராவ் என்ன சொல்கிறார், தமிழ்நாடு என்ன சொல்கிறது, பூட்றஸ் பூட்றஸ் காலி என்ன சொல்கிறார் என்று எல்லாரும் காதுகளைத் தீட்டிக்கொண்டிருந்தார்கள்.

தைப்பொங்கலுக்கு இரண்டு கிழமைக்குப் பிறகு மத்திய வங்கியில் குண்டு வெடித்தது. போன கிழமைதான் – சித்திரைப் புது வருஷத்துக்கு இரண்டு நாளைக்கு முந்தி, கொழும்புத் துறைமுகத்தில் தற்கொலைத் தாக்குதல் நடந்தது. மார்ச் முழுவதும் வால் நட்சத்திரம் தெரிந்தது.

ஒரு விடியற்புறம் சித்தனும் மற்றவர்களும் எழுந்து நடுவானிலிருந்து கீழ்வான் வரை நீண்டிருந்த அந்தத் தூமகேதுவைப் பார்த்தார்கள்.

"வால் நட்சத்திரம் வந்தால் நாட்டுக்கு, சனத்துக்கு எல்லாம் கேடு எண்டு சொல்லுறவை."

"இதுக்கு மிஞ்சி என்ன கேடு இருக்கு? எல்லாம் பாத்தாச்சு. இனி வரப் போறதையும் பாப்பம்."

O

சித்தன் தலைப்புச் செய்திகளோடு நிறுத்திக்கொள்வார். சொல்கிறவர்களின் நோக்கங்களுக்கேற்ப செய்திகள் வந்தன என்றும், அநேகமான வேளைகளில் அவை எல்லாவற்றுக்கும் நடுவில்தான் எங்கோ உண்மை ஒளித்திருக்கிறது என்றும் அவருக்குப் படும். கூட்டிப் பிரித்துச் சராசரி பார்த்தால்தான், ஓரளவு புலப்பட்டது, உண்மை.

பத்தரைக்குப் பிறகு போடுகிற படப் பாட்டுக்கள் சித்தனைப் பொறுத்தவரை கால யந்திரங்கள். அவற்றில் ஏறி, இருபது முப்பது அல்ல, அதற்கப்பால் நாற்பது ஐம்பது வருஷங்கள் தாண்டவும் அவரால் முடிந்தது. ஒவ்வொரு பாட்டும் ஒவ்வொரு காலத்திற்குக் கொண்டுபோனது. கேட்டதன் பிறகு இன்றைய யதார்த்தத்தில் கால் வைக்கும் போதெல்லாம் மாற்றங்கள் மலைக்க வைத்தன. மனிதர்கள் வாழ்வுதான் எப்படியெப்படியெல்லாம் மாறுகிறது!

சின்னமணி அண்ணை போன வருஷம் அல்லிப்புலத்திற்கு வந்திருந்தார். அவர் ஊரோடுதான். மகன் ஒருவன் ஃப்ரான்ஸில். ஆள் நன்றாயிருக்கிறார். இன்னமும் தோட்டஞ் செய்வதாகச் சொன்னார். பெரிய ராசவள்ளிக் கிழங்கு இரண்டு கொண்டு வந்திருந்தார். பெரிய கிட்ணருக்கு அவ்வளவு சுகமில்லை, படுக்கையாம்.

இங்கே அல்லிப்புலத்தில், பொன்னரப்பா, செல்லரப்பா இருவருமில்லை. செல்லரப்பாவின் பேரப்பிள்ளைகள் இரண்டுபேர் இயக்கத்தில் சேர்ந்து வீரமரணம். 'வீரபத்திரர் வாலாயம்' என்று பூசையும் பார்வையும் விபூதியும் விரதமுமா யிருந்த நாகரப்பு போய் நாலைந்து ஆண்டுகளுக்குள்ளேயே, அவர் மக்கள் எல்லாம் வேதத்தில் – இதுவரை கேள்விப்பட் டிராத ஒரு சபைக்கு – மாறி வலு தீவிரமான விசுவாசத்தில் இருக்கிறார்கள். அது ஒரு மாற்றமே இல்லையென்றும் சித்தனுக்குப் படும்.

மருந்தறையில் வேலை செய்துகொண்டிருந்த சின்னத்துரை மாமா, கடலில் விழுந்து செத்துப்போனதாக சித்தன் கொழும்பிலிருந்த காலத்திலேயே கேள்விப்பட்டிருந்தார். அந்த அப்பாவி மனிதரின் விதி ஏன் இப்படியாயிற்றென்று எவருக்குமே தெரிந்திருக்கவில்லை. அந்தக் கவலை லேசில் நீங்காமல் நெடு நாள் வருத்தியது.

பத்து வருஷத்துக்கு முந்தி, குமுதினிப் படகுப் படுகொலைக் காலத்தில் சிப்பித்திட்டியிலிருந்து தொழிலுக்கென்று கடலுக்குப் போனவர்களில் மூன்றுபேர் கடற்படையால் வெட்டியும் சுட்டும் கொல்லப்பட்டிருந்தார்கள். மாரியப்புவின் பேத்தியின் புருஷனும் அதில் ஒருவன். கல்யாணமாகி ஒரு வருஷம். ஒரு பிள்ளை இருந்தது.

தவமும் வேறு சில பெடியன்களும் மத்திய கிழக்கு, ஃபிரான்ஸ் என்று போய்விட்டார்கள். இளந்தலைமுறைக்கு அப்போது இரண்டு தெரிவுகள்தானிருந்தன: இயக்கம் அல்லது வெளிநாடு. பிள்ளைகள் முதலாவதைத் தெரிவு செய்ய முதல், கண்காணாத தேசத்திலென்றாலும் பரவாயில்லை, பிள்ளைகள் பத்திரமாயிருந்தால் போதுமென்று, இரண்டாவதைச் செய்து விடுவதில் பெற்றோர்கள் கவனமாயிருந்தார்கள். முருகன் விஷயத்தில் நடந்ததுபோல.

அருணாசலம் வீதியிலும் காணிகள் பல கைமாறியிருந்தன. செகத்தாரின் பெரியப்பா பிள்ளைகள்போல் இரண்டு மூன்று குடும்பங்கள், வந்த விலைக்குக் காணிகளை விற்றுவிட்டுப் போயிருந்தார்கள். இரட்டைக் குளத்திலும் கிட்டத்தட்ட இதே நிலைதான். ஐயாவின் இனசனத்தில் அரைவாசி புறப்பட்டா யிற்று. ஊர்ப்பெயருக்குக் காரணமான இரட்டைக்குளம் மறைந்ததைப் போல, அந்த மறைவுக்குக் காரணமான சனங்களும் பலர் மறையத் தொடங்கியிருந்தார்கள். சித்தன், இரட்டைக் குளத்தில் இரட்டைக்குளத்தைக் கண்டதில்லை. ஆனால் இரட்டைக்குளம் இருந்த இடத்தில், மாரிக்கு மாரி, ஊர்வெள்ளம்

வந்துசேர்வதைக் கண்டிருக்கிறார். ஓ.எல்.படித்துக்கொண்டிருந்த காலத்தில், சேகரம் பிள்ளை அந்த இடத்தை உழுது நெல்லு விதைத்துப் பார்த்தார். இரண்டோ மூன்று வருஷந்தான். சரிவரவில்லை, விட்டுவிட்டார். பிறகு சும்மா கிடந்தது. பங்குனி பிறந்தால் புரட்டாசிவரை புல்லும் புழுதியுமாய்க் கலந்து கிடக்கும் அந்த இடத்தில், அருகில் இருந்த 'அரசினர் தமிழ்க் கலவன் பாடசாலை'யின் பிள்ளைகள் வந்து விளையாடினார்கள். சித்தன் படிப்பு முடித்துவந்த காலத்தில் 'அரசினர் தமிழ்க் கலவன் பாடசாலை விளையாட்டு மைதானம்' என்று பெரிய பெயர்ப் பலகை நாட்டியிருந்தது. ஒருவிதத்தில் பரவாயில்லை என்று வந்த ஆறுதல் கொஞ்சக் காலந்தான். அந்த மைதான எல்லைக்கும் தெருவுக்கும் இடையில் இருந்த இடத்தில், தோட்டமண் கொண்டுவந்து கொட்டி உயர்த்தி, நிரவி, ஒரு கடை வந்தது. இப்போது, ஊர் வாசகசாலை, ஒரு சலூன், உட்பட, ஒருவரிசைக் கட்டடங்கள், தெருக்கரையில். மாரி வந்தால், ஊர் வெள்ளம் போக இடமில்லாமல், ஒழுங்கை – தெருவெல்லாம், 'தோணி விடு, தோணி விடு' என்று சொல்லாக் குறையாய் மிதக்கின்றன.

அருணாசலம் வீதிக் காணிகள் கை மாறிய கையோடு, சபாலிங்கத்தாரின் காணியை வாங்கிய ராசநாதன், அதில் ஒரு துண்டை விற்றாராம். "அதில் 'கோப்பறேசன்' வரப்போகுது" என்று பரபரப்புக் கிளம்பியது. "ராசநாதன் வெளியூர்க்காரன், அவருக்கு அல்லிப்புலம் பற்றி அக்கறை இல்லை. இதிலை கள்ளு வித்தா, நாங்கள் என்னெண்டு குடியிருக்கிறது? அதிலும் எனக்குப் பக்கத்திலை அந்தக் காணி!" நற்குணம் குமுறினார், "அதை வேறை எங்கையாவது கொண்டுபோய் வைக்கட்டும்." இரண்டு பெடியள் வெளிநாடு போய் அனுப்பிய காசில் அதற்கு நாலு வருஷம் முந்தித்தான் புதுக் காணியை வாங்கி ஒரு வீடு கட்டியிருந்தார் அவர். "எங்கட இடத்திலைதான் அந்த இழவெண்டு இங்கை வந்தா, இங்கையும் அதே கோதாரியாத்தானே கிடக்கு!" என்று அருகு வீட்டு சின்னராசுவுக்குச் சொன்னார் நற்குணம். இருவரும் சேர்ந்து ஒரு பெட்டிசம் அனுப்பத் தீர்மானித்தார்கள். கச்சேரியடியில் இருக்கிறவரிடம் போய் அடிப்பித்துக் கொண்டுவந்த கடிதம், முதற் கையெழுத்துக்காக சித்தனிடந்தான் வந்தது.

"தம்பி, உன்னைப்போல நாலு மனுசர் இருக்கிற இடத்திலை இது வடிவில்லாத வேலை" நற்குணம் சொன்னார், "உங்கட பாட்டானார் பேரிலை இருக்கிற இந்த றோட்டில இப்பிடி ஒண்டு வந்தா அவற்றை பேருக்குந்தானே மரியாதையில்லை?"

“இதிலை என்ன மரியாதையீனம்?” சித்தன் சிரித்தார், “கள்ளு விக்கிறதோ?”

“வேறையென்ன?”

“இந்தக் குறிச்சியிலை இருபது, முப்பது குடும்பமாவது சீவலை நம்பிப் பிழைக்குது. உயிரைப் பணயம் வைச்சு ஏறி இறங்கிறவன் விக்கிறது எங்கை?”

இதை அவர்கள் எதிர்பார்க்கவில்லை.

“கூட்டுறவிலை கள்ளு விக்கிறது பிழையெண்டா, குருவன் மாதிரி வடி விக்கிறது சரியோ?”

“அதில்லைத் தம்பி, உந்தச் சிப்பித்திட்டியார் எல்லாம் வந்து குடிச்சுப்போட்டுக் குளறுவாங்கள் . . .” சின்னராசு முதல் முறையாகப் பேசினார்.

“அவங்களும் ஏதோ தண்ணியிலை பிழைக்கிறவங்கள், அலுப்புக் களைப்பெண்டு ஒருக்கா வந்திட்டுப் போவாங்கள்தான்” என்ற சித்தன் தொடர்ந்தார், “சிப்பித்திட்டியார் எண்டில்லை, எவனும் குடிச்சுப்போட்டுக் குளறி, அயலட்டையைக் குழப்பக் கூடாதுதான். ஆனால், அது வேறை பிரச்சினை.”

புரியாத பாவனை தெரிந்ததைப் பார்த்து சித்தன் மீண்டும் சொன்னார்.

“வாற ஆக்கள் குளறிக் கூத்தாடாமல் பாக்க வேணும் எண்டு கேக்கலாமேயொழிய, கோப்பறேசன் கூடாது எண்டு நாங்கள் சொல்ல முடியாது. இங்கை சேர்க்கிற கள்ளுத்தானே பனங்கட்டித் தொழிற்சாலை, வடிசாலை எல்லாத்துக்கும் அனுப்பிறது?”

“நீ சொல்லுறது நியாயந் தம்பி” என்றார் சின்னராசு, “அப்ப நாங்கள் அந்தக் கத்தல், கலாட்டா எல்லாம் இருக்கக் கூடாது எண்டு எழுதுவம்.”

“அதுகும் இப்ப எழுதேலாது.”

“அப்ப?”

“அப்பிடி இருந்தால், பிறகு எழுதுவம்.”

“வாறம்” புறப்பட்டார்கள்.

என்ன நினைத்தார்களோ, என்ன செய்தார்களோ தெரியாது. ஆனால் இப்பவும் கோப்பறேசன் வடிவாக நடக்கிறது.

தான் அப்போது குருவனைப்பற்றிச் சொன்னது பிழை என்று பட்டது சித்தனுக்கு. குருவன் அந்தத் தொழிலை நிறுத்திப் பலகாலம். பொன்னாத்தை வீட்டு முகப்பில் வைத்து, புகையிலை, பனாட்டு, கடலை, கருவாடு என்று ஏதோ விற்றுக்கொண் டிருந்தார்கள். நற்குணம் கையெழுத்துக்காக வந்ததற்குக் கொஞ்ச நாட்களுக்குப் பிறகு, தள்ளுவண்டில் ஒன்றில் பொன்னாத்தையை வைத்துக் குருவன் தள்ளிக்கொண்டு போவதை சித்தன் பார்த்தார். "மருந்துக்குப் போறம், தம்பி" என்றார் குருவன். தலை, மீசை எல்லாம் நரைத்துத் தோலும் சுருங்கித் தெரிந்தாலும், ஆளின் பழைய உசாரில் பாதியேனும் குறையாமலிருந்தது. ஊதிப் பொருமிப் போயிருந்த பொன்னாத்தைக்குக் கண்களை இடுக்கிப் பார்த்தும் சித்தனை மட்டுக் கட்ட முடியாமல் போயிருக்கவேண்டும். "உது ஆரடா, பெடி?" என்று பொன்னாத்தை கேட்டது சித்தன் செவியில் விழுந்தது.

பிறகு, பெட்டிசன் கதையைச் சொன்னபோது, "அந்த இரண்டு பேரும் கதைச்சது நன்றி கெட்ட வேலை" என்றார் ஆறண்ணை.

"அழுகிறதா, சிரிக்கிறதா எண்டு தெரியேல்லை" கார்த்தி தன் தலையில் அடித்துக்கொண்டார்.

○

"அடுத்து, 'பாதாள பைரவி' படத்தில் கண்டசாலா, பி. லீலா பாடிய பாடல்."

முன் இசையிலேயே தெரிந்துவிட்டது.

சித்தனுக்குப் புல்லரித்தது.

கால் நூற்றாண்டுக்கு முந்திய ஒரு காதல் கதையின் முன்னுரையின்போது ஒலித்தது போலவே, முடிவுரையின் போதும் கண்டசாலாவின் குரலே ஒலிக்க நேர்ந்தது!

துன்பியல் பாடல் அல்லவெனினும், சித்தனைப் பொறுத்தளவில் சோகம் சுமந்த பாடல் அது.

அமைதியில்லா என் மனமே, என் மனமே,
அநுதினம் கண்முன் கனவே போலே, மனமே பிரேமை
மந்திரத்தாலே . . .
. . . . . .
ஏதோ அறியேன் எழில் காவினிலே . . .

எல்லா உணர்வுகளையும் மனிதரால் சொல்ல முடிந்து விடுகிறதா, என்ன? இப்போது, இந்தப் பாடலை, இந்த இடம் பெயர்ந்த நிலையில், பழைய நினைவுகளின் கனம் அழுத்த

அழுத்தக் காதோடு கேட்கையில் வரும் கிளர்ச்சிகளை? இந்த அரைச் சாம வேளையின் ஊர் உறங்கும் அமைதியில், நிலவில் ஊறி மிதக்கும் முகில்களில் சஞ்சரித்தவாறே கேட்கும்போது அது தரும் அந்த நெகிழ்வுகளை?

பழைய றெக்கோட் இன்னும் அவரிடம் இருக்கிறது. முன்பு அப்பு வீட்டில் போட்டுக் கேட்கிறபோதுகளில், இந்தப் பாட்டு, இதன் அடுத்த பக்கத்திலிருக்கிற 'என்னதான் உன் பிரேமையோ . . .' எல்லாம், இனிமையாய் மட்டுந்தானிருந்தன.

பிறகு, கொழும்பில் வேலை பார்த்துக்கொண்டிருந்த காலங்களில், பல நாள் யோசனை, பல நாள் வேதனை, இவற்றின் பின், இருவரும் தனித்தனி வழி போகிற முடிவை மதுராவும் அவரும் சேர்ந்து எடுத்தார்கள். அவள் குடும்ப நிலைமை வேறெந்த முடிவையும் அவர்கள் எடுத்துவிட முடியாததாய் இருந்தது. அந்தக் கனத்த நாட்களில் இருவரும் ஒரு தடவை கோட்டைப் புகையிரத நிலையத்தில் சந்தித்தபோது, ஸ்ரேஷனுக்கு முன்னாலிருந்த 'ராஜேஸ்வரி பவன்' ரேடியோ, தெருவையும் தாண்டி ஒலித்துக் கொண்டிருந்தது.

அமைதியில்லா என் மனமே, என் மனமே . . .

ooo

3.15

புறப்பட்டு வந்தபோது ஓரிரண்டு புத்தகங்களையாவது கையில் கொண்டு வந்திருக்கலாம்! எத்தனை நாளைக்குத்தான் தினசரிப் பத்திரிகைகளைவிட வேறெதையுமே வாசிக்காமலிருப்பது ? செகத்தாரிடமும் எதுவும் இருப்பதாகத் தெரியவில்லை. வேறு யாரிடம் கேட்கலாமென்றும் தெரியவில்லை. இங்குள்ள புத்தகக் கடைகளிலும் பாடப் புத்தகங்கள்தானிருக் கின்றன. உள்ளூர் நூலகங்களில் இரவல் பெற முடியாது.

சந்தையிலாவது ஏதாவது பழைய புத்தகங்கள் சந்திக்குமா என்று பார்க்கலாம், ஒரு பிற்பகல் போனார் சித்தன். சனங்குறைந்த வேளை. முழுதாகச் சுற்றி வந்தும் எதுவும் கண்ணிற் படுவதாயில்லை.

ஏமாற்றத்துடன் சைக்கிளை எடுத்துக்கொண்டு புறப்பட்டவர், பாதி வழியில் சட்டென்று திருப்பிக் கொண்டு, மீண்டும் சந்தைக்குப் போனார். அந்த மேற்கு வரிசையில், நடுவிலிருந்த கடைதான். கட்டுக்கட்டாகக் காலாவதியான ஆங்கிலப் பத்திரிகைகள். எல்லாமே வாராந்த சஞ்சிகைப் பதிப்புகள். அன்றன்று விற்பனையாகாமல் வெளியூரில் மீந்தவை. புது மடிப்புக் குலையாமல், பழைய கடதாசிப் பாவனைக்காக வந்திருந்தன. பார்த்து எடுப்பதில் கடைக்காரருக்கு ஆட்சேபனை இருக்கவில்லை. கொழும்பு ஆங்கிலப் பத்திரிகைகள் விற்பனைக்காகஎப்போது கடைசியாகயாழ்ப்பாணம் வந்தன என்றே நினைவில்லை. கிலோ இருபத்தைந்து ரூபாய்ப் படி நாலு கிலோ வாங்கினார். ஒரு மாதத்திற்குப் போதும்.

முதலிரண்டு நாட்களிலும் ஒரு பத்திரிகையின் கட்டுரைகளை முடித்துவிட்டு, மூன்றாவது நாள் இரண்டாவது பத்திரிகையைப் புரட்டியபோதுதான் அது கண்களிற் பட்டது.

படிக்கிற காலத்திலிருந்தே சித்தனுக்கு ஒரு பழக்கம் இருந்தது. இந்த மாதிரி ஞாயிறு பத்திரிகைகளில் வருகிற புதிர்கள் எல்லாவற்றிலும் பார்க்க ருசிகரமான ஒரு புதிரை அவர் தனக்கென்றே கண்டுபிடித்து வைத்திருந்தார். பிரசுரமாகிற மரண அறிவித்தல்கள், ஆண்டு நினைவஞ்சலிகளில், கீழே பெயர்களைப் பாராமல், மேலே இருக்கிற படங்களை மட்டும் பார்த்து, அவற்றில் இருப்பவர்களில் யார் தமிழர், யார் சிங்களவர் என்று ஊகிக்கிற இந்த விளையாட்டில், அவரால் ஒரு நாளுமே அரைவாசியாவது வெற்றிபெற முடிந்ததில்லை!

இன்று, அந்த விளையாட்டு விளையாடிக்கொண் டிருந்தபோதுதான் அது கண்களிற் பட்டது. பழக்கமான முகம். வலு நெருக்கமானதாயும் பட்டது. பெயரைப் பார்த்தார். மதியாபரணம் தில்லைநாதன்! சின்னம்மம்மான்! முதலாமாண்டு நினைவஞ்சலி. பத்திரிகையின் திகதியைப் பார்த்தார். தொண்ணூற்றி நாலு, ஜூலை. சின்னம்மம்மான் காலமாகி மூன்று வருஷமாகப் போகிறது! எண்பத்தேழு வருஷம் வாழ்ந்திருக்கிறார்.

“அவர் நினைவாக இந்து, கத்தோலிக்க, ஆலயங்களில் ஆத்ம சாந்திப் பிரார்த்தனைகள், வழிபாடுகள் இடம்பெற்றன. அன்புடன் நினைவு கூரும் மனைவி – கமலா, பிள்ளைகள் – ரஞ்சன், ரமணி, ரணில், மற்றும் குடும்பத்தினர்.”

முகவரி, மொறட்டுவை அல்ல, வத்தளை.

பேப்பரும் கையுமாய் அம்மாவைத் தேடிப் போனார் சித்தன். உற்றுப் பார்க்கப்பார்க்க அம்மாவின் விழிகள் விரிந்தன. முகத்தில் கவலை இழையோடி மறைந்தது. “பரவாயில்லை” ஒரு பெருமூச்சுடன் சொன்னா. “நல்லா இருந்திருக்கிறார், நல்ல அன்பான பெண்சாதி, பிள்ளையள் எண்டுந் தெரியுது. அது போதும்.”

“உண்மைதான்” என்றா குஞ்சக்கா. அவவுக்கும் சித்தப்பாவை நினைவிருந்தது.

○

“பிள்ளை, நாங்கள் திரும்பிப்போனா மாணிக்கர் வளவையும் அறுக்கை பண்ண வேணும், நெடுக அப்பிடியே விடக் கூடாது,” அம்மா குஞ்சக்காவுக்குச் சொன்னா. “அதுக்கை இருந்த குடும்பம்

இனி வராது, தாங்கள் வன்னிக்குப் போறமெண்டு சொல்லிப் போட்டு எங்களுக்கு முதலிலையே வெளிக்கிட்டினம்.”

வீடே இல்லாத அப்பு வளவில் அப்போது வந்திருந்தவர்கள் பலாலிப் பக்கத்து ஆட்கள். ஆறண்ணை எங்கிருந்தோ கூட்டி வந்தார். எத்தனையோ இடம் மாறிக் கடைசியில் இங்கு வந்து, இரண்டு வருஷமாய் இருந்தார்கள். பெரிதும் சிறிதுமாய் இரண்டு கொட்டில் போட்டார்கள். வளவெல்லாம் மரவள்ளி, வாழை என்று மாறியது.

“தொல்லை இல்லாத ஆக்கள் இனி அப்பிடி யராவது கிடைக்கவேணுமே?”

“மச்சாள், எனக்கு அந்தக் காணி வேண்டாம்” குஞ்சக்கா சொன்னா, “அவன் தம்பிராசா அதுக்குள்ளை பிரேதத்தைத் தாட்டிருக்கிறான். அதுக்கு முதல் பஞ்சவர்ணத்தின்ரை மகன் கிணத்துக்குள்ளை விழுந்து செத்திருக்கிறான். அப்பிடி அது ஒரு அவம் பிடிச்ச வளவாப் போச்சு. எனக்கு அது வேண்டாம்.”

“அப்பிடிப் பாத்தா, இப்ப ஒரு விதத்திலை முழு யாழ்ப்பாணமுமே அவம் பிடிச்ச மாதிரித்தானே?” என்றார் சித்தன்.

“என்னவோ . . . வேண்டாம், தம்பி! அதை வித்து விடுவம்.”

‘இப்படிச் சொல்ல இவவுக்கு எப்படி மனம் வருகிறது’ என்றிருந்தது சித்தனுக்கு.

ஏதோ இரண்டு மரணம் சம்பந்தப்பட்டது எனபதற்காக குஞ்சக்காவால் எப்படி அந்த வீட்டை இவ்வாறு தள்ளிவிட முடிகிறது? இன்றைக்கு இந்த யாழ்ப்பாணத்தில் எங்கேதான் மரணமில்லை? ஒவ்வொரு அடியிலும் ஒவ்வோர் நிமிஷத்திலும் அது எங்கள் கூடவே இருக்கிறதே! தான் பிறந்து, வளர்ந்து, வாழ்ந்த – இன்னும் தனக்கே சீதனமான – வீட்டை எப்படி வேண்டாமென்று ஒதுக்கிவிட மனம் வருகிறது? எல்லோரும் இருந்தாலும், அந்த வீட்டின் இளவரசியாயிருந்தவ அவ. வீட்டின் ஒழுங்கு, நிர்வாகம், அலங்காரம் எல்லாம் அவ விருப்பப்படிதானே நடந்தன? அந்தப் பெரிய வீட்டுத் தோட்டத்து வேலி அடைப்புக்குள் அருந்தலான மூலிகைகளிலும் பார்க்க, அவ வைத்த செடிகள், பூமரங்கள் தானே கூடுதல் இடம் பிடித்து நின்றன? எந்தப் பூஞ்செடி அங்கில்லை? ரோசாவில் உள்ளங் கையளவு பூக்கும் இளஞ் சிவப்பு, இரத்தச் சிவப்பு, வெள்ளையும் மஞ்சளும்! செம்பருத்தியில் எத்தனை நிறம். சின்னத்தொட்டியில் பூத்திருந்த செங்கழுநீர்.

“விக்கிறதெண்டாலும் வாங்க ஆக்கள் எங்கை இருக்கினம்?” அம்மா கேட்டா, “எல்லாச் சனமும் அள்ளுப்பட்டுப் போய், இப்ப முக்கால்வாசி வீடு வளவுகள் பத்தை பிடிச்சுப் போய்க் கிடக்கு.”

“அப்ப அதை என்ன செய்யிறது?”

“உப்பிடியே விட்டால் தம்பிராசாதான் பிடிப்பான்.”

குஞ்சக்கா பேசாமலிருந்தா.

“எனக்குத் தாங்கோ” என்றார் சித்தன்.

“தாராளமா வைச்சிரு, தாறன்” என்றா குஞ்சக்கா.

“சரிதான்” சாரதா இடையில் வெட்டினா, “உள்ளதையே பாக்க வழியில்லை.”

“எனக்கெண்டால், எனக்கில்லை” என்ற சித்தனை எல்லோரும் பார்த்தார்கள்.

“அதுக்குள்ளை அப்புவின்ர நினைவாக ஒரு சின்ன வைத்தியசாலை – டிஸ்பென்சரி – போட்டால் சனத்துக்கும் பிரயோசனமாயிருக்கும், அவருடைய பேரும் விளங்கும்.”

“நல்ல யோசினைதான்.” மாமா வழிமொழிந்தார்.

“ஆர் போடுறது?”

“இன்ன நோக்கத்துக்காகத் தாறம் எண்டு சொல்லி அரசாங்கத்துக்கே குடுக்கலாம்.”

“தமிழ் வைத்தியமோ? இங்லீஷ் வைத்தியமோ?”

“முதல்ல தமிழ், முடிஞ்சா இரண்டும்.”

“உனக்கும் பெரிய ஆசைதான்” அம்மா சந்தோஷமாய்ச் சிரித்தா.

“எல்லாத்துக்கும் முதல் நாங்கள் திரும்ப வேணுமே!”

❍

திரும்பலாம் போலிருந்தது. அதுவும், கெதியில்.

சிவராசா, படலையோடு மாமரத்தின் அடியில் ஒரு கொட்டில் போட்டிருந்தார். உயர்ந்து, நீண்டு, கிடுகால் வேய்ந்த கொட்டில். வைக்கோல் போட்டு வைக்க, அவசரத்துக்கு மாடு கன்று கட்ட, வாகனங்கள் விட, உரல் விட்டு அரிசி நெல்லுக் குத்த என்று பலபாட்டிலும் பயன்பட்டது அது. கொட்டிலில்

ஒரு ஐந்தடித் துண்டு மாத்திரம் லீவாக இருந்தது, ஒரு நீளமான பழைய வாங்கோடு.

அந்த வாங்கில்தான் செகம் உட்கார்ந்திருந்தார். இங்கே வந்தபின் வெளியே போவதென்றால் அணிந்துகொள்கிற ஒரு வெள்ளைச் சாரம், வெளியே விட்ட அரைக்கைச் சட்டை. சின்னதுமில்லாமல் பெரியதுமில்லாமல் நிரப்பியடைத்த ஒரு ட்றவலிங்க் பாக். அது தோளில் மாட்டியபடியே இருந்தது. ரப்பர் செருப்புகளைக் கொட்டிலுக்கு வெளியே கழற்றியிருந்தார். "லோண்றிக்கு உடுப்புக் கொடுக்கப் போகிறார்போல" என்று நினைத்தார் சித்தன். "வாங்கோ, வாங்கோ, என்ன இந்த வெய்யிலுக்கை வெளிக்கிட்டியள்?"

செகம் தயங்கியவாறே மெல்ல எழுந்தார், "அண்ணை, நான் வெளிக்கிடுவம் எண்டு முடிவெடுத்திட்டன். நீங்கள் என்ன மாதிரி?"

சித்தன் திடுக்கிட்டார். 'கடைசியில் வந்தே விட்டதா?'

செகம் பரபரத்திருந்தார். பயந்த மாதிரியுமிருந்தது. அவரின் குரலைக் கேட்டபோது தனக்குள்ளும் அந்தப் பயமும், கூடவே இன்னவென்றில்லாத ஒரு தனிமை உணர்வும் கிளர்ந்ததை உணந்தார் சித்தன்.

"சரி, தீர்மானிச்சிட்டீங்கள் . . . போய்ட்டு வாங்கோ . . ." புறப்படும்போது அவரைத் தடுப்பது போல் பேசிவிடக் கூடாது என்ற எச்சரிக்கையுடன் சொன்னார், "நீங்கள் வீணா அவசரப்படத் தேவையில்லை எண்டு நினச்சன்."

தன் நண்பரை ஆறுதல்படுத்துவது போல் சித்தன் தொடர்ந்தார், "ஆனால், என்ர நிலைமை உங்களுக்குத் தெரியுந்தானே? இந்த வயதுபோன ஆக்கள், குழந்தைகளோட என்ன செய்யிறது? நாங்கள் வந்தாலும் இருக்க இடத்துக்கு எங்கை போறது? பூநகரியிலை வயல் இருந்தது, அதையும் வில்லங்கத்துக்கு வாரக்கார ஆளிட்டையே குடுத்தாச்சு. அது இருந்தாலுங் கூட, இப்ப இரண்டு வருசத்துக்கு முந்தி அங்கை நடந்த சண்டைக்குப் பிறகு அவடத்திலையும் இருக்கேலுமோ, தெரியாது."

"அதெல்லாம் நான் பாத்துத் தாறன், அண்ணை."

"தெரியும், நீங்கள் செய்வீங்கள் . . . ஆனா, மற்றது, உங்களுக்குத் தெரியுந்தானே, ஆனையிறவு தாண்டினா, எனக்கு வன்னியும் ஒண்டுதான், வெளிநாடும் ஒண்டுதான். யாழ்ப்பாணத்தை விட்டுப் போறதெண்டா, எப்பவோ, எங்கேயாவது போயிருப்பன்."

செகம் ஒப்புக்கொள்பவர்போல மெல்லத் தலையசைத்தார்.

"சரி அண்ணை, நான் போட்டு வாறன்." செகத்தின் குரல் அடைத்தது, "உங்களை அங்கை பாத்துக்கொண்டிருப்பன். தகவல் நிலையங்களிலை விசாரிச்சா, வாற ஆக்களின்ர விபரம் தெரியும்" என்றவர், "நான் ஒருக்கா அம்மாட்டையும் அக்காட்டையும் சொல்லிட்டுப் போவம்" என்றார்.

அம்மாவையும் சாரதாவையும் அழைத்துக்கொண்டு சித்தன் வந்தபோது, செகம் அங்கில்லை. தெருவில் ஓடிப்போய்ப் பார்த்தார்.

இல்லை.

சந்தை வரைக்குமாவது போய்ப் பார்த்துவிட்டு வரலாம் என்று பட்டது. செகம் எங்காவது கண்ணில் படுகிறாரா என்றும் பார்க்கலாம், வெளியே நிலைமை எப்படியிருக்கிறதென்றும் தெரியும். சட்டையைப் போட்டுக்கொண்டு புறப்பட்டார்.

"இப்ப என்னத்துக்கு வெளியாலை? உங்கை மீசாலைப் பக்கம் ஷெல் சத்தம் நல்லாக் கேட்குது" என்றா சாரதா.

"ஷெல்லுக்கு உள், வெளி எல்லாம் ஒண்டுதான்" என்றபடி சைக்கிளை எடுத்தார்.

இந்த ஆறுமாதமும் இல்லாத பதற்றம் இப்போது தெருவில் தெரிந்தது. கிட்டத்தட்ட அன்றிரவு ஊரிலிருந்து புறப்பட்டபோது இருந்தமாதிரி.

சந்திக்கு வந்தபோது நெரிசல் கூடுதலாயிருந்தது. ஆளாளுக்கு ஏதோ அள்ளிக் கட்டிக்கொண்டு போய்க்கொண் டிருந்தார்கள். இப்பவே வலிகாமம் போகலாமா? அதிகம்பேர் மேற்கேதான் போய்க்கொண்டிருந்தார்கள். ஆனால், எதிர்ப்பக்கம் போகிறவர்கள்?

"உதிலை முக்கால்வாசி சாமான் அவங்கடை!" ஒருவர் சொன்னார்.

சரிதான் போலிருந்தது. இரண்டுபேர் ஆளுக்கொவ்வொரு பெரிய, சிவத்தக் குஷன் போட்ட கதிரையைத் தூக்கிக்கொண்டு போனார்கள்.

"இயக்கம் அங்காலை கால் வைச்சதுதான் தாமதம், இஞ்சாலை அவங்கட எல்லாம் உடைச்சாச்சு!"

"நாய் வேலை."

“விட்டாலும், வாறவங்கள்தானே வந்து உடைச்சு எறிவாங்கள்?”

செகம் கண்ணில் படுவதாயில்லை. எப்படிப் போனார்? யாருடனாவது போயிருக்கலாம் என்று தோன்றியது.

❍

இந்த மாற்றம் எதிர்பார்த்த விஷயந்தான். ஏழெட்டு நாட்களாக எல்லோரும் பரபரப்பாகப் பேசிக்கொண்டு பயந்திருந்த சங்கதிதான். பயமோ பயமில்லையோ, விருப்பமோ விருப்பமில்லையோ, அது நடக்கத்தான் போகிறது என்று தெரிந்திருந்தது.

‘தென்மராட்சியுடன் நின்றுவிடுவோம், இனி அங்காலை போவதில்லை’ என்று வந்த நாள்முதல் சொல்லிக்கொண்டிருந்த பலபேர் அந்தரப்பட்டு வன்னிக்குப் புறப்பட்டுக் கொண்டிருந்தார்கள். “வடிவா, அப்பவே போயிருக்கலாம், நல்ல இடமாவது கிடைச்சிருக்கும்” என்று கழிவிரக்கங்கள்.

“கிளாலியெல்லாம் ஒரே சனமாம்! போற படகுகளுக்கும், போய் இறங்குகிற பூநகரி, நல்லூர்த் துறையளுக்கும் ஆமி ஷெல் அடிக்குதாம்!”

“அப்ப என்னெண்டு போறது? போனா இருக்கவாவது இடங் கிடைக்குமோ . . .” என்ற பயங்கள், எல்லாம் காற்றில் ஒலித்தபடிதானிருந்தன.

❍

சித்தனும் செகமும் ஒரு மாதத்துக்கு முன்னர் மக்கள் தொடர்பகத்துக்குப் போயிருந்தார்கள். அதற்கு இரண்டு கிழமைக்கு முதலிலும் ஒருதரம் போயும், அலுவல் சரிவராமலிருந்தது.

“இண்டைக்குப் பொறுப்பாளரோட கதைச்சுப் பாப்பம்” என்று வரும்போதே செகம் சொல்லியிருந்தார்.

“அண்ணை, நீங்கள் ஒரு நிமிஷம் இருந்துகொள்ளுங்கோ,” வரவேற்பறையைக் காட்டிச் சொன்னார் செகம், “நான் ஒருக்காப் பார்த்திட்டு வாறன்.”

“ஓமோம், பாத்திட்டு வாங்கோ” உட்கார்ந்து, முன்னால் ரீபோயில் இருந்த *ஈழநாதத்தை* எடுத்தார் சித்தன்.

அது அன்றைய பத்திரிகை அல்ல. சரியாக ஒரு மாதத்திற்கு முந்தியது. ‘ஏழாம் ஆண்டு மலர்’ என்றிருந்தது. ஏற்கெனவே

படித்த நினைவு என்றாலும், 'வீடு பார்க்கச் சென்ற நாலு பேர் கைது' என்ற செய்தி இப்போதும் கவனத்தை ஈர்த்தது.

செகம் போன அறைக்கு அடுத்த அறையிலிருந்து இரு இளைஞர்கள் வெளியே வந்தார்கள். இப்போது சாதாரண உடைகளிலிருந்தாலும், இருவருமே இயக்கத்தின் முக்கியமான பொறுப்பு நிலைகளில் இருப்பவர்கள் என்று சித்தனுக்குத் தெரியும். பேசிக்கொண்டே சற்றுத்தள்ளி ஜன்னலோடிருந்த ஸெற்றீயில் போய் உட்கார்ந்தார்கள்.

"ஏழு விக்கற்றாலை வெல்லுறது உண்மையிலை பெரிய விஷயந்தான்..."

நேற்றிரவு, இன்று காலை எல்லாம், ரேடியோச் செய்தி களில் முதலிடம் பிடித்த விஷயத்தைத்தான் அவர்களும் பேசத் தொடங்கியிருக்கிறார்கள். நேற்று பாகிஸ்தானில் நடைபெற்ற கிறிக்கற் உலகக் கிண்ணப் போட்டியில் இலங்கை வென்று விட்டது.

"அதோடை, இந்தத் தொடர் அஞ்சு போட்டிகளிலையும் இலங்கை வெண்டுமிருக்கு!"

"அரவிந்த நூற்றேழு, நொட் அவுட் – மட்டுமில்லை, நாப்பத்திரண்டு ஓட்டத்துக்கு மூண்டு விக்கற்றும் எடுத்ததுதான் பெரிய விஷயம் ..."

"போட்டி நாயகன் எண்டு தெரிவு செய்தது சரிதான் ..."

"தொடர் நாயகனும் இலங்கைதான், சனத்!"

உற்சாகமாகப் பேசிக்கொண்டிருந்தார்கள்.

வியப்பையும் வென்ற ஒரு நிறைவு சித்தனைச் சூழ்ந்தது.

❍

செகம் வெளியே வந்தார், "போவம், அண்ணை. ஆள் வன்னிக்காம், அடுத்த கிழமைதான் வரவேணும் போலை இருக்கு."

அடுத்த கிழமை வர முடியவில்லை. அடுத்தடுத்த கிழமைகளும்.

இப்போது இப்படி!

இனி என்ன, போய்ப் பார்த்துக்கொள்ளலாம்.

❍❍❍

3.16

ஆறு மாதத்திற்கு முதல் நடந்துபோன அதே பாதையால் வந்தது லொறி. அன்றைய மழை மூட்டத்தைப் போலில்லை என்றாலும் இன்றும் மந்தாரந்தான். இன்னும் பன்னிரண்டு மணியாகவில்லை. நல்ல வெக்கை. மூட்டம் வெளித்த வேளைகளில் வெய்யில் கண்ணை மின்னியது. சனங்கள் இப்போதும் கும்பல் கும்பலாக வலிகாமம் நோக்கி நடந்துகொண்டிருந்தார்கள். ஆனால் இன்று லொறிகளும் லாண்ட் மாஸ்ரர்களும் இடைக்கிடை ஓரிரண்டு மாட்டு வண்டில்களுங்கூட.

இந்த லொறிகூட சிவராசா எவ்வளவோ கஷ்டப்பட்டு, யார் யாரிடமோ சொல்லிப் பிடித்தது. வந்த சனமெல்லாம் திரும்புவதற்கு வாகனம் வேணுமென்றால் என்ன செய்வது? ஒரு லான்ட் மாஸ்ரர், ஒரு லொறி, நினைத்துப் பார்க்க முடியாமலிருந்தது. நடக்கக்கூடியவர்கள், அல்லது வாகனங் கிடைக்காதவர்கள் நடக்கத் தொடங்கியிருந்தார்கள். கிடைக்காதவர்களில் சிலர் "இத்தினை மாதம் நிண்டிட்டம், இன்னும் ஒரு நாள் கூடுதலா நிக்கிறதிலை என்ன நட்டம்? நாளைக்கு ஆறுதலா ஒண்டைப் பிடிச்சுக் கொண்டுபோவம்," என்று நின்றார்கள்.

"நிக்கலாந்தான், ஆனால், களவெடுக்கிறவங்கள் எங்களுக்கு முதல் போயிடுவாங்களே."

"உண்மைதான், ஆமியும் இயக்கமும் உடைக்கா விட்டாலும் இவங்கள் வீடுகளை விட்டு வைக்க வேணும்!"

முந்த நாள் மத்தியானமே, ஆமி சனங்களை வலிகாமத்துக்கு வரச் சொன்னதாக அறிவிப்பு வந்தவுடனேயே, பலபேர் புறப்பட்டிருந்தார்கள்.

பூட்டியிருந்த பின்பக்க அரைக் கதவோடு மேலே தொங்கிய சங்கிலியைப் பிடித்தபடி நின்றார் சித்தன். மற்றவர்கள் எல்லோரும் ஒருபடியாய் உள்ளே குந்திக்கொண்டிருந்தார்கள். இவர்களோடு இன்னும் இரண்டு குடும்பம், இந்த லொறியில். போதாக்குறைக்கு எல்லோருடைய தட்டுமுட்டுச் சாமான்கள், சித்தனுடைய மோட்டார் சைக்கிள் உட்பட. "வேண்டாம், நான் அதில் பின்னாலேயே வருகிறேன்" என்று அவர் சொன்னபோது ஒருவருங் கேட்கவில்லை. லொறிக்காரர் கூட, "அது ஏத்தலாம்" என்றார். நாலைந்து பேராய்த் தூக்கி ஏற்றிவிட்டார்கள். ஒரு விஷயத்தில் மட்டும் லொறிக்காரரும் அவருடைய உதவியாளும் வலு இறுக்கமாக இருந்தார்கள். "அடையாள அட்டை இல்லாத எவரையும் கூட்டிப்போக மாட்டோம்" என்று சொல்லி விட்டார்கள். 'வழியில் ஆமிக்காரன் செக் பண்ணும்போது அப்படி யாருமிருந்தால் எல்லோருக்குமே ஆபத்து' என்று அவர்கள் சொன்னது சரியாகத்தான் பட்டது. ஏறிய எல்லோர் விபரமும் ஒரு ஒற்றையில் எழுதி வைத்துக்கொண்டார்கள். இதனால்தான் மகாலிங்கத்தின் மருமகனைக்கூட வழியில் விட்டுவிட்டு வர நேர்ந்தது. சித்தனைக் கண்டுவிட்டு "நாங்களும் வரலாமா?" என்று அந்தப் பெடியன் கேட்டபோது "இல்லைத் தம்பி" என்று காரணத்தை விளக்க முதல் லொறி தாண்டி வந்துவிட்டது. பாவம், சின்னப் பெடியன். பதினைந்து பதினாறு வயதுதானிருக்கும். நல்ல பிள்ளை, எப்போது மகாலிங்கத்தின் சைக்கிள் கடைக்குப் போனாலும் சிரித்தபடி உடனே கவனித்து அனுப்புகிறவன். மகாலிங்கமும் நல்ல பழக்கம், ஒரு நண்பன் மாதிரி. என்ன செய்வது?

வீட்டுப் படலையடியில் வந்து இறங்குகிறவரை இதுவும் இடைக்கிடை மனதைக் குடைந்துகொண்டிருந்தது.

கைதடிப் பாலத்திற்கு முன்னால் ராணுவத்தின் வழித்தடை. எத்தனையோ வருஷத்துக்குப் பிறகு ராணுவத்தை இவ்வளவு அருகில், அதுவும் ஓரளவு பயமில்லாமல், பார்த்ததில் பலருக்கும் பலவிதமான உணர்ச்சிகள் – பதற்றம், கோபம், பரபரப்பு, நன்றி . . . எல்லாரையும் படையாட்கள் வடிவாக 'செக்' பண்ணித்தான் விட்டார்கள்.

"அவங்கட முகம் இண்டைக்குக் கொஞ்சம் அன்பாதர வாகத் தெரியுது." என்றார் கூடவந்த ஒருவர்.

சாந்தன் ❋ 359 ❋

"உதை நம்பேலாது, உள்ளுக்குப் போனபிறகுதான் தெரியும்." பதில் சொன்னவ, அவருடைய மனைவியாய் இருக்க வேண்டும்.

"இனியும் இருந்திருந்தாப்போல வழியிலை எங்கையாவது மறிப்பாங்கள்," சித்தனுக்குப் பக்கத்தில் நின்ற ட்றைவரின் உதவியாள் சொன்னார்.

நாவற்குழிச் சந்தி தாண்டியபோது ரங்கசாமி குடும்பங்கூட வன்னிக்குப் போய்விட்ட நினைவு வந்தது. போனமாதம் சொல்லிக்கொண்டு போக வந்தபோது, "போராளி குடும்பம்ங்கிறதாலை இருக்கிற இடம் பிரச்சினை இராதுண்ணு சொல்றாங்க" என்று சொன்ன விதத்திலேயே அவர் அதை எதிர்பார்க்கவில்லை என்கிற எச்சரிக்கை தொனித்தது. அதே காரணத்தால் ராணுவக் கட்டுப்பாட்டுப் பிரதேசத்துக்குள் வந்தாலும் அவர்கள் பிரச்சினைகளை எதிர்நோக்க வேண்டியிருக்கும். ஒரு இடத்திலும் வேர் விட முடியாமல் நீரில் மிதக்கும் தாவரம்போல ரங்கசாமியின் வாழ்வு அலைக்கழிய வேண்டியிருக்கிறது. மூன்று தலைமுறைக்கு முதல் தமிழ்நாட்டிலிருந்து வந்து, இனியாவது அங்கு வேர் விட முடிந்துவிட்டால் நல்லது.

எத்தனை பேர் இப்போது அங்கு போய்விட்டார்கள், எல்லோரும் அங்கே நிலை கொள்ளத்தானே வேண்டும்!

'நாங்கள் கூடப்போயிருக்கக் கூடும் . . .'

○

"என்ன செய்யிறது?" முந்த நாள் பின்னேரம் வீட்டில் எல்லோரும் சித்தனைக் கேட்டார்கள். சித்தன் அம்மாவைக் கேட்டார், அவருக்கும் முடிவெடுக்க முடியாமலிருந்தது.

"ராணுவக் கட்டுப்பாட்டுப் பிரதேசத்துக்குள் திரும்பப் போவது சிங்கத்தின் வாய்க்குள் தலையைக் கொடுப்பது" என்று யாரோ சொன்னார்கள்.

மூளை குழம்பியது.

"எங்கை போனாலும் கடவுள்தான் துணை" என்றா அம்மா, "நீ வீணாக யோசியாதை. நான் உனக்கு விடியச் சொல்றன்."

நேற்று, விடிந்ததும் மகனையும் மருமகளையுங் கூட்டிக் கொண்டு முத்துமாரியம்மன் கோவிலுக்குப் போனா அம்மா. கோவில் திறந்துதானிருந்தது. காலைப்பூசை அமைதியாய் முடிந்திருக்க வேண்டும் ஆதிமூலத்தில் மாத்திரம் ஒரு விளக்கு எரிந்துகொண்டிருந்தது. ஆட்கள் எவருமில்லை.

குருக்களையும் காணவில்லை. உள்வாசலில் பூக்கள் போட்டு யாரோ கும்பிட்டிருந்தார்கள். செம்பருத்தி, நந்தியாவட்டை, பொன்னொச்சி . . . "இங்க வா பிள்ளை," அம்மா கோவிலைச் சுற்றிவந்து கும்பிட்டு விட்டு, மருமகளைக் கூப்பிட்டா. "அம்மாளாச்சியை வடிவா நினைச்சுக் கொண்டு, இதிலை ஒரு நந்தியாவட்டை அல்லது பொன்னொச்சி எடு பாப்பம்."

மூடிக்கொண்ட கண்களைத் "தாயே" என்றபடி விழித்து, சாரதா இரண்டு கைகளாலும் நீட்டிய பூவைப் பார்த்தா.

"வீட்டை போகட்டாம்."

இவர்கள் கோவிலால் திரும்பியபோதே பலர் யாழ்ப்பாணப் பக்கம் போய்க்கொண்டிருந்தார்கள்.

சிவராசர்வோடு சேர்ந்து ஒரு லொறி தேடிப்பிடிக்க ஒரு நாள்.

அவசர அவசரமாக மோட்டார் சைக்கிளின் 'த' இலக்கத் தகட்டைக் கழற்றிவிட்டுப் பழைய எண்ணை எழுதி மாட்டியபோது சித்தனுக்கு வந்தது என்ன உணர்வு?

❍

ஷெல்லடிக்குப் பயந்து ஒளித்த தென்னங் காணியைத் தாண்டியபோது, ஏதோ நெருக்கமான யாரையோ பார்க்கிற மாதிரி இருந்தது. இதற்குள்ளேயா ஒளித்தோம் என்றும் இருந்தது.

பாலத்து வெய்யிலிலும் சனங்கள் நடந்துகொண்டிருந்தார்கள். சைக்கிள்கள், மோட்டார் சைக்கிள்களிலும் இவ்விரண்டு, மும்மூன்று பேராய் . . .

செம்மணி தாண்டிப் போனதும், லொறி வலது புறம் திரும்பி ஆடியபாதம் வீதியால் போய் கள்ளியங்காட்டுப் பெற்றோல் ஷெட்டில் நின்றது. ஷெட் திறந்திருந்தது. வேறு ஓரிரண்டு வாகனங்களும் நின்றன. டீசல் அடித்துக்கொண்டிருக்கும்போதே இரண்டு படையாட்கள் வந்தார்கள்.

"வத்துர பொனவாத, மாத்தயா? தண்ணி குடிக்கிறீங்களா, ஐயா?" போத்தல்களைப் புன்னகையுடன் நீட்டினார்கள்.

சித்தன் பின்னால் திரும்பி மற்றவர்களைப் பார்த்தார். மௌனமாகத் தலையாட்டினார்கள். தான் வாங்கி அண்ணாந்து இரண்டு மிடறு குடித்துவிட்டுப் போத்தலைக் கொடுத்தார். "நன்றி, ஸ்துதி . . ." யாரோ பின்னால் புறுபுறுத்த மாதிரிக் கேட்டது. 'உள்ளுக்குப் போனால்தான் தெரியும்' என்று சொன்ன மனுசியாகத்தானிருக்கும்.

லொறி புறப்பட்டு நேரே பருத்தித்துறை வீதியால் போனது. "தின்னவேலியாலை போகேலாது. மலைபோல ஒரு தடுப்பணை போட்டிருக்கிறாங்கள்" சித்தனின் பார்வையைப் புரிந்து கொண்டவராகப் பதில் சொன்னார் லொறி உதவியாளர்.

இப்போதுதான் ஊர் மனைகளுக்குள் வந்திருக்கிறார்கள். தெரு வெளித்துப் போய்க் கிடந்தது. தெருக்கரை மரங்கள், வேலிக் கதிகால்களின் கிளைகள் எல்லாம் வளைந்து குறுக்கே வந்திருந்தன. தார்ப் பரப்பெங்கும் சருகாய்க் கிடந்தது. சில இடங்களில் தெருவோரம் தேங்கிநின்ற வெள்ளம். அநேகமான கேற்றுக்கள் மூடியபடியேதான் இருந்தன. பெரிய சேதம் எதுவுங் கண்ணில் படவில்லை. வலிகாமத்தில் பெரிதாய்ச் சண்டை என்று எதுவும் நடக்கவில்லை என்று தெரியும், நடந்திருந்தால் சாவகச்சேரியில் சத்தம் நல்லாய்க் கேட்டிருக்கும்.

இருபாலைச் சந்தியால் இடதுபுறம் திரும்பி, நேரே கொடித்தூக்கிச் சந்தி. அங்கிருந்து உப்புமடம் சந்தி. எங்கும் ஊர் வெறித்துத்தான் கிடந்தது. ஒரு மனுக்கணம் கண்ணில் படவில்லை. பயமாய் இருந்தது. 'அவசரப்பட்டுச் சிங்கத்தின் வாய்க்குள் தலையை வைத்துவிட்டோமா?'

எத்தனை பேர் வந்தார்கள், வந்துகொண்டிருக்கிறார்கள், என்பது நினைவு வந்தபோது சற்று ஆறுதலாக இருந்தது. எப்படியும் அரைவாசிச் சனம் திரும்பி வரப்போவதில்லை. வன்னிக்குப் போய்விட்டார்கள். அப்படியே வேறெங்கு போவார்களோ? சித்தனுக்குத் தெரிந்தே, மூத்தண்ணை குடும்பம், ஆறண்ணை குடும்பம், ரங்கசாமி குடும்பம், செகம், ஏற்கெனவே போன தங்கவேலு ஆட்கள். . . கார்த்திக்கு வவுனியாவிலும் ஒரு சின்ன மில் இருந்தது. அவர் மனைவி பிள்ளைகளும் அங்கேதான். அங்கு ஒரு கால் இங்கு ஒரு கால் என்றிருந்தவர், நல்ல காலம், இந்த இடம் பெயர் வேளையில் வவுனியாவில் இருந்தார். இனி எப்போது வருவாரோ?

போதாக்குறைக்கு, குஞ்சக்கா குடும்பம் தாங்கள் கொஞ்ச நாளைக்குப் பருத்தித்துறையில் போயிருந்து விட்டு வருவதாக நேற்றே புறப்பட்டார்கள். "எனக்கு அங்கை ஒரு சிநேகிதன் இருக்கிறான் தம்பி, தன்னோடை கொஞ்ச நாள் நிண்டு பாத்திட்டு வீட்டை போ," எண்டு சொல்றான்" என்றார் கமலநாதன் மாமா. 'இனி வீட்டை போய்ப் பார்த்தால்தானே அயலட்டையிலும் எத்தினை பேர் திரும்பி வருகினம் எண்டு தெரியும்!'

முந்த நாள் மட்டுவிலுக்குப் போய்ப் பெரியய்யா, சிங்கர், எல்லோரையும் பார்த்துச் சொல்லிவிட்டுத்தான் வந்திருந்தார்,

சித்தன். இந்தப் போக்குவரத்து அமளிகள் குறைந்தவுடன் வருவதாகவே இருவரும் சொல்லியிருக்கிறார்கள். எல்லாரும் எப்போ வர முடிகிறதோ?

சித்தனைப் பயங்கரமான ஒரு வெறுமை சூழ்ந்தது. இத்தனை இனசனமும் இல்லாமல், இனி ஊரில் வாழ்க்கை எப்படியிருக்கும்? நினைத்தாலே பயமாயிருந்தது. இதைச் சொன்னால் அம்மாவோ சாரதாவோ என்ன சொல்வார்களென்று சித்தனுக்குத் தெரியும். "ஏதோ இந்த மட்டிலை கடவுள் எங்கள் எல்லாரையுமாவது கொண்டு வந்து விட்டது பெரிசல்லோ?"

சந்தியில் உப்புமடம் பிள்ளயார் கோவில் தெரிந்தது. மனதுள் கும்பிட்டுக்கொண்டார். இரட்டைக்குளம் நோக்கித் திரும்பியது லொறி. காங்கேசன்துறை வீதியும் பருத்தித்துறை வீதி மாதிரியே 'ஓ' வென்று கிடந்தது. ஒரு இடத்தில் பாதைத் தடை இருந்து அகற்றப்பட்டதற்கு அடையாளமாய் இன்னும் எஞ்சிக் கிடந்த கற்குவியல்களும் தகரப் பீப்பாய்களும். தாண்டிப் போனார்கள்.

இரட்டைக்குளத்தில் ஒரு குடும்பத்தை இறக்க வேண்டி இருந்தது.

"அடுத்தது நீங்கள்தான்" என்றார் ட்றைவர். "மற்ற ஆக்கள், பிறகு. பழையபுலம்."

வீடு நெருங்க நெருங்க மனம் பதற்றப்படத் தொடங்கிற்று. எப்படியிருக்கும் எல்லாம்?

ஆலடிச்சந்தி திரும்பியபோது அம்மாவின் வீட்டை எட்டிப் பார்த்தார். சிற்றம்பலம் மாஸ்ரர் முற்றத்தைக் கூட்டிக்கொண்டு நிற்பது தெரிந்தது. "இப்பதான் அவர்களும் வந்திருக்க வேணும்."

"வந்திட்டினம்" என்றார் அம்மாவிடம் திரும்பி. சிற்றம்பலம் மாஸ்ரர் ஆட்களும் மட்டுவிலில்தான் வந்திருந்தார்கள். சந்தை, வங்கி என்று அடிக்கடி அவரைச் சந்திக்க நேர்ந்திருக்கிறது.

முன்னால் மூத்தண்ணை வீடு வெறித்துப்போய்க் கிடந்தது. அதை இனி யார் பார்ப்பார்கள்? அங்கே இனி யார் இருப்பார்கள்? வராத சனங்களின் வீடு, வாசல்கள் எல்லாம் என்னாகும்?

இரண்டு முடக்கு. நடராசர் வீட்டு கேற் திறந்திருக்கிறது.

'பரவாயில்லை, அயலிலும் ஒரு ஆள் வந்துவிட்டார். அடுத்ததற்கு அடுத்தது, எங்கள் வீடு!'

"அவசரப்படாமல் பார்த்து இறங்குங்கோ."

லொறி இறக்கிவிட்டுப் புறப்பட்டபோது, பழையபுலம் ஆட்களின் பிள்ளைகள் சிரித்தபடி கையசைத்தார்கள்.

ஆறு மாதத்தின் பிறகு வீடு!

மதில் முழுதாய் இருக்கிறது, பக்கத்து வேலிக்கு அடித்திருந்த தகரம், அப்படியே... கூரையிலும் ஒரு ஷீற் கூடக் கழற்றியதாய்த் தெரியவில்லை! கடவுளே!

"எங்களுக்கும் முதல் ஆரோ திரும்பியிருக்கினம், போலை..." தெருக்கரை மண்ணில் ஆழப் பதிந்திருந்த வண்டித் தடங்களைக் காட்டினா, சாரதா.

"எப்ப திரும்புவம் எண்ட அவதியிலைதானே கன சனம் இருந்தது."

இதென்ன? பூட்டிவிட்டுப்போன முன் கேற் திறந்திருக்கிறது. ஆமைப்பூட்டு நிலத்தில். கட்டிய சங்கிலியைக் காணவில்லை.

தட்டுமுட்டுச் சாமான்களை கேற்றோடு வைத்துவிட்டுப் பைகளோடு கவனமாக உள்ளே நடந்தார்கள்.

வீட்டின் முன்கதவு திறந்ததாய்த் தெரியவில்லை, அதை உட்பக்கம் பூட்டித் தாழ்ப்பாளும் போட்டுவிட்டுப் பின் கதவால்தான் அன்று புறப்பட்டிருந்தார்கள்.

"நாங்கள் அங்கை போறம்" புனிதா, தாய், மாமனார், குழந்தைகள், தங்கள் வீட்டைப் பார்க்கப் போனார்கள்.

○

வீட்டை அவசர அவசரமாகச் சுற்றிவந்தார் சித்தன். சருகும் புல் பூண்டுகளுமாய் நிரம்பியிருந்தது. பலா எல்லாம் நிறையப் பிஞ்சுகள். 'மாமரங்களுக்கு நாளிருக்கு', வேம்பு பூக்கத் தொடங்கியாயிற்று, நிலமெல்லாம் வெள்ளைப் பாய் விரித்தது போலப் பூ. இலுப்பை, இலைகள் எல்லாவற்றையும் உதிர்த்துவிட்டு இப்போதுதான் தாமிர நிறமாய்த் துளிர்க்கத் தொடங்கியிருந்தது. குயில்கள் ஏற்கெனவே வந்தாயிற்று, வாழைகள் இரண்டு குலை தள்ளியிருந்தன, இரண்டு விழுந்து அரைகுறையாய் அழுகியபடி.

ஜன்னல்களை எவரும் கழற்றிப் போய்விடவில்லை. "அந்த ஜன்னல் கொத்திக் கிடக்கோ?" என்று அம்மா காட்டியபோதே, "இல்லை, அது முந்தியே இருந்தது, எங்களை அகதி முகாமிலை வைச்சிட்டு அமைதிப்படை வீடு வீடா வந்து தேடினபோது

கொத்தினது!” என்று நினைவூட்டினா சாரதா. சுற்றிக்கொண்டு வந்தார்கள்.

பின் கதவு திறந்து கிடந்தது.

○

கோபம், பயம், ஆற்றாமை எல்லாம் ஒன்றாய்க் கிளர்ந்தன.

“என்ன அநியாயம்!” சாரதாவின் குரல் நடுங்கிற்று.

“அவுக்’கெண்டு உள்ளை போகக்கூடாது, பிள்ளை . . . பார்த்துத்தான் போகவேணும்” அம்மாவின் குரலில் எச்சரிக்கை தொனித்தது.

மெல்லப் போனார்கள்.

பின் விறாந்தை மூலையில் அடுக்கியிருந்த நெல்லுச் சாக்குகளில் அணிலோ எலியோ கோதி உமியாக்கியிருந்த ஒன்றுதான் மீதி இருந்தது. மூலைகளில் ஓட்டை. சிந்திக் கிடந்த கிடந்த உமி நாலு கொத்தாவது தேறும். மற்றவை எங்கே? பரபரத்து உள்ளே நடந்தார்கள். சீமேந்து நிலம் காலில் ஒட்டுகிற மாதிரி ஈரலித்திருந்தது.

“கவனம், கவனம் . . .” என்றா அம்மா.

அதைக் காதில் விழுத்தாத மாதிரி அந்தரப்பட்டு அடுப்படிக்கு ஓடிய சாரதா, பெரிய ஆறுதல் பெரு மூச்சுடன் திரும்பி வந்தா.

அறைக் கதவுகளைத் திறக்க வேண்டியிருக்கவில்லை. இவர்களின் அறைக்குள் இருந்த அலுமாரிகளையுந்தான்.

புத்தகங்கள், உடுப்புகள் எல்லாம் நிலம் முழுவதும் இறைந்து கிடந்தன.

“ஆரோ தட்டெல்லாம் தேடியிருக்கிறாங்கள்!”

“ஆனா, எல்லாம் அப்பிடியே இருக்கு,” சாரதாவின் குரலில் வியப்புத் தொனித்தது.

“சாமியறையைப் பாப்பம்,” சாரதாவும் அம்மாவும் போனார்கள். பின்னால் போனார்.

முதலில் கண்களிற் பட்டது, பூட்டை உடைத்துத் திறந்து, கிளறியபடி இருந்த அம்மாவின் பெரிய ஸூட்கேஸ்தான்.

அடுத்த மூலையில் சின்ன மேசையைப் பார்த்தார்.

பாட்டுப்பெட்டி?

○

மூடியிருந்த துணி கீழே கிடந்தது.

றெக்கோட்டுகள் வைத்திருந்த நெஞ்சளவு 'கபேட்'டைத் திறந்தார். முக்கால்வாசி காலி.

ஞாபகமாய் ஓடிவந்து வெளியே பார்த்தார். அந்தப் பன்னிரண்டு இஞ்சிக் கறுப்பு வெள்ளைத் தொலைக் காட்சிப் பெட்டி இல்லை. அருகில், கீழே பலகையில் வைத்திருந்த அதனுடைய பெரிய பன்னிரண்டு வோல்ற் பற்றறியும்.

ஓடியோடித் தேடினார்கள். நந்தன் போகும்போது தந்து விட்டுப்போன கஸற் றெக்கோடர் – ரேடியோ, சித்தனுடைய ரைப்ரைட்டர், மின் விநியோகம் இருந்த காலத்தில் பயன்படுத்திய மேசை விசிறி, மின்அழுத்தி, குத்து விளக்குகள், குடம், பேணிகள், தட்டு...

ஒன்றுமில்லை.

○

நடைகூடத்துக் கதிரையில் போய் உட்கார்ந்தார் சித்தன். இந்த ஆறுமாதத்துக் களைப்பும் இப்போதான் வந்துசேர்ந்த மாதிரி இருந்தது.

'எல்லாம் திரும்ப வாங்கி விடலாம், அது ஒண்டை விட!'

"நீ போய்த் தங்கச்சி வீடு எப்பிடியெண்டு பாத்திட்டு வா, பிள்ளை," சாரதாவிடம் சொன்ன அம்மா, சித்தனைப் பார்த்தா. "நீயும் எழும்பு, அப்பு... யோசியாமல் எழும்பிக் கைகாலைக் கழுவிப் போட்டு, வேளைக்குச் சாப்பிடு. கொண்டுவந்த சாப்பாடு பழுதாகப் போகுது."

கேற்றடியில் தெரிந்த மாட்டுச் சாணமும் வண்டிற் சில்லுத் தடங்களும் சட்டென்று நினைவு வந்தன.

எழுந்து கேற்றடிக்குப் போனார்.

சருகுகளுக்கு மேலிருந்தது சாணக் குவியல். ஈரம் காயவில்லை. 'நேற்றோ, இன்றோதான்...'

இரட்டை மாட்டு வண்டில். மாட்டின் குளம்பு அடையாளங்கள் கன நேரம் நின்றதைக் காட்டின.

நடராசர் வீட்டுக் கேற்றும் இப்பிடித்தானோ?

‘நானும் செகத்தாரும் கதைச்சு எடுப்பித்திருந்தால் பாட்டுப்பெட்டி தப்பியிருக்கும் . . .’ கழிவிரக்கம் அழுத்தியது.

முன்வாசல் படியில் போய்க் குந்தினார்.

“இதை யோசிக்கிறியே ராசா, எத்தினை சனம் எத்தினையைக் குடுத்திட்டு இருக்குது . . . எத்தினை பொருள், எத்தினை உயிர், எத்தினை வாழ்க்கை . . .”

சித்தன் பேசவில்லை

❍

இப்போது மந்தாரம் முழுதாகப் போட்டிருந்தது.

பார்த்துக்கொண்டிருக்கும்போதே, இன்னுமின்னும் திரண்டு மூடும் இருள்.

“இங்கேயா இருக்கிறீங்கள்?” சாரதா வந்தா, “நல்ல மழை வரப் போகுது.”

“அங்கை என்ன மாதிரி, பிள்ளை?”

“இதே போலதான்.”

“ஏதோ, இந்தளவோடு போச்சு.”

கூரைகளைப் பிளப்பதுபோல் பயங்கரமாக ஓடியோடி முழங்கிற்று இடி.

“எழும்பு ஐயா . . . வா, பிள்ளை . . .” காதுகளைப் பொத்திய கைகளோடு அம்மா சொன்னா. வானை வெட்டிய மின்னல். இடி கிட்டடியில் எங்கோ விழுந்து அதிர்ந்தது.

“இம்முறை சோழகம் வேளைக்கே வெளிச்சிடும்போல இருக்கு . . .” என்றா அம்மா.

❍❍❍